ഗ്രീൻ ബുക്സ്

ജീവിതം മഹത്തരമാണ് സോദരാ

നസിം ഹിക്മത് (1902-1963)

കവി, നോവലിസ്റ്റ്,
തിരക്കഥാകൃത്ത്, സിനിമാസംവിധായകൻ.
ഗ്രീസിലെ തെസലോണിക്കയിൽ
1902 ജനുവരി 15ന് ജനനം.
ഓട്ടോമാൻ നേവൽ സ്കൂൾ ഓൺ
ഹെയ്ബെലിയാഡയിൽനിന്ന് ബിരുദം.
Kafatasi, Unutulan Ada, Ferhad ile Sirin,
Yasamak Guzel Sey Be Kardesim, Kan Konusmaz,
Taranta-Babu'ya Mektuplar, Simavne Kadisi Oglu
Seyh Bedreddin Destani, Memleketimden
Insan Manzaralari, 835 satir, Yatar Bursa Kalesinde,
The Moscow Symphony and Other Poems,
The day before tomorrow (poems), That Wall,
Things I didn't know I loved തുടങ്ങി
നിരവധി കൃതികൾ രചിച്ചിട്ടുണ്ട്.
കാല്പനിക കമ്മ്യൂണിസ്റ്റ്, കാല്പനിക വിപ്ലവകാരി
എന്ന പേരിൽ അറിയപ്പെട്ട എഴുത്തുകാരൻ.

കബനി സി: എഴുത്തുകാരി, വിവർത്തക.
തൃശൂരിൽ ജനനം. ഇംഗ്ലീഷിൽ ബിരുദാനന്തരബിരുദം.
പ്രശസ്തമായ നിരവധി കൃതികൾ
പരിഭാഷപ്പെടുത്തിയിട്ടുണ്ട്.
ആനുകാലികങ്ങളിൽ എഴുതുന്നു.
ഗ്രാമവികസന വകുപ്പിൽ
അസിസ്റ്റന്റ് ഡവലപ്മെന്റ് കമ്മീഷണർ.
ഇപ്പോൾ കോഴിക്കോട് സ്ഥിരതാമസം.
'ആ മരം ഈ മരം കടലാസ് മരം' എന്ന കൃതി
ഗ്രീൻ ബുക്സ് പ്രസിദ്ധീകരിച്ചിട്ടുണ്ട്.

നോവൽ

ജീവിതം മഹത്തരമാണ് സോദരാ

നസിം ഹിക്മത്

വിവർത്തനം

കബനി സി.

ഗ്രീൻ ബുക്സ്

green books private limited
gb building, civil lane road, ayyanthole,
thrissur- 680 003, kerala, ph: +91 487-2381066, 2381039
website: www.greenbooksindia.com
e-mail: info@greenbooksindia.com

original title - turkish
YAŞAMAK GÜZEL ŞEY BE KARDEŞİM
novel
by
nâzim hikmet

english
life's good, brother

malayalam
jeevitham mahatharamanu sodara

translated by
kabani c.

first published may 2019

منحة الترجمة
Translation Grant
صندوق منحة الشارقة للترجمة
Sharjah Translation Grant Fund

cover design : mansoor cheruppa

branches:
thrissur 0487-2422515
palakkad 0491-2546162
thiruvananthapuram 0471-2335301
calicut 0495 4854662
kannur 0497-2763038

isbn : 978-93-87357-93-8

GBPL/1062/2019

മുഖക്കുറി

സോവിയറ്റ് വിപ്ലവത്തിന്റെ വിജയം ലോകമെമ്പാടും സോഷ്യലിസ്റ്റ് കമ്മ്യൂണിസ്റ്റ് പ്രസ്ഥാനങ്ങൾക്കുവേണ്ടിയുള്ള അലയൊലികൾ സൃഷ്ടിച്ചു. ഇടതുപക്ഷ പ്രസ്ഥാനങ്ങൾക്ക് വളക്കൂറുള്ള തുർക്കിയിലും കമ്മ്യൂണിസ്റ്റുകാർ ആധിപത്യം സൃഷ്ടിക്കാനുള്ള ശ്രമം ആരംഭിച്ചതിന്റെ സമരോത്സുകമായ കഥയാണിത്. നസിം ഹിക്മത്തിന്റെ ഈ നോവൽ 1925ലെ തീവ്ര ഇസ്ലാമിക ഭരണഭീകരതയിൽ കമ്മ്യൂണിസ്റ്റുകാരുടെ ഒളിവുജീവിതങ്ങൾ അവതരിപ്പിക്കുന്നു. എഴുത്തുകാരന്റെ ആത്മാവിഷ്കാരം കൂടിയാണ് ഈ കൃതി. ലോകപ്രശസ്തനായ കവിയാണ് നസിം ഹിക്മത്.

കൃഷ്ണദാസ്
മാനേജിങ് എഡിറ്റർ

തുടക്കം

വാല്യക്കാരിപ്പെൺകുട്ടി എനിക്ക് വഴികാട്ടിയായി മുന്നിൽ നടന്നു. അഹമ്മദ് എന്ന ഞാൻ അവളുടെ പിറകെയും. വലുതും ഇരുണ്ടതും ഈർപ്പമുള്ളതുമായ നടുമുറ്റത്ത് എത്തിയപ്പോൾ നിശ്ശബ്ദമായി ഭയത്തോടെ അവൾ പമ്മി നടക്കുന്നതു കണ്ടു. വീട്ടിലാർക്കെങ്കിലും ദീനമുണ്ടോ എന്നറിയില്ല. ലോഹപ്പാളിയുള്ള ചെരിപ്പിന്റെ ഒച്ചയുണ്ടാക്കാതെ നടക്കാൻ എനിക്ക് അറിയില്ലായിരുന്നു. ഉറച്ച കാൽവെപ്പുകളോടെ രണ്ടും കല്പിച്ച് ഞാൻ നടന്നു. നടുമുറ്റത്തിനപ്പുറം വലിയ ഒരു നടുത്തളത്തിലെത്തിയപ്പോൾ മരണവീടുപോലെ മ്ലാനമായിരുന്നു അവിടം. വാല്യക്കാരിപ്പെൺകുട്ടി എന്നോട് കാത്തിരിക്കാൻ പറഞ്ഞു. വീട്ടുകാർ ഭക്ഷണമുറിയിലാണ്. ആഹാരം കഴിക്കുകയാണ്. വലുപ്പക്കൂടുതലുള്ളതും ലിനൻ തുണിയാൽ മൂടിയതുമായ ചാരുകസേരകളിലൊന്നിൽ ഞാൻ ഇരുന്നു. ആവരണങ്ങൾക്കിടയിൽ സ്വർണത്തിളക്കമുള്ള കൊത്തുപണികളും ചുവന്ന വെൽവെറ്റു നിറവുമുള്ള ചാരുകസേരയുമുണ്ട്. മുത്തച്ഛന്റെ ഉസ്കുദാറിലെ കടലോര വസതിയിലുള്ള ചാരുകസേരപോലെത്തന്നെ.

വലതുവശത്തെ ഭിത്തി നേരിയതും സുതാര്യവുമായ മൈക്ക കൊണ്ടുണ്ടാക്കിയതാണ്. തൊട്ടുപിറകിലാണ് അവർ ഭക്ഷണം കഴിക്കുന്നത്. ഭക്ഷണത്തിന്റെ കൊതിപ്പിക്കുന്ന മണം. കത്തികളും മുള്ളുകളും കൂട്ടിമുട്ടുന്ന ഒച്ച കേട്ടപ്പോൾ എന്റെ വിശപ്പ് കൂടി. എതിരെ വാൾനട്ട്തടി കൊണ്ടുണ്ടാക്കിയ ഭംഗിയുള്ള അലമാര. ഞാൻ മൂക്ക് ചൊറിഞ്ഞും മീശ തടവിയും അലമാരിയിലെ കണ്ണാടിയിലേക്ക് നോക്കിയിരുന്നു. അലമാരയിലെ അഞ്ച് വലിപ്പുകളും പട്ട് പോലെ തിളങ്ങുന്നു.

"മകനേ, അഹമ്മദ്ബെയ്, നിന്നെ കണ്ടതിൽ വളരെ സന്തോഷം..."

അമ്മാവൻ ഷുക്രുബെയ് വരുന്നത് കണ്ടപ്പോൾ അഹമ്മദ് എന്ന ഞാൻ ഭവ്യതയോടെ എഴുന്നേറ്റുനിന്നു. "അതെ, എനിക്കും അമ്മാവാ..."

അമ്മാവന് നല്ല പൊക്കമുണ്ട്. മെലിഞ്ഞ പ്രകൃതം. നരച്ച മുടി.

രണ്ടുവർഷങ്ങൾക്കു മുമ്പ്, 1923ലെ മഞ്ഞുകാലത്ത് മോസ്കോയിൽ വെച്ചാണ് അമ്മാവൻ ഷുക്രുബെയ് എന്നെ അവസാനമായി കണ്ടത്.

കമ്പളങ്ങളുടെ കച്ചവടത്തിനായി മോസ്കോയിലേക്കു പോകുമ്പോഴാണ് അമ്മാവൻ അറസ്റ്റു ചെയ്യപ്പെട്ടത്. താൻ 'ഈസ്റ്റേൺ വർക്കേഴ്സ് യൂണിവേഴ്സിറ്റി'യിലെ വിദ്യാർത്ഥിയായ അഹമ്മദിന്റെ അടുത്ത ബന്ധുവാണെന്ന് അമ്മാവൻ രഹസ്യപ്പൊലീസിനോട് പറഞ്ഞു. ഒരു ദിവസം രാത്രി ഏഴുമണിക്ക് രഹസ്യപ്പൊലീസുകാർ എന്നെ വിളിപ്പിച്ചു.

"അതെ, അദ്ദേഹം എന്റെ ബന്ധുവാണ്", ഞാൻ പറഞ്ഞു. "അദ്ദേഹം യുവതുർക്കികളിലൊരാളാണ്. ഒരിക്കലും ഒരു ചാരനാണെന്ന് തോന്നുന്നില്ല. അത് എനിക്ക് സാക്ഷ്യപ്പെടുത്താനുമാകും."

ഒരു മണിക്കൂറിനു ശേഷം ഷുക്രുബെയിനെ പൊലീസുകാർ എന്റെ മുറിയിലേക്ക് വിട്ടുതന്നു. കടം വാങ്ങിയിട്ടാണെങ്കിലും അമ്മാവനുവേണ്ടി നല്ല ഭക്ഷണം ഒരുക്കിയിരുന്നു. – കറുത്ത കവിയർ മുതൽ വോഡ്കവരെ. ഷുക്രുബെയ് ആഹാരവും പാനീയവും ഇഷ്ടപ്പെടുന്ന ആളാണെന്ന് എനിക്കറിയാം.

"അഹമ്മദ്ബെയ്, മകനേ, മരിക്കുവോളം നിന്റെ ഈ കാരുണ്യം ഞാൻ മറക്കില്ല." അദ്ദേഹം പറഞ്ഞു.

"**സു**ഖമാണോ, പ്രിയപ്പെട്ട അഹമ്മദ്?"

ജെമീലെ അമ്മായി മുന്നിൽ പ്രത്യക്ഷപ്പെട്ടു.

"സുഖമാണ്."

ജെമീലെ അമ്മായി ഇപ്പോഴും സുന്ദരിയാണ്. പിശാച് സ്ത്രീയും സുന്ദരിയുമാണെങ്കിൽ–അവരുടെ സൗന്ദര്യം അത്തരത്തിലുള്ളതായിരുന്നു.

കുട്ടിയായിരുന്നപ്പോൾ ഞാൻ അമ്മായിയുമായി പ്രണയത്തിലായിരുന്നു. ഉസ്കുദാറിലെ എന്റെ മുത്തച്ഛന്റെ കടലോരവസതിയിലെ ആവിക്കുളിയെക്കുറിച്ച് പറയുമ്പോൾ അവർക്കിപ്പോഴും വലിയ ആവേശമാണ്. അവരെപ്പോഴും പറയും, എനിക്കേതാണ്ട് മൂന്നു വയസ്സുള്ളപ്പോൾ അവരുടെ കാലുകൾക്കിടയിൽ അമർത്തിപ്പിടിച്ച് എന്നെയെങ്ങനെ ബലമായി കുളിപ്പിച്ചെന്ന്. അവരത് പറയുമ്പോൾ ഞാനിപ്പോഴും നാണത്താൽ തുടുക്കും.

ഷുക്രുബെയ് മുരടനക്കി: "ചോദിക്കുന്നതിൽ ബുദ്ധിമുട്ടുണ്ടാകില്ലെന്ന് കരുതട്ടെ മകനേ, അഹമ്മദ്, നീയെന്തിനാണ് ഇസ്മീറിലേക്കു വന്നത്?"

"ഇവിടെയെന്തെങ്കിലും ജോലി കണ്ടെത്താമെന്നു കരുതി. എനിക്ക് ചെയ്യാൻ പറ്റുന്ന ഏതെങ്കിലും ഒരു ജോലി. ഇസ്താംബൂളിൽ ഇപ്പോൾ ജോലിയൊന്നും കിട്ടാനില്ല അമ്മാവാ."

പ്രതീക്ഷിക്കാത്ത ഒന്നാണ് അപ്പോൾ സംഭവിച്ചത്. അദ്ദേഹം വലതുവശത്തെ ജാലകത്തിന്റെ നേർക്കു നടന്നു. എന്നോട് അടുത്തു വരാൻ ആവശ്യപ്പെട്ട് തിരശ്ശീലകൾ പകുത്തുകൊണ്ട് സൂര്യപ്രകാശത്താൽ ജ്വലിക്കുന്ന മഗ്നോളിയാ മരത്തിന്റെ ചില്ലകൾക്കിടയിലൂടെ തെരുവു കാണാം.

“തെരുവിനപ്പുറത്തെ മൂലയിൽ കുന്തിച്ചിരിക്കുന്നയാളെ കണ്ടോ? ഒരു യാചകൻ. ആ തന്തയില്ലാത്തവൻ ഒരു പൊലീസുകാരനാണ്. അവരുടെ നിരീക്ഷണത്തിലാണ് ഞാൻ. അവർ നിന്റെ അമ്മാവനെ വെറുതെ വിടില്ല. ഇപ്പോൾ രാഷ്ട്രീയവുമായി എനിക്ക് യാതൊരു ബന്ധവുമില്ല. പക്ഷേ, അവരെന്റെ പുറകേ തന്നെയുണ്ട്. ഇസ്താംബൂളിലേക്ക് നീ തിരികെപ്പോകൂ. കാര്യങ്ങൾ അല്പമൊന്ന് സ്വസ്ഥമാകട്ടെ. അപ്പോൾ ഞാൻ നിന്നെ വിവരമറിയിക്കാം. തിരികെപ്പോകാൻ പണമില്ലെങ്കിൽ, ഞാൻ തരാം. നമ്മൾ തമ്മിലുള്ള മോസ്കോവിലെ കടം ശേഷിക്കുന്നുണ്ട്.”

“എന്റെ കയ്യിൽ പണമുണ്ട്.”

“അവർ നിന്റെ പത്രങ്ങൾ നിരോധിച്ചോ?”

“ഉവ്വ്.”

“അറസ്റ്റുകൾ ആരംഭിച്ചോ?”

“ഇതുവരെയില്ല.”

“ഇവിടത്തെ പൊലീസുകാരുടെ പക്കൽ നിന്റെ ഫോട്ടോ കാണും.”

“എനിക്കങ്ങനെ തോന്നുന്നില്ല.”

“തീർച്ചയായും കാണും. നീ എന്നെ കാണാൻ വന്നിട്ടുണ്ടെന്ന് അവരറിഞ്ഞാൽ നമ്മുടെ രണ്ടുപേരുടെയും ജന്മം പാഴാകും. നിന്റെ ആൾക്കാരെയും അവർ അറസ്റ്റു ചെയ്യും. എന്നെയും അവർ ടിബ്യൂണലിനു കൈമാറും. അവരതു ചെയ്യും. കുർദുകളുടെ കലാപം ഒഴികഴിവു മാത്രമാണ് - ട്രിബ്യൂണലുകളെ തിരികെക്കൊണ്ടു വരാൻ മുസ്തഫ കമാൽ കണ്ടുപിടിച്ച ഒഴികഴിവ്. തന്റെ കയ്യാളും അങ്ങേയറ്റം നിർദ്ദയനുമായ ഇസ്മത്തിനെ തിരികെക്കൊണ്ടുവരാനുള്ള സൂത്രം. ഭൂതകാലത്തോട് പക പോക്കാൻ ഈ സാഹചര്യം അയാൾ പ്രയോജനപ്പെടുത്തും. യുവതുർക്കികളോട് വിശ്വസ്തത പുലർത്തിയ എല്ലാവരോടും അയാൾ പകരം വീട്ടും. എന്തുകൊണ്ടെന്നാൽ പാർട്ടിയിൽ അയാളുണ്ടായിരുന്നപ്പോൾ ആഗ്രഹിച്ച സ്ഥാനം കിട്ടിയില്ല. അതാണ് രാഷ്ട്രീയം. ഇത്തരം കുലംകുത്തികളാണ് ഒരു പാർട്ടിയുടെ ഏറ്റവും കൊടിയ ശത്രുക്കളായി മാറുന്നത്. മുസ്തഫ കമാൽ, അയാളെന്നെ അറസ്റ്റു ചെയ്യിക്കും. ഒരു കാരണത്തിനായി കാത്തിരിക്കുകയാണയാൾ.”

പുറത്ത് വെട്ടിത്തിളയ്ക്കുന്ന സൂര്യൻ. തെരുവിന്റെ മൂലയിലിരിക്കുന്ന യാചകന്റെ കണ്ണിൽ പെടാതിരിക്കാൻ ഞാൻ ഇടത്തോട്ടു തിരിഞ്ഞുനിന്നു. അയാൾ ശരിക്കും പൊലീസുകാരനോ? അതോ ഷുക്രുബെയ് എന്നെ ഒഴിവാക്കാനായി കെട്ടിച്ചമച്ച കഥയോ?”

ഞാൻ കുന്നിറങ്ങാൻ തുടങ്ങി. ഇസ്മീറിന്റെ സമ്പന്നവർഗ്ഗം താമസിക്കുന്ന ഇടമാണത്. അടഞ്ഞ ജനാലകൾ, മഗ്നോളിയ മരങ്ങൾ, ചുവന്ന ഓടു

മേഞ്ഞ മേൽക്കൂരകൾ - ചൂടിൽ തിളങ്ങുന്നു. താഴേ, തെരുവിനു കുറുകേ ഇസ്മീർ ഉൾക്കടൽ. അത് വിശാലവും ശാന്തവുമാണ്.

ഞാൻ കുന്നിറങ്ങിക്കൊണ്ടിരുന്നു. താഴെ, തീരത്തിനു പുറകിലുള്ള കോഫീഹൗസിലേക്ക് കയറി. ഒരു പാൽക്കട്ടിയും ബേഗൽ റൊട്ടിയും* ചായയും കൂടെയൊരു ഹുക്കയും കൊണ്ടുവരാൻ പറഞ്ഞു. ഞാൻ ഓർത്തുകൊണ്ടിരുന്നു. ഷുക്രുബെയ് എന്നെ തള്ളിപ്പറയുമെന്ന് കൂട്ടുകാരോടു പറഞ്ഞതാണ്. അപ്പോൾ അവരാണ് പറഞ്ഞത്, "ഇല്ല, നീ അദ്ദേഹത്തെ കാണാൻ പോകണം. അമ്മാവൻ നിനക്കൊരു ജോലി കണ്ടുപിടിച്ചു തരും. അത് പൂർണമായി പ്രയോജനപ്പെടുത്തണം." ഷുക്രുബെയ് എന്നെക്കുറിച്ച് പൊലീസിന് വിവരം കൊടുക്കില്ലായിരിക്കാം. വീണ്ടും പാൽക്കട്ടിക്ക് ഓർഡർ കൊടുത്തു, ബേഗൽ റൊട്ടിക്കും.

ഷുക്രുബെയ് അത്താഴത്തിന് എന്നെ ക്ഷണിച്ചതുപോലുമില്ല. പരിചാരകൻ ഹുക്ക കൊണ്ടുവന്നപ്പോൾ അയാൾ മറ്റൊരു കോപ്പ ചായ കൂടി ആവശ്യപ്പെട്ടു. ഞാൻ വിചാരിച്ചു ഷുക്രുബെയ് പൊലീസിന് ഫോൺ ചെയ്യും. യുവതുർക്കികൾക്കു മേൽ സമ്മർദ്ദം ചെലുത്തുന്നുണ്ടെങ്കിൽ ഷുക്രുബെയ് തീർച്ചയായും പൊലീസുകാരുടെ കരിമ്പട്ടികയിൽതന്നെയുണ്ടാകും.

ജീവിതത്തിൽ രണ്ടു പ്രാവശ്യം മാത്രമാണ് ഞാൻ ഹുക്ക വലിച്ചിട്ടുള്ളത്. അതും ഇസ്താംബൂളിൽവെച്ച്. ശീലമില്ലെങ്കിൽ ഇസ്മീറിലെ ഹുക്കകൾ വല്ലാതെ മത്തുപിടിപ്പിക്കുമത്രേ. അതു തന്നെയാണ് സംഭവിച്ചതും. എനിക്ക് തല തിരിയാൻ തുടങ്ങി. ഞാൻ കണ്ണുകളടച്ചു. ഇരുട്ടിൽ സൂര്യപ്രഭ ചൊരിയുന്ന സ്വർണ വൈക്കോൽനാരുകൾ നിറഞ്ഞു. നെഞ്ചിന്റെ ഇടതുവശത്ത് കത്തി തുളച്ചുകയറുന്ന വേദന. ഞാൻ കണ്ണുകൾ തുറന്നു. ഒരാൾ അകത്തേക്കു വന്നു. അയാൾ ചുറ്റും നോക്കി ആരെയോ തിരയുന്നതുപോലെ. അയാൾ ഇടതു വശത്തെ മേശയ്ക്കരികിലിരുന്നു. കനത്തതും പാതിയടഞ്ഞതുമായ കൺപോളകൾക്കുള്ളിലൂടെ അയാൾ എന്നെ നിരീക്ഷിക്കുകയാണ്. അയാൾ കാപ്പി കുടിച്ചുതീർത്ത് സ്ഥലം വിട്ടു. അയാൾ ആരാണെന്ന് പരിചാരകനോട് ചോദിക്കാൻ തോന്നി. പക്ഷേ, വേണ്ട.

കോഫീഹൗസിൽ നിന്ന് പുറത്തിറങ്ങി. മൂവന്തി നേരമായിട്ടും ഇസ്മീറിന്റെ കല്ലു പാകിയ നടപ്പാതകളിൽ നിന്ന് നട്ടുച്ചയുടെ ചൂട് അവസാനിച്ചിട്ടില്ല.

കരിഞ്ഞു പോയ മൈതാനത്തിനപ്പുറത്ത് കടൽ. മൈതാനവും ശൂന്യമാണ്. ഞാനിതാ, ആർക്കും കാണാവുന്ന വിധത്തിൽ തുറസ്സായ സ്ഥലത്ത് നിൽക്കുന്നു. രഹസ്യപ്പൊലീസ് എന്നെ നിരീക്ഷിക്കുകയാകുമോ?

---

* വളയത്തിന്റെ രൂപവും കട്ടിയുമുള്ള ബ്രെഡ് ചുരുൾ

ഞാൻ ഒരു ഉൾത്തെരുവിലേക്ക് കടന്നു. പരിസരത്തുള്ള ഒരു പള്ളിയിലേക്ക് കയറി. ദ്രവിച്ച വൈക്കോൽ പായകളിൽ മെഴുക്ക് മണത്തു. പ്രസംഗപീഠത്തിനടുത്ത് കീറത്തുണിയുടുത്ത, കാഴ്ചയില്ലാത്ത ഒരു ചെറുപ്പക്കാരൻ കാൽമുട്ടുകളിലാടിക്കൊണ്ട് ഖുർ ആൻ ഓതുന്നു. നഗ്നമായ അയാളുടെ കാലുകൾ വെടിപ്പുള്ളതും മടമ്പുകൾ തഴമ്പു വീണതുമാണ്.

ഞാൻ പള്ളിയുടെ ചുമർ ചാരിയിരുന്നു.

കുട്ടിയായിരുന്നപ്പോൾ മുത്തച്ഛൻ താരാട്ടുകൾക്കു പകരം റൂമിയുടെ കവിതകൾ ചൊല്ലിത്തന്ന് എന്നെ ഉറക്കിയിരുന്നത് ഓർത്തു.

ബോർഡിംഗ് സ്കൂൾ വിട്ട് പള്ളിയിൽ പോയി പ്രാർത്ഥിക്കണം. നോമ്പ് പിടിക്കണം. പ്രാർത്ഥനയും നോമ്പെടുക്കലും ഇപ്പോൾ നിർത്തി. ഖുർ ആൻ ഒരിക്കലും എനിക്ക് ശരിയായി വായിക്കാനറിയുമായിരുന്നില്ല. വ്യത്യസ്തമായ അതിന്റെ സ്വരാക്ഷരചിഹ്നങ്ങളും ഇരട്ടച്ചിഹ്നങ്ങളും എന്നെ എപ്പോഴും ആശയക്കുഴപ്പത്തിലാക്കി. പക്ഷേ, ഞാൻ മതനിഷ്ഠയുള്ളവനായിരുന്നു. ദൈവം ഇല്ലെന്ന ചിന്ത ഒരിക്കലും ഉള്ളിൽ കടന്നുവന്നിട്ടില്ല. ദൈവത്തിന്റെ അസ്തിത്വത്തെക്കുറിച്ചല്ല, മതനിഷ്ഠയുള്ളവന്റെ അസ്തിത്വത്തെക്കുറിച്ചായിരുന്നു എന്റെ ആലോചന. ഒരാൾ നല്ലതു മാത്രം ചെയ്യുന്നത് ദൈവത്തിന്റെ പ്രതിഫലം ലഭിക്കും എന്ന പ്രതീക്ഷയോടെയാണ്. സ്വർഗത്തിൽ പോകാനും അനശ്വരമായ ജീവിതം ആസ്വദിക്കാനുമാണത്. പാപങ്ങൾ ചെയ്യാതിരിക്കുന്നതാകട്ടെ, നരകത്തിന്റെ ശിക്ഷകൾ ഭയന്നും. ഇതൊക്കെ എന്നെ ആശയക്കുഴപ്പത്തിലാക്കി. ഞാനൊരിക്കലും മതനിഷ്ഠയുള്ളവനായിരുന്നിട്ടില്ല എന്നതുപോലെ.

അന്നു മുതൽ, പാരിതോഷികങ്ങളെക്കുറിച്ച് ഭയപ്പെടാതെയും ശിക്ഷകളെ ഭയപ്പെടാതെയും പ്രവർത്തിക്കാൻ ശ്രമിച്ചു. ദൈവത്തിന്റെ കൈപ്പിടിയിൽ നിന്ന് കുതറിമാറാനുള്ള കാരണങ്ങളിലൊന്ന് അനാറ്റോളിയയിൽ മതവുമായി ബന്ധപ്പെട്ടു പ്രവർത്തിക്കുന്ന ഒരാളെ കാണാനിടയായതാണ്. സൂഫിയായ എന്റെ മുത്തച്ഛനെയോ ബോർഡിംഗ് സ്കൂളിലെ സ്യൂട്ടും കോട്ടും ധരിച്ച മതാദ്ധ്യാപകനെയോ ഉസ്കുദാർ പള്ളിയിലെ ഉല്ലാസഭരിതനായ മുല്ലാക്കയെയോ പോലെയായിരുന്നില്ല ആ മനുഷ്യൻ. നാടോടിക്കഥകളിലെ ദുർമന്ത്രവാദികളെപ്പോലെ അന്ധവിശ്വാസവും കാപട്യവും അസഹിഷ്ണുതയും മാത്രമായിരുന്നു അയാൾക്കുണ്ടായിരുന്നത്. ഭീതിയുടെ കറുത്ത കൊടിക്കൂറപോലെ.

ചുമരിൽ തലയും ചാരി ഞാൻ ഉറങ്ങുകയായിരുന്നു. എഴുന്നേറ്റപ്പോൾ ചുറ്റിലും ഇരുട്ടായിരുന്നു. മൂന്നു വൃദ്ധന്മാർ കടന്നുവന്നു. വെള്ളത്താടികൾ കൊണ്ടോ അവിശ്വസനീയമാംവിധം കണ്ടംവെച്ച അവരുടെ രോമക്കുപ്പായങ്ങൾകൊണ്ടോ എന്നറിയില്ല, അവരെല്ലാം ഒരാളാണെന്നു തോന്നി, ഒരുമിച്ച് ഒരേ ഉദരത്തിൽ പിറന്നവരെപ്പോലെ. കണ്ണുകാണാത്തയാൾ അപ്പോഴും ഖുർ ആൻ ചൊല്ലിക്കൊണ്ടേയിരുന്നു. എനിക്ക് സങ്കടം തോന്നി.

"ഓടക്കുഴലിന്റെ വിലാപത്തിന്
കാതോർക്കൂ അത്
വേർപാടിനെയോർത്താണ്
വിഷാദിക്കുന്നത്."

ഞാൻ പുറത്തേക്കു നടന്നു. പള്ളിയുടെ മുറ്റത്ത് പടിവാതിലിലെ വിളക്കുപ്രകാശത്തിനരികിൽ നിന്നപ്പോൾ കണ്ടു, ആരോ ഉമ്മറപ്പടിയിൽ ഇരിക്കുന്നു. ഷുക്രുബെയ് ചൂണ്ടിക്കാണിച്ചു തന്ന യാചകന്റെപോലെയുണ്ട്. തോന്നിയതാണോ? എന്നെയവർ പിന്തുടരുന്നുണ്ടോ? ഞാൻ ആ യാചകനെ മറികടന്നു. ഒരുപക്ഷേ, ഞാൻ പോന്നയുടനെ ഷുക്രുബെയ് എന്നെക്കുറിച്ചുള്ള വിവരം പൊലീസുകാർക്ക് കൈമാറിക്കാണുമോ? അല്ലെങ്കിൽ ആ മനുഷ്യൻ സ്വന്തം നിലയ്ക്കു തന്നെ എന്നെ പിന്തുടർന്നതായിരിക്കുമോ?

കൂടിക്കാഴ്ചയ്ക്കുള്ള സ്ഥലം അന്നു രാവിലെ ഇസ്മയിൽ വിവരിച്ചു തന്നിരുന്നു. ആ മനുഷ്യൻ എന്റെ പുറകിൽ തന്നെയുണ്ടെന്ന് തോന്നി. ദേഷ്യം വന്നു. ഹൃദയം കഠിനമായി മിടിക്കാൻ തുടങ്ങി. പെട്ടെന്ന് ഒരു മൂലയിൽനിന്നും ഞാൻ തിരിഞ്ഞുനോക്കി. ആരുമവിടെയില്ല. വീടുകളിൽ നിന്നുള്ള കുഞ്ഞുവെളിച്ചങ്ങൾ ജാലകത്തട്ടുകളിലൂടെ അരിച്ചിറങ്ങി തെരുവുകളുടെ വിജനതയെ ഇരട്ടിപ്പിച്ചു. ഞാൻ ഇടത്തോട്ടു തിരിഞ്ഞു.

ഇസ്മയിൽ സിഗരറ്റ് കൈയിൽ പിടിച്ചു. പൊളിഞ്ഞു വീണ ഇരുമ്പു കോവണിയുടെ താഴത്തെ പടിയിലിരുന്നു. ഞങ്ങൾ നടക്കാൻ തുടങ്ങിയപ്പോഴേക്കും ചന്ദ്രനുദിച്ചിരുന്നു. ഉന്തിനിൽക്കുന്നതും മറച്ചതുമായ മട്ടുപ്പാവുകളുള്ള ജീർണിച്ച മരവീടുകൾക്കിടയിലൂടെ ഇടുങ്ങിയ നിരത്തിൽ നിശ്ശബ്ദതയും കനത്ത ഏകാന്തതയും. നിലാവു നിറഞ്ഞ രാത്രിയിൽ തീവണ്ടിയിൽ നിന്നിറങ്ങി അപരിചിത നഗരമായ ഹർകോഫിനു ചുറ്റും നടന്നപ്പോൾ ഞാനൊരു ചെറിയ മീനാണ് എന്ന തോന്നൽ അതിനുമുമ്പും എനിക്കുണ്ടായിട്ടുണ്ട്.

രണ്ടുപേരും നഗരത്തിൽനിന്ന് പുറത്തുകടന്നു. നിലാവെളിച്ചം നിറഞ്ഞ നിശ്ശബ്ദത. ഒരു മോട്ടോറിന്റെ 'ഡം ഡം' ശബ്ദം. ഞങ്ങൾ ഉത്കണ്ഠാകുലരായി. പൊടിമൂടിയ ഒരു നിരത്തിലൂടെയാണ് ഞങ്ങൾ നടക്കുന്നത്. അടുത്ത് മരങ്ങളോ വീടുകളോ ഒന്നുംതന്നെ കാണാനില്ല. നടന്നുനടന്ന് വലതു വശത്തെ ഒരു മൊട്ടക്കുന്നിന്റെ ചുവട്ടിൽ ഞങ്ങളെത്തി. മോട്ടോർ അലറിക്കൊണ്ടിരിക്കുകയാണ്. അവിടെ കുന്നിൻചെരുവിൽ ഒറ്റപ്പെട്ട ഒരു കൽക്കുടിൽ കണ്ടു. അതിന് ജാലകങ്ങളുണ്ടായിരുന്നില്ല.

"ഇസ്മയിൽ, മോട്ടോർകൊണ്ട് എന്തു ചെയ്യുകയാണവർ?"

"രാവിലെയും രാത്രിയും വെള്ളം കയറ്റിക്കൊണ്ടിരിക്കുകയാണ്. അത് ദൂരെയാണ്."

ഇസ്മയിൽ ഒരു വലിയ താഴ് അഴിച്ചെടുത്ത് കുടിലിന്റെ മരവാതിൽ

തുറന്നു. ഗ്യാസ് വിളക്ക് കത്തിച്ചു. രണ്ടു കട്ടിലുകൾ അവിടെ ഉണ്ടായിരുന്നു. ഒന്നിൽ ഞാൻ ഇരുന്നു.

“ഞാൻ വരുമെന്ന് നീയറിഞ്ഞതുപോലെ!”

“അത് സിയയുടെ കട്ടിലാണ്.”

തറയിൽ നിറയെ ചെളിയാണ്. ഇസ്മയിൽ റൊട്ടിയും വെളുത്ത പാൽക്കട്ടിയും തക്കാളിയും കക്കിരിയും അടുക്കളയിലെ ആഹാരത്തട്ടിൽ നിന്നെടുത്ത് നിരത്തി. വെള്ളവും ഉപ്പും കൊണ്ടുവന്നു.

“നമ്മളെ ആരും പിന്തുടർന്നിട്ടില്ലെന്ന് ഉറപ്പാണോ, ഇസ്മയിൽ?”

“പിന്തുടരുന്നവർ പ്രേതങ്ങളല്ലല്ലോ, സഹോദരാ - എങ്കിൽ നമ്മള വരെ തിരിച്ചറിഞ്ഞേനേ.”

ഞാൻ കക്കിരി കറുമുറെ കടിച്ചു കൊണ്ട് എഴുന്നേറ്റു. തറയിൽ കാല് അമർത്തിച്ചവിട്ടി. “ഇതിനടിയിൽ പാറയല്ലെന്ന് ഞാൻ കരുതട്ടെ.”

“അതെന്തിന് പാറയാകണം? സിയ ഉപേക്ഷിച്ചുപോയ കോടാലികളും മൺവെട്ടികളും എന്റെ പക്കലുണ്ട്. മരം, ഈർച്ചവാളുകൾ - നിനക്കു വേണ്ടതെല്ലാം ഞാൻ തരാം.'

“ഞാൻ നിന്റെ കൂടെ താമസിക്കുന്നുണ്ടെന്ന് ആരുമറിയില്ലല്ലോ.”

“നീ നഗരത്തിലെത്തിയിട്ടുണ്ടെന്നുപോലും ഞാനാരോടും പറഞ്ഞിട്ടില്ല.” ഇസ്മയിൽ വസ്ത്രം മാറാൻ തുടങ്ങി. “ഞാൻ തീവണ്ടിയാപ്പീസിൽ നിന്ന് നിന്റെ പെട്ടി എടുത്തുകൊണ്ടു വരാം; പട്ടണത്തിലുള്ളവരാരും നിന്നെ കാണാതിരിക്കുന്നതാണ് നല്ലത്.”

പരുത്തിത്തുണി കൊണ്ടുള്ളതും കണങ്കാലുകളിൽ കെട്ടുള്ളതുമായ അടിവസ്ത്രവും കുടുക്കുകൾ പോയ അടിക്കുപ്പായവുമാണ് ഇസ്മയിലിന്റെ വേഷം.

തറയിൽ കാലുകൾകൊണ്ട് ഞാൻ തട്ടി നോക്കി. “നാളെ ഇതിന്റെ അളവെടുത്ത് രൂപരേഖ വരച്ചുണ്ടാക്കാം.”

“അതിന്റെ ആഴവും വീതിയും രണ്ടരമീറ്ററിൽ കുറയാൻ പാടില്ലെന്നാണ് എനിക്കു തോന്നുന്നത്. നിനക്കതിന്റെ കരടുചിത്രം ഒരു കരിക്കട്ട കൊണ്ട് വരയ്ക്കാം.”

“നിന്റെ ഫാക്ടറി ഇവിടെ നിന്നു ദൂരെയാണോ, ഇസ്മയിൽ?”

“ഏകദേശം ഒരു മണിക്കൂർ. ഞാൻ പുലർച്ചയ്ക്ക് എഴുന്നേൽക്കും.”

ഇസ്മയിൽ ഒരു അലാറം ക്ലോക്ക് ചിട്ടപ്പെടുത്തുകയാണ്. അതും സിയയുടേതാണ്. ചിട്ടപ്പെടുത്തിയശേഷം ഇസ്മയിൽ അത് തലയണയ്ക്കടിയിൽ തിരുകി.

“അടുക്കളത്തട്ടിൽ ചായപ്പൊടിയും പഞ്ചസാരയും മറ്റു സാധനങ്ങളും കാണും. ആ മൂലയിൽ മണ്ണെണ്ണ അടുപ്പും. എല്ലാം സിയയുടേത്. ഇപ്പോൾ നീ വിളക്കണച്ചോളൂ.”

"വാതിൽ അടയ്ക്കേണ്ടേ?"

"നിലാവിൽ ഉറങ്ങാനാകുമെങ്കിൽ അടയ്ക്കേണ്ടതില്ല. നമുക്ക് കാറ്റു കിട്ടും. സിയയ്ക്ക് അങ്ങനെ ഉറങ്ങാനാകുമായിരുന്നില്ല."

ഞാൻ മുറിക്കാലുറയും കുപ്പായവുമിട്ടു.

"അഹമ്മദ്, തിരി താഴ്ത്തി വെച്ചാൽ മതിയാകും."

ഞാൻ വിളക്ക് ഊതിക്കെടുത്തിയിരുന്നു.

എന്നാൽ തുറന്ന വാതിലിലൂടെ നിലാവ് ഒഴുകിവന്നു. ഇസ്മയിൽ പതിയെ കൂർക്കം വലിക്കാൻ തുടങ്ങി. മോട്ടോർ 'ഡം ഡം ഡം ഡം ഡം' എന്നു ശബ്ദമുണ്ടാക്കിക്കൊണ്ടേയിരുന്നു.

എഴുന്നേറ്റ് ഒരു കൂടു സിഗരറ്റും തീപ്പെട്ടിയും ചൂരൽക്കസേരയുടെ മുകളിൽ വിരിച്ചിട്ട കാലുറയുടെ കീശയിൽ നിന്നെടുത്തു. പുറംകീശയിൽ നിന്ന് തോക്ക് താഴെ വീഴുമെന്നു തോന്നി. അതുപയോഗിക്കേണ്ടതെങ്ങനെയെന്നു പോലും എനിക്കറിയില്ല. എന്നിട്ടും ഞാനത് കൊണ്ടു നടക്കുന്നു. വാതിൽപ്പടിയിലിരുന്ന് ഞാൻ സിഗരറ്റിന് തീ കൊളുത്തി. വഴിയിൽ വണ്ടികളുടെ ശബ്ദം.

നേരം ഏതാണ്ട് ഉച്ചയായി. പള്ളിക്കു മുകളിൽ മഞ്ഞ് പൊഴിയുന്നുണ്ട്. ഇരുന്നിടത്തു നിന്ന് ഞാൻ ഇടയ്ക്കിടെ തല പൊക്കിനോക്കി. എനിക്കെതിരെ ഒരു പെൺകുട്ടിയിരുന്ന് എന്നെ പോലെത്തന്നെ ഉരുളക്കിഴങ്ങുകളുടെ തൊലി പൊളിക്കുന്നു. എനിക്കെതിരെയിരിക്കുന്ന പെൺകുട്ടി എന്തുകൊണ്ടാണ് അവളുടെ തലയും ചുമലുകളും മൂടിയ തുണി മാറ്റാത്തത്?

ഇടതുവശത്ത് എന്നെ രാഷ്ട്രീയസമ്പദ്വ്യവസ്ഥ പഠിപ്പിക്കുന്ന പ്രൊഫസറും വലതു വശത്ത് ഇറാൻകാരനായ വിദ്യാർത്ഥി ഹുസൈൻ സെയ്ദുമാണ്. അവന്റെ തൊട്ടടുത്ത് ചൈനക്കാരനായ സിയാവു, അവന്റെയടുത്ത് സർവ്വകലാശാലാ പുരോഹിതന്റെ 'സ്പോഞ്ച്കേക്ക്' ഭാര്യ- അതിൽ ആവശ്യത്തിലധികം മുട്ട പതിപ്പിച്ചതും ഏറെ അപ്പക്കാരവുമുണ്ടാകും. അവളുടെ അടുത്ത് എനിക്കറിയാത്ത ആരോ ഒരാൾ. പക്ഷേ, അയാളുടെ മൂക്കു കണ്ടാൽ റഷ്യക്കാരനാണെന്നറിയാം. അയാളുടെ അടുത്ത് ഞാൻ. പിന്നെ കണ്ണുകളുയർത്തി നോക്കുന്ന, നീലക്കണ്ണുള്ള പെൺകുട്ടി. അവളുടെ അടുത്തിരിക്കുന്നത് പെട്രോഷ്യനാണ്. കഴുത്തിനോടു ചേർത്ത് കുടുക്കുകളിട്ട അയാളുടെ കുപ്പായത്തിൽ ഒരു ചെങ്കൊടിപ്പതക്കം കുത്തിവെച്ചിട്ടുണ്ട്. സർവ്വകലാശാലയിലെ പാർട്ടി സെല്ലിന്റെ സെക്രട്ടറിയാണയാൾ.

ഞങ്ങളെല്ലാം ഒരു കൂറ്റൻ ബക്കറ്റിനു ചുറ്റും മരബെഞ്ചുകളിലിരിക്കുകയാണ്.

ഞങ്ങൾ ചാക്കുകളിൽ നിന്ന് ഉരുളക്കിഴങ്ങുകൾ പെറുക്കിയെടുക്കുകയാണ്. ഓരോന്നും വളഞ്ഞുപിരിഞ്ഞതും മണ്ണു പുരണ്ടതുമാണ്. അവയുടെ തോലു പൊളിക്കണം, എന്നിട്ട് ബക്കറ്റിലേക്കെറിയണം. ഇടയ്ക്കിടെ രണ്ടു പേർ ആ ബക്കറ്റ് പൊക്കുകയും വെള്ളം നിറച്ച ടബ്ബിലേക്ക് ഇടുകയും ചെയ്യും.

“നിന്റെ ഊഴം, അഹമ്മദ്.”

ഞാൻ എഴുന്നേറ്റു.

സിയാവു നീലക്കണ്ണുകളുള്ള പെൺകുട്ടിയുടെ നേർക്ക് തിരിഞ്ഞു: “അനുഷ്ക്കാ, നീയും.”

അവളും എഴുന്നേറ്റു: അവൾക്ക് നല്ല ഉയരമുണ്ട്. ഞങ്ങൾ രണ്ടുപേരും ബക്കറ്റിന്റെ ഓരോ അറ്റത്തായി പിടിച്ചു. അവളുടെ കാലുകളുടെ ആകൃതിയെക്കുറിച്ച് ഒരു ധാരണ കിട്ടിയില്ല:അവൾ രോമ ബൂട്ടുകളാണ് ധരിച്ചിരിക്കുന്നത്. ഞങ്ങൾ ബക്കറ്റിലെ ഉരുളക്കിഴങ്ങുകൾ ടബ്ബിലേക്ക് തട്ടി. അവൾ കൈകൾ കഴുകി, നീണ്ട വിരലുകളോടു കൂടിയ വെളുത്ത കൈകൾ.

“അനുഷ്ക്കാ, കൈകളിൽ വീണ്ടും അഴുക്കാകും.”

മറുപടിയില്ല.

“ഓഫീസിലാണോ നീ ജോലി ചെയ്യുന്നത്?”

“എന്തിനാണ് ഈ അതിപരിചയം കാണിക്കുന്നത്? ”

പഴയ പാർട്ടി അംഗങ്ങൾ പ്രത്യേകിച്ച് റഷ്യൻ ബുദ്ധിജീവികളാണ് ഈ ബഹുവചനമായ ‘നിങ്ങൾ’ എന്നുപയോഗിക്കുക. പക്ഷേ, സർവ്വകലാശാലയിലെ ചെറുപ്പക്കാർ, ഞങ്ങൾക്ക് പരസ്പരം അറിയാമെങ്കിലും ഇല്ലെങ്കിലും, ‘നീ’ എന്നു തന്നെയാണ് വിളിക്കാറുള്ളത്.

“അപ്പോൾ നീയൊരു പുരാതന പ്രഭുകുടുംബത്തിൽപെട്ടവളാണ്.”

“എങ്കിൽ നീ തൊഴിലാളിവർഗമാണെന്ന് എനിക്കു തോന്നുന്നില്ല.”

ഉച്ചഭക്ഷണസമയത്ത് ഞാൻ ഭക്ഷണമുറിയിൽ അനുഷ്ക്കയെ തിരഞ്ഞു. കണ്ടുപിടിക്കാനായില്ല. കൊഴുപ്പില്ലാത്ത മുട്ടക്കൂസ് സൂപ്പും അതിലേക്ക് ഞാൻ പൊടിച്ചുചേർത്ത കറുത്ത റൊട്ടിയും ചേർത്ത് കഴിച്ചു. പാത്രം കഴുകിയ വെള്ളംപോലെ ഇളംചൂടുള്ള ചായ. അതും ആർത്തിയോടെ കുടിച്ചു.

പള്ളിയിൽ അന്നു പ്രഭാതം മുതൽ പൊഴിഞ്ഞുകൊണ്ടിരുന്ന കനത്ത മഞ്ഞ് അപരാഹ്നത്തിൽ നിലച്ചു. സന്ധ്യയോടെ വീണ്ടും വീഴാൻ തുടങ്ങി. ഇപ്പോൾ അത് നനുത്തതും വരണ്ടതുമാണ്. ഇന്ന് കുറെ പണികൾ ചെയ്യേണ്ടി വന്നു. സർവ്വകലാശാലാമുറ്റത്ത് നിർത്തിയിട്ട ട്രക്കിൽ നിറച്ചിരുന്ന ഉണക്കമീൻ പെട്ടികളുടെ മുകളിലേക്ക് കയറി. ട്രക്ക് വൈകിയാണ് എത്തിച്ചേർന്നത്. ഞങ്ങൾക്ക് ആ പെട്ടികൾ ഇറക്കിവെക്കാനായില്ല.

കാലുകൾ പട്ടാളബൂട്ടുകൾക്കുള്ളിൽ മരവിച്ചുപോയിരുന്നു. താഴെയിറങ്ങി മഞ്ഞിൽ ചവിട്ടണം. ഞാൻ താഴെയിറങ്ങി ശക്തിയായി ചവിട്ടി ചുറ്റും നടന്ന് കാലുകൾ ചൂടു പിടിപ്പിക്കുകയും ചെയ്തു. മുറ്റത്തു നിന്നാൽ സ്ട്രാസ്ത്നോയ് സന്ന്യാസിമഠം കാണാം. ഒരു തെന്നുവണ്ടി അതിലേ കടന്നുപോയി, ഓടിക്കുന്നയാളിന്റെ വിചിത്രമായ തൊപ്പി മഞ്ഞിൽ മൂടിപ്പോയിരുന്നു. അതിലെ യാത്രക്കാർ 'പുത്തൻ പണക്കാർ'* ആയിരിക്കണം. രോമക്കുപ്പായങ്ങളിൽ നിന്നും 'കൽപാക്' എന്നു പേരുള്ള രോമത്തൊപ്പികളിൽ നിന്നും അത് ഊഹിക്കാനാകും. ജോലി ചെയ്യുമ്പോൾ പാട്ടു പാടാൻ അനുവാദമുണ്ടെന്ന് തോന്നുന്നില്ല. എന്നാൽ തൊണ്ട പൊട്ടുമാറുച്ചത്തിൽ പടപ്പാട്ടു പാടാൻ തോന്നി:

"ഞങ്ങൾക്ക് വാർസോ തരൂ!
ഞങ്ങൾക്ക് ബെർലിൻ തരൂ!"

ഞാൻ മുറുകെപ്പിടിക്കുന്ന തോക്കോ മഞ്ഞിനടിയിലെ ഇരുട്ടിലേക്ക് നീണ്ടുനീണ്ടു പോകുന്ന പാതയിലൂടെ കടന്നുപോയ പുത്തൻ പണക്കാരുടെ കാഴ്ചയോ ആകാം ആ തോന്നലിനു കാരണം. എന്തോ നീങ്ങുന്ന ഒച്ച കേട്ടു. അസാധ്യമായ ഒരു ചിന്ത മനസ്സിലൂടെ മിന്നിമറഞ്ഞു. ചിലപ്പോൾ അത് അനുഷ്കയാകാം. തിരിഞ്ഞുനോക്കി. വിളക്കിന്റെ പ്രകാശച്ചുവട്ടിൽ, തൊട്ടടുത്ത്, വീടില്ലാതെ ചുറ്റിക്കറങ്ങുന്ന തെരുവുകുട്ടികളിലൊരാൾ നിന്നിരുന്നു. അവന്റെ അടിതൊട്ട് മുടിവരെ കീറത്തുണികൾ. അഴുക്കുപുരണ്ട അവന്റെ കണ്ണുകൾ തിളങ്ങി. ചെറിയ മൂക്ക് ചുവന്നിട്ടുണ്ട്. ഏകദേശം പന്ത്രണ്ടു വയസ്സു കാണും.

"നമസ്കാരം."

"നമസ്കാരം."

"അത് മീനാണെന്നു തോന്നുന്നല്ലോ."

"മീനായിരിക്കാം."

"ഇത് മീൻ കൊണ്ടുപോകുന്ന ട്രക്കാണോ?"

"അതെ."

"ഇവിടെ ഏറെനേരമായോ കാവൽ നിൽക്കുന്നു?"

"ഏറെനേരമായി."

"അത് മീൻപോലെ മണക്കുന്നു."

"ആയിരിക്കാം..."

"എനിക്കൊരു മീൻ തരാമോ?"

"കഴിയില്ല. ഇന്ന് നിനക്ക് ഒന്നും തടഞ്ഞില്ലേ?"

---

* പുത്തൻ സോവിയറ്റ് യൂണിയനിൽ പുത്തൻ സാമ്പത്തിക നയത്തിൽ നിന്നുണ്ടായ സ്വകാര്യവ്യാപാരത്തിന്റെയും ചെറുകിടവ്യവസായത്തിന്റെയും ഗുണഫലങ്ങൾ കൈക്കലാക്കിയ വ്യാപാരികൾ.

“ഒരു ചെറിയ സഞ്ചി. അത് ഒഴിഞ്ഞതായിരുന്നു.”

“നിന്നെ പോലുള്ളവരെ അവർ എവിടെയോ കൊണ്ടുചെന്നാക്കുന്നുണ്ട്. ആഹാരവും വസ്ത്രവും അവിടെക്കിട്ടും. നിനക്കെന്തു കൊണ്ട് അങ്ങോട്ടു പൊയ്ക്കൂടാ?”

“എനിക്ക് സ്വാതന്ത്ര്യം പ്രധാനമാണ്.”

“നീ എവിടെ നിന്നാണ് വരുന്നത്?”

“വോൾഗയുടെ താഴ്‌വരയിൽ നിന്ന്.”

“ഇവിടെ എങ്ങനെയെത്തി?”

“നടന്നിട്ട്. പിന്നെ ഒരു തീവണ്ടി.”

“ചക്രങ്ങൾക്കിടയിലെ മരയഴികളുള്ള പെട്ടി,അല്ലേ?”

“അതുതന്നെയാണെന്നു തോന്നുന്നു. നിങ്ങളെനിക്ക് ഒരു മീൻ തന്നാൽ ലോകം ഇടിഞ്ഞു വീഴുമോ?’

“എനിക്കതിന് കഴിയില്ല.”

“മീൻ എണ്ണിവെച്ചിരിക്കുകയാണോ? ഒരെണ്ണം കൂടിയാലോ കുറഞ്ഞാലോ ആരറിയാൻ?”

“എനിക്കറിയാമല്ലോ.’

“എനിക്ക് വിശന്നിട്ടു വയ്യ.”

“പണം തന്നാലോ?”

“ശരി.”

ഞാനവന് ചില നാണയങ്ങൾ കൊടുത്തു. അവനത് കീറത്തുണികൾക്കിടയിലെവിടെയോ തിരുകി.

“എനിക്കൊരു മീൻ കൂടി തരൂ.”

“ഞാനിപ്പോഴല്ലേ നിനക്ക് പണം തന്നത്?”

“ഈ നേരം കെട്ട നേരത്ത് കടകളെല്ലാം അടച്ചിരിക്കും. പണം എല്ലായ്പ്പോഴും ഉപകാരപ്പെടുമെന്നാണോ വിചാരം? എനിക്ക് വിശക്കുന്നുണ്ട്. ഒരു ചെറിയ മീൻ?”

“കഴിയില്ല.”

‘എന്തുകൊണ്ട് കഴിയില്ല അമ്മാവാ?”

“ഞാൻ എല്ലാവർക്കും മീൻ നൽകിയാൽ,ട്രക്കിനുള്ളിൽ മീൻ കാണില്ല.”

“ഞാൻ എന്നാൽ എല്ലാവരുമാണോ?”

“അല്ലേ?”

“അല്ല. ഞാൻ ആറു വിരലുള്ള ഫെദ്യയാണ്.”

“ആറു വിരലോ?”

അവൻ വലങ്കൈ പുറത്തെടുത്തു. ഒരു മാംസക്കഷ്ണം അവന്റെ ചെറുവിരലിനടുത്ത് തുറിച്ചു നിൽക്കുന്നുണ്ട്.

“ഒരു സിഗരറ്റുണ്ടോ തരാൻ?”

ഞാനവന് ഒരു സിഗരറ്റ് നൽകി.

“നിനക്കിനിയത് കൊളുത്തിയും തരണോ?”

“ഒഴിഞ്ഞ വയറ്റിൽ പുക വലിക്കുന്നത് നല്ലതല്ല. എനിക്കൊരു മീൻ കൂടി തരൂ.”

ആറുവിരലുള്ള ഫെദ്യയ്ക്ക് ഞാൻ വോൾഗ താഴ്വരയിൽ നിന്നുള്ള ഒരു മീൻ കൊടുത്തു.

“എനിക്ക് ഒരു മീൻ കൂടെ തരാമോ?”

“നീ അതിരു കടക്കുകയാണ്.”

“ദേഷ്യപ്പെടല്ലേ, ഇതെടുത്ത് വലുതൊരെണ്ണം തരൂ.”

ഞാനതു തിരിച്ചെടുത്ത് വലിയതൊന്ന് അവനു കൊടുത്തു. അവനത് കീറത്തുണികൾക്കിടയിൽ എവിടെയോ തിരുകി.

“നീയെന്താണത് തിന്നാത്തത്? നിനക്കു വിശക്കുന്നില്ലേ?‘‘

“ഞാൻ സാൻകയോടൊത്തേ തിന്നൂ.”

“ആരാണത്?”

“എന്റെ കാമുകി.”

“അവൾക്കെത്ര വയസ്സായി?”

“എന്നേക്കാൾ ചെറുപ്പം. അവൾക്കു കൂടെ ഒരു മീൻ.”

“കടന്നു പോ...”

“ദേഷ്യം വരണ്ട. ഞാൻ പോയി.”

അവൻ കുറച്ചു ദൂരം നടന്നു. പിന്നെ തിരിഞ്ഞു നിന്നു പറഞ്ഞു: “ഇവിടെ മീൻ കൊടുക്കുന്നുണ്ടെന്ന് ഞാനാരോടും പറയില്ല. എല്ലാ കാവൽക്കാരും നിങ്ങളെപ്പോലെയാണെങ്കിൽ സോവിയറ്റ് ഭരണകൂടം കുഴഞ്ഞുമറിയുമല്ലോ. വരട്ടെ, അമ്മാവാ.”

അവൻ മുറ്റത്തു നിന്ന് പുറത്തുകടന്ന് സ്ട്രാസ്ത്നോയ് ബുല വാർദിന്റെ മഞ്ഞുപുരണ്ട ഇരുട്ടിൽ മാഞ്ഞുപോയി.

ഞാൻ ഡോർമിറ്ററിയിൽ തിരിച്ചെത്തിയപ്പോഴേക്കും എല്ലാവരും ഉറക്കമായിരുന്നു. സിയാവു കിടക്കയിലുണ്ടായിരുന്നില്ല. സോക്സിനു പകരം കാലിൽ ചുറ്റി വെച്ചിരുന്ന പഴന്തുണികളുടെ കെട്ടഴിക്കുമ്പോൾ സിയാവു വന്നു. സർവ്വകലാശാലയിൽ ‘ഫ്രോക്ക് കോട്ടു’ള്ള ഏക വിദ്യാർത്ഥിയാണ്. ഒന്നാന്തരം തുകലു കൊണ്ടുണ്ടാക്കിയ ഷൂസുകളും ചെറിയ ടൈയും ധരിച്ചിരുന്നു. ഒരു രോമത്തൊപ്പിയുമുണ്ട്. പക്ഷേ,

ഇപ്പോൾ ഉപയോഗിക്കാറില്ല. ഒരിക്കൽ അതു വെച്ച് പുറത്തിറങ്ങിയപ്പോൾ സ്വെറ്റ്നോയ് ബുലവാർദിലെ കുട്ടികൾ അയാളെ ഓടിക്കുകയും 'ബൂർഷ്വാ' എന്ന് ആർത്തു വിളിക്കുകയും ചെയ്തു. സിയാവുവിന്റെ ഫ്രഞ്ച് ഭാഷ മികച്ചതായിരുന്നു. സിയാവു പാരീസിൽ നിന്നാണ് മോസ്കോയിലെത്തിയതെന്നു തോന്നുന്നു. ഔദ്യോഗികമായ പാസ് പോർട്ടുകളില്ലാത്തവർ - ഞാൻ അവരിലൊരാളാണ് - പരസ്പരം ചില ചോദ്യങ്ങൾ ചോദിക്കാറില്ല.

"സിയാവൂ, ഞാൻ ചോദിക്കാനിരിക്കുകയായിരുന്നു. അനുഷ്ക യഥാർത്ഥത്തിൽ ആരാണ്?"

"ഡയറക്ടറുടെ സെക്രട്ടറി."

"അതെനിക്കറിയാം. ഞാൻ ചോദിച്ചത്,ആരാണവളുടെ അമ്മ, അച്ഛൻ?"

"അവളുടെ അച്ഛൻ ഒരു എഞ്ചിനീയറായിരുന്നു. അയാളെ കൊസ്സാക്കുകൾ* വെടിവെച്ചു കൊന്നു. അവളുടെ അമ്മ മഞ്ഞപ്പനി വന്നു മരിച്ചു."

മോട്ടോറിന്റെ ശബ്ദം രാത്രിയുടെ നിശ്ശബ്ദയെ ഭഞ്ജിച്ചു. ഞാൻ ഉറങ്ങാൻ കിടന്നു.

എഴുന്നേറ്റപ്പോഴേക്കും പകൽവെളിച്ചത്തിന്റെ നാരുകൾ വാതിലിലെ വിള്ളലുകൾക്കിടയിലൂടെ ഇരുണ്ട കുടിലിനുള്ളിലേക്ക് നുഴഞ്ഞു കയറി. ഇസ്മയിൽ പുറത്തു പോകുമ്പോൾ വാതിൽ അടച്ചിട്ടുണ്ട്. ഞാൻ തുറന്നു. ഭംഗിയുള്ള ഒരു ഗ്ലാസിൽ നിന്ന് - അതും സിയ കുടിച്ചതിന്റെ ബാക്കി - ഞാൻ ചായ കുടിച്ചു.

ഞാൻ വാതിലടച്ചു. മോട്ടോർ മുരളുന്നത് കേൾക്കാം. എന്റെ കൂന്താലിയുടെ ഒച്ച പുറത്തു കേൾക്കാനാകുമോ? തോക്കെടുത്ത് കിടക്കയുടെ മുകളിൽ വെച്ചു. വാതിൽ ഭദ്രമായി അടച്ചിടണം. അതുകൊണ്ട് പ്രയോജനമുണ്ടാകുമോ? ഞാൻ കുഴിക്കുന്ന നേരത്ത് അവർ മിന്നൽപരിശോധനയ്ക്കു വന്നാൽ കുടിലിന്റെ വാതിൽ അവരെ തടഞ്ഞു നിർത്താൻ മതിയാകില്ല. ഞാൻ സമയം നോക്കി: എട്ടേകാലായിരിക്കുന്നു. ഞാൻ കുടിലിന്റെ നടുവിൽ കുഴിക്കാൻ തുടങ്ങി. ഞാൻ വീണ്ടും സമയം നോക്കി: ഒമ്പതര. ഒന്നേകാൽ മണിക്കൂറിനു ശേഷം എനിക്ക് ശ്വാസംമുട്ടി. മണ്ണാങ്കട്ട... ഞാനല്പം വെള്ളം കുടിച്ചു. ഒരു സിഗരറ്റ് കൊളുത്തി. വാതിൽ തുറന്നു. കത്തിജ്വലിക്കുന്ന സൂര്യപ്രകാശത്തിൽ താഴെയുള്ള നിരത്ത് പൊടിനിറഞ്ഞ് ഏകാന്തതയിൽ അലിഞ്ഞുനിന്നിരുന്നു.

വാതിലടച്ചു. കുഴിച്ചെടുത്ത മണ്ണ് ഞാൻ കുടിലിന്റെ ഒരു മൂലയിലേക്ക് കോരിയിട്ടു. വീണ്ടും സമയം നോക്കി: പന്ത്രണ്ടാകാൻ പത്തു മിനിറ്റ്.

* റഷ്യൻ പ്രതിവിപ്ലവകാരികൾ

എന്റെ കൈകൾ ചുവന്നു തടിച്ചിട്ടുണ്ട്. ആവിക്കുളിപ്പുരപോലെ കുടിൽ ചൂടുപിടിച്ചിട്ടുണ്ട്.

മോസ്കോയിലെ തണുപ്പ് വരണ്ടതാണ്. അത് നിങ്ങളെ കാറ്റു കൊണ്ട് പ്രഹരിക്കുന്നില്ല. ആഫ്രിക്കക്കാർക്കുപോലും അതു സഹിക്കാനാകും. ഞാൻ കിഴക്കൻ വിദ്യാർത്ഥികളുടെ അത്താഴവിരുന്നിനു പോയത് എന്റെ യുദ്ധബൂട്ടുകളും പറ്റിക്കിടക്കുന്ന കാലുറകളും പരുക്കൻ തുണിയുടെ റഷ്യൻ കുപ്പായവും ധരിച്ചാണ്. അവർ ഒരു കൂറ്റൻ നടുത്തളത്തിൽ നൃത്തം ചവിട്ടുകയായിരുന്നു. തിങ്ങിനിറഞ്ഞ ആളുകൾ. ഞാൻ സിയാവുവിനെ കണ്ടു. മികച്ച രീതിയിൽ തുന്നിയ അയാളുടെ കടുംനീല കുപ്പായം കണ്ടാൽ പ്രച്ഛന്നവേഷവിരുന്നിനായി വേഷം കെട്ടിയതാണെന്നു തോന്നും. അയാൾ എന്നെ കണ്ടില്ല.

ഞാൻ വിയർക്കാൻ തുടങ്ങിയിരുന്നു, കൈകൊണ്ട് ഞാൻ നെറ്റിയിലെ വിയർപ്പു തുടച്ചു. കുപ്പായം ഊരിക്കളഞ്ഞു.

സിയാവു അനുഷ്കയോടൊത്ത് നൃത്തം ചെയ്യുകയാണ്. അവൾ എന്നെ കണ്ടു ചിരിച്ചു. അവളുടെ വൈക്കോൽനാരുകൾ പോലെയുള്ള കോലൻ മുടി, നീണ്ടുരുണ്ട കഴുത്ത്. ഞാൻ അവളുടെ കാലുകൾ നോക്കി: കൊഴുത്തുരുണ്ടവ. സുന്ദരമല്ലാത്ത ഒരു ശരീരഭാഗമെങ്കിലും അവളിൽ കണ്ടെത്തിയതിൽ ഞാൻ സന്തോഷിച്ചു.

മേൽക്കുപ്പായം ചുമലിൽ തൂക്കിയിട്ട് ഞാൻ പുറത്തിറങ്ങി. വല്ലാതെ വിയർത്തിരിക്കുന്നു. മിക്കവാറും ജലദോഷം പിടിക്കും. ഉച്ചയ്ക്കുള്ള ആഹാരം കഴിച്ചു – റൊട്ടിയും പസ്തിർമയും* തക്കാളിയും. താഴെ നിരത്തിലൂടെ ഒരു ബസ് പുകപടലങ്ങൾ ഉയർത്തി കടന്നുപോയി. ഞാൻ വാതിലടച്ചു. അല്പമൊന്നു വിശ്രമിക്കാനായി കിടക്കയിൽ കമിഴ്ന്നു കിടന്നു. കണ്ണുകൾ തുറന്നപ്പോൾ മുന്നിൽ ഇസ്മയിൽ.

“അവശനായി അല്ലേ?”

“ഞാനെത്ര നേരം ഉറങ്ങിക്കാണും?”

കുടിലിന്റെ വാതിൽ തുറന്നു കിടക്കുന്നുണ്ടായിരുന്നു. രാത്രിയായിരിക്കുന്നു.

ഞാൻ പെട്ടി തുറന്നു.

ഇസ്മയിൽ: “രൂപരേഖ തയ്യാറായോ?”

“രൂപരേഖയുമില്ലാതെയാണ് പണി തുടങ്ങിയത്. എന്നാലും വരയ്ക്കും. റഷ്യയിൽ വിപ്ലവത്തിന്റെ മ്യൂസിയത്തിൽ ഒരു മാതൃക കണ്ടിട്ടുണ്ട്.”

“ഞാനീ മണ്ണെല്ലാം നീക്കാം. പുറകുവശത്ത് ഒരു വലിയ കുട്ടയുണ്ട്.

---

* ഏറെ മസാല ചേർത്ത് ഉണക്കിയെടുത്ത മാട്ടിറച്ചിക്കഷ്ണങ്ങൾ

സിയ ഉപേക്ഷിച്ചത്. പറയുന്നതെന്താണെന്നു വെച്ചാൽ... നാളെ രാത്രിയിലാണ് യോഗം."

ഞങ്ങൾ വാതിൽപ്പടിയിലിരുന്നു. ഇസ്മയിൽ താഹിനി ഹെൽവാ* കൊണ്ടുവന്നിട്ടുണ്ടായിരുന്നു.

"എനിക്ക് ഒരു ഇസ്താംബൂൾ ദിനപത്രവും ഒരു ഇസ്മീർ ദിനപത്രവും കൊണ്ടുവന്നു തരൂ."

ഞാനും ഇസ്മയിലും മണ്ണുനിറച്ച കുട്ടയുടെ ഓരോ വശവും പിടിച്ചു. ഉരുളക്കിഴങ്ങുകൾ അനുഷ്കയോടൊത്ത് പിടിച്ചതുപോലെ മണ്ണ് കുന്നിനു മുകളിൽ കൊണ്ടുപോയിട്ടു.

"നാം യോഗത്തിന് വെവ്വേറെ പോകും. ഞാൻ നിന്റെ കൂടെയാണ് തങ്ങുന്നതെന്ന് ആരുമറിയാതിരിക്കുന്നതാണ് നല്ലത്."

പിറ്റേന്നു രാത്രി വൈകിയാണ് ഞങ്ങൾ യോഗം കഴിഞ്ഞു തിരിച്ചെത്തിയത്. എങ്കിലും പകൽ ഞാൻ കുഴിച്ചെടുത്ത മണ്ണ് ചുമന്നു മാറ്റിയിട്ടാണ് ഞങ്ങൾ ഉറങ്ങാൻ പോയത്.

മഴയുള്ള ഒരു രാത്രി - ഇസ്താംബൂളിലെ വേനൽമഴയിൽ നിന്ന് വളരെ വ്യത്യസ്തമാണ് ഇസ്മീറിലെ മഴ. അന്നത്തെ ദിനപത്രങ്ങൾ തന്നുകൊണ്ട് ഇസ്മയിൽ പറഞ്ഞു: "കഴിഞ്ഞ ഒരാഴ്ചയായി പൊലീസ് നിന്നെ തിരയുകയാണ്. ഇസ്താംബൂളിൽ നിന്നുള്ള രണ്ട് അഹമ്മദ് കദ്രിമാരെ ചോദ്യം ചെയ്തു കഴിഞ്ഞിരിക്കുന്നു."

"ഷുക്രുബെയിന്റെ പണി."

"ചിലപ്പോൾ. അയാൾ നിന്റെ ഏകദേശരൂപവും അവരോടു പറഞ്ഞു കാണുമല്ലോ. അങ്ങനെയെങ്കിൽ അവർ കണ്ടുമുട്ടിയ രണ്ട് അഹമ്മദ് കദ്രിയെയും പിടികൂടില്ലായിരുന്നു."

"അവർ പിടികൂടിയവർക്ക് എന്നോട് സാദൃശ്യം കാണുമെന്ന് ഉറപ്പാണ്. ഇസ്താംബൂളിൽ നിന്ന് അവർക്കെന്റെ രൂപത്തെക്കുറിച്ചുള്ള വിവരം കിട്ടിയിട്ടുണ്ട്. പക്ഷേ, ഞാൻ ഇസ്മീറിലേക്ക് വന്ന കാര്യം അവരെങ്ങനെ കണ്ടെത്തി? എന്നെ എന്തിനാണ് ഇത്രയും പരിഭ്രാന്തിയോടെ അവർ തിരയുന്നത്?"

"അറസ്റ്റുകൾ ആരംഭിച്ചുകഴിഞ്ഞിരിക്കുന്നു."

"എന്താണ് നീ പറയുന്നത്?"

"എന്റെ ഹൃദയം പൊടിഞ്ഞമരുന്നുണ്ട്." - "ഞാൻ പിന്തുടരപ്പെടുന്നുണ്ടെന്ന് തോന്നിയ രാത്രിയിലെപ്പോലെ. ഇസ്താംബൂളിലും അങ്കാരയിലും കമ്യൂണിസ്റ്റുകാർ പിടിക്കപ്പെട്ടെന്നും അവരെ ട്രിബ്യൂണൽ വിചാരണ ചെയ്യുമെന്നും പത്രത്തിൽ എഴുതിയിട്ടുണ്ട്. പിടിക്കപ്പെടാതെ പോയവർക്കായുള്ള തിരച്ചിൽ ഊർജ്ജിതമാക്കിയിട്ടുണ്ട്. അതിലൊരാൾ ഞാനാണ്."

---

* തേനും എള്ളും ചേർത്ത ഗോതമ്പു മധുരപലഹാരം

"നീയിങ്ങോട്ടുവരുന്ന കാര്യം ആർക്കെല്ലാമറിയാമായിരുന്നു?"

"അറിയുന്നവരാരും പിടിക്കപ്പെട്ടിട്ടില്ല. ഇവിടെ, പൊലീസ്..."

"അവരെ അറിയില്ല. തീവണ്ടിത്തൊഴിലാളിയൂണിയൻ അടച്ചുപൂട്ടുകയാണെങ്കിൽ ചിലപ്പോൾ അവർ ഹുസ്നുവിനെ ചോദ്യം ചെയ്തേക്കാം.'

"അവർ അത് അടച്ചുപൂട്ടും."

മഴ തോർന്നു. ചൂടുള്ളതും ഈർപ്പമുള്ളതുമായ രാത്രിക്കാറ്റിൽ മോട്ടോറിന്റെ ശബ്ദം അമർന്നു.

ഞങ്ങൾ വാതിൽപ്പടിമേലിരുന്ന് റൊട്ടിയും ഒലീവുകളും താഹിനി ഹെൽവയും തിന്നു.

"അവരുടെ ശിക്ഷ എന്തായിരിക്കുമെന്നാണ് നീ കരുതുന്നത്, അഹമ്മദ്?"

"ട്രിബ്യൂണലാകുമ്പോൾ ഒന്നും പറയാനാകില്ല."

"എങ്കിലും അവരെ തൂക്കിക്കൊല്ലില്ല, സഹോദരാ."

മണ്ണ് നീക്കം ചെയ്യാൻ മാത്രം സുരക്ഷിതമായ ഇരുട്ടുണ്ടായിരുന്നില്ല അന്ന്. ഞങ്ങൾ രാത്രി ഏറെ ഇരുട്ടുന്നതുവരെ കാത്തിരുന്നു. കുഴിയുടെ വായ്ഭാഗത്തിന് ഒരു ചതുരശ്ര മീറ്റർ വലിപ്പമുണ്ട്. രണ്ടു ദിവസത്തിനകം അത് അടയ്ക്കണമെന്ന് തീരുമാനിച്ചു. ഞങ്ങൾ മണ്ണ് നിറച്ച ഒരു മരപ്പെട്ടിയുണ്ടാക്കും,എന്നിട്ടത് കുഴിയുടെ തുടക്കത്തിൽ തിരുകിവെക്കും. മരപ്പെട്ടിയിലെ മണ്ണ് തറയിലെ മണ്ണുമായി ഇഴുകിച്ചേരും. ആവശ്യമുള്ളപ്പോഴെല്ലാം പെട്ടി മാറ്റി കുഴി തുറക്കുകയോ അടയ്ക്കുകയോ ചെയ്യാം.

വാതിൽപ്പടിയിൽ ഇരിക്കാനായി ഇപ്പോൾ വാതിൽ തുറക്കാറില്ല. ദിവസം മുഴുവനും ഗ്യാസുവിളക്കിന്റെ വെളിച്ചത്തിൽ സിയയുടെ പുസ്തകങ്ങൾ വായിക്കും. അതിലൊന്ന് കവിതാപുസ്തകമാണ്.

"ഇസ്മയിൽ,ഈ കവിതകളിലേതെങ്കിലും ഓർമ്മയുണ്ടോ?"

"ഒരൊറ്റ വരി മാത്രം: നൂറു പായ്മരങ്ങളുള്ള കപ്പൽ, ഏതു തുറമുഖത്തേക്കാണതിന്റെ പോക്ക്?' "

"ആ വരി ഓർക്കാൻ കാരണമെന്താണ്?"

"പായ്മരങ്ങളുള്ളതിനാൽ."

ഇസ്മീറിലെ തീവണ്ടിത്തൊഴിലാളികളുടെ യൂണിയൻ അടച്ചുപൂട്ടി. അതിന്റെ മേൽനോട്ടക്കാരെയും ഹുസ്നുവിനെയും ചോദ്യം ചെയ്തു വിട്ടയച്ചു.

ഒരു മാസം കടന്നു പോയി. ഞാൻ അക്കാലയളവിൽ ഒരു പ്രാവശ്യം പോലും കുടിൽ വിട്ട് പുറത്തു പോയില്ല. ഞങ്ങളുടെ കൂടിച്ചേരലുകളും ഏതാനും നാളത്തേക്ക് മാറ്റിവെച്ചു. സിയയുടെ പുസ്തകങ്ങൾ വായിച്ചു

തീർത്തു. പരസ്യങ്ങളുൾപ്പെടെ ദിനപത്രങ്ങൾ അരിച്ചു പെറുക്കി വായിച്ചു. ആയിരം പായ്മരങ്ങളുള്ള ഒരു കപ്പലിന്റെ ചിത്രം വരയ്ക്കാൻ ശ്രമി ച്ചെങ്കിലും സാധിച്ചില്ല.

ഇസ്മയിൽ കൊണ്ടുവന്ന വിഭവങ്ങൾ മേശമേൽ നിരത്തിവെച്ചു. എനിക്കു നേരെ തിരിഞ്ഞു: "അവർ ബുർസയിൽ ഒരു ദിനപത്രം കണ്ടു കെട്ടി – "കോമ്രേഡ്."

"എപ്പോൾ? എങ്ങനെ?"

"അറസ്റ്റുകൾക്കു തൊട്ടു മുമ്പ്. ഞാൻ ഇന്നാണറിഞ്ഞത്."

"എന്നിട്ട്?"

"അത് നിരോധിക്കപ്പെട്ടു."

ഞാൻ ഇസ്മീറിലേക്ക് പുറപ്പെടുമ്പോൾ ഇസ്താംബൂളിൽ വെച്ച് പത്രക്കാർ പറഞ്ഞിരുന്നു: "ഒരു രഹസ്യഅച്ചുകൂടത്തിനായുള്ള ഒരുക്ക ങ്ങൾ ചെയ്യണം. പക്ഷേ, അതിനുള്ള സ്ഥലം മാത്രം. അടുത്ത നീക്ക മെന്തായിരിക്കണമെന്ന് പിന്നീടറിയിക്കാം." അവരെന്തു കൊണ്ടാണത് പറഞ്ഞതെന്ന് ഇപ്പോൾ മനസ്സിലായി. നിയമപരമായി 'കോമ്രേഡ്' പ്രസിദ്ധീകരിക്കാവുന്നത്രയും കാലം അവർ മുന്നോട്ടു പോകും. പക്ഷേ, പത്രത്തിനു വേണ്ട കടലാസും അച്ചുകളും മഷിയും പെഡലുകളും മറ്റും നിയമപരമായി സൂക്ഷിക്കാനാകുമായിരുന്നോ? ഞങ്ങൾക്കിവിടെ ആകെ യുള്ളത് ശൂന്യമായ ഒരു തുളയാണ്. അവർ ഭരണഘടന പിന്തുടരുമെന്ന് ഞങ്ങൾ വിചാരിച്ചോ? നമ്മുടെ മധ്യവർഗ്ഗം ഭരണഘടനയ്ക്ക് പുല്ലുവില പോലും കൊടുക്കുന്നുണ്ടോ? കുർദുകളുടെ വിപ്ലവം പൊട്ടിപ്പുറപ്പെട്ടപ്പോൾ അതിനെ 'കൊള്ളക്കാരുടെ കലാപ'മെന്ന് വിളിക്കാത്ത ഒരേയൊരു വിഭാഗം ഞങ്ങളായിരുന്നു. കുർദുകളായ ബെയ്മാരും ഷെയ്ക്കുമാരും കയ്യടക്കിവെച്ചിരിക്കുന്ന ഭൂമി കുർദ് കൃഷിക്കാർക്ക് കൈമാറണമെന്ന് ഞങ്ങൾ പറഞ്ഞു. ബ്രിട്ടീഷുകാർക്കും ഖിലാഫത്തിനും ആ ചക്കരക്കുട ത്തിൽ കയ്യിടാൻ ആശയുണ്ടെങ്കിൽ, വേരിൽ തന്നെ അത് അറുത്തു കള യാനുള്ള വഴിയതാണെന്നും പറഞ്ഞു. തുർക്കികൾക്കും കുർദുകൾക്കു മിടയിൽ വൈരം പാടില്ല. ഞങ്ങൾ എഴുതിക്കൊണ്ടേയിരുന്നു. എന്നിട്ടെന്തു സംഭവിച്ചു?

ഇസ്മയിൽ എന്റെ മനസ്സു വായിച്ചതുപോലെ പറഞ്ഞു: "സഹോ ദരാ, നമ്മളെ വേരോടെതന്നെ അറുത്തു കളയാനാണ് ആ തന്തക്കഴു വേറികൾ തീരുമാനിച്ചുറപ്പിച്ചിരിക്കുന്നത്."

"നീയെന്താണ് കരുതിയത്? നമ്മുടെ സഖാക്കൾക്ക് എൺപതു ശത മാനത്തിനെങ്കിലും വിപ്ലവവീര്യം പണ്ടേ നഷ്ടപ്പെട്ടു കഴിഞ്ഞിരിക്കുന്നു. നമ്മൾ ആ വസ്തുത അംഗീകരിച്ചേ തീരൂ. നാശം."

പത്തു വർഷങ്ങൾക്കു ശേഷം, 1935ൽ, എന്റെ വാദത്തിനുള്ള ജീവനുള്ള തെളിവ് ഇസ്മയിലിന് നൽകാൻ സിയയ്ക്ക് കഴിയും. 'ഇസ്മയിൽ', സിയ

ഇങ്ങനെ പറഞ്ഞേനേ, "ഞാനിന്നലെ ആരെയാണ് കാണാൻ ഇടയായ തെന്നറിയാമോ? 1925ലെ അങ്കാര ട്രിബ്യൂണലിലെ അംഗമായിരുന്ന നമ്മുടെ സെനറ്റർമാരിലൊരാളെ. ഞാൻ ആ തന്തയില്ലാത്തവനോട് ചോദിച്ചു: "പത്തുവർഷം മുമ്പ് ഞങ്ങളോട് കണക്കു തീർക്കാനാകാത്ത എന്തു കാര്യമാണുണ്ടായിരുന്നത്?"

ഇസ്മയിൽ എല്ലാമറിയുന്നതു പോലെ ഒന്നു നോക്കി.

"പ്രിയപ്പെട്ട സിയബെയ്," ഇസ്മയിൽ പറഞ്ഞു, "നിങ്ങൾ തന്നെ യാണ് നിങ്ങൾക്ക് കുഴപ്പമുണ്ടാക്കി വെച്ചത്. എനിക്ക് രണ്ടു കൃഷിക്കള ങ്ങളുണ്ട്. കുർദ് ബെയ്മാരുടെ ഭൂമി അവരുടെ കൃഷിക്കാർക്കു നൽകി യാൽ നമ്മുടെ കൃഷിക്കാരും നമ്മുടെ ഭൂമി ആവശ്യപ്പെടും. അത് മോശ പ്പെട്ട ഒരു കീഴ്വഴക്കമുണ്ടാക്കി വെക്കും, സിയ ബെയ്, ഒരു കീഴ്വഴക്കം..."

മേശ തള്ളിമാറ്റിക്കൊണ്ട് ഞാൻ എഴുന്നേറ്റു നിന്നു. "ഞാൻ ഇസ്താം ബൂളിലേക്ക് പോകുകയാണ്, ഇസ്മയിൽ."

"നിങ്ങൾക്ക് ഭ്രാന്താണോ?"

"എനിക്ക് പത്രത്തിനുവേണ്ട കടലാസും പെഡലും മറ്റു സാധന ങ്ങളും സംഘടിപ്പിക്കേണ്ടതുണ്ട്. ചില ചങ്ങാതിമാരുമായി ബന്ധം സ്ഥാപി ക്കുകയും വേണം."

"ഇസ്താംബൂളിൽ ആരും അവശേഷിച്ചിട്ടില്ലെന്ന് എനിക്കുറപ്പാണ്. തീവണ്ടികളിലും ബോട്ടുകളിലും എത്ര കടുത്ത സുരക്ഷയാണെന്ന് നിന ക്കറിയാമോ?"

ഞങ്ങൾ ഹുസ്നുവിന്റെ വീട്ടിൽ വീണ്ടും ഒത്തുചേർന്നു. ഞാൻ ഇസ്താംബൂളിലേക്ക് പോകേണ്ടതില്ലെന്ന് ഞങ്ങൾ തീരുമാനിച്ചു. മറ്റൊ രാളെ (വിശ്വസിക്കാവുന്ന ഒരാളെ കിട്ടാത്തതിനാൽ) ഇസ്താംബൂളിലേക്ക് അയച്ചതുമില്ല.

പകൽസമയത്ത് ഗ്യാസ് വിളക്ക് കത്തിച്ചില്ല. വാതിലിന്റെ വിടവുകളി ലൂടെ സൂര്യപ്രകാശം അരിച്ചിറങ്ങുന്നത് കണ്ടു. പൊടിയുടെ രേണുക്കൾ ഭ്രാന്തമായി ആനന്ദനൃത്തം ചവിട്ടുന്നതും തുള്ളുന്നതും കേളികളിലേർ പ്പെടുന്നതും നോക്കിനിൽക്കുകയും അനുഷ്കയോട് ചോദിക്കുകയും ചെയ്തു:

"നൂറു പായ്മരങ്ങളുള്ള കപ്പൽ, ഏതു തുറമുഖത്തേക്കാണതിന്റെ പോക്ക്?"

രാത്രിയിൽ, ഞാൻ ഇസ്മയിലിനെ പിടിച്ചിരുത്തുകയും രണ്ടു ഛായാ ചിത്രങ്ങൾ വരയ്ക്കുകയും ചെയ്തു. അയാൾക്ക് അതിലൊന്ന് ഇഷ്ട പ്പെട്ടു. അയാളെപ്പോലെയല്ലാത്ത ഒന്ന്...

മൂന്നാഴ്ചകൾ കടന്നുപോയി.

വാതിലൊന്നു തുറന്ന് പുറത്തുപോകാനും കുന്നിൻപുറത്തേക്കു പോകാനും ഞങ്ങൾ കുഴിച്ചെടുത്ത മണ്ണു വിരിച്ചിടത്ത് മലർന്നു കിടക്കാനും ഒരു പത്തു മിനിറ്റു മാത്രം! ഇസ്മയിലിന്റെ മടങ്ങിവരവ് ആദ്യം മണിക്കൂർ കൊണ്ടും പിന്നീട് ഇരുപതു മിനിറ്റു കൊണ്ടും പിന്നീട് പത്തു മിനിറ്റുള്ള ഇടവേളകൾ കൊണ്ടും ഞാൻ അളക്കാൻ തുടങ്ങി. അവസാനം എനിക്ക് നഷ്ടമായി. വർഷങ്ങളോളം തടവുകാരെ ഏകാന്തതടവിലിടാറുണ്ട്. എന്നാൽ, തടവറയുടെ വാതിലുകൾ ആഗ്രഹിക്കുന്നതുപോലെ തുറക്കാനാകില്ലെന്നും പുറത്തിറങ്ങാനാകില്ലെന്നും അവർക്ക് മുൻകൂട്ടി അറിയാം. പക്ഷേ, വേണമെന്നുണ്ടെങ്കിൽ എനിക്ക് ഇപ്പോൾ തന്നെ വാതിൽ തുറക്കാനും പുറത്തിറങ്ങാനുമാകും. തുറക്കാൻ കഴിയുമെന്ന് നല്ലതുപോലെ അറിയാവുന്ന വാതിൽ തുറക്കാനാകാത്തതിന്റെ പ്രാണവേദനയിലാണ് ഞാൻ.

മറ്റൊരു ആഴ്ചയും കൂടി കടന്നു പോയി.

എന്റെ ഒളിഞ്ഞുനോട്ടം തുടങ്ങിയിട്ട്, ഒരു മണിക്കൂറോ മറ്റോ ആയിക്കാണും,. അയാളുടെ കണ്ണുകൾ വാതിലിന്റെ ഒരു വിടവിൽ ഉറപ്പിച്ചിരിക്കുകയാണ്. എന്റെ ഹൃദയമാകട്ടെ, 'ഡം ഡം ഡ ഡം' എന്ന് മിടിച്ചുകൊണ്ടിരിക്കുകയാണ്. എന്തോ മോശപ്പെട്ട കാര്യം ഞാൻ ചെയ്യാൻ പോകുകയാണ്. വാതിൽ തുറക്കാൻ പോകുകയാണെന്ന് അറിയാം. പതിയെ വാതിൽ തുറന്നു. കുന്നിന്റെ മറ്റേ ചെരിവിറങ്ങുമ്പോൾ ഓടാതിരിക്കാനായില്ല. എന്റെ മീശ വടിച്ചു കളഞ്ഞിട്ടുണ്ട്. ഇസ്മയിലിന്റെ പഴയ പുറങ്കുപ്പായമാണ് ഇട്ടിരിക്കുന്നത്. മുഖം അല്പം കറുപ്പിച്ചിട്ടുമുണ്ട്. ഞാനൊരു കൊല്ലപ്പണിക്കാരനെപ്പോലെയുണ്ട്. പതിനഞ്ചു മിനിറ്റോളം നിരത്തിലൂടെ മുന്നോട്ടു നടന്നു. നഗരത്തിലേക്ക് പോകുന്ന ഒരു ബസ്സിന് വഴി മാറിക്കൊടുത്തു. വലതുഭാഗത്ത് കല്ലിന്റെ അടിത്തറയുള്ളതും ഒരു വിധം ഉയരമുള്ളതുമായ ഒരു മതിലിനടുത്ത് എത്തി. മതിലിനു മുകളിലുള്ള ഉയർന്ന സ്ഥലത്ത് രണ്ടുപേർ ഒരു തണൽ മരത്തിനു കീഴിൽ ഇരിക്കുന്നുണ്ടായിരുന്നു. തൂണുകളിലുയർത്തിയ മരമേൽക്കൂരയ്ക്കടിയിൽ പുകയിലനാടകൾ ഉണക്കാൻ തൂക്കിയിട്ടിട്ടുണ്ട്.

മതിലിനു താഴെ ഒരു ജലധാരയുണ്ട്. അതിന്റെ വിളുമ്പിൽ ചവിട്ടി കുഴലടപ്പ് തിരിച്ച് വായ ചേർത്തു. വെള്ളം നെഞ്ചിനെയും വലതു കയ്യിനെയും കുതിർത്തു. മീശയില്ലാത്തതിനാൽ തീർത്തും നഗ്നമായ മേൽച്ചുണ്ട് നനച്ചുകൊണ്ട്. വീണ്ടും വീണ്ടും വയറു നിറയെ വെള്ളം കുടിച്ചു. നിവർന്നു നിന്നു. വലംകയ്യിന്റെ പുറംഭാഗം കൊണ്ട് വായ തുടച്ചുകൊണ്ടിരിക്കുമ്പോൾ ഇടംകാലിൽ ഇരുമ്പുവടികൊണ്ട് അടി കിട്ടിയതുപോലെ തോന്നി. ഞാൻ ഞെട്ടി തിരിഞ്ഞു നിന്നു; ഒരു മഞ്ഞ നായ, പല്ലിളിച്ചു കാട്ടുന്നു - ചിലപ്പോൾ അത് ഇളിയായിരിക്കില്ല, പക്ഷേ അതെന്നെ നോക്കി ഇളിച്ചതാണെന്ന് പിന്നീട് തോന്നി. ആ മഞ്ഞ നായ ഒച്ചയുണ്ടാക്കാതെ വാല് കാലുകൾക്കിടയിൽ തിരുകി നടന്നു പോയി. ഞങ്ങളുടെ

കണ്ണുകൾ കൂട്ടിമുട്ടിയപ്പോൾ അതു ഭയന്നു. അതുകൊണ്ട് എന്നെ നോക്കി മുരണ്ടില്ല. ഞാൻ കാലു പരിശോധിച്ചു. എന്റെ കൈകളിൽ നോക്കി: ചോര. മതിലിനു മുകൾഭാഗത്തിരുന്നിരുന്നവർ സംഭവിച്ചതു കണ്ടിരുന്നു. അവർ വിളിച്ചു പറഞ്ഞു:

"അതിനെ പേടിക്കേണ്ടതില്ല, അതൊരു കുട്ടിയാണ്, അല്പം പുകയില മുറിവിൽ വെക്കൂ. ഇന്നെന്തു പറ്റി അതിന്? അത് ആരെയും ഉപദ്രവിക്കാറില്ല."

അവർ എറിഞ്ഞുതന്ന ചെല്ലപെട്ടിയിൽ നിന്ന് ഞാൻ അല്പം പുകയിലയെടുത്ത് മുറിവിലമർത്തിപ്പിടിച്ചു. എന്നിട്ട് തൂവാലയെടുത്ത് അതിനു ചുറ്റും മുറുക്കിക്കെട്ടി.

അന്നു രാത്രി, ഞാനെന്റെ മീശ വടിച്ചുകളഞ്ഞ കാര്യം ശ്രദ്ധിക്കാൻ ഇസ്മയിലിന് അല്പം നേരം വേണ്ടി വന്നു. നഖംവെട്ടിയുപയോഗിച്ച് വിളക്കിന്റെ തിരി ചെത്തിക്കുറയ്ക്കാൻ ശ്രമിക്കുകയായിരുന്നു ഞാൻ. പ്രകാശത്തിന്റെ പുകക്കറ പടർന്ന തിളക്കം അയാളുടെ ശ്രദ്ധ പതറിയ മുഖത്ത് ആടിയുലഞ്ഞു.

"നീയെന്തിനാണ് മീശ വടിച്ചു കളഞ്ഞത്, സഹോദരാ?"

"ഇപ്പോൾ ഞാൻ വ്യത്യസ്തനായി തോന്നുന്നില്ലേ?"

"ഞാനാദ്യം ശ്രദ്ധിച്ചില്ല. പക്ഷേ, ശ്രദ്ധിച്ചു നോക്കുമ്പോൾ, നീ മാറിയിട്ടുണ്ട്. മീശയില്ലാതെ നിന്നെ കാണാൻ കൊള്ളില്ല."

"എന്റെ മൂക്ക് ഇരട്ടി വലിപ്പമുള്ളതായി തോന്നുന്നു, അല്ലേ?"

എന്താണു സംഭവിച്ചതെന്ന കാര്യം ആ ദിവസം ഇസ്മയിലിൽ നിന്ന് ഞാൻ മറച്ചുവെച്ചു. ഞാൻ ചെയ്ത ബുദ്ധിഹീനമായ കാര്യവും അത് ഇസ്മയിലിൽ നിന്ന് മറച്ചു വെച്ചതും-രണ്ടും നാണക്കേടാണ്. എന്നാലും ഞാനത് മൂടിവെച്ചു.

വീണ്ടും നാലു ദിവസങ്ങൾ കഴിഞ്ഞു പോയി.

വലിയ തക്കാളി ഉപ്പിൽ മുക്കുകയും ഒച്ചയോടെ ചവയ്ക്കുകയും ചെയ്തുകൊണ്ട് ഇസ്മീറിലെ ദിനപത്രം വായിക്കുകയായിരുന്നു ഞാൻ. ആഹാരത്തട്ടിൽ നിന്ന് പത്രം കൊണ്ടുണ്ടാക്കിയ പൊതി മാറ്റുകയാണ് ഇസ്മയിൽ.

'ഇസ്മയിൽ!"

"എന്താണ്?"

'നോക്ക്, പേപ്പട്ടികൾ കറങ്ങിനടക്കുന്നുണ്ടെന്ന് ഇതിലെഴുതിയിരിക്കുന്നു."

"അവറ്റകളുണ്ട്. കുറച്ച് കുട്ടികളെ കടിച്ചിട്ടുണ്ട്. മിനിഞ്ഞാന്ന് ഫാക്ടറിയിലെ കാവൽക്കാരനെയും."

"അപ്പോൾ എന്തു സംഭവിക്കും, ഇസ്മയിൽ?"

“എന്തു സംഭവിക്കാൻ? കടിയേറ്റവരെ ഇസ്താംബൂളിലേക്കയച്ചു. അവിടെയാണ് പേവിഷബാധ ചികിത്സിക്കുന്ന ഏക ആശുപത്രിയുള്ളത്.”

“ആർക്കെങ്കിലും പേ പിടിച്ചോ?”

“ഉവ്വ്.”

“പേപ്പട്ടികളുടെ ഉടമസ്ഥർ, അവർക്കെന്താണ് ശിക്ഷ?”

“സഹോദരാ, ഒരു പേപ്പട്ടിയെ ആരെങ്കിലും ഏറ്റെടുക്കുമോ?”

“നാശം, ഇസ്മയിൽ. നമുക്ക് നാളെ യോഗം ചേരാം.”

എന്താണ് സംഭവിച്ചതെന്ന് ഞാനയാളോട് പറഞ്ഞു.

‘അങ്ങനെയാണ് കാര്യങ്ങൾ, ഇസ്മയിൽ...”

ഇസ്മയിൽ ആവർത്തിച്ചു: “അങ്ങനെയാണ് കാര്യങ്ങൾ.” “മതിലിനു മുകളിൽ നീ കണ്ട പുകയിലകർഷകരുടേതാണ് ആ നായ. ആ തണൽ മരത്തിന്റെ ചുവട്ടിലിരുന്ന് ഞാനും സിയയും പല തവണ കാപ്പി കുടിച്ചിട്ടുണ്ട്. ഞാൻ നാളെ അവിടെവരെ ഒന്നു പോയി നോക്കാം. നായ അവിടെക്കാണും. പേ പിടിച്ചിട്ടുണ്ടെങ്കിൽ അത് നിനക്കു മുമ്പ് മറ്റാരെയെങ്കിലും കടിച്ചിട്ടുണ്ടാകും. അതിനെ പുകയില കർഷകർ പണ്ടേക്കു പണ്ടേ തല്ലിക്കൊന്നിട്ടുമുണ്ടാകും.”

“എന്നെയാണ് ആദ്യം കടിച്ചതെങ്കിലോ?”

“ചിലപ്പോൾ അങ്ങനെയാകാം. പക്ഷേ, സഹോദരാ, എന്തിനാണ് സംഭവിക്കാവുന്നതിൽ വെച്ചേറ്റവും മോശം കാര്യം ചിന്തിക്കുന്നത്?”

പിന്നെയും ഹുസ്നുവിന്റെ വീട്ടിൽ യോഗം ചേർന്നു: കല്ലുപാകിയ മുറ്റം, ചായമടിക്കാത്ത മരവീട്, രണ്ടു മുകൾമുറികൾ, ജാലകത്തട്ടുകളുടെ മറകളോടു കൂടിയ ജാലകങ്ങൾ. വീണ്ടുമവർ രാത്രിവെളിച്ചത്തിൽ വാതിൽക്കൽ ഷൂസുകൾ ഊരിവെക്കുകയും രണ്ടാംനിലയിലേക്ക് നടന്ന് ഇടതുവശത്തെ മുറിയിൽ പ്രവേശിക്കുകയും ചെയ്തു. മെച്ചപ്പെട്ട ലിനൻ തുണികൊണ്ടുള്ള ഉറകളിട്ട തൂവെള്ള ദിവാനുകൾ എനിക്കേറെ ഇഷ്ടമാണ്. ഏറെ കഴുകിയും ഉരച്ചും വിളറിപ്പോയ തറയിലെ മരപ്പാളികൾ അപ്പോഴും ഈർപ്പമുള്ളതാണ്. വീണ്ടും വെളുത്ത സോപ്പിന്റെയും ലാവന്ററിന്റെയും– ‘എദിർനെ’ സോപ്പാണെന്നു തോന്നുന്നു– പരിമളവും നനഞ്ഞ പൈൻമരപ്പാളികളും. അടുത്ത മുറിയിൽ ഹുസ്നുവിന്റെ ആറുമാസം മാത്രം പ്രായമുള്ള പെൺകുഞ്ഞ് കരയുന്നുണ്ട്. ഹുസ്നു എല്ലാവരോടും ശാന്തരായിരിക്കാൻ ആവശ്യപ്പെട്ടു. ഞാനെന്റെ കഥ പറഞ്ഞു. ഇസ്മയിൽ സംസാരിച്ചു: “ഞാൻ ആ പുകയില കർഷകരെ കാണാൻ പോയി. ആ നായ ബസ്സ് കയറി ചത്തുപോയെന്ന് അവർ പറഞ്ഞു.”

വളർന്നുകവിഞ്ഞ താടിരോമങ്ങളുള്ള, എന്നത്തെയും പോലെ തൂവെള്ള ഫ്ളാനൽ ഷർട്ട് ധരിച്ച ഹുസ്നു ചോദിച്ചു:

“എപ്പോൾ?”

"ഇന്നു രാവിലെ."

"അത് ബസ്സു കയറി ചത്തതാണെന്ന് എങ്ങനെ ഉറപ്പിക്കാം? പിഴയൊടുക്കേണ്ടി വരുമെന്നോ കുഴപ്പത്തിലകപ്പെടുമെന്നോ പേടിച്ച് അവർ നുണ പറയുകയാണെങ്കിലോ?"

"ആ നായയ്ക്ക് പേയുണ്ടായിരുന്നു എന്നാണോ പറഞ്ഞു വരുന്നത്?"

ഹുസ്നു എതിരെയിരുന്ന എന്റെ കണ്ണുകളെ ഒഴിവാക്കി ഇസ്മയിലിനു നേരെ തിരിഞ്ഞു: "സാധ്യതയുണ്ട്. നീ ആ മനുഷ്യന്മാരോട് സംസാരിച്ചപ്പോൾ അഹമ്മദിനെ അവരുടെ നായ കടിച്ച കാര്യം പറഞ്ഞോ?"

"നിങ്ങൾക്ക് വട്ടുണ്ടോ?"

വെള്ളനിറമുള്ള തുണികൊണ്ട് തല മറച്ച ചെറുപ്പക്കാരി വീണ്ടും ചായ തന്നു. ഓരോ തവണ അവൾ കുനിയുമ്പോഴും അവളുടെ പാലു നിറഞ്ഞ മുലകൾ അഴഞ്ഞ കുപ്പായത്തിന്റെ കഴുത്തുവട്ടത്തിൽ നിറഞ്ഞു തുളുമ്പി.

കാപ്പി വലിച്ചുകുടിച്ചുകൊണ്ട് ആ വിഷയവുമായി തനിക്കൊരു ബന്ധവുമില്ലെന്നതു പോലെ ഞാൻ സംസാരിക്കാൻ ശ്രമിച്ചു. "അപ്പോൾ ആ നായ പേ പിടിച്ചു ചത്തു. അതിന്റെ ഉടമസ്ഥർ പിഴയൊടുക്കേണ്ടി വരുമെന്ന് പേടിച്ച് അതു ബസ്സു കയറി ചത്തതാണെന്നു പറഞ്ഞു. ശരിയായിരിക്കാം. ഹുസ്നു പറഞ്ഞതു പോലെ, 'സാദ്ധ്യതയുണ്ട്'. പക്ഷേ, ആ നായ നേരായും ബസ് ഇടിച്ചാണ് ചത്തതെങ്കിലോ? അതൊരു നായ ആയതുകൊണ്ടാണ് എന്നെ കടിച്ചത്, പേ പിടിച്ചതു കൊണ്ടല്ല. ഇതും സാദ്ധ്യമാണ്, അല്ലേ, ഇസ്മയിൽ?"

"ആകാം. നിൽക്ക്, ഞാനൊന്നോർത്തെടുക്കട്ടെ - അത് ഒരിക്കൽ സിയയുടെ കയ്യിൽ കടിക്കാൻ ശ്രമിച്ചിട്ടുണ്ട്."

ഹുസ്നു ചോദിച്ചു: "എന്തിന്?"

"സിയ ഒരു എല്ലിൻകഷ്ണം നീട്ടുകയും അതു തിരിച്ചെടുത്ത് നായയെ പറ്റിക്കുകയും ചെയ്തു."

ക്ഷമയോടെ ആ സംഭാഷണം ശ്രദ്ധിച്ചതിനുശേഷം ഞാൻ പറഞ്ഞു: "ഞാൻ നായയുടെ എല്ല് എടുത്തില്ല. അതൊരു നായയായതു കൊണ്ടു മാത്രം എന്നെ കടിച്ചതാകാം. അങ്ങനെയെങ്കിൽ നിങ്ങൾക്ക് പുറത്തു പോയതിനും അച്ചടക്കരാഹിത്യം കാണിച്ചതിനും എന്നെ താക്കീതു ചെയ്യാം. എന്നിട്ട് ഈ വിഷയം അവസാനിപ്പിക്കാം."

ഞാൻ ദീർഘമായി നിശ്വസിച്ചു. വേദനയാൽ എന്റെ ഹൃദയം വേഗത്തിൽ മിടിക്കാൻ തുടങ്ങി. ആ നായ പേ പിടിച്ചുചത്തതാണെങ്കിലോ? അങ്ങനെയെങ്കിൽ അതെന്നെ കടിച്ചത് പേയിളകിയതു കൊണ്ടാണ്. അങ്ങനെയെങ്കിൽ എനിക്കും പേയിളകും. പെട്ടെന്ന് എനിക്ക് പൊട്ടിച്ചിരിക്കാൻ തോന്നി - 'പേയിളകൽ' എന്ന വാക്കിൽ എന്തോ ഹാസ്യജനകമായിട്ടുണ്ട്. എനിക്ക് ഇസ്താംബൂളിൽ പോയി പേവിഷത്തെ

പ്രതിരോധിക്കുന്ന കുത്തിവെയ്പ്പെടുക്കണം. അപ്പോഴെനിക്ക് പേയിളകില്ല... ആ ആശുപത്രിയിലെ പ്രധാനഡോക്ടർക്ക് എന്നെ അറിയാം.

ഹുസ്നു സംസാരിച്ചു:" ഞങ്ങൾ നീ ഇസ്താംബൂളിലേക്ക് പോകേണ്ടതില്ലെന്നാണ് തീരുമാനിച്ചിരുന്നത്. എന്നാൽ ഈ സംഭവങ്ങൾ സാഹചര്യത്തെ മാറ്റിയിരിക്കുന്നു. നിനക്ക് ആവശ്യമെങ്കിൽ പൊലീസിന്റെ പിടിയിലകപ്പെടാതെ ഇസ്താംബൂളിലേക്ക് പോകാം. ഡോക്ടർക്ക് നിന്നെ അറിയാമെങ്കിൽ അയാൾ അവരോട് പറഞ്ഞില്ലെന്നു വരാം..."

വെളുത്ത തട്ടമിട്ട സ്ത്രീ വന്ന് ചായക്കപ്പുകൾ പെറുക്കിക്കൊണ്ടുപോയി. ഞാൻ പറഞ്ഞു: "നമുക്ക് കാര്യങ്ങൾ ചുരുക്കിപ്പറയാം." എല്ലാവർക്കും കാര്യം മനസ്സിലായിട്ടുണ്ട്. എങ്കിലും ഞാനത് വീണ്ടും വ്യക്തമാക്കുകയാണ്. എന്റെ ദുർവാശിയാണതിനു കാരണം. "മൂന്നു സാഹചര്യങ്ങൾ സാദ്ധ്യമാണ്. ഒന്ന്, ആ നായ പേയിളകിയതാണ്. ഇസ്താംബൂളിലേക്കുള്ള യാത്രയിൽ ഒന്നുകിൽ ഞാൻ പിടിക്കപ്പെടാം. അല്ലെങ്കിൽ ഡോക്ടർ പൊലീസിനെ അറിയിക്കാം. പൊലീസ് തേടുന്ന ഒരാൾക്ക് അവരെ അറിയിക്കാതെ പ്രതിരോധ കുത്തിവെയ്പ്പ് നൽകാൻ ഡോക്ടർ ധൈര്യപ്പെടില്ല. എന്നാലും എനിക്ക് കുത്തിവെപ്പു തരും, എനിക്ക് പേയിളകില്ല. പക്ഷേ, ഞാൻ ട്രിബ്യൂണലിന്റെ പിടിയിലാണ്. ഇതാണ് ആദ്യത്തെ സാഹചര്യം.

രണ്ടാമത്തേതിലാകട്ടെ നായ പേയിളകിയതാണ്. ഞാൻ ഇസ്താംബൂളിലേക്കുള്ള യാത്രയിൽ പിടിക്കപ്പെടുന്നില്ല. ഡോക്ടർക്ക് ധൈര്യമുണ്ട്. എനിക്ക് കുത്തിവെയ്പ്പ് കിട്ടുന്നു, പേയിളകുന്നില്ല. ഞാൻ സുരക്ഷിതനാണ്.

ഇനി മൂന്നാമത്തെ സാഹചര്യം. ആ നായ പേയിളകിയതല്ല. ഞാൻ ഇസ്താംബൂളിലേക്കുള്ള യാത്രയിൽ പിടിക്കപ്പെടുന്നു. അല്ലെങ്കിൽ ഡോക്ടർ പൊലീസിനെ വിളിക്കുന്നു. വെറുതെ ഞാൻ ട്രിബ്യൂണലിന്റെ പിടിയിലാകുന്നു. ഒരു മണ്ടനെപ്പോലെ ഞാൻ കീഴടങ്ങുന്നു. ഇനിയും ഒരു സാഹചര്യം കൂടിയുണ്ട്: ഞാൻ കുത്തിവെയ്പ്പിനായി ഇസ്താംബൂളിലേക്ക് പോകുന്നില്ല. എനിക്ക് പേയിളകുന്നു. ഞാൻ അവിടേക്ക് പോകേണ്ടതുണ്ടോ? അതോ പോകരുതെന്നാണോ?"

ഒരു തീരുമാനമെടുക്കാനായില്ല. "നിനക്ക് ഇഷ്ടമുള്ളത് ചെയ്യൂ", അവർ പറഞ്ഞു.

ഞാൻ വീണ്ടും അവിടെനിന്ന് നേരത്തെ ഇറങ്ങി. മോട്ടോറിന്റെ ഒച്ച കേൾക്കുന്നിടത്തുവെച്ച് ഇസ്മയിൽ അടുത്തെത്തി. നിശ്ശബ്ദരായി നടന്നു.

അയാൾ വിളക്കു കൊളുത്തി വസ്ത്രം മാറ്റാൻ തുടങ്ങിയപ്പോൾ ഞാൻ പറഞ്ഞു: "ഞാൻ ഇസ്താംബൂളിലേക്ക് പോകുന്നില്ല."

ഇസ്മയിൽ നിശ്ശബ്ദനാണ്. ഉറങ്ങാനുള്ള ഒരുക്കത്തിലാണ്. ഞാൻ കസേരയിൽ വിരിച്ചിട്ട കാലുറയുടെ നേർക്ക് കൈ നീട്ടി. പുറംകീശയിൽ

നിന്ന് തോക്ക് എടുത്തതിനുശേഷം മറ്റൊരു കസേരയിൽ എടുത്തിട്ടു. തോക്ക് ഇസ്മയിലിന്റെ വസ്ത്രങ്ങളുടെ മുകളിൽ വെച്ചു.

"ഞാനീ തോക്ക് നിനക്കു തരികയാണ്, ഇസ്മയിൽ."

"എന്തിന്?"

"എനിക്ക് പേയിളകാനുള്ള അമ്പതു ശതമാനം സാദ്ധ്യതയുണ്ട്."

"നീ ഇസ്താംബൂളിലേക്ക് പോകാൻ ശ്രമിച്ചാലോ?"

"ഇല്ല. ആ നായ പേയിളകിയതായിരിക്കാൻ അമ്പതു ശതമാനം സാദ്ധ്യതയാണുള്ളത്. ഡോക്ടർ പൊലീസിനെ അറിയിക്കാൻ നൂറു ശതമാനം സാദ്ധ്യതയുമുണ്ട്. കൂടാതെ യാത്രയ്ക്കിടയിൽ പിടികൂടാനുള്ള സാദ്ധ്യതയും തള്ളിക്കളയാനാകില്ല. ഞാൻ ഇസ്താംബൂളിലേക്ക് പോകുന്നില്ല. എനിക്ക് പേയിളകിയാൽ വെടിവെച്ച് കൊന്നേക്ക്. എന്നെ ആ കുഴിയിലിട്ട് മണ്ണിട്ടു മൂടൂ. അപ്പോൾ എന്റെ മൃതദേഹം അഴുകി നാറ്റം വരില്ല."

ഞാൻ "വെടിവെക്ക്", "കുഴിച്ചിട്ടേക്ക്", "ഈ കുഴിയിൽ", "അഴുകി നാറ്റം വരില്ല", തുടങ്ങിയ കാര്യങ്ങൾ പറയുന്നത് ഇസ്മയിലിനോട് വിരോധമുള്ളതു പോലെയാണ്.

"ഞാനിവിടെയുള്ളത് ആർക്കുമറിയില്ല." ഞാൻ പുഞ്ചിരിച്ചു. "എങ്കിലും ഞാനൊരു കുറിപ്പെഴുതി വെക്കാം. പ്രത്യാശാരഹിതമായ അഭിനിവേശത്തിനൊടുവിൽ ജീവനൊടുക്കിയെന്ന് എഴുതാം." ഞാൻ താണുപോയ ഏറ്റവും ക്രൂരമായ ആഴമായിരുന്നു അത്.

"അപ്പോൾ, കാര്യങ്ങൾ അങ്ങനെയാണ്, ഇസ്മയിൽ."

"നിനക്ക് വട്ടാണെന്ന് ഞാനാണയിടാം."

"വട്ടോ? എനിക്കോ? ഞാൻ നിന്റെ ദേഹത്തേക്ക് ചാടിക്കയറി കടിക്കാൻ ശ്രമിച്ചോ? ഉവ്വോ?"

ഇസ്മയിൽ മറുപടി പറഞ്ഞില്ല.

"നിനക്ക് തോക്കുപയോഗിക്കാനറിയാമോ,ഇസ്മയിൽ?"

"അറിയാം."

"നന്നായി വെടിവെക്കാനറിയാമോ?"

"മോശമില്ലാതെ അറിയാം."

ഞാൻ മുന്നോട്ടും പിന്നോട്ടും നടന്നു. അയാൾ ആഹാരത്തട്ടിന്റെ അടുത്തു ചെന്നു നിന്നു. ഞാനതിന്റെ വാതിൽ തുറക്കുകയും അടക്കുകയും ചെയ്തു.

"ഇനി ഉറങ്ങൂ."

"നാളെ എനിക്കൊരു വൈദ്യശാസ്ത്രപുസ്തകം കൊണ്ടുവരണം."

"എന്തിന്?"

"എനിക്ക് പേവിഷബാധയുടെ ലക്ഷണങ്ങളെക്കുറിച്ച് വായിക്കണം. എനിക്കറിയാവുന്നിടത്തോളം, ഒരാൾക്ക് ഒരൊറ്റ ദിവസം കൊണ്ട് പേയിളകില്ല. ഈ ദുരന്തത്തിന് വിവിധ ഘട്ടങ്ങളും ആപൽസന്ധികളും ഉണ്ടോയെന്ന് നമുക്കറിയാമല്ലോ.ഞാൻ പേയിളകി ആക്രമിക്കാനും ഉമിനീരൊലിപ്പിക്കാനും മോങ്ങാനും തുടങ്ങുന്നതിനു മുമ്പേ..."

"എവിടെ നിന്നാണ് ഈ മോങ്ങൽ കിട്ടിയത്?"

"ഞാനൊരിക്കൽ ഇസ്താംബൂളിൽ വെച്ച് ഒരു നാടകം കണ്ടു. മുഹ്സിനാണത് സംഘടിപ്പിച്ചത്. 'വിളക്കുമാടത്തിലെ കാവൽക്കാർ' എന്നോ മറ്റോ പേരുള്ള നാടകം. കടലിനുള്ളിലുള്ള ആ വിളക്കുമാടത്തിൽ വെച്ച് കരയിലേക്കുള്ള എല്ലാ ബന്ധങ്ങളും മുറിഞ്ഞു പോയ ഒരു രാത്രിയിൽ, കൊടുങ്കാറ്റുള്ള ആ രാത്രിയിൽ കാവൽക്കാരിലൊരാൾക്ക് - മകനാണെന്നു തോന്നുന്നു - പേയിളകുകയും അയാൾ തന്റെ പിതാവിനെ ആക്രമിക്കുകയും ചെയ്യുന്നു. ആ നാടകത്തിൽ അയാൾ മോങ്ങുന്നുണ്ട്."

"കിടക്കയിലേക്ക് പോ. എന്നിട്ട് വിളക്കണയ്ക്ക്."

"പുസ്തകം മറക്കരുത്."

"മറക്കില്ല - അത്തരമൊന്ന് കിട്ടിയെങ്കിൽ."

"കിട്ടിയെങ്കിൽ എന്നതിന് എന്താണർത്ഥം? ഒരെണ്ണം കണ്ടെത്തി കൊണ്ടുവരണം."

"ശരി, ശരി."

അന്നു രാത്രി മോട്ടോർ അവരുടെ കുടിലിനകത്താണ് മുരണ്ടത്.

"**ഇ**സ്മയിൽ..."

"എന്താണ്?"

'നീ ഉറങ്ങുകയാണോ?"

"കഴിയുന്നില്ല."

വാതിലിലെ വിള്ളലുകൾക്കിടയിലൂടെ നിലാവ് ഇരുണ്ട മുറിക്കുള്ളിലേക്ക് അരിച്ചിറങ്ങി.

"എന്താണ് നീ ചിന്തിക്കുന്നത് ഇസ്മയിൽ?"

"ഒന്നുമില്ല."

പക്ഷേ, ചിന്തിക്കുകയായിരുന്നു. ഞാൻ ഇപ്പോൾ മുഴുവൻ ലോകവും പ്രത്യേകിച്ചും ഇസ്മയിൽ, എന്നെക്കുറിച്ചു മാത്രം ചിന്തിക്കണമെന്നാണ് ആഗ്രഹിക്കുന്നത്. അത് മനസ്സിലാക്കാവുന്നതാണ്. എന്നാൽ, ഇസ്മയിലിന്റെ മനസ്സ് അയാളുടെ ഉമ്മയുടെ കൂടെയായിരുന്നു.

ആറാമത്തെ വര

ഇസ്മയിൽ തന്ന പുസ്തകം കിടക്കയിലിരുന്ന് മറിച്ചു നോക്കി. നിശ്ശബ്ദമായി ആഹാരം കഴിച്ചു. സിഗരറ്റുകൾ കൊളുത്തി.

"നീ ആ പുസ്തകം നോക്കിയോ, ഇസ്മയിൽ?"

"ഉവ്വ്."

"അപ്പോൾ ഒരാൾ നായയെ പോലെ ഓരിയിടുമോ?"

'ഉവ്വ്."

"പിന്നെന്തെല്ലാമാണ് അതു പറയുന്നത്?"

"നിനക്ക് വായിക്കാമല്ലോ."

"നാല്പതാമത്തെ ദിവസം..."

'അതെ, നാല്പത്, നാല്പത്തിയൊന്ന് ദിവസങ്ങൾ എന്നാണതിൽ പറയുന്നത്."

ഞാൻ പുസ്തകം തുറന്നില്ല. അത് വസ്ത്രങ്ങൾക്കു മുകളിൽ വെച്ചു. വിളക്ക് ഊതിക്കെടുത്തി. അല്പനേരം മൗനം. ഇസ്മയിൽ ചോദിച്ചു,

"നീയാരെയാണ് പറ്റിക്കുന്നത്, സഹോദരാ? വിളക്കു കത്തിച്ച് അതു വായിക്കൂ."

വിളക്കു കൊളുത്തി. ഞാൻ വായിച്ചു: ഞാൻ അവിടെ നിന്നും ഇവിടെ നിന്നും പെറുക്കിയെടുത്ത വിവരങ്ങളിൽ കവിഞ്ഞ് അതിൽ ഒന്നുമുണ്ടായിരുന്നില്ല. ആദ്യം തലവേദന, സന്ധി വേദന, തളർച്ച. പിന്നീട് വിശപ്പില്ലായ്മ, അകാരണമായ ഭയം. പിന്നീട് വെള്ളത്തെയും തീയിനെയും ഭയം. പിന്നെ ഉമിനീരൊലിപ്പിക്കലും കടിക്കാനും ആക്രമിക്കാനുമുള്ള ആഗ്രഹം തോന്നുന്ന അഗ്നിപരീക്ഷയും. പിന്നീട് ഓരിയിടൽ. നാല്പതാമത്തെയോ നാല്പത്തിയൊന്നാമത്തെയോ ദിവസം ശരീരം തളർന്നു പോകും.

ഞാൻ എഴുന്നേറ്റു. ചാർക്കോൾ പെട്ടിയിൽ നിന്ന് ഒരു ചോക്കുകഷ്ണം പുറത്തെടുത്തു. വാതിലിൽ ആറു വരകൾ വരച്ചു. ആറു വെളുത്ത വരകൾ.

"അതെന്താണ്, അഹമ്മദ്?"

"ഇന്ന് ആറാമത്തെ ദിവസമാണ്, ഇസ്മയിൽ."

"നിനക്ക് വട്ടാണ്."

ഇസ്മയിൽ ഒരു സിഗരറ്റു കൊളുത്തി. ഒന്ന് എനിക്കു നീട്ടി. ഞാൻ കാണുന്ന കാര്യങ്ങൾ എനിക്ക് ഇഷ്ടമാകുന്നില്ല: "ഈ കുട്ടിക്ക് പേയിളകില്ല. എന്നാൽ, നാല്പതു ദിവസത്തേക്ക് അവൻ സ്വയം പീഡിപ്പിക്കും."

ഇസ്മയിൽ വിളക്ക് ഊതിക്കെടുത്തി. ഇരുട്ടത്ത് എനിക്ക് വാതിലിലെ ആറു വരകൾ കാണാമായിരുന്നു.

ഏഴാമത്തെ ദിവസം ദാച്ച*യിലെ വാതിലിൽ ഞാൻ വരച്ച വരകൾ അനുഷ്ക കണ്ടു.

"എന്താണിതെല്ലാം, അഹമ്മദ്?"

"ഇത് നമ്മുടെ ഏഴാമത്തെ ദിവസമാണ്. നമുക്ക് പതിമൂന്നു ദിവസങ്ങൾ കൂടി ശേഷിച്ചിട്ടുണ്ട്, അനുഷ്ക."

"അതിനുശേഷം?"

"നിനക്കറിയാമല്ലോ,അതിനു ശേഷം നിന്റെ അവധി തീരും. എന്റെ ഒഴിവുകാലം അവസാനിക്കും. നമ്മൾ മോസ്കോവിലേക്ക് തിരിച്ചു പോകും."

"**പ**റയൂ, അഹമ്മദ്..."

"എന്ത്?"

"കഴിഞ്ഞ രാത്രിയിൽ നീ ഉറക്കത്തിൽ വീർപ്പുമുട്ടിയതുപോലെ അലറിക്കരഞ്ഞു. നിന്റെ നെഞ്ചിൽ വലിയ ഭാരം തോന്നിക്കാണണം."

"അത് എനിക്ക് പേയിളകിയതു കൊണ്ടൊന്നുമല്ല. തലവേദന പോലും ഇനിയും തുടങ്ങിയിട്ടില്ല.വർഷത്തിൽ ഏതാനും തവണ ഞാനിങ്ങനെ ചെയ്യും. അടുത്ത തവണ എന്നെ പതിയെ ഒന്ന് തട്ടിയാൽ മതി. എനിക്ക് എഴുന്നേൽക്കണമെന്നുണ്ട്, പക്ഷേ കഴിയാറില്ല. ഏതാണ്ടെല്ലാ നേരവും ഞാനെവിടെയാണെന്ന ബോധമെനിക്കുണ്ട്. എന്നാൽ ചിലപ്പോൾ തികച്ചും വ്യത്യസ്തമായ ഇടത്തിലാണെന്ന് തോന്നി. ആ നിമിഷം ഉണർന്നില്ലെങ്കിൽ മരിച്ചുപോകുമെന്നും. ഒരിക്കൽ, അനുഷ്ക്ക... ഞാൻ പറഞ്ഞതു പോലെ, പേടിക്കേണ്ടതില്ല. പതിയെ ഒന്ന് തട്ടിയാൽ മതി."

"അന്നു രാവിലെ പുറത്തു പോകുമ്പോൾ നീ തോക്ക് എടുത്തിരുന്നില്ല."

"നാളെ തീർച്ചയായും തോക്കു കൊണ്ടുപോകണം, ഇസ്മയിൽ."

---

* റഷ്യയിലെ ഗ്രാമവസതിയോ കുടിലോ, പ്രത്യേകിച്ചും വേനൽക്കാലവസതിയായോ ഒഴിവുകാലവസതിയായോ ഉപയോഗിക്കുന്നത്.

ഇസ്മയിൽ മറുപടി പറഞ്ഞില്ല. അയാൾ ഉറക്കത്തിലേക്ക് വഴുതി വീണിരുന്നു.

ചതുരംഗപ്പലക പോലുള്ള നഗരമാണ് ബതൂം. നാല്പതു പകലും രാത്രിയും ബതൂമിൽ മഴ പെയ്തെന്നിരിക്കട്ടെ. എങ്കിലും സൂര്യൻ വരുമ്പോഴേക്കും ചരൽക്കല്ലുകൾ പാകിയ നിരത്തുകൾ ഞൊടിയിടയിൽ ഉണങ്ങും.

ബതൂമിലെ ഹോട്ടൽ ഡി ഫ്രാൻസിൽ ഒരു മേശയ്ക്കരുകിൽ ഞാൻ ഇരുന്നു. ഉഷ്ണമേഖലാമരങ്ങളും പൂക്കളും പുല്ലുകളും-എല്ലാം ബതൂമിലെ ഗ്രീൻപോയിന്റ് ബൊട്ടാണിക്കൽ ഗാർഡനിലുണ്ട്. അവയെ കാണുകയും തൊടുകയും മണക്കുകയും ചെയ്യാം. 1922ലെ വേനൽക്കാലമധ്യത്തിൽ, സ്ത്രീകളും പുരുഷന്മാരും ബതൂമിലെ കടൽത്തീരത്ത് അടുത്തടുത്ത് മലർന്നും കമിഴ്ന്നും പൂർണ്ണനഗ്നരായി കിടന്നു. കുളിവേഷങ്ങളോ മറ്റു മറകളോ ഇല്ലാതെ. സ്ത്രീകളുടെ കൈകളും കാലുകളും പിന്നെ കണ്ണുകളും മാത്രം പുറത്തുകാട്ടുന്ന, ചന്തകളിൽ മാത്രം അവരുടെ ഇത്തിരിക്കാഴ്ചകൾ കാണുന്ന ആനറ്റോളിയയിൽ നിന്നാണ് ഞാൻ വരുന്നത്. ചിലപ്പോൾ, ചന്തയിൽ, രണ്ടു തുണിക്കഷ്ണങ്ങൾക്കിടയിൽ ഒരു ജോടി കണ്ണുകൾ കണ്ട എനിക്ക് തല മുതൽ വിരലുവരെ നഗ്നയായ സ്ത്രീയെ കണ്ടതു പോലെ തോന്നിയിട്ടുണ്ട്. ചിലപ്പോൾ അതിലും മോശമായ തോന്നലുകളും. എല്ലാം പൂർണ്ണമാകുമ്പോൾ, പരമമായ നഗ്നത കണ്ടും നമുക്ക് ശീലമാകുന്നു. ഒന്നും ഭാവനയ്ക്ക് വിടേണ്ടതില്ലല്ലോ. അധികം കഴിയുംമുമ്പേ ഞാൻ ബതൂമിലെ കടൽത്തീരത്ത് കിടക്കുന്ന സ്ത്രീകളുടെ നഗ്നത ശ്രദ്ധിക്കാതെയായി.

ബതൂമിൽ, ഹോട്ടൽ ഡി ഫ്രാൻസിൽ, എന്റെ മുറിയിലെ മേശയ്ക്കരുകിൽ ഞാനിരുന്നു. ചെമ്പട താഴെ നിരത്തിലൂടെ അടിവെച്ചു നീങ്ങുന്നുണ്ട്. അവർ ക്ഷീണിതരും പാതിപട്ടിണിക്കാരുമാണ്. ലോകം അവരുടേതാണ്. ഇന്നു രാത്രി ഒരു യോഗമുണ്ട്, ഞാനതിൽ പങ്കെടുക്കുന്നുണ്ട്. ബതൂമിലെ ചരൽക്കല്ലു പാകിയ നിരത്തുകളിൽ ഷൂസുകളുടെയും ചെരുപ്പുകളുടെയും മരമടമ്പുകളുടെ നിലയ്ക്കാത്ത ചടപടശബ്ദം. ക്ലിക്കറ്റി - ക്ലാക്ക്, ക്ലിക്കറ്റി - ക്ലാക്ക്, ക്ലിക്...

ഹോട്ടൽ ഡി ഫ്രാൻസിൽ ഞാൻ മേശയ്ക്കരികിലിരുന്നു. ഞാനും പട്ടിണിയിലാണ്. ഒരു ദിവസം കാൽക്കഷ്ണം റൊട്ടിയും രണ്ടു തവണ ചോളസൂപ്പും കൃത്രിമ മധുരം വിതറിയ രണ്ടു കപ്പ് ചായയും. മീൻതലകൾ അതിലൊഴുകി നടക്കും - സൂപ്പിൽ. ചായയിലല്ല. എന്റെ വിശേഷപ്പെട്ടതുകൽ ഷൂസുകൾ പണ്ടേ വിറ്റു. അദ്ജറയിൽനിന്നുള്ള ഒരു യുവകർഷകനാണ് അതു വാങ്ങിച്ചത്. അയാൾ വിവാഹിതനാകാൻ പോകുകയാണ്. തന്റെ വധുവിനൊരു സമ്മാനമായാണ് അയാൾ എന്റെ ഷൂസു വാങ്ങിച്ചത്.

അതും എത്ര ദശലക്ഷം റൂബിളിന്! എന്നെ തബ്രീസിൽ നിന്ന് ബതൂമി ലേക്ക് കൊണ്ടു വന്ന തുർക്കിബോട്ടിലെ പണിക്കാരോട് ഞാൻ ചോദിച്ചു: "ബതൂമിൽ ഇപ്പോഴും പണത്തിന് വിലയുണ്ടോ? അവിടം കമ്യൂണിസ്റ്റു കാരുടേതാണെങ്കിൽ, എനിക്കറിയാവുന്നിടത്തോളം, പണം നിരോധിക്ക പ്പെട്ടിട്ടുണ്ടാകും." "മെൻഷെവിക്കുകൾക്ക് പണത്തിന് വിലയുണ്ട്, ബോൾ ഷെവിക്കുകൾക്കില്ല," അവർ പറഞ്ഞു: "ഞങ്ങൾക്ക് കമ്യൂണിസത്തെ ക്കുറിച്ചറിയില്ല. പക്ഷേ ബോൾഷെവിക്കുകളാണ് ബതൂം നിയന്ത്രിക്കു ന്നത്..." എന്റെ കയ്യിൽ അമ്പതു ലിറയുണ്ടായിരുന്നു. ഞാനത് ബോട്ടു പണിക്കാർക്ക് കൊടുത്തു. ചരിത്രപരമായ കൗതുകത്തിന് ഞാനൊരൊറ്റ ലിറ മാത്രം സൂക്ഷിച്ചുവെച്ചു. എന്നെ ബതൂമിലേക്ക് കൊണ്ടു വന്ന ബോട്ട് തോക്കുകളും വെടിത്തിരകളും നിറച്ച് തബ്രീസിലേക്ക് തിരിച്ചു പോയി. ചില പണിക്കാരും ചില ഉദ്യോഗസ്ഥരും-അവരായിരിക്കും കമ്യൂണിസം എന്താണെന്ന് തങ്ങൾക്കറിയില്ലെന്നു പറഞ്ഞവർ-ആ സമയത്ത് ആഭരണ ക്കടത്തിലും ഏർപ്പെട്ടിരുന്നുവെന്ന് ഞാൻ പിന്നീട് അറിഞ്ഞു.

ഞാൻ ബതൂമിലെ ഹോട്ടൽ ഡി ഫ്രാൻസിലെ മേശയ്ക്കരികിലിരുന്നു. കടഞ്ഞെടുത്ത കാലുകളുള്ള മേശക്കാലുകളിൽ മാത്രമല്ല, തങ്കപ്പാളി കൾ പതിച്ചതും അണ്ഡാകൃതിയിലുള്ളതുമായ ആ മേശയിൽ മുഴുവൻ സങ്കീർണമായ കൊത്തുപണികളാണ്. ഉസ്കുദാറിലെ കടലോരവസതി യിലെ അതിഥിമുറിയിൽ അത്തരമൊരു റോകോകോ* മേശയുണ്ട്. റോ-കോ-കോ... കരിങ്കടൽ തീരത്തു നിന്ന് അങ്കാറയിലേക്ക് ഞാൻ നട ത്തിയ യാത്ര, അവിടെ നിന്ന് ബൊളുവിയയിലേക്ക്, മുപ്പത്തിയഞ്ചു ദിവ സത്തെ, മുപ്പത്തിയഞ്ചു വർഷത്തെ കാൽനടയാത്ര - ഞാൻ പഠിപ്പിച്ച സ്കൂളിലേക്ക് - വലിയ കഥയെ ചെറുകഥയാക്കി ചുരുക്കിപ്പറഞ്ഞാൽ- ഒരു പാഷയുടെ പിന്തുടർച്ചക്കാരന്റെ - കൃത്യമായി പറഞ്ഞാൽ പേരക്കുട്ടി യുടെ - ആനറ്റോളിയയുമായുള്ള കൂട്ടിമുട്ടൽ. ഇപ്പോഴയാൾ ബതൂമിലെ ഹോട്ടൽ ഡി ഫ്രാൻസിലെ മേശയിൽ വിരിച്ചിട്ട കീറിപ്പറിഞ്ഞതും മുഷി ഞ്ഞതും ചോരക്കറയുള്ളതുമായ ചിത്രത്തുണി പോലെ വിശ്രമിക്കുക യാണ്. ഞാനതു നോക്കി. എനിക്ക് കരച്ചിൽ വന്നു. ഞാനതു നോക്കു കയും ഉച്ചിയിലേക്ക് ക്രോധത്താൽ രക്തമിരച്ചു കയറി. ഉസ്കുദാറിലെ കടലോരവസതിയോർത്ത് വീണ്ടും നാണക്കേടു തോന്നുന്നു. തീരുമാനിക്കൂ, മകനേ, ഞാൻ എന്നോടു തന്നെ പറഞ്ഞു, തീരുമാനിക്കൂ.

തീരുമാനമെടുത്തു കഴിഞ്ഞിരിക്കുന്നു: തിരിഞ്ഞോടുന്നതിനു മുമ്പ് മരണം. കാത്തിരിക്ക്, മകനേ, തിരക്കു കൂട്ടരുത്. നമുക്ക് ചോദ്യങ്ങൾ ഈ മേശമേൽ വെക്കാം, ആനറ്റോളിയയ്ക്ക് തൊട്ടടുത്ത്. നിനക്ക് ഈ ലക്ഷ്യ ത്തിനായി എന്തെല്ലാം ത്യജിക്കാനാകും? നിനക്കെന്തു നല്കാനാകും?

---

* പതിനെട്ടാം നൂറ്റാണ്ടിന്റെ ആദ്യകാലത്ത് ഫ്രാൻസിൽ ഉടലെടുത്ത വാസ്തു വിദ്യാരീതിയും അലങ്കാരവും. വിശദവും എന്നാൽ സുഭഗവും ലളിതവു മായ അലങ്കാരത്തിന് പ്രശസ്തം.

എല്ലാം. എനിക്കുള്ളതെല്ലാം. നിന്റെ സ്വാതന്ത്ര്യം? അതെ! ഈ ലക്ഷ്യത്തിനായി എത്ര വർഷം നിനക്ക് തടവറയ്ക്കുള്ളിൽ നരകിക്കാനാകും?

ആവശ്യമെങ്കിൽ ജീവിതകാലം മുഴുവനും! ശരി, പക്ഷേ നിനക്ക് സ്ത്രീകളെയും സ്വാദിഷ്ഠമായ ആഹാരത്തെയും മികച്ച വസ്ത്രങ്ങളെയും ഇഷ്ടമാണല്ലോ. യൂറോപ്പും ഏഷ്യയും അമേരിക്കയും ആഫ്രിക്കയും കാണാൻ നിനക്ക് തിടുക്കമെല്ലേ? ബതൂമിലെ റോകോകോ മേശയിൽ വെച്ച് നീ ആനറ്റോളിയയെ ഉപേക്ഷിച്ചാൽ, തീബിലിസിൽ നിന്ന് കർസിലേക്ക്, വീണ്ടും അങ്കാറയിലേക്ക്, അഞ്ചാറ് വർഷത്തിനുള്ളിൽ നീ സെനറ്ററോ മന്ത്രിയോ ആകും-സ്ത്രീകൾ, വീഞ്ഞ്, ആഹാരം, കല, മുഴുവൻ ലോകവും. ഇല്ല! ആവശ്യമെങ്കിൽ മുഴുവൻ ജീവിതവും ഞാൻ തടവറയിൽ കഴിയും. ശരി, പക്ഷേ ഞാനൊരു കമ്യൂണിസ്റ്റായാൽ തൂക്കിലേറ്റപ്പെടുകയോ കൊല്ലപ്പെടുകയോ മുസ്തഫ സുഫി* യേയും കൂട്ടുകാരെയും പോലെ മുങ്ങിപ്പോകുകയോ ചെയ്താലോ? ബതൂമിൽ വെച്ച് ഈ ചോദ്യങ്ങൾ നീ നിന്നോടു തന്നെ ചോദിച്ചില്ലേ?

ഞാൻ ചോദിച്ചു. എന്നോടു തന്നെ ചോദിച്ചു.

കൊല്ലപ്പെടാൻ നിനക്ക് ഭയമുണ്ടോ? എനിക്ക് ഭയമില്ല, ഞാൻ പറഞ്ഞു.

ആലോചിക്കാതെയോ? അല്ല, ആദ്യമെനിക്ക് ഭയമുണ്ടായിരുന്നു. പിന്നീടത് മാഞ്ഞു പോയി.

ശരി, ബലഹീനനാകാനും വികലാംഗനാകാനും കേൾവിശക്തി നഷ്ടപ്പെടാനും നീ തയ്യാറാണോ? ഞാൻ ചോദിച്ചു.

ക്ഷയം, ഹൃദ്രോഗങ്ങൾ, അന്ധത? അന്ധത? അന്ധത... ഒരു നിമിഷം - ഈ ലക്ഷ്യത്തിനു വേണ്ടി അന്ധനാകുന്നതിനെക്കുറിച്ച് ഞാൻ ചിന്തിച്ചിട്ടില്ല.

ഞാനെഴുന്നേറ്റു. കണ്ണുകൾ മുറുകെയടയ്ക്കുകയും മുറിയിൽ ചുറ്റി നടക്കുകയും ചെയ്തു. മരസാമാനങ്ങൾ കൈകൾകൊണ്ട് തപ്പിനോക്കി, ഞാൻ അടഞ്ഞ കണ്ണുകളോടെ ഇരുട്ടിൽ മുറിയിൽ ചുറ്റിനടന്നു. രണ്ടു തവണ എനിക്ക് കാലിടറി, എന്നിട്ടും ഞാൻ കണ്ണുകൾ തുറന്നില്ല. പിന്നീട് ഞാൻ മേശയ്ക്കരികിൽ നിന്നു. ഞാൻ കണ്ണുകൾ തുറന്നു. ഉവ്വ്,എനിക്ക് അന്ധത സ്വീകരിക്കാനാകും. ചിലപ്പോൾ ഞാനല്പം ബാലിശമായോ പരിഹാസ്യമായോ പെരുമാറുന്നുണ്ടാകാം. പക്ഷേ, ഇതാണ് സത്യം. പുസ്തകങ്ങളോ പ്രചരണങ്ങളോ സാമൂഹികാവസ്ഥയോ അല്ല എന്നെ ഇവിടെ എത്തിച്ചിരിക്കുന്നത്. ആനറ്റോളിയയാണ്. പുറമേ നിന്നു മാത്രം ഞാൻ കണ്ടിട്ടുള്ള ആനറ്റോളിയ.

എന്റെ ഹൃദയമാണ് എന്നെ ഇവിടെയെത്തിച്ചത്.

---

* അസർബൈജാനിൽ ആദ്യത്തെ തുർക്കി കമ്യൂണിസ്റ്റു പാർട്ടി സ്ഥാപിച്ചയാൾ

ഏഴാമത്തെ വര

പ്രഭാതമായപ്പോൾ ഇസ്മയിൽ ഉറക്കമുണർന്നു. അതിനു വളരെ മുമ്പേ ഞാൻ ഉണർന്നിരുന്നു. എന്നാൽ, ഞാൻ ഉറങ്ങുന്നതുപോലെ കിടന്നു. കൺകോണിലൂടെ ഇസ്മയിലിനെ നോക്കി. ഇസ്മയിൽ വസ്ത്രം ധരിച്ചു. അയാൾ തോക്കെടുത്ത് തിരിച്ചും മറിച്ചും നോക്കി കീശയിൽ തിരുകി. ആഹാരത്തട്ടിൽ നിന്ന് റൊട്ടിയും സോസേജും എടുത്തു. നിന്ന നിൽപ്പിൽ തന്നെ അത് തിന്നു. കുടിലിൽ നിന്നോ അതിനു പുറത്തു നിന്നോ എന്തോ പെട്ടെന്ന് കാണാതെ പോയെന്ന് എനിക്കു തോന്നി: നിരത്ത്, തണൽ മരത്തിനടിയിലെ മതിൽ, ഹുസ്നുവിന്റെ ദിവാനുകൾ, ഷുക്രുബെയ്യുടെ മുറ്റം, കത്തിക്കരിഞ്ഞ കൃഷിയിടങ്ങൾ, ഇസ്മീർ പട്ടണം, മോസ്കോ യിലെ ടെർസ്കോയ് ബുലവാർദ്, അനുഷ്കയുടെ ദാച്ച, കടൽ, ലോകം. എന്തൊക്കെയോ അപ്രത്യക്ഷമായിരിക്കുന്നു. എപ്പോൾ? ഞാൻ ഉറങ്ങു മ്പോഴോ? എന്നാൽ ഞാൻ ഉറക്കത്തിൽ നിന്നെഴുന്നേറ്റിട്ട് മൂന്നു മണി ക്കൂറായല്ലോ. ആ നിമിഷത്തിൽ, മോട്ടോറിന്റെ ഒച്ച നിലച്ചു. ഞാൻ ചറ പറശബ്ദങ്ങൾക്കും പിറുപിറുക്കലുകൾക്കുമായല്ല, നിശ്ശബ്ദതയ്ക്കായി കാതോർത്തു.

സിയാവു പതിവു പോലെ മുറിക്കുള്ളിലേക്ക് പൂച്ചക്കാൽ വെച്ചു വന്നു. ഇത്രയും വൈകി, പുലർച്ചെയ്ക്ക് മുമ്പൊരിക്കലും കയറിവന്നിട്ടില്ല. സിയാവു എവിടെയായിരുന്നുവെന്ന് എനിക്കറിയാം. അയാൾ മേശയ്ക്കരി കിൽ വന്നിരുന്നു.

രണ്ടു മീറ്റർ നീളവും എൺപതോ തൊണ്ണൂറോ സെന്റിമീറ്റർ വീതിയും ആ മേശയ്ക്കുണ്ടാകും. എന്തുകൊണ്ടത് ഒരു മീറ്ററല്ല? അത് എനിക്ക് അളക്കണമെന്നുണ്ട്. അത് കുഴിയേക്കാൾ നീളമുള്ളതാണോ? നാശം! എന്റെ തന്നെ ശവക്കുഴി കുഴിക്കുകയാണോ ഞാൻ? ഒരു പാട്ടുണ്ട് - "വഴിയോരത്ത് എന്റെ ശവക്കുഴി കുഴിക്കൂ." കടലോരവസതിയിൽ വെച്ച് എന്റെ മുത്തശ്ശിയതു പാടാറുണ്ട്. എനിക്ക് കരച്ചിൽ വരും. ഇസ്മയിൽ തോക്കെടുത്തിട്ടാണ് പോയിരിക്കുന്നത്.

സിയാവു മേശയ്ക്കരുകിൽ നിന്നെഴുന്നേറ്റു. അയാൾ കട്ടിലിനരികിലുള്ള ഉയരം കുറഞ്ഞ മേശയുടെ വലിപ്പിൽ നിന്ന് കൊത്തുപണിക്കുള്ള ഉപകരണങ്ങളും ഒരു കഷ്ണം ആനക്കൊമ്പുമെടുത്തു. ആനക്കൊമ്പ് ചെത്തുകയും രാകുകയും ചെയ്യുന്നുണ്ട്. അയാളുടെ തൊപ്പി തലയിൽ തന്നെ. രണ്ടു മാസം മുമ്പാണ് സിയാവു ഞങ്ങൾക്ക് ഈ മുറി തന്നത്. ഞാൻ തുർക്കി വിദ്യാർത്ഥികളുടെ ആർട്സ് ക്ലബ്ബിന്റെ നേതാവാണ്. അയാൾ ചൈനക്കാരുടെ നേതാവും.

സിയാവു ആനക്കൊമ്പിൽ ചെയ്ത കൊത്തുപണികൾ എനിക്ക് കാണിച്ചു തരാറുണ്ട്: ചീനക്കാരികളെയാണ് ആനക്കൊമ്പിൽ കൊത്തിയെടുത്തിട്ടുള്ളത്. സുന്ദരികൾ, വിഷാദമൂറുന്നവർ, ഒരുപോലെ തോന്നുന്നവർ, കൃശഗാത്രർ, വടിവൊത്തവർ, മുന്തിരിവള്ളികളെപ്പോലെ ആടിയുലയുന്നവർ. ഇരുപതു സെന്റീമീറ്റർ വരെ നീളമുള്ള കൊത്തുപണികൾ. കഷണ്ടിക്കാരും താടിരോമങ്ങളില്ലാത്തവരുമായ ചീനക്കിളവന്മാർ എണ്ണ പുരട്ടിയ നഗ്നമായ ഉദരങ്ങൾ കാൽമുട്ടുകളിൽ താങ്ങി ചമ്രം പടിഞ്ഞിരിക്കുന്നവർ. കഴിഞ്ഞ മാസം മുതൽ തുടങ്ങിവെച്ച ഒരു ആനക്കൊമ്പ് കൊത്തുപണി ഞാൻ കാണുമോയെന്ന വേവലാതി അയാൾക്കുണ്ട്. ഞാനത് കണ്ടിട്ടില്ലെന്നു നടിച്ചു. പക്ഷേ, അയാൾ ആരുടെ മുഖമാണ് ആനക്കൊമ്പിൽ കടഞ്ഞെടുക്കുന്നതെന്ന് എനിക്കറിയാം... സിയാവു കയ്യിലുണ്ടായിരുന്ന വസ്തു കീശയിൽ തിരുകി. അയാൾ എപ്പോഴാണ് തൊപ്പിയൂരിവെച്ചത്? ഞാൻ ഇടയ്ക്കെപ്പോഴോ മയങ്ങിക്കാണും. അലാറം ക്ലോക്ക് നിർത്താതെ മുഴങ്ങിക്കൊണ്ടിരുന്നു.

ഞാനൊരിക്കൽ പോലും ഇസ്മയിലിന്റെ അലാറം കേട്ടതേയില്ല. അതെപ്പോഴും അയാളുടെ തലയിണക്കീഴിലാണ്.

"നീ തിരിച്ചു വന്നോ, സിയാവൂ?"

"ഏ?"

"നിന്റെ കിടക്ക ചുളിഞ്ഞിട്ടില്ല."

അയാൾ ഒന്നും പറഞ്ഞില്ല. വന്നതെപ്പോഴാണെന്ന് എന്നോട് പറയാൻ അയാൾ ആഗ്രഹിക്കുന്നില്ല. അക്കാര്യം ഞാൻ മനസ്സിലാക്കാത്തതെന്തെന്ന അസ്വസ്ഥതയുണ്ട് അയാൾക്ക്. അറിഞ്ഞിട്ടും ഞാനതു ചോദിക്കുന്നത് മോശം.

"വീണ്ടും നീ അനുഷ്കയോടൊപ്പമായിരുന്നോ?"

എന്തോ ലജ്ജാകരമായതു ചെയ്തതുപോലെ അയാളെന്നെ നോക്കി. ഞാൻ പറഞ്ഞു,"നീ ആ പെൺകുട്ടിയെ പ്രണയിക്കുന്നുണ്ടെന്ന് എനിക്കറിയാം."

"ഇത്തരമൊരു കാര്യം നീ കൂട്ടുകാരനിൽ നിന്ന് മറച്ചു പിടിക്കുന്നതെന്തിനാണ്? അനുഷ്കയ്ക്ക് നിന്നോട് തിരിച്ചും പ്രണയമുണ്ടോ?"

പക്ഷേ, പുലർച്ചെ വരെ അയാൾ അനുഷ്കയോടൊത്തായിരുന്നു എന്ന കാര്യം എന്നെ ഭ്രാന്തു പിടിപ്പിച്ചു. അവർ ചുംബിക്കുകയോ മറ്റന്തെങ്കിലും ചെയ്യുകയോ ചെയ്തിട്ടില്ലെന്ന് അറിയാം. മോസ്കോ നദിയുടെ കരയിൽ അവർ കൈകൾ പോലും കോർത്തു പിടിക്കാതെ വെറുതെ നടന്നു പോകുന്നത് എനിക്ക് ഭാവനയിൽ കാണാം. എന്നാലും അതെന്നെ ഭ്രാന്തു പിടിപ്പിക്കുന്നുവെന്ന് എനിക്കിപ്പോഴാണ് മനസ്സിലായത്.

"അനുഷ്ക നിന്നെയും പ്രണയിക്കുന്നു, അല്ലേ?"

"ഇല്ല."

മഞ്ഞുവീഴ്ച നിലച്ചു. ടെർസ്കോയ് ബുലവാർദിലെ മരബെഞ്ചുകളിൽ ഏതാനും പേർ ഇരിക്കുന്നുണ്ട്. ഞാൻ സ്ട്രാസ്ത്നോയ് ചത്വരം വരെ നടന്നു, തെന്നുവണ്ടികൾ അരികിലൂടെ പാഞ്ഞുപോയി. ആ നായ ഒരു ജർമ്മൻ ഷെപ്പേർഡാണ്. അതിന് സ്വർണ്ണനിറമല്ല, ഇരുണ്ട നിറമാണ്. ഒരു ചെറിയ പെൺകുട്ടിയുടെ കൂടെയാണ് അത് നടക്കുന്നത്.

പേ പിടിച്ച നായ ക്ഷീണിതനും പമ്മിപ്പമ്മി നടക്കുന്നവനുമാണ്. അവൻ നിങ്ങളുടെ പുറകിൽ ഒച്ചയുണ്ടാക്കാതെ നുഴഞ്ഞുവരികയും ഇടം കാലിന്റെ പുറകുഭാഗത്ത് പല്ലുകളാഴ്ത്തുകയും ചെയ്യും. ഇസ്മയിൽ പോയപ്പോൾ വാതിൽ മുറുകെ അടച്ചിട്ടില്ല. വിടവിലൂടെ പുലർവെട്ടം കാണാം.

"**മ**ഹത്തായ ഒക്ടോബർ വിപ്ലവത്തിന്റെ സ്വാധീനം ലോകകലയിലും റഷ്യൻകലയിലും" എന്ന പ്രബന്ധം തയ്യാറാക്കാനുള്ള ശ്രമത്തിലാണ് ഞാൻ. അതിനാണ് സർവ്വകലാശാലയുടെ വായനശാലയിൽ ഞാനിപ്പോൾ വന്നിരിക്കുന്നത്. ഉസ്കുദാറിലെ കടലോരവസതിയുടെ അടുക്കള മുറ്റത്തിന്റെ അനക്കമില്ലായ്മയും നിശ്ശബ്ദതയും ഈ സർവ്വകലാശാല ഓർമ്മിപ്പിക്കുന്നു. വിഷയവുമായി ബന്ധപ്പെട്ട പുസ്തകങ്ങളും രേഖകളുമാണ് എന്റെ മുമ്പിൽ. ഞാനവ തൊട്ടിട്ടേയില്ല. എനിക്ക് ജോലി ചെയ്യാൻ തോന്നുന്നില്ല. ഏറ്റവും പ്രിയപ്പെട്ട രാഷ്ട്രീയ-സാമ്പത്തികവ്യവസ്ഥയെക്കുറിച്ചുള്ള ക്ലാസിൽ കയറാനുള്ള ആഗ്രഹംപോലുമില്ല. എന്നെക്കൂടാതെ വായനശാലയിൽ രണ്ടു പേരുണ്ട്. ഒരാൾ റഷ്യക്കാരൻ, ചെറുപ്പക്കാരൻ. അയാൾക്ക് ആഭ്യന്തരയുദ്ധത്തിൽ രണ്ടു കൈയും നഷ്ടപ്പെട്ടു. പല്ലുകൾക്കിടയിൽ തിരുകിയ മരക്കോലുകൊണ്ടാണ് പുസ്തകത്തിന്റെ ഏടുകൾ മറിക്കുന്നത്. മറ്റേയാളെ അറിയില്ല. അയാളുടെ വസ്ത്രങ്ങളും മുഖത്തിന്റെ പ്രത്യേകതകളും കണ്ടാൽ അയാളൊരു മംഗോളിയക്കാരനാണെന്നു തോന്നും.

ഇടതുവശത്തെ ഒഴിഞ്ഞ മേശയ്ക്കു മുകളിലുള്ള 'പ്രാവ്ദ'യുടെ ലക്കങ്ങൾ എന്നെ ആകർഷിച്ചു. ഞാൻ 1922ലെ ഒരു വാല്യം കയ്യിലെടുത്തു. ആദ്യത്തെ താളിൽ തലക്കെട്ടുകളും പുതുവർഷസന്ദേശങ്ങളും:

“ഓർമ്മിക്കൂ, സഖാക്കളേ! തൊഴിലാളികളും കർഷകരും തങ്ങളുടെ മഹാമനസ്കത വിശാലമാക്കിയില്ലെങ്കിൽ വോൾഗാ താഴ്വരയിലെ പുതുവർഷമെന്നാൽ പുത്തൻകുഴിമാടങ്ങളെന്ന് അർത്ഥമുണ്ടാകും! ഞങ്ങളുടെ പുതുവത്സരആശംസകൾ: വിശപ്പിന്റെ തോൽവി, പുനരുജ്ജീവിപ്പിക്കപ്പെട്ട വ്യവസായങ്ങൾ, സമൃദ്ധമായ വിളവ്, ലോകമെമ്പാടും തൊഴിലാളിവർഗ്ഗ വിപ്ലവത്തിന്റെ വിജയം!”അത്രയും വായിച്ചു.

മറ്റു വാർത്തകൾ നോക്കി: ഈജിപ്തിലെ ദേശീയവിമോചനയുദ്ധം. റഷ്യയിലെ ദരിദ്രർക്കായി ചെക്കോസ്ലോവാക്യയിലെ സർക്കാർ മൂന്നു ദശലക്ഷം ക്രോൺ അയച്ചു. ഞാൻ വീണ്ടും താളുകൾ മറിച്ചു. ജനുവരി 3: ജർമ്മനിയിലെ തീവണ്ടിത്തൊഴിലാളികളുടെ പൊതുപണിമുടക്ക്. ചൈനയിലെ അച്ചുകൂടത്തിലെ തൊഴിലാളികളുടെ സമരം. ഇംഗ്ലണ്ടിലെ ഖനിത്തൊഴിലാളികൾ സമരത്തിനൊരുങ്ങുന്നു. ജനുവരി 10: ബാകുവിലെ എണ്ണയുല്പാദനം വർധിക്കുന്നു. അയർലണ്ടിലെ തെരുവുയുദ്ധം.

ജനുവരി പതിന്നാലിന്റെ തലക്കെട്ട്: “ശമ്പളം കിട്ടുമ്പോൾ, വിശക്കുന്നവരെ ഓർക്കൂ! സ്വന്തം കുട്ടികളെ തീറ്റുമ്പോൾ വോൾഗ താഴ്വരയിൽ അച്ഛനമ്മമാർ വിശന്നു മരിച്ച അനാഥക്കുട്ടികളെ ഓർക്കൂ!”

ഞാൻ തുർക്കിയെക്കുറിച്ചുള്ള വാർത്തകൾക്കു വേണ്ടി പരതി. കിട്ടിപ്പോയി! - ഫെബ്രുവരി 7, അങ്കാറയിൽനിന്നുള്ള തന്റെ മടങ്ങിവരവിനെക്കുറിച്ച് സഖാവ് ഫ്രുൻസെയുടെ പ്രസ്താവന: ഉക്രയിനും തുർക്കിയും ഒരു ഒത്തുതീർപ്പിലെത്തിയിരിക്കുന്നു. ദേശീയ അസംബ്ലി റഷ്യയുമായുള്ള സൗഹാർദപരമായ ബന്ധങ്ങളെ പിന്തുണച്ചിരിക്കുന്നു. ഫെബ്രുവരി 10, വീണ്ടും സഖാവ് ഫ്രുൻസെ:

“കഴിഞ്ഞകാലത്ത്, സാറിന്റെ കാലത്ത്, വടക്കുനിന്ന് ഇറങ്ങിവരുന്ന സാമ്രാജത്വത്തെക്കുറിച്ചുള്ള ഭീതിയും മോസ്കോയെക്കുറിച്ചുള്ള ഭീതിയും ഏറിയ പങ്ക് തുർക്കികളെയും ദുഷിപ്പിച്ചിരുന്നു. ആ ഭീതി തുർക്കികളുടെ ആത്മാവിൽതന്നെ അടയാളപ്പെടുത്തപ്പെട്ടിരുന്നു. എന്നാലിന്ന് അതിനു വിരുദ്ധമായി തുർക്കികൾ റഷ്യയും ഉക്രയിനും മറ്റ് സോവിയറ്റ് റിപ്പബ്ലിക്കുകളുമായി മഹത്തായ സൗഹൃദം ആഗ്രഹിക്കുന്നുണ്ട്.”

ഞാൻ മാർച്ചുമാസത്തിലെ മറ്റൊരു വാർത്ത കണ്ടെത്തി: തുർക്കിയെ ജനീവ സമ്മേളനത്തിലേക്ക് ക്ഷണിക്കാൻ അഭ്യർത്ഥിച്ചതിന് ഞങ്ങൾ റഷ്യക്കാരോട് നന്ദിയുള്ളവരാണ്.

സർവ്വകലാശാലയുടെ പാർട്ടി സെല്ലിന്റെ സെക്രട്ടറിയായ പെട്രോഷ്യൻ അകത്തേക്കു വന്നു. അയാൾ ഇന്ന് ചെങ്കൊടിപ്പതക്കം ധരിച്ചിട്ടില്ല. എന്റെ തോളിനു കുറുകെ നിന്ന് മുമ്പിൽ നിവർത്തി വെച്ച ‘പ്രാവ്ദ’യുടെ താളുകളിലേക്ക് അയാൾ എത്തിനോക്കി.

ഞാൻ മന്ത്രിച്ചു: “1922ലെ പത്രങ്ങൾ. ഒരു വർഷമല്ല, പത്തുവർഷം തന്നെ കടന്നു പോയതുപോലെ തോന്നുന്നു.”

അയാളും തലയാട്ടിക്കൊണ്ട് മന്ത്രിച്ചു; "നമ്മുടെ കാർഷിക നയങ്ങളുടെ കുഴപ്പങ്ങളെക്കുറിച്ചുള്ള ഒരു ലേഖനമുണ്ട്. അതു കണ്ണിൽ പെടുകയാണെങ്കിൽ തിയ്യതി എവിടെയെങ്കിലും കുറിച്ചു വെക്കണേ - ഡിസംബറിലോ നവംബറിലോ ആണ്."

"ചെയ്യാം."

പെട്രോഷ്യൻ പോയി. അയാൾ പഠനം നടത്തുന്നത് മദ്ധ്യപൗരസ്ത്യദേശത്തെ കൃഷിഭൂമിപ്രശ്നങ്ങളെക്കുറിച്ചാണ്. "കഠിനമായി അദ്ധ്വാനിച്ചാൽ, ഞാനത് മൂന്നുവർഷത്തിനുള്ളിൽ പൂർത്തിയാക്കും," അയാൾ പറഞ്ഞു. എന്നാൽ അയാൾക്ക് അർബുദമാണ്. എട്ടോ ഒമ്പതോ മാസം. കൂടിവന്നാൽ ഒരു വർഷത്തിനപ്പുറം അയാൾ ജീവിക്കില്ല എന്ന് അയാൾക്കുമറിയാം.

വോൾഗാതാഴ്വരയിലെ പട്ടിണി കിടക്കുന്ന കുട്ടികൾക്കായി ഇറാൻ മൂന്നൂറ് കിലോ അരിയും ഇരുപത്തിമൂന്ന് കിലോ ഉണക്കമുന്തിരിയും സംഭാവന ചെയ്തു. അമേരിക്കയാകട്ടെ ഏഴ് കപ്പൽ ചോളമാണ് കൊടുത്തയച്ചത്. ബ്രിട്ടീഷ് മന്ത്രിസഭയാകട്ടെ റഷ്യയ്ക്ക് സാമ്പത്തികസഹായം നിഷേധിച്ചു. ഇപ്പോൾ ഞാൻ മാർച്ച് 15ലെ പത്രത്തിലെത്തി. വീണ്ടും തലക്കെട്ടുകൾ: "ഓരോ സംഘടനയും ഓരോ പൗരനും മനഃസാക്ഷിയിൽ തൊട്ട് മറുപടി പറയേണ്ടതുണ്ട്, ക്ഷാമത്തിന്റെ ഇരകൾക്കുവേണ്ടി അവർ കഴിയാവുന്നതെല്ലാം ചെയ്തിട്ടുണ്ടോയെന്ന് ആത്മപരിശോധന നടത്തണം. പട്ടിണി കിടന്ന് മരിക്കാൻ തുടങ്ങുന്നവരുടെ വിലാപങ്ങൾക്കു നേർക്ക് ചെവി കൊട്ടിയടച്ചവർ കുരിശിൽ തറയ്ക്കപ്പെടും. അവർ കൊലപാതകികളെന്ന് മുദ്ര കുത്തപ്പെടും." സ്വീഡനിലെ കമ്യൂണിസ്റ്റുകൾ 1560 കിലോ ധാന്യപ്പൊടിയും മീനും ഇരുപതിനായിരം ക്രോണും സംഭാവന ചെയ്തു. റഷ്യൻ കമ്മ്യൂണിസ്റ്റ് പാർട്ടിയുടെ പതിനൊന്നാമത്തെ സമ്മേളനത്തിൽ ലെനിൻ സംസാരിക്കും. ഇറ്റലിയിൽ ഫാസിസ്റ്റുകളുടെ സേച്ഛാധിപത്യം. വീണ്ടും ഞങ്ങളുടെ വാർത്ത: വ്ളാഡിവോസ്റ്റോക്കിന്റെ വിമോചനത്തിൽ ചെമ്പടയ്ക്ക് തുർക്കി കമ്യൂണിസ്റ്റുകളുടെ അഭിനന്ദനം. ഇസ്താംബൂളിലെ സർക്കാരിനെ അവസാനിപ്പിക്കാൻ ദേശീയ അസംബ്ലി വോട്ടു ചെയ്തു.

ജാലകങ്ങൾക്കു പുറത്ത്, കനത്ത മഞ്ഞുപാളികൾ മോസ്കോയുടെ രാത്രിയിലേക്ക് പൊഴിഞ്ഞു വീണു. ചെറുപ്പക്കാരനായ വികലാംഗൻ തന്റെ പല്ലുകൾക്കിടയിലെ ചെറിയ മരക്കോലു കൊണ്ട് പുസ്തകത്തിന്റെ താളുകൾ ധൃതിയിൽ മറിച്ചു.

നവംബർ ഏഴിലെ തലക്കെട്ട്: "ഞങ്ങൾ നിങ്ങളെ അഭിവാദ്യം ചെയ്യുന്നു, റഷ്യൻ തൊഴിലാളി റിപ്പബ്ലിക്കിനെ പിന്തുണയ്ക്കുന്ന പടിഞ്ഞാറൻ തൊഴിലാളികളേ, ഞങ്ങൾ ജർമ്മനിയിലെ കൈസർ വില്യമിനെ തുരത്തിയ ഇരുമ്പുതൊഴിലാളികളെ അഭിവാദ്യം ചെയ്യുന്നു. ഇനി ആ

രക്തപങ്കിലമായ രാജവംശത്തെ തന്നെ തുടച്ചുമാറ്റൂ!" അതേ ലക്കത്തിൽ ലെനിന്റെ ലേഖനം: " ബഹുമാന്യരായ സഖാക്കളേ! ഒക്ടോബർ വിപ്ലവത്തിന്റെ അഞ്ചാംവാർഷികത്തിൽ ഞാൻ നിങ്ങളെയെല്ലാം അഭിനന്ദിക്കുന്നു. ഇതാണെന്റെ ആഗ്രഹം: അടുത്ത അഞ്ചു വർഷത്തിനുള്ളിൽ, ആയുധങ്ങൾകൊണ്ട് നേടിയതിനേക്കാൾ ഒട്ടും കുറവില്ലാത്ത സമാധാനം നേടൂ. നിങ്ങളുടെ ലെനിൻ." അതേ ലക്കത്തിൽ: "യുവാക്കളേ, വേഗമാകട്ടെ - കഴിഞ്ഞുപോയ തലമുറകളുടെ സ്ഥാനമേറ്റെടുക്കൂ!"

ഹുസൈൻ കടന്നു വന്നു. അയാൾ എന്നെ കണ്ടില്ലെന്നു നടിച്ചു. എന്റെ ഇടതു ഭാഗത്തുള്ള മേശയ്ക്കരികിൽ അയാളിരുന്നു. അയാൾ ഓട്ടോമാൻ പട്ടാളത്തിലെ ഒരു താഴ്ന്ന ഉദ്യോഗസ്ഥനായിരുന്നു. കോക്കസെസ്സിൽ സാർ പട്ടാളത്തിനെതിരെ പൊരുതുന്നതിനിടയിൽ തടവുകാരനായി പിടിക്കുകയും സൈബീരിയയിലേക്ക് നാട് കടത്തപ്പെടുകയും ചെയ്തു. 1918ൽ ബോൾഷെവിക്കുകളുടെ കൂടെ ചേർന്നു. അയാൾ 1919ൽ മുസ്തഫ സുഫിയെ കണ്ടു. അയാൾ വെള്ളക്കാർക്കെതിരെ പോരാടാത്ത യുദ്ധമുഖങ്ങളില്ല. മുസ്തഫ സുഫി തശ്നാകുകൾക്കും ജോർജിയക്കാരായ മെൻഷെവിക്കുകൾക്കുമെതിരെ ഒന്നിച്ചു ചേർത്ത തുർക്കി സൈന്യദളത്തിൽ അയാളും പോരാടി.

ഇപ്പോൾ അയാൾ സർവ്വകലാശാലയിൽ തത്ത്വശാസ്ത്രം പഠിക്കുകയാണ്. പക്ഷേ, അയാൾക്ക് ഇലക്ട്രിക്കൽ എഞ്ചിനീയർ ആകാനാണ് ആഗ്രഹം. അയാൾക്ക് എന്നെ ഇഷ്ടമല്ല. ഞാൻ മോസ്കോയിലെ സർവ്വകലാശാലയിലേക്ക് വെറുംകയ്യോടെ, ജനശത്രുക്കളായ മുതലാളിമാർക്കെതിരെയും സാമ്രാജ്യത്വശക്തികൾക്കെതിരെയും ഒരൊറ്റ വെടിയുണ്ട പോലും പായിക്കാതെ, വന്നുകയറിയതു കൊണ്ടാണെന്നു തോന്നുന്നു അയാൾക്ക് എന്നോട് വിരോധമുള്ളത്. കൂടാതെ എന്റെ പാഷാമുത്തച്ഛന് അയാൾക്ക് മാപ്പുകൊടുക്കാനുമാകില്ല. (പാഷമുത്തച്ഛൻ 1932ൽ ഒരു ഇലക്ട്രിക്കൽ എഞ്ചിനീയറായി. 1937ൽ അയാളൊരു ഫയറിംഗ് സ്ക്വാഡിന്റെ മുമ്പിൽ കൊല്ലപ്പെട്ടു; അയാളുടെ പേരാകട്ടെ ഇരുപതാമത്തെ കോൺഗ്രസ്സിനു ശേഷം കുറ്റക്കാരുടെ പട്ടികയിൽ നിന്ന് എടുത്തു മാറ്റപ്പെടുകയും ചെയ്തു.)

ഞാൻ 'പ്രാവ്ദ' വായനയിലേക്ക് തിരിച്ചു പോയി, നവംബർ 7, 1922: "യജമാനവർഗത്തിന്റെ കാവൽഭടന്മാരാൽ ചങ്ങലകളണിയിക്കപ്പെട്ട സഖാക്കൾ - സ്ഥിതിസമത്വവാദത്തിന് അർപ്പിക്കപ്പെട്ട സേവനത്തിന്റെ പേരിൽ തൂക്കിലേറ്റപ്പെട്ടവരും പീഡിപ്പിക്കപ്പെട്ടവരും നാടുകടത്തപ്പെട്ടവരും മർദ്ദനത്തിനിരയായവരും ജയിൽശിക്ഷ അനുഭവിച്ചവരുമായ എല്ലാ സഖാക്കളെയും തൊഴിലാളിവർഗവിജയത്തിന്റെ അമ്പതാം വാർഷികത്തിൽ എല്ലാ ജയിൽഭിത്തികളെയും അതിർത്തികളെയും ധിക്കരിച്ച് ഞങ്ങൾ അഭിവാദ്യം ചെയ്യുന്നു."

അനുഷ്ക അങ്ങോട്ടു കടന്നു വന്നു. എന്റെ തല 'പ്രാവ്ദ'യുടെ മുകളിലേക്ക് കുനിഞ്ഞിരുന്നെങ്കിലും കടക്കണ്ണുകൊണ്ട് അവളെ നോക്കുന്നുണ്ടായിരുന്നു. അവളെന്നെ കണ്ടു. എന്റെയടുത്തേക്ക് വരാൻ ആഗ്രഹിച്ചെങ്കിലും പിന്നീട് മനസ്സു മാറ്റി. വാതിലിനു തൊട്ടടുത്തായി എന്റെ പുറകിലുള്ള മേശയ്ക്കരുകിൽ ഇരുന്നുവെന്ന് തോന്നി.

വീണ്ടും ഞാൻ പത്രത്തിലേക്ക് തലപൂഴ്ത്തി. 'പ്രാവ്ദ' പറയുന്നു: "സൈബീരിയയിൽ നിന്ന് ജപ്പാൻകാരെ തുടച്ചു നീക്കണം." "അന്തർദ്ദേശീയ മൂലധനത്തിനെതിരെ നാം ഉറച്ചു നിൽക്കണം." "അമേരിക്കക്കെതിരെ ഒരു പൊതു വ്യാപാര ഭാഷ കണ്ടെത്തണം" "ബജറ്റ് സംതുലിതമാകണം! നമ്മുടെ ഫാക്ടറികൾ വെറുതെയിടാൻ പാടില്ല!" പെട്രോഷ്യൻ തേടിയ ലേഖനം കണ്ടെത്തി: "നമ്മുടെ കാർഷികനയങ്ങൾ നേരിടുന്ന പ്രശ്നങ്ങൾ." 1922, ഡിസംബർ 21. ഞാൻ പോകാനെഴുന്നേറ്റു. അതിനിടെ, അനുഷ്ക എന്റെ പുറകിലുള്ള മേശയ്ക്കരികിലുണ്ട്.

"അല്പനേരത്തേക്ക് പുറത്തേക്കു വരൂ."

ഞാൻ ഇടനാഴിയിലേക്ക് നടന്നു; അവൾ പുറകെ വന്നു.

"നിങ്ങൾക്കെന്തു വേണം?"

"നീ മോസ്കോ നദിക്കരയിൽ ഇന്നലെ രാത്രി സിയാവുവിന്റെ കൂടെ നടന്നോ?'

'നിങ്ങൾക്കതിൽ എന്തു കാര്യം?"

"അയാൾ നീയുമായി കൊടിയ പ്രണയത്തിലാണ്."

അവൾ മറുപടി പറഞ്ഞില്ല. അവളുടെ നീലക്കണ്ണുകൾ ഇരുണ്ടു.

"നിനക്ക് സിയാവുവിനെ ഇഷ്ടമാണോ?"

"ഞാനെന്തിന് അയാളെ പ്രണയിക്കാതിരിക്കണം? നിങ്ങൾക്കെന്താണ് എന്നിൽ നിന്നു വേണ്ടത്? നിങ്ങളെന്തിനാണെന്നെ പുറത്തേക്കു വിളിച്ചത്?"

'നീ വായിച്ചു കൊണ്ടിരുന്നതെന്താണ്?"

അവൾ പുഞ്ചിരിച്ചു. അവളുടെ വലത്തെ കവിളിൽ നുണക്കുഴി തെളിഞ്ഞു, അവളുടെ വലത്തെ കവിളിൽ മാത്രം.

"എസെനിൻ* ഇനിയെന്തെങ്കിലും ചോദിക്കാനുണ്ടോ?"

"ഇല്ല."

അനുഷ്കയെ കിട്ടാൻ എനിക്ക് ബുദ്ധിമുട്ടാണെന്ന് ഇസ്മയിൽ പറയുകയായിരുന്നില്ല. ഞാൻ ആലോചിച്ചു. അവൾ അഭിനയിക്കുകയാണെന്നു മാത്രം ഒരിക്കലും കരുതിയില്ല. നാട്യത്തിന്റെ ഒരു ശതമാനം പോലും

---

* സെർഗി അലക്സാന്ദ്രോവിച്ച്, ഇരുപതാംനൂറ്റാണ്ടിന്റെ ആദ്യകാലത്തെ റഷ്യൻ കവി.

അവളുടെ പെരുമാറ്റത്തിലുണ്ടായിരുന്നെങ്കിൽ എനിക്കതു മനസ്സിലാകുമായിരുന്നു. ഞാനതു കണ്ടെത്തുമായിരുന്നു. കൂടാതെ, അവളെന്തിനാണ് എന്റെ പുറകേ നടക്കുന്നത്? സർവ്വകലാശാലയിൽ എല്ലാവരും അവളുടെ പുറകെയാണ്. പക്ഷേ, അവൾക്ക് അടുപ്പമുള്ളത് സിയാവുവിനോട് മാത്രമാണ്. അവൾ എല്ലാവരോടും തമാശ പറയുകയും പൊട്ടിച്ചിരിക്കുകയും നൃത്തം ചെയ്യുകയും ചെയ്യുന്നുണ്ട്. പക്ഷേ, അതിനപ്പുറമൊന്നുമില്ല. അതിനപ്പുറം പോകാൻ ആരും ചിന്തിക്കാതെയല്ല. എല്ലാവർക്കും ആഗ്രഹമുണ്ടാവാം, എന്നാൽ എല്ലാവരും അത് തടഞ്ഞു നിർത്തി - അവരുടെ മനസ്സിലെന്താണെന്ന് മറ്റുള്ളവർ കണ്ടാൽ അവർ പരിഹസിക്കപ്പെടും. അക്കാര്യത്തിൽ മുന്നോട്ടു പോകാനാഗ്രഹിക്കുന്നത് കറുപ്പു തിന്നുന്നതു പോലെയാണ്. അതെങ്ങനെയായിരിക്കുമെന്ന് നമുക്കറിയില്ല, ചിലപ്പോൾ അത്തരമൊരു കാര്യത്തെക്കുറിച്ച് നാം കേട്ടിട്ടു കൂടിയുണ്ടാകില്ല. പക്ഷേ, നമ്മൾ കറുപ്പു തിന്നുകയും പിന്നീട് ലഹരി ഒഴിഞ്ഞു പോകുകയും ചെയ്യുമ്പോൾ നമ്മളൊരു പരിഹാസപാത്രമാകും, ഇല്ലേ?

അന്നു രാത്രി ചീനക്കാർ അവരുടെ ചരിത്രത്തിലെ പ്രധാനപ്പെട്ട ഒരു വിപ്ലവനിമിഷത്തിന്റെ വാർഷികം ആഘോഷിക്കുകയായിരുന്നു. വാതിലുകൾ അടയുന്നതിന് തൊട്ടുമുമ്പ് സിയാവു എന്നെ സർവ്വകലാശാലാ ക്ലബ്ബിന്റെ തീയറ്ററിലേക്ക് കൂട്ടിക്കൊണ്ടു പോയി. മനോഹരമായ പൂങ്കുലകളാൽ വേദി അലങ്കരിച്ചിരുന്നു.

"ശൈത്യകാലത്തിന്റെ മൂർധന്യത്തിൽ ഇത്രയും പൂക്കൾ നിങ്ങൾ എവിടെനിന്നു കണ്ടെത്തി?"

അവയെല്ലാം കടലാസു പൂക്കളായിരുന്നു. സിയാവു എന്റെ കൈവെള്ളയിൽ ഒരു ആപ്രിക്കോട്ട് പൂവിന്റെ ഇതൾ വെച്ചുതന്നു, അതിലൊരു ചുവന്ന കടലാസു വണ്ടുമുണ്ടായിരുന്നു.

"ഈ വണ്ടിനെ ആരു കാണും, സിയാവു?" ഞാൻ ചോദിച്ചു.

"കാണണമെന്നുള്ളവർക്ക് അതിനെ കാണാം അഹമ്മദ്. മാത്രമല്ല ഞങ്ങളുടെ കരകൗശലവൈദഗ്ധ്യം കാണിച്ചുതരാമെന്നും വിചാരിച്ചു."

ചൈനക്കാരുടെ അക്ഷരങ്ങൾ കോറിയിട്ട തോരണങ്ങൾ ഭിത്തിയിൽ തൂങ്ങിക്കിടന്നു. എനിക്ക് എന്റെ പേര് ചൈനീസ് ലിപിയിൽ എഴുതാനറിയാം.

സർവ്വകലാശാലയിലേക്ക് അവരുടെ അതിഥികളും വിദ്യാർത്ഥികളും പൊതുവേദിയിലേക്ക് കൈമുട്ടു കൊണ്ടിടിച്ച് തള്ളിക്കയറി. എല്ലാവരും ഒച്ചയടഞ്ഞവർ, ഏറ്റവും ആകർഷണീയരായവർ. അവർ ചീനക്കാരോ ജപ്പാൻകാരോ ആഫ്രിക്കക്കാരോ ആയിരുന്നില്ല. കോക്കേഷ്യക്കാരും മദ്ധ്യേഷ്യക്കാരുമായിരുന്നു. കാരണം അവരുടെ വേഷമാകാം. നഗരത്തിലും അവർ തങ്ങളുടെ പ്രാദേശികവേഷങ്ങൾ ധരിച്ചും തോക്കുകളും

കഠാരികളും പ്രദർശിപ്പിച്ചും ചുറ്റിനടക്കുന്നു. മദ്ധ്യേഷ്യയിൽ നിന്നുള്ള ആൺകുട്ടികൾ പെൺകുട്ടികളേക്കാൾ സൗന്ദര്യമുള്ളവർ. വേദിയിൽ മാർക്സിന്റെയും എംഗൽസിന്റെയും ലെനിന്റെയും മറ്റ് ബോൾഷെവിക്ക് പാർട്ടിനേതാക്കളുടെയും ചിത്രങ്ങൾ തൂങ്ങിക്കിടന്നു. മാർക്സിന്റെയും എംഗൽസിന്റെയും ചിത്രങ്ങൾ കൂടുതൽ ഉയരത്തിൽ സ്ഥാപിക്കുകയും നാലുചുറ്റിനും പൂക്കൾ കൊണ്ടലങ്കരിക്കുകയും ചെയ്തിട്ടുണ്ട്. ഞങ്ങൾ അന്തർദ്ദേശീയ കമ്മ്യൂണിസ്റ്റ് പ്രസ്ഥാനത്തിന്റെ നേതാക്കളായ ഇരുപതോളം സഖാക്കളെ വോട്ടു ചെയ്ത് അദ്ധ്യക്ഷസമിതിയിലെ വിശിഷ്ടാംഗങ്ങളായി തിരഞ്ഞെടുത്തു.

പാർട്ടി സെക്രട്ടറി പെട്രോഷ്യൻ യോഗനിയന്ത്രണം 'ലീ' എന്ന പടുകൂറ്റൻ മനുഷ്യനു കൈമാറി. ചൈനക്കാരുടെ ഭാഷ അറിയാത്തവർ - അത്തരക്കാരായിരുന്നു ഭൂരിഭാഗവും - സൂചനകൾക്കായി ചൈനക്കാരെ നോക്കുകയും ഒരല്പം താമസിച്ച്, ലീയുടെ പ്രസംഗം ഇടയ്ക്കിടെ തടസ്സപ്പെടുത്തി കയ്യടിക്കുകയും ചെയ്തു. "ചങ്ങലകൾക്കുള്ളിലൊതുക്കപ്പെട്ട ഭൂമിയെ ഞാൻ കാണുന്നു. ഭൂഗോളത്തേക്കാൾ മൂന്നിരട്ടിയെങ്കിലും വലിപ്പമുള്ള ഒരു തൊഴിലാളി തന്റെ ചുറ്റികയുയർത്തി ചങ്ങലകളിൽ ആഞ്ഞു പ്രഹരിക്കുന്നതും ഞാൻ കാണുന്നു. പൊടിഞ്ഞമരുകയും കാറ്റിലേക്ക് പറക്കുകയും ചെയ്യുന്ന, ഭാരമുള്ളതും തുരുമ്പെടുത്തതുമായ ചങ്ങലകളുടെ ഒച്ച ഞാൻ കേൾക്കുന്നു." പ്രസംഗം തുടർന്നു.

എന്റെ ഇടതുഭാഗത്ത്, മുമ്പിലായി, കോമിന്റേണിൽ ജോലി ചെയ്യുന്ന ഒരു ഇംഗ്ലീഷുകാരന്റെയും ഒരു ഇന്ത്യക്കാരൻ വിദ്യാർത്ഥിയുടെയും നടുവിൽ അനുഷ്ക ഇരിക്കുന്നത് കണ്ടു. അവർ ലീയുടെ പ്രസംഗം റഷ്യൻ ഭാഷയിലേക്ക് തർജ്ജമ ചെയ്യുന്നു. ലീ പറഞ്ഞതെല്ലാം ഞാൻ വിശ്വസിച്ചു. "ഞാൻ മൂലധനം കണ്ടു, ഫാക്ടറികളിലെ പുകക്കുഴലുകളിൽനിന്നുള്ള പുകവലയുടെ നടുവിൽ പന്നിയുടെ തലയുള്ള കൂറ്റൻ എട്ടുകാലി. അത് അതിന്റെ രത്നമോതിരങ്ങൾ നിറഞ്ഞ മുരടിച്ച വിരലുകൾ സ്വർണ്ണനാണയങ്ങളുടെ കൂമ്പാരത്തിലേക്ക് കുത്തിയിറക്കി." അനുഷ്ക തിരിഞ്ഞു നോക്കി; ഞങ്ങളുടെ കണ്ണുകൾ കൂട്ടിമുട്ടി. അവളെന്നെ നോക്കി പുഞ്ചിരിച്ചു. അനുഷ്കയുടെ ചെവികൾ ചെറുതാണ്. വേദിയിൽ ഒരു ഉക്രേനിയൻ പെൺകുട്ടി ഉക്രേനിയക്കാരുടെ ഭാഷയിൽ സംസാരിച്ചു. ഇടംകൈകൊണ്ട് അനുഷ്ക കഴുത്തിൽ നിന്ന് മുടി നീക്കിയിട്ടു. ഞാൻ ആ ഉക്രേനിയക്കാരിയുടെ പേരു പഠിച്ചു: ലെന. മുഴുവൻ പേര്: യൂഷെങ്കോ. അവൾക്ക് തവിട്ടുനിറമുള്ള മുടിയുണ്ട്. സംസാരിക്കുമ്പോൾ ഇരുകവിളുകളിലും നുണക്കുഴികളുണ്ട്. അനുഷ്കയെ പോലെ വലത്തെ കവിളിൽ മാത്രമല്ല. അവളിലെ എന്തോ ഒന്ന് എന്നെ ഇസ്താംബൂളിലെ പെൺകുട്ടികളെ ഓർമ്മിപ്പിക്കുന്നുണ്ട്. അത്രയും സുന്ദരമായ കാലുകൾ മുമ്പെങ്ങും കണ്ടിട്ടേയില്ല. ഉക്രേനിയക്കാരി പറഞ്ഞതെല്ലാം മനസ്സിലായി. ഭിത്തിയിൽ ആരോ മൂന്നാം ഇന്റർനാഷണലിന്റെ സംഗീതം ചിട്ടപ്പെടുത്തി വെച്ചിട്ടുണ്ട്.

ഭിത്തിക്കു താഴെ മൂലധനക്കാരൻ പേടിച്ചരളുകയും തൊപ്പി ഒരു മൂലയി ലേക്കും തടിച്ചുരുണ്ട ഉദരം മറ്റേ മൂലയിലേക്കുമായി തട്ടി വീഴുകയും ചെയ്തു... ഞങ്ങളെല്ലാവരും എഴുന്നേറ്റു നിന്ന് അന്തർദ്ദേശീയ ഗാനം പാടി, ഓരോരുത്തരും അവനവന്റെ/അവളവളുടെ ഭാഷയിൽ. 'ഇന്റർനാഷ ണൽ' എന്ന വാക്കു മാത്രം എല്ലാവരും ഒരേ സമയം പാടി, ചൈനക്കാർ അവരുടെ ഭാഷയിലും.

ലോബിയിൽ വെച്ച് ഞാൻ അനുഷ്കയോട് ചോദിച്ചു: "സംഗീതപരി പാടിക്ക് നിൽക്കുന്നുണ്ടോ?"

"ഇല്ല, ഞാൻ പോകുകയാണ്."

"വീടുവരെ കൂടെ വരട്ടേ?"

അതൊരു ഇരുണ്ട രാത്രിയായിരുന്നു. മഞ്ഞിന് അതിൽ പ്രകാശം പകരാനായില്ല. മോസ്കോ നദിയിലേക്കുള്ള ബുലവാർദിലൂടെ അലസ സവാരി ചെയ്യുമ്പോൾ എനിക്ക് തീരെ തണുപ്പു തോന്നിയില്ല.

അനുഷ്ക പറഞ്ഞു: "അവർ അച്ഛനെ എന്റെ കൺമുമ്പിൽ വെച്ചാണ് കൊന്നത്."

"കൊസ്സാക്കുകൾ അദ്ദേഹത്തെ വെടിവെച്ചു, അല്ലേ?"

"അവർ വാതിലിൽ തട്ടി. എന്റെ അമ്മ വാതിൽ തുറന്നു. അവർ എന്റെ അച്ഛന്റെ മുറിയിലേക്ക് പോയി. ഞാനവിടെയുണ്ടായിരുന്നു. രണ്ട് ഉദ്യോഗ സ്ഥന്മാർ. നീലക്കണ്ണുകളും വെളുത്ത നിറവുമുള്ള ഒരാൾ തോക്കെടുത്ത് അച്ഛന്റെ തലയിൽ വെടിവെച്ചു. മൂന്നു തവണ."

ഞാൻ ചോദിച്ചില്ല, അവർ നിന്നെ എന്തു ചെയ്തു? സൈബീരിയ യിൽ നിന്ന് എങ്ങനെയാണ് ഇവിടെയെത്തിയത്? എങ്ങനെയാണ് നിന്റെ അമ്മ മഞ്ഞപ്പനി ബാധിച്ചു മരിച്ചത്?

"ഞാനൊരു ചിത്രകാരനാണ്."

"അറിയാം. നിങ്ങളുടെ മുറി ഞാൻ കണ്ടിട്ടുണ്ട്."

"എന്നാണ് നീ ഞങ്ങളുടെ മുറിയിലേക്ക് വന്നത്?"

"അതിലൊരു ചിത്രം എനിക്ക് ഏറെ ഇഷ്ടപ്പെട്ടു. മറ്റൊന്നും അത്ര ഇഷ്ടപ്പെട്ടതുമില്ല."

എന്തുകൊണ്ടാണ് സിയാവു അനുഷ്കയുടെ സന്ദർശനം എന്നിൽ നിന്ന് മറച്ചുവെച്ചത്? അവൾ എപ്പോഴാണ് വന്നിട്ടുണ്ടാകുക? അവർ എന്തു ചെയ്തു കാണും? എന്റെ ഹൃദയം മുറിഞ്ഞു പിളരുന്നതായി എനിക്കു തോന്നി. എന്റെ അകക്കണ്ണിൽ എന്തൊക്കെയോ തെളിഞ്ഞതോർത്ത് ലജ്ജ തോന്നി. അനുഷ്കയും സിയാവുവും...

"നിങ്ങളെന്താണ് ഒന്നും പറയാത്തത്?"

"സിയാവു നിന്റെ രൂപം ആനക്കൊമ്പിൽ കൊത്തുന്നുണ്ട്, ഇല്ലേ?"

“എനിക്കറിയില്ല. ഞാനൊരു പൂച്ചയെ കൊത്തിത്തരാൻ അയാളോട് പറഞ്ഞിരുന്നു. എനിക്ക് പൂച്ചകളെ ഇഷ്ടമാണ്. എന്നാൽ, അയാൾക്ക് പൂച്ചകളെ കൊത്തിയെടുക്കാനറിയില്ല.”

“നിന്റെ പൂച്ചയെ കൊണ്ടുവരൂ; ഞാനവനെ വരച്ചു തരാം.”

“പക്ഷേ, എനിക്ക് പൂച്ചയില്ല അഹമ്മദ്...”

“എങ്കിൽ ഞാൻ ഓർമ്മയിൽ നിന്നൊരു പൂച്ചയെ വരയ്ക്കാം.”

ഞങ്ങൾ മോസ്കോ നദിക്ക് അഭിമുഖമായി നിൽക്കുന്ന പള്ളിയുടെ ഉദ്യാനത്തിൽ പ്രവേശിച്ചു. അനുഷ്ക പറഞ്ഞു: “ശൈത്യകാലത്തെ രാത്രിയിൽ ആദ്യമായാണ് ഞാനിവിടെ വരുന്നത്.”

കട്ടിയുള്ളതും മഞ്ഞുമൂടിയതുമായ കുറ്റിക്കാടുകൾക്കിടയിൽ ഉറപ്പിച്ചിരുന്ന ബെഞ്ചുകളെല്ലാം അവർ എടുത്തുമാറ്റിയിരുന്നു. ഞങ്ങൾ അല്പം ദൂരെ മാറി തുറസ്സായ പ്രദേശത്തുണ്ടായിരുന്ന ഒരു ബെഞ്ചിലിരുന്നു.

“അനുഷ്ക, ഞാൻ പരുക്കനാണെന്നും ധിക്കാരിയാണെന്നും നിനക്കു തോന്നുന്നുണ്ടോ?”

“ഇല്ല, പക്ഷേ, ചിലപ്പോൾ നിങ്ങളുടെ പാഷമുത്തച്ഛനെ മറ്റുള്ളവർ മറക്കാനായി അതിരു കടന്നു ചെയ്യുന്ന നിങ്ങളുടെ മര്യാദകെട്ട പെരുമാറ്റങ്ങൾ നിർത്തിയാൽ നന്നായിരുന്നു.”

“എന്റെ മുത്തച്ഛനെക്കുറിച്ച് ഇവിടത്തെ തുർക്കികളിൽനിന്ന് നീ കേട്ടോ? ആരാണ് നിന്നോടത് പറഞ്ഞിട്ടുണ്ടാവുകയെന്ന് എനിക്ക് ഊഹിക്കാനാകുന്നില്ല...”

“ആരും പറഞ്ഞില്ല. നിങ്ങളുടെ പ്രവേശനപത്രത്തിൽ നിന്ന് ഞാൻ വായിച്ചതാണ് അഹമ്മദ്...”

“എല്ലാ വിദ്യാർത്ഥികളുടെയും പ്രവേശനപത്രങ്ങൾ നീ വായിക്കുമോ?”

‘ഇല്ല, നിങ്ങളുടേതു വായിച്ചു.”

അതെന്തുകൊണ്ടാണെന്ന് ഞാൻ ചോദിച്ചില്ല.

പെട്ടെന്ന്, മുഴങ്ങുന്ന ചൂളംവിളികൾ ഞങ്ങൾ കേട്ടു - “പൗരസേന.” എല്ലാവരും ആർത്തുവിളിച്ച് ഓടിയടുക്കുന്നു.

“ഇവിടെ രണ്ടുപേർ കൂടിയുണ്ട്.”

എന്താണു സംഭവിക്കുന്നതെന്ന് എനിക്കും അനുഷ്കയ്ക്കും മനസ്സിലാകുന്നതിനു മുമ്പ് മീശയുള്ള ഒരു സേനക്കാരൻ അലറി: “മുന്നോട്ട്.”

ചെറിയ ഒരുകൂട്ടം സ്ത്രീകളെയും പുരുഷന്മാരെയും ഉദ്യാനത്തിൽ നിന്ന് ആട്ടിയോടിക്കുന്നത് കണ്ടു. അതിനെക്കുറിച്ച് കൂട്ടുകാരിൽ നിന്ന് അറിഞ്ഞിട്ടുണ്ടെങ്കിലും ആദ്യമായാണ് ഞങ്ങൾ ഇങ്ങനെ അനുഭവിക്കുന്നത്. എന്താണ് സംഭവിക്കുന്നതെന്ന് മനസ്സിലായി. അനുഷ്കയുടെ

കൈയിൽ കയറിപ്പിടിച്ച സേനക്കാരനോട് ഞാൻ പറഞ്ഞു: “ആ പെൺകുട്ടിയുടെ കൈ വിട്! ഞങ്ങൾ സർവ്വകലാശാലാവിദ്യാർത്ഥികളാണ്.”

“ഞാനൊരു വിദ്യാർത്ഥിയല്ല. സർവ്വകലാശാലയിലെ സെക്രട്ടറിയാണ്.”

“അതെല്ലാം സ്റ്റേഷനിൽ ചെന്നിട്ട് പറയാം.”

അയാൾ നിരവധി തവണ വിസിലൂതി. മറ്റൊരു സേനക്കാരൻ കൂടി പ്രത്യക്ഷപ്പെട്ടു. അയാൾക്ക് മീശയില്ല.

“ഇവർ എതിർക്കുകയാണ്.”

അനുഷ്ക മീശക്കാരന്റെ കയ്യിൽ നിന്ന് തന്റെ കൈ വിടുവിച്ചു: “ഞങ്ങൾ എതിർക്കുകയല്ല. എന്താണ് സംഭവിക്കുന്നത്? നിങ്ങൾക്കെന്താണു വേണ്ടത്? ഞങ്ങൾ എന്തിനു സ്റ്റേഷനിലേക്കു വരണം?”

“നിങ്ങളിവിടെ എന്താണു ചെയ്തുകൊണ്ടിരുന്നത്?”

“വെറുതെ ഇരിക്കുകയായിരുന്നു.”

“അപ്പോൾ നിങ്ങൾ വെറുതെ ഇരിക്കുകയായിരുന്നു, സഹോദരനും സഹോദരിയുംപോലെ?”

“അതെ.” ഞാൻ പറഞ്ഞു.

“സഹോദരനും സഹോദരിയും പോലെ?”

ഞാൻ മീശയില്ലാത്തയാളിന്റെ വാക്കുകൾ ആവർത്തിച്ചു: “സഹോദരനും സഹോദരിയുംപോലെ.”

“പക്ഷേ, നിങ്ങളെ കണ്ടിട്ട് സഹോദരനും സഹോദരിയുമാണെന്ന് തോന്നുന്നില്ലല്ലോ. നീ ജോർജിയക്കാരനാണോ?”

“ഞാൻ തുർക്കിക്കാരനാണ്. രാഷ്ട്രീയ കുടിയേറ്റക്കാരൻ. ഒരു കമ്മ്യൂണിസ്റ്റ്.”

ഞാൻ കൈമാറിയ കടലാസുകളും ചെറുപുസ്തകവും മീശയില്ലാത്ത സേനക്കാരൻ കയ്യിലെ മിന്നൽവിളക്കുപയോഗിച്ച് പരിശോധിച്ചു. അയാൾ മീശക്കാരനോട് ചോദിച്ചു: “ഇവർ വല്ലതും ചെയ്യുന്നതു കണ്ടോ?”

“ഇല്ല... പക്ഷേ, അവരിവിടെ എന്തു ചെയ്യുകയായിരുന്നു? എന്തായാലും അവരെന്തോ ചെയ്യാൻ തുടങ്ങുകയായിരുന്നു...”

അനുഷ്ക: “ഇതൊരു മോശം സ്ഥലമാണെന്നു ഞങ്ങൾക്കറിയില്ലായിരുന്നു.”

“ഇപ്പോഴറിയാമല്ലോ.”

“ഞങ്ങൾ ഇനി ഇങ്ങോട്ട് വരില്ല.”

അഹമ്മദും അനുഷ്കയും പള്ളിയുടെ ഉദ്യാനത്തിൽ നിന്ന് പുറത്തു കടന്നു. അറിയാതെ രണ്ടുപേരുടെയും മുഖത്ത് ചിരി പടർന്നു. അവർ

സംസാരിച്ചില്ല. അവർക്ക് തമാശയും അല്പം നാണക്കേടും ഉള്ളിന്റെ യുള്ളിൽ ഊഷ്മളതയും തോന്നി. പ്രത്യേകിച്ചും അഹമ്മദിന്. മുറ്റത്തിന്റെ കമാനത്തിനു കീഴിലെ ഇരുട്ടിൽ വെച്ച് അയാൾ പൊടുന്നനെ അനു ഷ്കയെ ചുംബിച്ചു. അവൾ കുതറി മാറിയില്ല.

അവൾ എന്റെ ചുണ്ടുകൾക്ക് വഴങ്ങി. ഹൃദയത്തിനകത്തു നിന്നൊരു പ്രകാശം തല മുതൽ ഉള്ളങ്കാൽവരെ എന്നെ പ്രകാശിപ്പിച്ചു. അനുഷ് ക്കയ്ക്ക് ചുംബിക്കേണ്ടതെങ്ങനെയെന്ന് അറിയില്ല. ഞാനവളുടെ മുഖം കൈകളിൽ കോരിയെടുത്തു: "എന്റെ കണ്ണുകളിലേക്കു നോക്കൂ, നീ ഇതിനു മുമ്പ് ആരെയും ചുംബിച്ചിട്ടില്ലേ?"

"ഉവ്വ്..."

"നീ നുണ പറയുകയാണ്."

"എന്നെ തനിച്ചു വിടൂ, അഹമ്മദ്..."

അവളെ വീണ്ടും ചുംബിക്കാൻ ഞാനാഗ്രഹിച്ചു. പക്ഷേ, അവൾ പിന്നി ലേക്ക് മാറി.

അപരാഹ്നത്തിൽ ഞാൻ ഒരു പൂച്ചയെ വരയ്ക്കാനിരുന്നു. മൂന്നു മാസ ത്തിനുള്ളിൽ ഞാൻ വരയ്ക്കുന്ന എട്ടാമത്തെയോ ഒമ്പതാമത്തെയോ പൂച്ചയാണത്. മോസ്കോയിൽ വസന്തമഴ പെയ്തു തുടങ്ങിയിട്ടുണ്ട്.

സിയാവു പറഞ്ഞു: "അനുഷ്ക നിന്നെ പ്രണയിക്കുന്നു."

"നിനക്കെങ്ങനെയാണ് അങ്ങനെ തോന്നിയത്?"

"അവൾതന്നെ എന്നോടത് പറഞ്ഞു."

മോട്ടോർ 'ഡം ഡം ഡ ഡം ഡം' ഒച്ചയുണ്ടാക്കി.

"വിളക്കൂതൂ, അഹമ്മദ്."

വിളക്കണക്കുന്നതിനു മുമ്പ് ഞാൻ എഴുന്നേൽക്കുകയും വാതിലിൽ ഏഴാമത്തെ വര വരയ്ക്കുകയും ചെയ്തു. "ഇസ്മയിൽ, ഞാൻ ഇസ്താം ബൂളിലേക്ക് പോയെന്ന് എല്ലാവരോടും പറയൂ. എന്തെങ്കിലും സംഭവി ച്ചാൽ, ഞാനിവിടെയുണ്ടായിരുന്നുവെന്ന് അവർ അറിയാതിരിക്കുന്ന താണു നല്ലത്."

"അതെ, അതെ. ഇപ്പോൾ ഉറങ്ങൂ."

മോട്ടോർ 'ഡം ഡം ഡ ഡം ഡം ഡ' എന്നു മൂളുന്നുണ്ടായിരുന്നു.

പതിനാലാമത്തെ വര

രാത്രി വരെ കാത്തിരുന്നില്ല. ഇസ്മയിൽ പോയി ഏതാനും മണിക്കൂറുകൾ കഴിഞ്ഞപ്പോൾ വാതിലിൽ പതിന്നാലാമത്തെ വര വരച്ചു. പതിന്നാലാമത്തെ ദിവസമാണ് ഇന്ന്. എങ്കിലും ഞാൻ എണ്ണി. പതിന്നാല്, നാൽപത്തിഒന്ന് കുറയ്ക്കണം പതിന്നാല്: ഇരുപത്തിയേഴ്. വാതിലിന്റെ വിടവുകളിലൂടെ പുറത്തേക്കു നോക്കി. പെട്ടെന്ന് കണ്ണുകൾ പിൻവലിച്ചു. പിന്നെയും നോക്കി. മഞ്ഞ തട്ടവും സൽവാറും ധരിച്ച ഒരു ചെറുപ്പക്കാരി കുറ്റിച്ചെടികളുടെമേൽ കഴുകിയ തുണികൾ വിരിച്ചിടുകയാണ്. അവളുടെ കാലുകൾ നഗ്നമാണ്, തൊലി ഇരുണ്ടതും. അവളുടെ ഒപ്പം കുപ്പായമിടാതെ ഒരാൺകുട്ടിയുണ്ട്. അവൻ കുടിലിന്റെ നേർക്ക് നോക്കുന്നുണ്ട്. വാതിലിനു പുറകിൽ നിൽക്കുന്ന എന്നെ അവർക്കു കാണാമെന്നതുകൊണ്ട് ഞാൻ പുറകോട്ടു മാറി. അവർ ജിപ്സികളായിരിക്കണം. അവർ പറയുന്നത് എനിക്കു കേൾക്കാം.

ആൺകുട്ടി പറഞ്ഞു: "ഞാൻ ആ കുടിലിനടുത്തേക്ക് പോകുകയാണ്."

സ്ത്രീ പറഞ്ഞു, "പാടില്ല. നീ ആ താഴ് കണ്ടില്ലേ?"

ആൺകുട്ടി പറഞ്ഞു: "അതെനിക്ക് തുറക്കാനാകും."

കതകിന്റെ താഴ്കൊണ്ട് അവൻ കളിക്കാൻ തുടങ്ങി. ഇടതു മൂലയിലേക്ക് ഞാൻ മാറിനിന്നു. വാതിലിലെ വിടവുകളിലൂടെ ആൺകുട്ടി ഒളിഞ്ഞു നോക്കി.

"ഇതിനുള്ളിൽ വിളക്കു കത്തുന്നുണ്ട്." ആൺകുട്ടി പറഞ്ഞു. ഞാൻ ആൺകുട്ടിയെയും വിളക്കിനെയും എന്നെയും ശപിച്ചു. ആൺകുട്ടി പിന്നെയും താഴിൽ തിരുപ്പിടിക്കുകയും സ്ത്രീ ദേഷ്യപ്പെടുകയും ചെയ്തു. മൽപ്പിടുത്തം നടത്തുന്ന നിഴലുകളെ പിളർപ്പുകൾക്കിടയിലൂടെ ഞാൻ കണ്ടു. ആൺകുട്ടി കരഞ്ഞു. ആ സ്ത്രീ അവനെ അടിക്കുന്നുണ്ടാകും. പിന്നീട് സ്ത്രീയും ആൺകുട്ടിയും വിടവുകളുടെ മുമ്പിൽ നിന്ന് അപ്രത്യക്ഷരായി.

ഒച്ചയുണ്ടാക്കാതെ പത്തു മിനിനിറ്റോളം ഞാൻ അവിടെ നിന്നു. വാതിലിനടുത്തേക്ക് പതുക്കെ നടന്നു. എനിക്ക് വട്ടുണ്ടോ? പുറത്തു

നിൽക്കുന്ന അവർക്ക് എങ്ങനെ എന്റെ കാലടിയൊച്ചകൾ കേൾക്കാനാകും? ഇപ്പോൾ വസ്ത്രങ്ങൾക്കരികിൽ ആ സ്ത്രീ കുന്തിച്ചിരിക്കുന്നുണ്ട്. ആൺകുട്ടി അടുത്ത് കിടക്കുന്നുണ്ട്. ഞാൻ മൂലയിലേക്ക് വീണ്ടും മാറി. കസേരയിൽ ഇരുന്നു. വയറിൽ കൈകൾ ചേർത്തു വെച്ചു.

അപ്പോൾ കേട്ടു, ആ സ്ത്രീ പാട്ട് പാടാൻ തുടങ്ങിയിരിക്കുന്നു. അവളുടെ ശബ്ദം ഊഷ്മളം. ജിപ്സിസ്ത്രീകൾ വികാരതീവ്രതയുള്ളവരാണെന്ന് കേട്ടിട്ടുണ്ട്. വിളക്കിലെ ഗ്യാസ് തീരാറായി. ഞാൻ എഴുന്നേറ്റു; ഗ്യാസ് ടാങ്കിനടുത്തേക്ക് നടക്കുമ്പോഴാണ് ഗ്യാസ് തീർന്നുപോയ കാര്യം ഓർമ്മിച്ചത്. ഇസ്മയിൽ രാത്രിയിൽ ഗ്യാസ് കൊണ്ടുവരും. ഞാൻ വീണ്ടും കസേരയിലിരുന്നു.

ആൺകുട്ടി ഇപ്പോൾ ഒരു പുരുഷനോട് സംസാരിക്കുന്നുണ്ട്. കുടിലിനകത്ത് ഒരു വിളക്കെരിയുന്നുണ്ടെന്നാണ് അവൻ പറയുന്നത്.

പുരുഷൻ പറഞ്ഞു, "ചിലപ്പോൾ കുടിലിന്റെ ഉടമസ്ഥൻ രാവിലെ പുറത്തേക്കു പോയപ്പോൾ വിളക്കണയ്ക്കാൻ മറന്നുപോയതായിരിക്കും." അവർ വാതിലിനടുത്തേക്ക് വന്നു. അകത്തേക്കു നോക്കി. വിളക്ക് കെട്ടു.

"അയാളത് കെടുത്തി", ആൺകുട്ടി പറഞ്ഞു.

സ്ത്രീ ഉറക്കെ ചോദിച്ചു, "മറ്റൊരാളിന്റെ വിളക്കിൽ നിനക്കെന്തു കാര്യം?"

"ഇതിനകത്ത് മായാവികളുണ്ട്", ആൺകുട്ടി പറഞ്ഞു.

പിന്നീട് എല്ലാം നിശ്ശബ്ദമായി. ഞാൻ എഴുന്നേറ്റു, പുറത്തേക്കു നോക്കി: അവിടെ ആരുമില്ല. വസ്ത്രങ്ങൾ പോലും. വിള്ളലുകളിൽ പത്രക്കടലാസ് ഞാൻ കുത്തിനിറച്ചു. കട്ടിലിൽ മലർന്നു കിടന്നു. കുറ്റാകുറ്റിരുട്ട്. മരണം പോലും ഇത്രയും കറുത്തതല്ല. തലവേദനയോ ഭീതിയോ അപസ്മാരമോ തുപ്പലൊലിപ്പിക്കലോ ഓരിയിടലോപോലും. ഇസ്മയിൽ തോക്കു കൊണ്ടെന്നെ വെടി വെക്കുന്നതു പോലും ഇത്രയും കറുത്തതല്ല. കറുത്തിരുണ്ടതു പോലുമല്ലാത്ത എന്തിന്റെയോ വേദനയാണ് ഞാൻ അനുഭവിക്കുന്നത്. മരണം വേദന പോലുമല്ല.

ഇസ്മയിൽ അകത്തേക്കു വന്നു. "അവർ ഇടതുവശത്തെ കുന്നിൻ ചെരിവിൽ കൂടാരം കെട്ടിയിട്ടുണ്ട്. അവർ മിക്കവാറും നാളെ പോകും." അയാൾ പറഞ്ഞു.

ജിപ്സികളെ സിയയ്ക്ക് ഇഷ്ടമായിരുന്നു. അവൻ പറയാറുണ്ട്, 'ഞാൻ വിവാഹം വേണ്ടെന്ന് ആണയിട്ടിരുന്നില്ലെങ്കിൽ ഒരു ജിപ്സിയെ വിവാഹം കഴിച്ചേനേ' എന്ന്.

ഞങ്ങൾ കുടിലിനകത്തിരുന്ന് ആഹാരം കഴിച്ചു. വാതിൽ തുറന്നതേയില്ല. ഇസ്മയിൽ: "അവർ പേവിഷബാധക്കെതിരെ ഗുളിക കണ്ടുപിടിച്ചിരുന്നെങ്കിൽ നിനക്ക് കുത്തിവെപ്പെടുക്കേണ്ടിവരുമായിരുന്നില്ല... അവർ കണ്ടെത്തും. ഒരു ദിവസം അവരത് കണ്ടെത്തും."

"അവർ ഗുളിക കണ്ടെത്തുന്നതിനു മുമ്പേ ഞാൻ മണ്ണു തിന്നിട്ടുണ്ടാകും." ഞാൻ പുഞ്ചിരിച്ചു.

"ഒന്നും സംഭവിക്കില്ല," ഇസ്മയിൽ പറഞ്ഞു. അയാൾ വാതിലിലേക്ക് - വരകളിലേക്ക് - കണ്ണു പായിച്ചു.

"പതിന്നാലു വരകൾ," ഞാൻ പറഞ്ഞു.

പാതിരാത്രിയായപ്പോൾ ആരോ വാതിലിൽ മുട്ടുന്നതായി തോന്നി. ഞാൻ കട്ടിലിൽ എഴുന്നേറ്റിരുന്നു. വാതിൽ തുറന്നു. പക്ഷേ, അത് തോന്നൽ മാത്രമായിരുന്നു.

നെറ്റി തടവി. വാതിലിനു നേരെ നോക്കി. മിന്നൽ പരിശോധനയോ മറ്റോ ആണോ? കാതോർത്തു. മോട്ടോറിന്റെ മുരളൽ മാത്രം: "ഡം ഡം ഡാ ഡം ഡം."

ഞാൻ വാതിൽ തുറന്നു. അത് 1921 ആയിരുന്നു. ഞങ്ങൾ ഇനെബൊലുവിലാണ് - മൂന്നു പകലും നാലു രാത്രിയും കഴിഞ്ഞിരിക്കുന്നു. എനിക്കറിയാത്ത രണ്ടു പേർ ഞങ്ങളുടെ ഹോട്ടൽ മുറിയുടെ വാതിൽക്കൽ നിൽക്കുന്നുണ്ട്. കരിങ്കടലിന്റെ ഇരമ്പം കേൾക്കാം. ഞങ്ങളുടെ ഹോട്ടൽ മുറിയുടെ വാതിൽക്കൽ നിൽക്കുന്നത് കാലുറകളും തൊപ്പികളും ധരിച്ചവരാണ്. ഇടനാഴിയുടെ അങ്ങേ അറ്റത്തുള്ള ഗ്യാസുവിളക്കിന്റെ വെളിച്ചത്തിൽ അവരുടെ പിൻഭാഗം കാണാനാകുന്നുണ്ട്.

സുലൈമാനും തെവ്ഫീക്കും കിടക്കകളിൽ എഴുന്നേറ്റിരുന്നു. കാലുറകൾ ധരിച്ചവരിലൊരാൾ: "വസ്ത്രം ധരിക്കൂ."

തെവ്ഫീക്ക് ചോദിച്ചു: "എന്താണ്?"

"നിങ്ങളുടെ സഞ്ചികളുമെടുക്കൂ."

സുലൈമാൻ ചോദിച്ചു: "എന്റെയും?"

"അതെ. നിങ്ങളുടെയും."

ഞങ്ങൾ രാത്രിവിളക്കിന്റെ പാതിയിരുട്ടിലാണ്. തെവ്ഫീക്ക് ചോദിച്ചു: "അപ്പോൾ നിങ്ങളാരാണ്?"

"അയിൻ പെയിൽ* നിന്ന്."

രണ്ടാമത്തെയാൾ എന്നോടു പറഞ്ഞു: "നിങ്ങൾ എഴുന്നേൽക്കേണ്ടതില്ല, ബെയ്."

ആദ്യത്തെയാൾ മുറിയിലെ ഗ്യാസു വിളക്ക് അണച്ചു.

"ഒച്ചയുണ്ടാക്കരുത്."

അയാൾ സുലൈമാനോടും തെവ്ഫീക്കിനോടുമാണ് സംസാരിക്കുന്നത്, എന്നോടല്ല.

പെട്ടി ഒതുക്കിവെക്കുമ്പോൾ സുലൈമാന്റെ കൈകൾ വിറച്ചു.

* പട്ടാളപ്പൊലീസ്

ആദ്യത്തെയാൾ സുലൈമാനെയും തെവ്ഫീക്കിനെയും മുന്നിൽ നടത്തിച്ചു കൊണ്ടുപോയി. രണ്ടാമത്തെയാൾ എന്നോടു പറഞ്ഞു: "നാളെ ഞങ്ങൾ വരുന്നതുവരെ ഇവിടം വിട്ടു പോകരുത്. ഒരു മണിക്കൂറിനുള്ളിൽ നിങ്ങളുടെ സുഹൃത്തുക്കളെ ഇസ്താംബൂളിലേക്ക് അടുത്ത ബോട്ടിൽ തന്നെ തിരിച്ചയയ്ക്കും. ശുഭയാത്ര."

അയാളും പോയി. സുലൈമാനും തെവ്ഫീക്കും യാത്ര പോലും പറയാതെയാണ് പോയത്. അത് എനിക്ക് വിചിത്രമായി തോന്നി.

നാലു ദിവസം മുമ്പ് എന്റെ മുത്തച്ഛൻ പ്രഭാതപ്രാർത്ഥനക്കായി ഉസ്കുദാറിലെ പീർ മോസ്ക്കിലേക്കു പോയപ്പോൾ സുലൈമാനും തെവ്ഫീക്കും ഞാനും ഇസ്താംബൂളിൽ നിന്ന് ഇനെബൊലുവിലേക്ക് പുറപ്പെട്ടു.

അധിനിവേശ ഇസ്താംബൂളിൽ നിന്ന് അനറ്റോളിയയിലെ ദേശീയവാദികളുടെ അടുത്തേക്കെത്താൻ രണ്ടു മാർഗ്ഗങ്ങളുണ്ട്: പെൻദിക്കിലൂടെ കരമാർഗ്ഗവും കരിങ്കടൽ മാർഗ്ഗവും.

മുസ്തഫ കമാലിനായി ഇസ്താംബൂളിൽ നിന്ന് ആയുധങ്ങൾ കടത്തുന്ന സംഘടനയുടെ തലപ്പത്തിരിക്കുന്ന ഒരാൾ സുലൈമാന്റെ ബന്ധുവാണ്. അയാൾ ഞങ്ങൾക്ക് വ്യാജയാത്രാരേഖകൾ തയ്യാറാക്കി തന്നു. സിർകെജിയിൽ വെച്ചാണ് ഞങ്ങൾ ബോട്ടിൽ കയറിയത്. പരന്നതും തട്ടിക്കൂട്ടിയതുമായ ബോട്ടായിരുന്നു അത്. കഞ്ഞി മുക്കി ഇസ്തിരിയിട്ടു കൊടുക്കുന്ന അലക്കുകടകൾ ഉപയോഗിക്കുന്ന തരത്തിലുള്ള ഒന്ന്. ഞങ്ങൾ ക്യാബിനിലേക്ക് കാലെടുത്തു വെച്ചു: അത് കുടുസ്സായതും നരകച്ചൂള പോലെ ചൂടുള്ളതുമായിരുന്നു. പാറ്റകൾ ചുമരുകളിലെല്ലാം ഇഴയുന്നുണ്ടായിരുന്നു. തെവ്ഫീക്ക് ബോട്ടിന്റെ ചുമരിലുള്ള ദ്വാരത്തിൽ തല മുട്ടിക്കുകയും തേങ്ങിക്കരയുകയും ചെയ്തു: "അപ്പോൾ നമ്മളിനിയൊരിക്കലും ഇസ്താംബൂൾ കാണില്ല അല്ലേ?"

പ്രൊപ്പല്ലറിന്റെ മുരൾച്ചയോടൊത്ത് ബോട്ട് ആടിയുലയാൻ തുടങ്ങിയപ്പോൾ ഞാൻ ബോട്ടിന്റെ മേൽത്തട്ടിലേക്ക് നടന്നു. സുലൈമാന്റെ ബന്ധു എന്നോടു പറഞ്ഞിരുന്നു: "കരിങ്കടലിനുള്ളിലേക്ക് പ്രവേശിക്കുന്നതുവരെ ക്യാബിനിൽ തന്നെയിരിക്കണം." പക്ഷേ, പ്രൊപ്പല്ലറിന്റെ മുരൾച്ച ധൈര്യം തന്നു. പള്ളിയുടെ പ്രധാന താഴികക്കുടങ്ങളും മെലിഞ്ഞുനേർത്ത മിനാരങ്ങളും കല്ലുകൾ കൊണ്ടുണ്ടാക്കിയ പട്ടാളത്താവളങ്ങളും സറായ്ബൂർനുവും പാലവും അവസാനത്തെ തവണ തിരിഞ്ഞു നോക്കാതെ ഇസ്താംബൂൾ വിട്ടുപോരാനുള്ള ശക്തി എനിക്കില്ലായിരുന്നു.

മുള്ളുകമ്പികൾ കൊണ്ടു പായ്മരമുള്ള അമേരിക്കക്കാരുടെ കവചിത കപ്പലിനെ ഞങ്ങൾ മറികടന്നു. ലിയാൻഡർ ഗോപുരത്തിനടുത്ത്, ബെഷിക്താഷിനു മുമ്പുള്ള ബോസ്ഫറസ് കടലിന്റെ മടക്കുകളെല്ലാം തിരക്കുള്ളവയാണ്. സവാരിബോട്ടുകളും പടക്കപ്പലുകളും മുങ്ങിക്കപ്പലുകളും പ്രച്ഛന്നവേഷം കെട്ടിയ വലിയ ചരക്കു കപ്പലുകളും ഇസ്താംബൂൾ കടലിനെ ഞെരുക്കുന്നുണ്ട്. തീവ്രവേദനയിൽ പുളഞ്ഞ് ഈ ശത്രുവിനെ,

ഈ അപമാനത്തെ, ഭാരമുള്ള ഉരുക്കുകവർച്ചക്കൂട്ടത്തെ നിരവധി തവണ ഞാൻ നോക്കിനിന്നിട്ടുണ്ട്. പക്ഷേ, ഇപ്പോൾ അതിനെ എന്റെ വിശ്വാസമായി കണക്കാക്കുന്നു. കണമ്പിനേക്കാളും അയലയേക്കാളും ചൂരമീനുകളേക്കാളും കൂടുതൽ മുങ്ങിക്കപ്പലുകൾ ഇസ്താംബൂൾ കടലിനടിയിൽ നീന്തുന്നുണ്ടെന്നതും കാര്യമാക്കുന്നില്ല. ഞങ്ങൾ ആനറ്റോളിയയിലേക്ക്, മുസ്തഫ കമാൽ പാഷയുടെ അടുത്തേക്കു പോകുകയാണ്.

ഞാൻ കുട്ടകളും ഭാണ്ഡക്കെട്ടുകളും പെട്ടികളുമേന്തുന്ന സ്ത്രീകളുടെയും പുരുഷന്മാരുടെയും കുട്ടികളുടെയും ആൾത്തിരക്കിനിടയിൽ ബോട്ടിന്റെ മേൽത്തട്ടിനു താഴെയുള്ള ചുക്കാൻ ഭാഗത്തു നിൽക്കുകയാണ്. എന്റെ നഗരത്തെ ഹൃദയത്തിനുള്ളിലാണ് കുടിയിരുത്തിയിരിക്കുന്നത്. ഒരു ജില്ല മാത്രമല്ല, ഓരോ വളവും മുനമ്പും മാത്രമല്ല, മുഴുവൻ നഗരത്തെയും. എനിക്കറിയാം: പാളയങ്ങൾക്കും ആയുധശാലകൾക്കും പുറത്ത് സ്കോട്ട്ലന്റുകാരും ന്യൂസിലാന്റുകാരും ബ്രിട്ടീഷ് സൈന്യത്തിലെ ഇന്ത്യക്കാരും കാവൽ നിൽക്കുന്നുണ്ട്. പാവപ്പടയാളികൾ അന്യോന്യം പുറംതിരിഞ്ഞ് കവാത്തു നടത്തുകയും തിരിഞ്ഞു നിൽക്കുകയും വീണ്ടും കവാത്തു നടത്തുകയും പരസ്പരം മുഖത്തോടു മുഖം നോക്കി നിൽക്കുകയും ചെയ്യും. ഈ അനുഷ്ഠാനം ഞങ്ങൾക്ക് ഉപയോഗപ്രദമാണെന്ന് അറിയാം.

കാവൽക്കാർ പരസ്പരം പുറംതിരിഞ്ഞു നിന്ന് കവാത്തു നടത്തുമ്പോൾ, ഞങ്ങൾ അവരുടെ മേൽ ചാടി വീഴും-തീർച്ചയായും അപ്പോൾ രാത്രികാലമായിരിക്കും - അവരെ വലിച്ചിഴക്കുകയും അവരുടെ ആയുധശാലകളിൽ പ്രവേശിക്കുകയും ചെയ്യും. കാവൽക്കാർ ഇന്ത്യക്കാരാണെങ്കിൽ - പ്രത്യേകിച്ചും മുസ്ലീങ്ങൾ - കത്തികൾ പോലും വേണമെന്നില്ല, അവർ ഉടനെ കീഴടങ്ങും, ചിലർ സഹായിക്കുക പോലും ചെയ്യും. പക്ഷേ, നാവികരും കാലാളുകളും തോക്കുകാരും ഫ്രഞ്ചുകാരോ ബ്രിട്ടീഷുകാരോ അമേരിക്കക്കാരോ ഇറ്റലിക്കാരോ ഗ്രീക്കുകാരോ മഡഗാസ്ക്കറിൽ നിന്നും ആസ്ട്രേലിയയിൽ നിന്നും വന്ന പട്ടാളക്കാരോ ആണെങ്കിൽ - അവർ ഞങ്ങളുടെ ജാലകങ്ങൾ തകർക്കുകയും ഞങ്ങളുടെ കുട്ടികളെ മർദ്ദിക്കുകയും സ്ത്രീകളെ ആക്രമിക്കുകയും ചെയ്യുമ്പോൾ ഞങ്ങൾ അവരെ കൊന്നുകളയും.

ഗുൽഹാനെ പാർക്കിൽനിന്നു ഞാൻ പുറത്തു കടന്നു. ഏതാണ്ട് സന്ധ്യയായിട്ടുണ്ട്. നിരത്ത് വിജനമാണ്. ഇടയ്ക്ക് ഒന്നോ രണ്ടോ കാൽനടക്കാർ മാത്രം. എല്ലാവരും കണ്ണുകൾ തറയിലൂന്നി നടക്കുന്നവർ. ഞാൻ നിന്നു. ഒരു ട്രാംവണ്ടി ചീറിപ്പായുകയും എവിടെയോ വളവു തിരിയുകയും ചെയ്തു. ഏതാനും ചുവടുകൾ മുമ്പോട്ടു വെച്ചു. ബുർഖ ധരിച്ച ഒരു സ്ത്രീ നിരത്തിലൂടെ ഓടി വരുന്നത് കണ്ടു. ശരീരം മറച്ച ഒരു സ്ത്രീ അങ്ങനെ ഓടുന്നത് ആദ്യമായി കാണുകയാണ്. അവർ ആരെയോ ഭയന്നോടുകയാണെന്ന് തീർച്ച. ആർത്തു കരയുന്നില്ല. അവരുടെ ശിരോവസ്ത്രം താഴ്ത്തിയിട്ടിട്ടുണ്ട്. അവരുടെ ഒരു കാലിലേ ഷൂസുള്ളൂ,

മുടന്തുന്നുണ്ട്. മൂടുപടത്തിനു പുറകിലെന്താണെന്ന് വിവേചിച്ചറിയാനുള്ള കഴിവ് എനിക്കുണ്ട്; അവർ ഒരു മുതിർന്ന സ്ത്രീയാണ്. നിരത്തിന്റെ മറുവശത്ത് ഉദാസീനനായി നടന്നു വന്ന മനുഷ്യനെ മറികടന്ന് അവർ ഓടുകയും - ആ മനുഷ്യൻ ഒരു ഗുമസ്തൻ, അതും ധനമന്ത്രാലയ ത്തിലെ ഗുമസ്തനാണെന്ന് ഉറപ്പ് - എന്റെയടുത്തെത്തുകയും ചെയ്തു.

"എന്നെ സഹായിക്കൂ!"

ചിലപ്പോൾ അവർ പറഞ്ഞത് മറ്റു ചിലതാകാം. പക്ഷേ 'സഹായിക്കൂ' എന്ന് പറഞ്ഞത് വ്യക്തമായി കേട്ടു.

രണ്ട് ഫ്രഞ്ചു പട്ടാളക്കാർ, വിദേശസേനാംഗങ്ങൾ, നിരത്തിന്റെ അറ്റത്ത് ഓടിയും ആയുധങ്ങൾ ചുഴറ്റിയും പ്രത്യക്ഷപ്പെട്ടു. സ്ത്രീ എന്റെ കാല്ക്കൽ കുഴഞ്ഞുവീണു. നിരത്തിനപ്പുറത്തെ ധനകാര്യഗുമസ്തൻ ഞങ്ങളുടെ അടുത്തേക്കു വന്നു. നിരത്തിന്റെ അങ്ങേയറ്റത്തെ വളവിലൂടെ നടന്നു പോയിരുന്നയാൾ ഞങ്ങളെ തിരിഞ്ഞു നോക്കി. താഴേക്ക് ഉരുണ്ടു വന്ന പട്ടാളക്കാർ - അങ്ങനെയാണെനിക്കു തോന്നിയത് - അടുത്തടുത്തു വന്നു. ഞാൻ അവർക്കും സ്ത്രീക്കുമിടയിൽ കയറി നിന്നു. പട്ടാളക്കാരി ലൊരാൾ എന്നെ അടിച്ചു. എനിക്ക് തല കറങ്ങി. എന്റെ ചുറ്റും ഇരുട്ട് പരന്നു, ഞാൻ കണ്ണുകളടച്ചു. ചില ഒച്ചകൾ മാത്രം കേട്ടു:

"ശിനാസി, ഇടതുവശത്തെ തെമ്മാടിയെ കൈകാര്യം ചെയ്യ്.'

"ചെയ്തു കഴിഞ്ഞു."

ഞാൻ കണ്ണുകൾ തുറന്നു. പട്ടാളക്കാർ മലർന്നു വീണു കിടക്കുന്നുണ്ട്.

"മാറിപ്പോടാ, കുഞ്ഞേ", അത് എന്നോടായിരുന്നു.

"സഹോദരീ, എന്റെ കൈയിൽ ചാരിക്കോളൂ."

"എഫന്ദി*, നീയും അടിക്ക്!" അത് ഗുമസ്തനോടാണ്.

അവർ മൂന്നു ചെറുപ്പക്കാരാണ്; ചിലപ്പോൾ അവരത്ര ചെറുപ്പമല്ലാ യിരിക്കാം, പക്ഷേ അങ്ങനെയാണ് തോന്നിയത്. ഞാനവരുടെ കത്തികൾ കണ്ടു. ഒരാൾ തന്റെ കത്തി അരക്കച്ചയിൽ തുടയ്ക്കുകയും കാലുറയിൽ തിരുകുകയും ചെയ്തു. അവർ സ്ത്രീയെ കൈ പിടിച്ചുയർത്തി ഗുൽ ഹാനെ പാർക്കിനുള്ളിലേക്ക് അപ്രത്യക്ഷമായി.

നഗരത്തിന്റെ പ്രാന്തപ്രദേശങ്ങളിൽ മാത്രമല്ല, ബേയോളുവിന്റെ പിൻനിരത്തുകളിലും ആളുകൾക്ക് തനിയെ നടക്കാൻ പേടിയാണ്. രാത്രി യിൽ മാത്രമല്ല, പകൽവെളിച്ചത്തിലും. എനിക്കറിയാം: പേടി അവരെ കൂടുതൽ ക്രൂരരാക്കുന്നു. അവർ സുൽത്താന്റെ പൊലീസുമായി സഹ കരിക്കുന്നു. ഞങ്ങളുടെ വീടുകളിൽ മിന്നൽപരിശോധന നടത്തുന്നു. അവർ ഞങ്ങളുടെ ആൾക്കാരെ പൊലീസ് സ്റ്റേഷനുകളിൽ പീഡിപ്പി ക്കുന്നു. ജീവനവശേഷിച്ചവരെ ആഫ്രിക്കയിലെ മരുഭൂമികളിലേക്ക് നാടു കടത്തുന്നു. കടലിനുപോലുമറിയാത്ത ദ്വീപുകളിലേക്കും. എനിക്കറിയാം,

---

* അവർകൾ

അവർ രണ്ടിരട്ടി ക്രൂരന്മാരായിക്കൊണ്ടിരിക്കുന്നു. എന്തുകൊണ്ടെന്നാൽ ഞങ്ങൾ അവരെ കൊല്ലുകയും അവരുടെ ആയുധങ്ങൾ ആനറ്റോളിയയിലേക്ക് കടത്തുകയും ചെയ്യുന്നു. എന്നാൽ, ഞാൻ അവരെ കൊല്ലുന്നവരിൽ ഒരാളോ ആയുധങ്ങൾ കടത്തുന്നവരിൽ ഒരാളോ അല്ല. എനിക്ക് കൊല്ലാനോ ആയുധങ്ങൾ കടത്താനോ അറിയില്ല. അതുകൊണ്ടാണ് സുലൈമാൻ - ഞങ്ങൾ ഒരേ പത്രത്തിലാണ് ജോലി ചെയ്തിരുന്നത്. അതിൽ ഞാൻ ഇടയ്ക്ക് ഹാസ്യചിത്രങ്ങൾ വരയ്ക്കാറുണ്ട് - ആനറ്റോളിയയിലേക്ക് പോകാമെന്നു നിർദ്ദേശിച്ചപ്പോൾ എനിക്ക് ആഹ്ലാദം തോന്നിയത്.

ഇനെബൊലുവിലെത്താൻ എഴുപത്തിയഞ്ചു മണിക്കൂർ വേണ്ടി വന്നു.

ഇനെബൊലുവിൽ കടൽപ്പാലമോ കടൽഭിത്തിയോ ഇല്ല. കപ്പലുകൾ നടുക്കടലിൽ നങ്കൂരമിടും. മീൻപിടുത്ത ബോട്ടുകളിൽ യാത്രക്കാരെ തീരത്ത് എത്തിക്കും. കാറ്റും കോളുമുള്ളപ്പോൾ കപ്പലുകൾ നിർത്തിയിടാറില്ല - അവ ഒഴുകിപ്പൊയ്ക്കൊണ്ടേയിരിക്കും.

ഇനെബൊലുവാണ് ഞാൻ കണ്ട ആദ്യത്തെ ആനറ്റോൾ നഗരം, ആനറ്റോളിയയിലെ കർഷകസ്ത്രീകളെ ആദ്യമായി കണ്ടത് ചന്തയിൽ വെച്ചാണ്. അതിൽ ഒരുവൾ ഒരു ഭിത്തിയിൽ ചാരി ഇരിക്കുകയായിരുന്നു, മുതുകിൽ അപ്പോഴും വിറകുകെട്ടുണ്ട്. അവളുടെ നഗ്നമായ കാലുകൾ ഞാൻ കണ്ടു - അവ തോടിൽ നിന്നും തല നീട്ടിയ രണ്ടു വലിയ ആമകളെ പോലെ തോന്നി. ഞാനവളുടെ കൈകൾ കണ്ടു - വിറകുകെട്ടിന്റെ കയറിൽ ഇറുകെപ്പിടിച്ച അവളുടെ പരിശുദ്ധമായ കൈകൾ കോടാലി പിടിക്കുന്നതു പോലെ കടുപ്പമുള്ളതും തൊട്ടിലാട്ടുന്നതുപോലെ ക്ഷമാശീലമുള്ളതും തരളവുമാണ്.

തെവ്ഫീക്കും സുലൈമാനും ഞാനും ഇനെബൊലുവിലെത്തിയിട്ട് മൂന്നു രാത്രിയും നാലു പകലുമായി. തെവ്ഫീക്ക് കവിയായിരുന്നു. കഴിഞ്ഞ വർഷം അയാൾക്ക് മികച്ച കവിതയ്ക്കുള്ള പതക്കം സുൽത്താനിൽ നിന്നു ലഭിച്ചു. അയാൾ വഴിയിലങ്ങോളം പറഞ്ഞു കൊണ്ടേയിരുന്നു, “ഈ പതക്കത്തിന്റെ കാര്യം എന്നെ കുഴപ്പത്തിലാക്കില്ലെന്ന് ആശിക്കാം.”

കരിങ്കടലിന്റെ അലർച്ച കേൾക്കുന്നു. ബോസ്ഫറസിലെ ഒച്ച ഉസ്കുദാറിലെ കടലോരവസതിയുടെ മുന്നിൽ കടൽപ്പാലമുള്ളതിനാൽ വ്യത്യസ്തമാണ്. അത് കൂടുതൽ മൃദുലവും നിഗൂഢവുമാണ്. ഞാൻ ഒരു കപ്പലിന്റെ കാതു തുളക്കുന്ന ചൂളംവിളി കേട്ടു, തെവ്ഫീക്കിനെയും സുലൈമാനെയും കയറ്റി അയച്ച ബോട്ടിന്റെ ചൂളംവിളിയാണത്. അവരെ കാബിനിൽ അടച്ചിട്ടിട്ടുണ്ടാകുമോ? ചരക്കുകൾ കയറ്റുന്ന അടിഭാഗത്തേക്ക് വലിച്ചെറിഞ്ഞിട്ടുണ്ടാകുമോ? ഒരു തരം നിരാശ എന്നെ മൂടി. അത് നാണക്കേടായി മാറുകയും ചെയ്തു. ഞാൻ വാഗ്ദാനം ലംഘിച്ചതായി തോന്നി, ചങ്ങാത്തത്തിൽ പരാജയപ്പെട്ടതുപോലെ, അന്യരെ സഹായിക്കുന്നതിൽ

പരാജയപ്പെട്ടതുപോലെ. ഞാൻ വെറും 'നികൃഷ്ടനായ പുലയാടിമോൻ' ആണോ? ഞാൻ കിടക്കയിൽ നിന്നെഴുന്നേറ്റു.

ഗ്യാസു വിളക്ക് അപ്പോഴും കത്തുന്നുണ്ടായായിരുന്നു. അത് അണച്ചപ്പോൾ രാത്രിയുടെ മങ്ങിയ നക്ഷത്രവെളിച്ചം മുറിയിൽ തിളങ്ങി. ഞാൻ സുലൈമാന്റെ കിടക്കയിൽ ഇരുന്നു. അതിൽ അപ്പോഴും ചൂടുണ്ടായിരുന്നു. പക്ഷേ, എന്തുകൊണ്ടാണ് അവരെ അപ്പോൾ തന്നെ തിരികെ പറഞ്ഞയച്ചത്? എനിക്ക് പറയാമായിരുന്നില്ലേ, എന്നെ കൂടി തിരിച്ചയച്ചുകൂടേ? എന്ന്? ഞാൻ എന്റെ ചങ്ങാതിമാരെ ഒറ്റിക്കൊടുത്തോ? ആർക്ക്? ഞാനിപ്പോഴും അവരുടെ ചങ്ങാതിയാണോ? പക്ഷേ സുലൈമാൻ എന്നെ സഹായിച്ചു. ഞാനിവിടെയെത്തിയത് അവൻ കാരണമാണ്. എന്നെ തിരിച്ചയയ്ക്കുകയും അവരെ ഇവിടെ നിർത്തുകയും ചെയ്തിരുന്നെങ്കിൽ, അവർ എന്തു ചെയ്തേനേ? അവർ ഒന്നും പറയുമായിരുന്നില്ല എന്നാണ് തോന്നുന്നത്. ഇങ്ങനെ ചിന്തിക്കുന്നതും ഒഴികഴിവുകൾ തിരയുന്നതും - അത് നാണക്കേടല്ലേ? കരിങ്കടലിന്റെ വിശാലമായ ഇരമ്പം ഇവിടെ നിറയുന്നുണ്ട്; കാറ്റ് തിരകളിൽ പടർന്നിട്ടുണ്ടാകും. ഞാൻ ജാലകത്തിലൂടെ തല പുറത്തിടുകയും കാറ്റ് മണക്കുകയും ചെയ്തു - അതിൽ ഉപ്പുണ്ട്, പക്ഷേ ബോസ്ഫറസിലേതു പോലെ ഈർപ്പമുള്ള ഉപ്പുകാറ്റല്ല, ഇത് നനഞ്ഞു കുഴഞ്ഞ ഉപ്പുകാറ്റാണ്. ഞാൻ ജാലകമടച്ചു.

സുൽത്താനിൽ നിന്ന് പതക്കം സ്വീകരിച്ചതുകൊണ്ടാണ് അവർ തെവ്ഫീക്കിനെ തിരിച്ചയച്ചത്. പക്ഷേ, സുലൈമാൻ? അധിനിവേശ സൈന്യവുമായി അവന് യാതൊരു വിധത്തിലുള്ള പ്രശ്നങ്ങളുമില്ല. കഴുത്തു വരെ കടം കയറിയതുകൊണ്ടാണ് അവൻ ആനറ്റോളിയയിലേക്ക് ഒളിച്ചോടിയത്.

രാവിലെവരെ എനിക്കുറങ്ങാനായില്ല.

എന്റെ മുടി ഏറെ വളർന്നിട്ടുണ്ട്. ഇസ്മയിലിനെക്കൊണ്ട് വീണ്ടും മുടി വെട്ടിക്കേണ്ടതായിരുന്നു.

പിറ്റേന്നു രാവിലെ, കാലുറകൾ ധരിച്ച ഒരാൾ വന്നു. ഞങ്ങൾ ഹോട്ടലിൽ നിന്ന് പുറത്തിറങ്ങി. കടൽ ശാന്തമാണ്. മണൽപ്പുറത്ത് വഞ്ചികൾ കമിഴ്ന്നു കിടക്കുന്നുണ്ട്. കറുത്ത കുട്ടികൾ അതിനു ചുറ്റും ഓടിക്കളിക്കുന്നുണ്ട്. കൂവിയാർത്തും അട്ടഹസിച്ചും അവർ ഉണക്കാൻ വിരിച്ചിട്ട മീൻവലകൾക്കിടയിൽ ഓടിയും തൊട്ടും കളിക്കുകയാണ്. ഒരു മരവീടിന്റെ ആദ്യത്തെ നിലയിലെ മുറിയിലേക്ക് ഞങ്ങൾ ചെന്നു. എന്നെ കൊണ്ടുപോയ ആൾ പുറത്തു നിന്നു; ഞാൻ അകത്തേക്കു പ്രവേശിച്ചു. ഇനെബൊലുവിന്റെ സൈനികപൊലീസ് തലവൻ - മഴക്കോട്ടും കൽപാക് തൊപ്പിയും ധരിച്ചയാൾ - എനിക്ക് മേശയ്ക്കരുകിലെ കസേര ചൂണ്ടിക്കാണിച്ചുതന്നു; അത് മേശയോടു ചേർത്ത് ഒട്ടിച്ചുവെച്ചതുപോലെ തോന്നി. ഞാൻ ഇരുന്നു. കാലുകൾ പിണച്ചുവെച്ചു. ആ മുറിയിൽ പ്രവേശിച്ച നിമിഷത്തിൽ തന്നെ ആ മനുഷ്യനോട് എനിക്ക് വെറുപ്പു തോന്നി.

കടുത്ത രോഷത്തോടെ ഞാൻ അയാളോട് ചോദിച്ചു: "എന്തിനാണ് എന്റെ കൂട്ടുകാരെ ഇസ്താംബൂളിലേക്ക് തിരിച്ചയച്ചത്?"

"ഞാൻ തിരിച്ചയച്ചതല്ല. ഉത്തരവുകൾ അങ്കാരയിൽനിന്നാണ് വന്നത്. അവർ വിശ്വാസ്യയോഗ്യരല്ലാത്തവരായതുകൊണ്ടാണ് അയച്ചത്."

വലങ്കയ്യിന്റെ തീരെ നേർത്തതും വളരെ നീണ്ടതുമായ വിരലുകൾ കൊണ്ട് - അവ അഞ്ചു വിരൽപോലെയല്ല, അഞ്ഞൂറുപോലെ തോന്നി - അയാൾ മേശമേൽ താളം കൊട്ടാൻ തുടങ്ങി. എന്റെ ചോദ്യത്തിന് ഉദാസീനമായ ശബ്ദത്തിൽ ഉത്തരം നൽകി അയാൾ നിശ്ശബ്ദതയിലേക്ക് വഴുതി വീണു. കണ്ണടച്ചെങ്കിലും അയാൾ പക്ഷേ പുഞ്ചിരിക്കുന്നുണ്ടായിരുന്നു. അയാൾക്ക് എന്നെക്കുറിച്ച് സംശയമുണ്ടെന്ന് തോന്നി, പക്ഷേ അതെന്തുകൊണ്ടാണെന്ന് ഊഹിച്ചെടുക്കാനായില്ല. എന്തിന് അയാൾ എന്നെ സംശയിക്കണം? അതെന്റെ രോഷത്തെ വർദ്ധിപ്പിച്ചു. ഒന്നല്ലെങ്കിൽ മറ്റൊരു കാരണത്താൽ എല്ലാവരെയും സംശയിക്കുന്ന ഒരു സ്ഥലമുണ്ടെന്ന് അപ്പോഴും ഞാൻ പഠിച്ചു കഴിഞ്ഞിരുന്നില്ല.

അയാൾ എഴുന്നേറ്റു നിന്നു. എന്റെ നേർക്കു മുന്നോട്ടാഞ്ഞ് പതുക്കെ പറഞ്ഞു, "നിനക്കിഷ്ടമുള്ള ഏതു സമയത്തും അങ്കാരയിലേക്ക് പോകാം. യാത്രാബത്തയായി നൂറു ലിറയുമുണ്ട്."

അയാൾ പണം എന്റെ മുട്ടിൽ വെച്ച് നിവർന്നിരുന്നുകൊണ്ട് വീണ്ടും മേശയിൽ താളം പിടിക്കാൻ തുടങ്ങി.

ഞാൻ എഴുന്നേറ്റു നിന്നു. പണം തറയിൽ വീണു, ഞാനത് പെറുക്കിയെടുക്കുകയും ചുരുട്ടുകയും കാലുറയുടെ കീശയിൽ കുത്തി നിറയ്ക്കുകയും ചെയ്തു. പണം പെറുക്കാൻ കുനിയേണ്ടി വന്നതു കൊണ്ടാകാം, ഒഴിവുദിവസങ്ങളിൽ മുത്തച്ഛന്റെ കയ്യിൽ നിന്നല്ലാതെ ആരുടെ കയ്യിൽ നിന്നും എന്തിന്റെയെങ്കിലും വില ആയല്ലാതെ, പണം വാങ്ങിയില്ലാത്തതുകൊണ്ടാകാം, എന്നെ സംശയിക്കുന്നുവെന്നു തോന്നിയ അപരിചിതൻ എന്റെ കാൽമുട്ടുകളിൽ പണം വെച്ചതുകൊണ്ടാകാം, ഇരുണ്ട വികാരങ്ങളുടെ കുഴമറിച്ചിലിൽ നിന്നുണ്ടായ മൂകതകൊണ്ടാകാം - എനിക്ക് എല്ലാത്തിനോടും വിഷാദമൂറുന്നതും ഉഗ്രവുമായ വെറുപ്പു തോന്നി. അയാളോട് ഒന്നും പറയാതെ അവിടെനിന്നു പുറത്തിറങ്ങി.

കോഫീഹൗസിൽ കയറി ഒരു ചായ കൊണ്ടു വരാൻ പറഞ്ഞു. അപ്പോൾ ഞാൻ കേട്ട ആദ്യത്തെ വാക്കുകൾ - ആരാണതു പറഞ്ഞതെന്ന് ശ്രദ്ധിച്ചില്ല - ഇതായിരുന്നു: "ഇന്നലെ രാത്രി അവർ ബോട്ടിൽ കയറ്റിവിട്ടവരില്ലേ, അവരെ കെരെംപെയിലെ വിളക്കുമാടത്തിനപ്പുറം കടലിൽ തള്ളിയിടും. അങ്കാരയിൽ നിന്നുള്ള ഉത്തരവാണ്."

ഞാൻ മിന്നൽപ്പിണർ പോലെ കോഫീഹൗസിൽ നിന്ന് ഇറങ്ങിയോടി. സൈനികപൊലീസ് തലവന്റെ മുന്നിൽ ശ്വാസമില്ലാതെ പോയി നിന്നു: "അവർ സുലൈമാനെയും തെവ്ഫീക്കിനെയും കടലിൽ തള്ളിയിടാൻ പോകുകയാണ്."

"എവിടെ നിന്നാണ് നീയിതു കേട്ടത്?"

"കോഫീഹൗസിൽ വെച്ച്."

"ആരു പറഞ്ഞു?"

"എനിക്കറിയില്ല."

"ചെറുപ്പക്കാരാ, വേവലാതിപ്പെടേണ്ടതില്ല. നിന്റെ കൂട്ടുകാർ സുരക്ഷിതരായി ഇസ്താംബൂളിൽ മടങ്ങിയെത്തും."

അയാൾ അത് അങ്ങേയറ്റം ക്ഷീണിതവും ഉദാസീനവുമായ ശബ്ദത്തിലാണ് പറഞ്ഞത്. അതുകൊണ്ട് എന്നെ 'ചെറുപ്പക്കാരൻ' എന്നു വിളിച്ചതുപോലും ഗൗനിക്കാതെ ഞാൻ അയാളെ വിശ്വസിച്ചു. അതങ്ങനെയാണ് സംഭവിച്ചത്. സുലൈമാനും തെവ്ഫീക്കും ഇസ്താംബൂളിൽ സുരക്ഷിതരായി മടങ്ങിയെത്തി. ഒരാൾ താൻ പണം കൊടുക്കാനുള്ളവരിൽ നിന്ന് ഒഴിഞ്ഞുമാറുന്നതു തുടർന്നു. മറ്റേയാൾ സുൽത്താനു വേണ്ടി മറ്റൊരു കവിതയെഴുതി. റിപ്പബ്ലിക്കിന്റെ പ്രഖ്യാപനത്തിനു ശേഷം അവർ രണ്ടു പേരും ആഭ്യന്തരമന്ത്രാലയം പ്രസിദ്ധീകരിക്കുന്ന ഒരു പത്രത്തിനു വേണ്ടി ജോലിയെടുത്തു. ഇപ്പോൾ രണ്ടുപേരും പാർലമെന്റംഗങ്ങളാണ്.

കിടക്കയുടെ അടിയിൽനിന്ന് സിഗരറ്റുകൂടും തീപ്പെട്ടിയും തപ്പിയെടുത്തു. ഒരു സിഗരറ്റിന് തീ കൊളുത്തി. ഇസ്മയിൽ നേരിയ ഒച്ചയിൽ കൂർക്കം വലിച്ചു.

സത്രം സൂക്ഷിപ്പുകാരന്റെ സഹായത്തോടെ ഒരു കഴുതയെയും കഴുതക്കാരനെയും വാടകയ്ക്കെടുത്തു, അടുത്ത ദിവസം, പുലർച്ചെ ഇനെബൊലു വിട്ടു പോന്നു. പർവ്വതങ്ങളിലേക്ക് കയറുമ്പോൾ ശരിക്കും തണുപ്പുണ്ടാകുമെന്ന് പലരും പറഞ്ഞിരുന്നു. എന്റെ പുറങ്കുപ്പായമാണെങ്കിൽ നേർത്തതാണ് – ഒറ്റപ്പാളിയേ അതിനുള്ളൂ. നെഞ്ചും പുറവും ഷൂസുകളും പത്രക്കടലാസു കൊണ്ടു പൊതിഞ്ഞു. ചാരനിറമുള്ളതും അസ്ത്രകാനിൽ നിന്നുള്ളതുമായ ആട്ടിൽതോൽകൊണ്ടുള്ള കൂറ്റൻ കൽപാക് തൊപ്പിയും ഞാൻ വാങ്ങി. എന്നെയും പെട്ടിയെയും താങ്ങാനുള്ള അവസ്ഥയിലായിരുന്നില്ല ആ കഴുത. കൂടാതെ കഴുതപ്പുറത്തു സഞ്ചരിക്കുന്നത് അന്തസ്സിനു കുറച്ചിലുമാണ്.

ഇനെബൊലു മുക്കാൽ മണിക്കൂർ പുറകിലായിട്ടും പർവ്വതപാതയിലേക്ക് പ്രവേശിച്ചപ്പോൾ ഇടതു ഭാഗത്തു താഴെയായി പട്ടണവും കരിങ്കടലും കാണാമായിരുന്നു. വലതുവശത്ത് താഴ്വരയും. മുന്നിലായി മഞ്ഞുമൂടിയ പർവ്വതനിരകളും. കരിങ്കടലിനു മുകളിൽ ഉഷ്ണകാല സൂര്യൻ; താഴ്വരയിൽ വസന്തം; പർവ്വതങ്ങളിൽ ശൈത്യം. ഞാൻ നിന്നു. "ഇതാണത്! ഇതാണെന്റെ രാജ്യം! ഇതാണെന്റെ പ്രിയപ്പെട്ട ആനറ്റോളിയ!" വലംകൈ മുന്നോട്ടു വീശി ഞാൻ ആർത്തു വിളിച്ചു.

കഴുതക്കാരൻ എന്നെ തുറിച്ചുനോക്കി. അല്പം ജാള്യതയോടെ പുഞ്ചിരിച്ചു. പക്ഷേ, ജാള്യത എന്നെ വിട്ടുപോയി. അതേ ഊക്കുള്ള

ശബ്ദത്തോടെ, കൈവീശലില്ലാതെ ഞാൻ പറഞ്ഞു: "എന്തൊരു ഭംഗി!" ഞാൻ കഴുതക്കാരനോട് പറഞ്ഞു. "ഇത്രയും ഭംഗി സ്വിറ്റ്സർലണ്ടിനു പോലുമില്ല." പക്ഷേ, ടോബ്ലെറോൺ ചോക്കലേറ്റുകളൊടൊപ്പം കിട്ടുന്ന ചെറിയ വർണ്ണച്ചിത്രങ്ങളിൽ മാത്രമാണ് ഞാൻ സ്വിറ്റ്സർലണ്ടു കണ്ടിട്ടുള്ളത്.

കഴുതക്കാരൻ മറുപടിയൊന്നും പറഞ്ഞില്ല.

"നടക്ക്," അയാൾ കഴുതയോടു പറഞ്ഞു. ഞങ്ങൾ മുന്നോട്ടു നീങ്ങി.

ഞാൻ ഇടതും വലതുമുള്ള കാഴ്ചകളിലേക്ക് കണ്ണു പായിക്കുകയും ആലോചിക്കുകയും ചെയ്തു, "എന്നേക്കാൾ സന്തോഷവാനായി ആരെങ്കിലും ഈ ലോകത്തുണ്ടോ?" പക്ഷേ, ചിന്തിച്ച കാര്യങ്ങൾ ഞാനുറക്കെ പറഞ്ഞില്ല. എന്തോ കാരണത്താൽ കഴുതക്കാരന്റെ മുമ്പിൽ എനിക്ക് പറയാൻ വിഷമമുണ്ട്.

ഞങ്ങൾ ഏറെ ദൂരം നടന്നു. ഇനെബൊലുവും കരിങ്കടലും മാഞ്ഞു പോയി. പാതയിലെ ഒരു വളവു തിരിഞ്ഞപ്പോൾ എട്ടു പത്തു പേർ വിശ്രമിക്കുന്നതു കണ്ടു. അവരെല്ലാം തന്നെ ഇസ്താംബൂളിൽ നിന്നുള്ളവരായിരുന്നുവെന്ന് ഉടയാടകളിൽ നിന്ന് മനസ്സിലായി. എല്ലാവരുടെയും മുതുകിൽ ഭാണ്ഡങ്ങളുണ്ട്. അവർ പുകവലിക്കുന്നുണ്ടായിരുന്നു. ഞങ്ങൾ അവരോട് സംസാരിച്ചു. അവരെല്ലാം തന്നെ കരുതൽ സേനയിലെ അംഗങ്ങളാണ്. ചിലർ ഗല്ലിപൊളിയിലും ചിലർ പലസ്തീനിലും മറ്റു ചിലർ ഗലീഷ്യയിലും പോരാടിയവരാണ്. എല്ലാവരും യുദ്ധത്തിനു ശേഷം ഇസ്താംബൂളിലേക്ക് തിരിച്ചു പോയി. ഒരാൾ യുദ്ധത്തടവുകാരനായി ഇന്ത്യയിൽ നിന്ന് മടങ്ങിയെത്തിയതാണ്. അവരിലധികം പേരും യുദ്ധത്തിനു പോകുന്നതിനു മുമ്പ് അദ്ധ്യാപകരായിരുന്നു. അവർ ഇനെബൊലുവിലേക്ക് ഒരാഴ്ചയ്ക്കു മുമ്പു വന്നതാണ്. ഇപ്പോൾ അവർ അങ്കാറയിലേക്കും അവിടെനിന്ന് പടിഞ്ഞാറൻ യുദ്ധമുഖത്തേക്കുമുള്ള യാത്രയിലാണ്.

"നിനക്ക് എത്ര വയസ്സായി?" അവർ ചോദിച്ചു.

"പത്തൊമ്പതായതേയുള്ളൂ."

"നിന്നെ താമസിയാതെ യുദ്ധമുഖത്തു വെച്ചു കാണാം."

ഞങ്ങളൊരുമിച്ച് നടക്കാൻ തുടങ്ങി. അവരിലൊരാൾ, ഇന്ത്യയിൽ നിന്ന് മടങ്ങിവന്നയാൾ ആയിരുന്നു. രോഗാതുരനായിരുന്ന അയാളുടെ ഭാണ്ഡം കഴുതയുടെ പുറത്തു കെട്ടിവെച്ചു.

ഇൽഗാസ് പർവ്വതനിരകളിൽ ഇരുട്ടു വീണപ്പോഴേക്കും ഞങ്ങൾ എജവിത് സത്രത്തിലെത്തിയിരുന്നു. അതിനു ചുറ്റും പടുകൂറ്റൻ ഓക്കുമരങ്ങളും തേക്കുമരങ്ങളുമാണ്. സത്രം സൂക്ഷിപ്പുകാരന്റെ വെണ്ണയും തേനും വിശേഷമാണെന്ന് ഇനെബൊലുവിൽ വെച്ച് ഞാൻ കേട്ടിരുന്നു. ബെഞ്ചിലിരുന്ന ഉടനെ ഞാൻ എനിക്കും കഴുതക്കാരനുംവേണ്ടി ആഹാരം കൊണ്ടുവരാൻ പറഞ്ഞു. ലവാശ് റൊട്ടി ആവി പറക്കുന്നതായിരുന്നു. വെണ്ണ ഉരുകുകയും തേനിനോട് കൂടിക്കലരുകയും ചെയ്തു. അത്രയും അതിശയകരമായ യാതൊന്നും ഇന്നുവരെ ഞാൻ തിന്നിട്ടില്ല.

ഞാൻ കെഫീർ* കുടിച്ചു. എന്റെ യാത്രയിലെ കൂട്ടുകാർ ഭാണ്ഡങ്ങളിൽ സൂക്ഷിച്ചിരുന്ന റൊട്ടിയും പാൽക്കട്ടിയുമാണ് കഴിക്കുന്നതെന്ന് ഞാൻ ശ്രദ്ധിച്ചു.

"വെണ്ണയും തേനും കഴിക്കാത്തതെന്താണ്?" ഞാൻ ചോദിച്ചു.

അവർ മറുപടി പറഞ്ഞില്ല. ഞാനവർക്ക് എന്റെ മുമ്പിൽ മുന്തിരിയില കളിൽ വിളമ്പിയ വെണ്ണയും മരഭരണിയിലെ തേനും നൽകാൻ ശ്രമിച്ചു. പക്ഷേ, അവരത് തൊട്ടില്ല. ഞാൻ ചോദിച്ചു: "അവർ നിങ്ങൾക്ക് യാത്രാബത്ത നൽകിയിട്ടില്ലേ?"

"ഉവ്വ്."

"എത്ര?"

"ഓരോരുത്തർക്കും പത്തു ലിറ വീതം."

ഞാൻ സ്തബ്ധനായി. പിന്നീട് ലജ്ജിതനും കുപിതനും: "എനി ക്കവർ നൂറു ലിറ തന്നു. നിങ്ങൾ യുദ്ധമുഖത്തേക്കു പോകുകയാണ്; ഞാനാകട്ടെ ചിത്രങ്ങൾ കോറിയിടാനും. പക്ഷേ, എന്റെ അമ്മാവൻ അങ്കാറയിലെ സെനറ്ററാണ്. അതിനാലാണ് അവരെനിക്ക് നൂറു ലിറ തന്നത്. ഇതൊരു മാനക്കേടാണ്. എനിക്ക് ഏറ്റവും ചെറിയ ഒരു ഔദാര്യം ചെയ്തു തരാൻ നിങ്ങൾക്ക് ആഗ്രഹമുണ്ടെങ്കിൽ, ഈ പണം നമുക്ക് തിന്നും കുടിച്ചും തീർക്കാം."

അവർ ഞാൻ പറഞ്ഞതിനെക്കുറിച്ച് തർക്കിച്ചു കൊണ്ടിരുന്നപ്പോൾ സത്രം സൂക്ഷിപ്പുകാരൻ എല്ലാവർക്കും വെണ്ണയും തേനും ലവാശ് റൊട്ടിയും കെഫീറും കൊണ്ടു വന്നു. പക്ഷേ, എനിക്ക് ഉള്ളിന്റെയുള്ളിൽ അസഹ്യമായ നാണക്കേടു തോന്നി. ദരിദ്രരെ ഊട്ടിയും അവർക്ക് മദ്യം വിളമ്പിയും സമ്പത്ത് ധൂർത്തടിക്കുന്ന മുടിയനായ പുത്രനെ പോലെ യാണിപ്പോൾ ഞാൻ.

അന്ന് ഞാനിതെല്ലാം ചിന്തിച്ചിരുന്നുവോ? അല്ലെങ്കിൽ ഞാനിപ്പോഴാണോ ഇതെല്ലാം ചിന്തിക്കുന്നത്?

ഞാൻ ഇരുട്ടിൽ മുട്ടുകൾ കെട്ടിപ്പിടിച്ച് കിടക്കയിലിരിക്കുകയാണ്. മോട്ടോറിന്റെ മൂളലുകൾ വീടിനെക്കുറിച്ചുള്ള കൊതി മനസ്സിൽ നിറയ്ക്കു കയും ദൂരെയെവിടേക്കോ നിർത്താതെ വിളിച്ചുകൊണ്ടിരിക്കുകയും ചെയ്തു.

"നൂറു പായ്മരങ്ങളുള്ള കപ്പൽ,
ഏതു തുറമുഖത്തേക്കാണതിന്റെ പോക്ക്?"

കസ്റ്റമൊണുവിലെത്തിയപ്പോൾ കഴുതക്കാരൻ പറഞ്ഞു: നിങ്ങൾക്ക് പെണ്ണിനെ വേണോ, എഫന്ദി? ഇവിടത്തെ വേശ്യകൾ പേരുകേട്ടവരാണ്."

---

* പുളിപ്പിച്ച പാൽവിഭവം

ഞാൻ ഒരു നിമിഷം ആലോചിച്ചു. എനിക്കൊരു വേശ്യപ്പെണ്ണിനെ വേണം. എനിക്ക് ഒരു ആനറ്റോളുകാരിയുമായി, അതൊരു വേശ്യയായാലും കിടക്ക പങ്കിടണം. പക്ഷേ, കസ്റ്റമൊണ് ഉഷ്ണപ്പുണ്ണിനും പേരുകേട്ടതാണെന്ന് ഞാനോർത്തു. ഉഷ്ണപ്പുണ്ണ് പിടിപെട്ടതുപോലെ ഞാൻ പേടിച്ചരണ്ടു.

"വേണ്ട," ഞാൻ പറഞ്ഞു. "നിങ്ങൾക്കോ?"

"ഇപ്പോഴില്ല, പക്ഷേ തിരിച്ചുവരുമ്പോൾ ദൈവം അനുവദിക്കുകയാണെങ്കിൽ ഞാനിവിടെ തങ്ങിയേക്കാം."

ഞാൻ കസ്റ്റമൊണുവിലെ ട്രിബ്യൂണലിൽ ഇരിക്കുകയാണ്.

"അവർക്കെന്തു ശിക്ഷ കിട്ടുമെന്നാണ് നിനക്കു തോന്നുന്നത്?"

"എന്തായാലും അവരെ തൂക്കിക്കൊല്ലുകയൊന്നുമില്ല."

"ചിലപ്പോൾ അങ്ങനെയുണ്ടാകില്ല,പക്ഷേ അവർക്കെന്തു ശിക്ഷ കിട്ടും? ചിലപ്പോൾ അവരെ തൂക്കിക്കൊന്നെന്നും വരാം. കസ്റ്റമൊണുവിലെ ട്രിബ്യൂണലിലെ പഴയ ന്യായാധിപൻ തന്നെയാണോ ഇതെന്നെനിക്കറിയില്ല."

എന്റെ കണ്ണുകൾക്കു മുമ്പിൽ വെച്ച് കസ്റ്റമൊണുവിലെ ട്രിബ്യൂണൽ ഒരാളെ പതിനഞ്ചു വർഷം ശിക്ഷിച്ചിട്ടുണ്ട്. പകുതി കർഷകനും പകുതി പട്ടണവാസിയുമാണെന്നു തോന്നുന്ന ഒരാൾ. അയാൾ വീട്ടിൽ വാറ്റിയെടുത്ത റാക്ക്* കുടിച്ചു. അത് ആനറ്റോളിയയിൽ നിരോധിക്കപ്പെട്ടിട്ടുണ്ട്.

അങ്കാരയിലെ എന്റെ രണ്ടാമത്തെ രാത്രിയിൽ അമ്മാവൻ അസംബ്ലിയിലെ തന്റെ സുഹൃത്തുക്കൾക്ക് ഒരു അത്താഴവിരുന്നൊരുക്കി. തീൻമേശമേൽ റാക്കിന്റെ കുപ്പികൾ എത്തിയപ്പോൾ ഞാൻ-ആരെയും വെല്ലുവിളിക്കണമെന്ന ഉദ്ദേശ്യത്തോടെയല്ലെങ്കിലും വാക്കുകൾ എന്റെ വായിൽ നിന്നും വഴുതിവീണു - ചോദിച്ചു: "റാക്ക് നിരോധിക്കപ്പെട്ടതാണെന്നാണ് ഞാൻ കരുതിയത്. റാക്ക് കുടിച്ചതിന് കസ്റ്റമൊണുവിലാർക്കോ പതിനഞ്ചു വർഷത്തെ തടവുശിക്ഷ കിട്ടി."

അമ്മാവൻ പൊട്ടിച്ചിരിച്ചു: "ആ നിരോധനം നമുക്ക് ബാധകല്ല."

"പക്ഷേ, നിയമമാകുമ്പോൾ?"

"നിയമം എല്ലാവർക്കും ബാധകമാക്കുകയാണെങ്കിൽ, നമ്മളെല്ലാം വലിയ കുഴപ്പത്തിലായേനേ."

ആ സംഭാഷണം എന്റെ കൂട്ടിച്ചേർക്കലുകളോ പിഴതിരുത്തലുകളോ കൊണ്ട് പൊലിപ്പിച്ചിട്ടില്ല. അമ്മാവൻ പറഞ്ഞതിതാണ്: "നിയമം എല്ലാവർക്കും ബാധകമാക്കുകയാണെങ്കിൽ,നമ്മളെല്ലാം വലിയ കുഴപ്പത്തിലായേനേ."

ഞാനും റാക്ക് കുടിച്ചു; അത് കുടിക്കാതിരിക്കുന്ന കാര്യംപോലും

* മധുരമില്ലാത്ത, പെരുജീരകം ചേർത്തു വാറ്റിയ മദ്യം

ഞാൻ ആലോചിച്ചില്ല. അന്നു രാത്രി മാത്രമല്ല ഞാനത് കുടിച്ചത്.

അത്താഴവിരുന്നിന്റെ അവസാനത്തോടടുത്തപ്പോൾ തടിച്ചു കുറുകിയ ഒരാൾ – അയാൾ വലിയ സ്വാധീനമുള്ള സെനറ്ററാണെന്ന് പിന്നീട് ഞാനറിഞ്ഞു – പറഞ്ഞു: "അഹമ്മദ് ബെയ്, നിങ്ങൾ നല്ലൊരു ചിത്രകാരനാണെന്ന് ഞാനറിഞ്ഞു." അയാൾ എവിടെ നിന്നതു കേട്ടു? എന്റെ അമ്മാവൻ പറഞ്ഞതായിരിക്കണം. "നിങ്ങൾ മുസ്തഫ കമാൽ പാഷയുടെ ഗംഭീരമായ ഏതെങ്കിലും ചിത്രമെടുത്ത് എണ്ണച്ചായത്തിൽ വലുതാക്കി വരച്ചു തരൂ. ഞാൻ നിങ്ങൾക്ക് അമ്പതു സ്വർണ്ണനാണയം പാഷയുടെ അടുത്തു നിന്ന് പാരിതോഷികമായി വാങ്ങിത്തരാം. തിളങ്ങുന്ന അമ്പത് സ്വർണ്ണനാണയങ്ങൾ."

ഞാൻ മുസ്തഫ കമാലിന്റെ ചിത്രം വലുതാക്കി വരച്ചില്ല. പാഷയിൽ നിന്ന് എനിക്കു വേണ്ടി തടിച്ചു കുറുകിയ ആ മനുഷ്യൻ കൈക്കലാക്കുന്ന അമ്പതു സ്വർണ്ണനാണയത്തെ വെറുത്തു. അമ്പതു സ്വർണ്ണനാണയത്തിനു വേണ്ടിയല്ലെങ്കിൽ അന്ന് ആ ജോലി ഞാൻ സന്തോഷത്തോടെ സ്വീകരിക്കുമായിരുന്നു.

"പണ്ട്," ഞാൻ ഉച്ചത്തിൽ ആവർത്തിച്ചു, "പണ്ട്."

ആ ദിവസങ്ങൾ എത്ര ചുരുങ്ങിയ സമയമാണ് നീണ്ടുനിന്നതെന്ന് അയാൾ പെട്ടെന്നു തിരിച്ചറിഞ്ഞു. അയാൾക്ക് വിഷാദം തോന്നി. അസംബ്ലി കെട്ടിടത്തിലെ ഓഫീസിൽ വെച്ച് മുസ്തഫ കമാലിനെ പരിചയപ്പെട്ടത് ഓർത്തെടുത്തു: മിടിക്കുന്ന ഹൃദയത്തോടെ ഞാൻ ഉരുക്കിന്റെ നീലത്തിളക്കവും സ്വർണ്ണമഞ്ഞയും വെളുത്ത കൈകളും കണ്ടു – വടിവൊത്ത, മനോഹരമായ കൈകൾ. ചിലപ്പോൾ അങ്ങനെയായിരിക്കാം ഞാനത് ഓർമ്മിച്ചെടുക്കുന്നത്. അദ്ദേഹത്തിന്റെ കൈകൾ അങ്ങനെയായിരിക്കണമെന്നില്ല, പക്ഷേ അദ്ദേഹത്തിന്റെ കണ്ണുകളുടെ നീലനിറത്തെക്കുറിച്ചും മുടിയുടെ സ്വർണ്ണനിറത്തെക്കുറിച്ചും എനിക്കുറപ്പുണ്ട്.

"നമ്മുടെ ആളുകൾ ട്രിബ്യൂണലിന്റെ പിടിയിലാണ്. പതിനഞ്ചു പേരുടെ എല്ലുകൾ സുർമെനെയ്ക്കപ്പുറം കരിങ്കടലിന്റെ അടിത്തട്ടിലാണ്."

ഞാൻ മേശയുടെ നേർക്ക് ചായുകയും എന്റെ വിരലുകളെ പൊള്ളിച്ച സിഗരറ്റ് ഞെരിച്ചമർത്തുകയും ചെയ്തു. കറുത്തിരുണ്ട കുടിലിനുള്ളിൽ മോട്ടോറിന്റെ 'ഡം ഡം ഡം ഡാ ഡം ഡം' ഇടി മുഴങ്ങി. ആ അലർച്ചക്കുള്ളിലൂടെ ഞാൻ ഇസ്മയിലിന്റെ ശ്വാസഗതി കേൾക്കാൻ ശ്രമിച്ചു. അതെ, അയാൾ സ്വസ്ഥമായി ഉറങ്ങുകയാണ്. അയാൾ എന്നെക്കുറിച്ച് സ്വപ്നം കാണുന്നുണ്ടോ? തന്നെ ആക്രമിക്കുന്നതും വെടിവെയ്ക്കുന്നതും? ഞാൻ മറ്റൊരു സിഗരറ്റിനു കൂടി തീ കൊളുത്തി. ഇസ്മയിലിനെക്കുറിച്ച് ചിന്തിക്കാതിരിക്കാൻ ശ്രമിച്ചു.

ഇനെബൊലു - അങ്കാറ നെടുമ്പാതയിൽ വെച്ച് ഞങ്ങൾ ഒരു അരുവിക്കടുത്തെത്തി. അതിനു കുറുകെ പാലമില്ല. ഞാൻ ഷൂസും സോക്സും ഊരിമാറ്റുകയും കാലുറകൾ മുട്ടുവരെ ചുരുട്ടിവെക്കുകയും ചെയ്തു. ഒരു കുറുക്കുവഴി പരീക്ഷിച്ചതു കൊണ്ടാണ് ഞങ്ങൾ അവിടെയെത്തിയത്. അരുവി കുറുകെ കടക്കുമ്പോൾ മറുകരയിൽ നിന്ന് ഒരു കർഷകൻ - വയസ്സനല്ല, മുഖം മുഴുവനായി ക്ഷൗരം ചെയ്തിട്ടുണ്ട്. അതിനർത്ഥം അയാൾക്ക് നാല്പതു വയസ്സു തികഞ്ഞിട്ടില്ലെന്നാണ് - ഒരു കർഷക സ്ത്രീയുടെ മുതുകിൽ കയറി അരുവി കുറുകെ കടക്കുന്നതു കണ്ടു. അയാൾ അംഗവിഹീനനായിരിക്കുമെന്ന് ഞാൻ കരുതി. പക്ഷേ, മറുകരയിലെത്തിയപ്പോൾ അയാൾ തനിയെ വെള്ളത്തിൽ നിന്ന് കയറുകയും നടന്നു പോകുകയും ചെയ്തു.

"ആരാണത്?" ഞാൻ കഴുതക്കാരനോട് ചോദിച്ചു.

"അയാളുടെ ഭാര്യ." അയാൾ പറഞ്ഞു. "അയാൾ അവളുടെ മുതുകിൽ കയറി അരുവി കുറുകെക്കടന്നു. അതിനർത്ഥം അവൾ കരുത്തുള്ള സ്ത്രീയാണെന്നാണ്." ഞാൻ ഊറിച്ചിരിച്ചു.

നേരം അസ്തമനത്തോടടുത്തിരുന്നു. അതുണ്ടായത് കസ്റ്റമൊണുവിനു മുമ്പാണോ ശേഷമാണോയെന്ന് ഓർക്കാനാകുന്നില്ല. വിചിത്രം തന്നെ, എന്തുകൊണ്ട് തനിക്കത് ഓർക്കാനാകുന്നില്ല? ഞാൻ നേരത്തേ വാർദ്ധക്യത്തെ വിളിച്ചു വരുത്തുമെന്ന് തോന്നുന്നു, അതിനേക്കാൾ മുമ്പേ പേയിളകിയില്ലെങ്കിൽ! പേപ്പട്ടിയെ കുറിച്ച് മറക്കൂ - അത് കസ്റ്റമൊണുവിനു ശേഷമായിരുന്നു, ഞാനത് വളരെ നന്നായി ഓർക്കുന്നുണ്ട്.

ഇരുട്ടു പരന്നു. രാത്രിയായിട്ടും ഞങ്ങൾ നടപ്പു തുടരുകയാണ്. ദൈവം ഉപേക്ഷിച്ച ചാവുനിലം. ഒരൊറ്റ മരമോ മേൽക്കൂരയോ ഒരൊറ്റ ജീവനുള്ള നിഴലോ ഇല്ല. തരിശായ ഭൂമി അന്തമില്ലാതെ എല്ലാ ദിശകളിലേക്കും പരന്നുകിടന്നു.

"ഇനി നമുക്ക് ഏറെ ദൂരം പോകാനുണ്ടോ?"

"ഗ്രാമം അടുത്തു തന്നെയുണ്ട്, എഫന്ദി."

"എവിടെ?"

"നമ്മുടെ കാൽക്കീഴിൽ."

ഇരുട്ടിൽ മണ്ണിൽ ചില മുഴകൾ കാണാൻ കഴിഞ്ഞു. ചില പൊത്തുകൾ, ചിലതിൽ നിന്നും പുക ഉയരുന്നുണ്ട്. ഭൂഗർഭത്തിൽനിന്ന് നായകൾ കുരച്ചു.

"നമ്മൾ ഗ്രാമത്തിലെ വീടുകളുടെ മേൽക്കൂരകൾക്കു മുകളിലാണ് നടക്കുന്നത്."

മേൽക്കൂരകൾ ഭൂമിയുടെ നിരപ്പിനൊപ്പിച്ചുള്ളവയായിരുന്നു. ഏതാനും ചുവടുകൾ കൂടി നടന്നതോടെ ഞങ്ങൾ ആടുകൾ കടന്നു പോകുന്ന

തരത്തിലുള്ള ഇടുങ്ങിയ ഒരു വഴിയിലൂടെ ഗ്രാമത്തിലേക്ക് ഇറങ്ങിച്ചെല്ലുകയും ചെയ്തു.

ആ ഗ്രാമത്തിൽ വെച്ചാണ് ഞാൻ മുറിവേറ്റവരെ കണ്ടത്. അതിഥികൾക്കുള്ള വീട്ടിൽ,അവർ തീച്ചുവപ്പിന്റെ പ്രഭയിൽ തിളങ്ങി തറയിൽ കിടന്നു. മലർന്നും കമിഴ്ന്നും അവർ തൊട്ടുതൊട്ടു കിടന്നു. രക്തം പുരണ്ടതും മുഷിഞ്ഞതുമായ ബാന്റേജുകളും കീറിപ്പറിഞ്ഞ യൂണിഫോമുകളും. അവരുടെ മുഖങ്ങൾ ക്ഷൗരം ചെയ്യാത്തവയാണ്. മാത്രമല്ല അവർ നിശ്ശബ്ദരുമാണ്.

ഗ്രാമത്തലവൻ: "നാലു ദിവസം മുമ്പൊരു രാത്രിയിലാണ് ഇവർ വന്നത്. പിറ്റേന്നു രാവിലെ പോകുമെന്നാണ് പറഞ്ഞത്. അവർക്കതിനു കഴിഞ്ഞില്ല. രണ്ടുപേർ മരിച്ചുപോയി. ശേഷിച്ചവർ ഇവിടെയുണ്ട്. ഞാൻ പട്ടണത്തിലേക്ക് പോയി ഇക്കാര്യം അറിയിച്ചു. 'ഞങ്ങൾ വേണ്ടതു ചെയ്തു കൊള്ളാം,' അവർ പറഞ്ഞു, പക്ഷേ ആരും ഇവരെ ചോദിച്ച് വന്നിട്ടില്ല."

"അവർക്ക് ഏറെ ദൂരം പോകേണ്ടതുണ്ടോ?"

"വ്യത്യസ്തമായ ദിശകളിലേക്കാണ് പോകേണ്ടത്."

"എവിടെ വെച്ചാണ് ഇവർക്ക് മുറിവേറ്റത്?"

"എവിടെ വെച്ചാണെന്ന് ആർക്കറിയാം? ഗ്രീക്കുകാരുമായി ഇപ്പോഴൊരു യുദ്ധം നടക്കുന്നുണ്ട്."

"ഗ്രീക്കുകാരുമായി യുദ്ധം നടക്കുന്നുണ്ടെന്ന്", ഗ്രാമത്തലവൻ പറഞ്ഞത് ആരും കേൾക്കാത്ത ഒരു വാർത്ത പങ്കിടുന്നതു പോലെയാണ്. അയാളെ ബാധിക്കാത്ത വിദൂരമായ ഒരു വാർത്തയാണ് അതെന്നതു പോലെ!

ഞാൻ മുറിവേറ്റവരുടെ അടുത്തു പോയി. അവരെ അഭിവാദ്യം ചെയ്തു. എനിക്കവരോട് സംസാരിക്കണമെന്നുണ്ടായിരുന്നു. പക്ഷേ, അവർ ഒന്നും തന്നെ പറഞ്ഞില്ല.

എന്റെ കഴുതക്കാരൻ പറഞ്ഞു: "അവരെ ശല്യപ്പെടുത്തേണ്ടതില്ല, എഫന്ദി. അവർ വളരെ അവശരാണ്."

അയാൾ അവരിലൊരാളുടെ തല ഉയർത്തുകയും തീയുടെ നേർക്ക് തിരിച്ചു പിടിക്കുകയും ചെയ്തു. "ഇയാൾ മരണത്തിന്റെ വക്കിലാണ്." അയാൾ പറഞ്ഞു.

"നാളെ രാവിലെവരെ ഇയാൾ പിടിച്ചുനിൽക്കില്ല." അയാളത് പതിഞ്ഞ ഒച്ചയിലല്ല, കയ്യിൽ തല ചായ്ച്ചിട്ടുള്ള മനുഷ്യന്റെ മുഖത്തു നോക്കി ത്തന്നെയാണ് പറഞ്ഞത്, ഉറക്കെ.

മുറിവേറ്റ സൈനികൻ കഴുതക്കാരന്റെ കൈകളിൽ നിന്ന് തല യുയർത്തി നോക്കുകയും കൈമുട്ടിലൂന്നി നിവരാൻ ശ്രമിച്ച് പരാജയപ്പെടുകയും ചെയ്തു. അയാളുടെ ബാന്റേജുകൾ രക്തത്താലും

മണ്ണിനാലും കറുത്തുപോയിരുന്നു. ഞാനയാളെ ചുമരിൽ ചാരിയിരിക്കാൻ സഹായിച്ചു. "ദൈവത്തിനു മാത്രം അതറിയാം," അയാൾ പറഞ്ഞു. വളരെ പതിഞ്ഞ ഒച്ചയിലാണ് അയാളത് പറഞ്ഞത്.

കഴുതക്കാരൻ: "തീർച്ചയായും, ദൈവത്തിനു മാത്രം അതറിയാം. പക്ഷേ, ഞാൻ ഗല്ലിപൊളിയിൽ യുദ്ധത്തിനിടയിൽ ആതുരവിഭാഗത്തിൽ പ്രവർത്തിച്ചിരുന്നു. അതുകൊണ്ട്, – ദൈവം പൊറുക്കട്ടെ – പക്ഷേ, എനിക്കറിയാം, നിങ്ങൾ നേരം വെളുപ്പിക്കുമെന്നു തോന്നുന്നില്ല."

"ഞാനതിനെ മറികടക്കും, ഞാൻ മറികടക്കും..."

അയാളതിനെ മറികടന്നില്ല. പൂവൻകോഴികളുടെ കൂവലും നായ്ക്കളുടെ കുരയും സ്ത്രീകളുടെ ബഹളവും പുറത്ത് കൂടിക്കലരുമ്പോൾ അയാൾ അകത്ത് ഊർദ്ധശ്വാസം വലിക്കുകയും ചുമരിൽ ചാരിയിരുന്നുകൊണ്ടു തന്നെ മരിക്കുകയും ചെയ്തു. അങ്ങനെയാണ് ആദ്യമായി മരണത്തെ ഞാൻ നേരിട്ടു കണ്ടത്.

ഞങ്ങൾ അവിടം വിട്ടു പോരാനൊരുങ്ങുമ്പോൾ മുറിവേറ്റവരിലൊരാൾ കഴുതക്കാരനോട് ചോദിച്ചു: " എന്നെയും ഒന്നു നോക്കൂ. ഞാനീ രാത്രി കാണുമോ?"

കഴുതക്കാരൻ അയാളുടെ കണ്ണുകളിലേക്ക് മുഴുവൻ ശ്രദ്ധയും കേന്ദ്രീകരിച്ചുകൊണ്ട് ഉറ്റു നോക്കി: "നിങ്ങളുടെ കണ്ണുകളിൽ മരണത്തിന്റെ ഇരുട്ടില്ല," അയാൾ പറഞ്ഞു. "ദൈവത്തിനു മാത്രമേ അതെല്ലാം അറിയൂ, എങ്കിലും നിങ്ങളുടെ കണ്ണുകളിൽ അതില്ല."

വഴിയിൽ വെച്ച് ഞാൻ കഴുതക്കാരനോട് ചോദിച്ചു: "അയാളുടെ കണ്ണുകളിൽ മരണത്തിന്റെ ഇരുട്ടില്ലെന്നത് നേരാണോ? അതോ നിങ്ങൾ അയാളെ ആശ്വസിപ്പിക്കാനായി വെറുതെ പറഞ്ഞതാണോ?"

"ഞാനെന്തിനയാളെ ആശ്വസിപ്പിക്കണം? ദൈവത്തിനു മാത്രമറിയാം, എങ്കിലും അയാൾ ജീവിക്കും."

ആ യാത്രയിലാണ് തുണ്ടുകൾ കൂട്ടിത്തയ്ക്കുന്നതിന്റെ കല ഞാൻ കണ്ടെത്തിയത്. കർഷകരുടെ വസ്ത്രങ്ങളെല്ലാംതന്നെ തുണിത്തുണ്ടുകൾ കൂട്ടിത്തയ്ച്ചവയാണ്. എല്ലാം വ്യത്യസ്തനിറങ്ങളിലുള്ളവയും കൂടിച്ചേരുമെന്ന് സങ്കല്പ്പിക്കാൻ പ്രയാസമുള്ളവയുമായ തുണിത്തുണ്ടുകൾ. ഇസ്താംബൂളിലെ യാചകരുടെ പഴന്തുണികളേക്കാൾ സങ്കടകരമായിരുന്നു അവരുടെ കാര്യം.

കഴുതകളും കാളകളും പട്ടിണി കിടന്ന് അസ്ഥികൂടങ്ങളാകുമെന്ന് ഞാൻ പഠിച്ചതും ആ യാത്രയിൽ തന്നെ.

കുട്ടികളുടെ വയറുകൾ വീർത്തുന്തിയിരുന്നു.

ആ യാത്രയിലുടനീളം ഷൂസു ധരിച്ച ഒരൊറ്റ കർഷകസ്ത്രീയെപോലും ഞാൻ കണ്ടില്ല.

അങ്കാറയിൽ അമ്മാവൻ എന്നെ ഒരു കൽക്കൊട്ടാരത്തിൽ പാർപ്പിച്ചു. ഞാനൊരു കമ്പുറിയിലാണ്, ആകെയുള്ള ജാലകത്തിന് ഇരുമ്പഴികളാണുള്ളത്. യാത്രാബത്തയിൽ അവശേഷിച്ചതിന്റെ നാലിൽ മൂന്നു ഭാഗവും ഞാൻ ആ മുറിക്ക് നൽകി. ഞാൻ കണക്കു കൂട്ടി: അതിന്റെ ഉടമസ്ഥൻ ഒന്നോ രണ്ടോ കൊല്ലത്തിനുള്ളിൽ ലക്ഷപ്രഭുവായിക്കാണും. ഞാൻ ഞെട്ടിപ്പോയി. ഇനിമുതൽ ഞാനയാളുടെ കൊടുംശത്രുവാണ്.

വെൽസ് കോഫീഹൗസിൽ വെച്ച് ഞാൻ എർസുറുമിൽ നിന്നുള്ള ഒരു കവിയെ കണ്ടുമുട്ടി. ഇസ്താംബൂളിൽ വെച്ചേ അയാളെ എനിക്കറിയാം. ഇപ്പോൾ അയാൾക്ക് അസംബ്ലിയിലെ കോടതിഗുമസ്തനായി ജോലിയുണ്ട്.

അങ്കാരനഗരം പുൽപ്രദേശത്താണ്. ഒരു കുന്നിനു ചുറ്റും എവിടെ നിന്നെന്നില്ലാതെ, ഒരു കാരണവുമില്ലാതെ, എല്ലാ പൊരുളുകൾക്കുമെതിരായി അതങ്ങനെ പൊന്തിവന്നു. കുന്നിന്റെ തുഞ്ചത്ത് ഒരു ദുർഗ്ഗമുണ്ട്. ആ ദുർഗ്ഗത്തെ രാത്രിയിൽ നോക്കുമ്പോൾ, കൊടുങ്കാറ്റും ഏതോ വിദൂരസ്ഥമായ കടലിലെ ചുഴലിക്കാറ്റും ഒരു പടുകൂറ്റൻ പടക്കപ്പൽ വായുവിലേക്കുയർത്തി ഉൾനാട്ടിലെ പാറകളിൽ ഇറക്കിവെച്ചതു പോലെ തോന്നും.

ദേശീയ അസംബ്ലിയും തീവണ്ടിയാപ്പീസും ചില പള്ളികളും കൽക്കൊട്ടാരവും ഒഴിച്ചു നിർത്തിയാൽ അങ്കാറയിലെ വീടുകളെല്ലാം മരത്തിന്റെയും മണ്ണിഷ്ടികകളുടെയും സങ്കരമാണ്. ഏതാണ്ടെല്ലാ വീടുകളും വെള്ള പൂശിയിട്ടുണ്ട്.

ഒരു ദിവസം, വെൽസ് കോഫീഹൗസിൽ വെച്ച്, ഞാൻ അങ്കാറയിലെ അഹ് കൂട്ടായ്മ* യെക്കുറിച്ച് എർസുറുമിൽ നിന്നുള്ള കവിയോട് സംസാരിച്ചു. മദ്ധ്യആനറ്റോളിയയിലെ നിരവധി പട്ടണങ്ങളിലും ഗ്രാമങ്ങളിലും വിവിധ രൂപങ്ങളിൽ അഹ് പാരമ്പര്യങ്ങൾ അതിജീവിക്കുന്നതായി അയാൾ എന്നോടു പറഞ്ഞു: “അഹ് കൂട്ടായ്മ കൈത്തൊഴിലുകാരുടെ റിപ്പബ്ലിക്ക് പോലൊന്ന് സ്ഥാപിച്ചിട്ടുണ്ട്. ഒരു തരം ബോൾഷെവിസം.”

പെട്ടെന്ന് അയാൾ സംസാരം നിർത്തുകയും ചുറ്റും നോക്കുകയും ചെയ്തു. എന്നിട്ട് പിറുപിറുത്തു, “ബോൾഷെവിക്കുകൾ ഞങ്ങൾക്ക് തോക്കുകളും സ്വർണ്ണവും എത്തിച്ചു തരുന്നുണ്ട്. പക്ഷേ, ഞങ്ങളുടെ സംഘം ബോൾഷെവിക്കുകളെ ഭയക്കുന്നുണ്ട്.”

ആ രാത്രിയിൽ അങ്കാറയിലെ ഇടുങ്ങിയതും വളഞ്ഞുപുളഞ്ഞതുമായ വഴിത്താരകളിലൂടെ കൊല്ലപ്പണിക്കാരെയും നെയ്ത്തുകാരെയും മരപ്പണിക്കാരെയും ചെമ്പുപ്പണിക്കാരെയും മറികടന്നു പോകുമ്പോൾ എനിക്ക് അഹ് കൂട്ടായ്മയുടെ ബോൾഷെവിക്ക് ചുറ്റികകളുടെയും തറികളുടെയും കോടാലികളുടെയും ഒച്ചയും അവർ പാടിയ സ്തുതിഗീതങ്ങളുടെ ഈണവും കേട്ടതുപോലെ തോന്നി. ബോൾഷെവിക്കുകൾ

* ഖുറസാനിലെ മംഗോൾ ആക്രമണത്തിനു മുമ്പ് അനറ്റോളിയയിലേക്ക് വന്ന മുസ്ലീം ധർമ്മോപദേശകനായ അഹി എവ്റെൻ പതിമൂന്നാം നൂറ്റാണ്ടിന്റെ ആദ്യത്തിൽ സ്ഥാപിച്ച മുസ്ലീം കൈത്തൊഴിലുകാരുടെ കൂട്ടായ്മ.

സമ്പന്നരുടെ ശത്രുക്കളും ദരിദ്രരുടെ മിത്രങ്ങളുമാണെന്ന് അറിയാമായിരുന്നു. റഷ്യയിലെ പ്രഭുക്കന്മാരുടെയും സൈനികത്തലവന്മാരുടെയും വ്യാപാരികളുടെയുംമേൽ അവർ അടിച്ചേൽപ്പിച്ച ഭാവനാതീതമായ പീഡനങ്ങളുടെ കഥകളാണ് ഇസ്താംബൂളിലെ പത്രങ്ങളിൽ നിറയെ! ബോൾഷെവിക്ക് വാളുകളെ അതിജീവിച്ചവർ ഇസ്താംബൂളിൽ അഭയം തേടി. പക്ഷേ, അവർ പീഡനങ്ങളെ അതിജീവിച്ചവരാണെന്ന് കണ്ടാൽ തോന്നുകയേ ഇല്ല. സ്ത്രീകൾ ഏറ്റവും കുറഞ്ഞത് പ്രഭ്വികളും പുരുഷന്മാർ രാജകുമാരന്മാരുമായിരുന്നു. അവർ മദ്യശാലകളും ചൂതാട്ടസ്ഥലങ്ങളും സ്വന്തമാക്കുകയും അവരുടെ വെളുത്തു തുടുത്ത ഭാര്യമാരെ കൂട്ടിക്കൊടുക്കുകയും ഭാഗ്യക്കുറികൾ നടത്തുകയും ചെയ്തു. സഖ്യകക്ഷികളും ബോൾഷെവിക്കുകളുടെ ശത്രുക്കളാണെന്ന് എനിക്കറിയാം. ഞാൻ ലെനിനെക്കുറിച്ച് കേട്ടിട്ടുണ്ട്. അദ്ദേഹത്തിന്റെ ചിത്രങ്ങൾ പത്രങ്ങളിൽ കണ്ടിട്ടുണ്ട്. അതിലൊരെണ്ണം ഞാൻ കരികൊണ്ട് വരച്ചിട്ടുമുണ്ട്. ലെനിനെ ഇഷ്ടപ്പെട്ടതു കൊണ്ടല്ല. അദ്ദേഹത്തിന്റെ അന്തമില്ലാത്ത നെറ്റിയും ബുദ്ധി തിളങ്ങുന്ന ബദാം കണ്ണുകളും താടിയിലെ രോമക്കൂട്ടവും എന്നെ ആകർഷിച്ചതുകൊണ്ടാണ്.

ഒരു രാത്രിയിൽ ഞാനും എർസുറും കവിയും കമീലിന്റെ നാടകശാലയിലേക്കു പോയി. ഒരു കളപ്പുരയോ പാണ്ടികശാലയോ പരിഷ്കരിച്ചെടുത്തതാണ് ആ ഇടം. വിഷാദമയവും നീല കലർന്നതുമായ പ്രകാശത്തോടെ പ്രവേശനകവാടത്തിൽ ഒരു മണ്ണെണ്ണ വിളക്ക് തൂങ്ങിക്കിടക്കുന്നുണ്ടായിരുന്നു. ഞങ്ങൾ അകത്തേക്ക് കയറി. മുട്ടിൽ കൈകൾ വെച്ച് കാണികൾ മരബെഞ്ചുകളിൽ നിശ്ശബ്ദരായി ഇരിക്കുന്നുണ്ട്. പക്ഷേ, ഇസ്താംബൂളിലെ നാടകശാലകൾ- അത് ശെഹ്സാദെബശിലായാലും കുശ്ദിൽ പ്രദേശത്തായാലും-അകത്തായാലും പുറത്തായാലും ചന്തപ്പറമ്പാണ്. കാണികൾ പെട്ടെന്ന് കൂട്ടുകാരാകുകയും പരസ്പരം നേരത്തേ അറിയാവുന്നവർ തമാശകൾ പറയുകയും ചെയ്യും. വഴിവാണിഭക്കാർ പിസ്തായും സോഡയും ലെമണേഡും 'സവർചെറി' ഐസ്ക്രീമും വിൽക്കും. അവരുടെ പിഞ്ഞാണങ്ങളും കോപ്പകളും കരണ്ടികളും കൂട്ടിമുട്ടിക്കുകയും ആർത്തുവിളിക്കുകയും ചെയ്യും. പുറത്തെ ചെണ്ടകളുടെയും മണികളുടെയും കുഴലുകളുടെയും കാഹളങ്ങളുടെയും വാദ്യസംഘങ്ങളുടെയും ഘോഷം, നീലയും ചുവപ്പും പച്ചയും വൈദ്യുതവിളക്കുകളുടെയും പ്രവേശനകവാടത്തിലെ കൊടിക്കൂറകളുടെയും തോരണങ്ങളുടെയും ആഹ്ലാദവും ആവേശവും തിരശ്ശീല ഉയരുന്നതുവരെ കാണികൾക്കിടയിൽ പരത്തും. തിരശ്ശീല ഉയർന്ന് മുഖത്ത് ചായം പുരട്ടിയ, അലങ്കാരത്തൊങ്ങലുകളുള്ള വസ്ത്രങ്ങൾ ധരിച്ച കൊഴുത്ത പെൺകുട്ടികൾ അവരുടെ ശൃംഗാരഗീതങ്ങൾ ആരംഭിക്കുമ്പോൾ-കൂടെ വളഞ്ഞു പുളഞ്ഞ ചലനങ്ങളും 'ഇവിടെ വാ' നോട്ടങ്ങളും പ്രലോഭിപ്പിക്കുന്ന കോമാളിത്തരങ്ങളും - എല്ലാം അലങ്കോലമാകും. കാണികൾ "ഹുറേ! നീണാൾ വാഴട്ടെ!" എന്ന് കൂക്കിവിളിക്കുകയോ "പെങ്ങളേ,

നിന്റെ നാവു ഞാൻ തിന്നും!" എന്ന് ആർത്തു വിളിക്കുകയോ "ഓയ്! നീയെന്നെ കൊല്ലുന്നു!" എന്ന് അട്ടഹസിക്കുകയോ ചെയ്യും-നരക മൊട്ടാകെ വാതിൽ തുറന്നു വരും. പാട്ടുകാരുടെ ഊഴത്തിനു ശേഷം, കാണികൾ നടന്മാരോടൊത്ത് തമാശകൾ കാണിക്കുകയോ നാടകം നടിക്കുകയോ ചെയ്യും. അവർ പ്രതിനായകനായി നടിക്കുന്നവനെ നോക്കി ചീറുകയും കെണിയിലകപ്പെടാൻ പോകുന്ന പെൺകുട്ടിയെ ഉപദേശി ക്കുകയും ചെയ്യും. രംഗങ്ങൾക്കിടയിൽ വാണിഭക്കാരുടെ ആരവവും കൂക്കിവിളിയും വാദ്യഘോഷത്തിന്റെ താളക്രമത്തിനോട് ചേരുകയും എല്ലായിടത്തും മുഴങ്ങുകയും ചെയ്യും. ഇസ്താംബൂളിലെ മനോധർമ്മ നാടകശാലകൾ ചന്തപ്പറമ്പുകളാണ്. പക്ഷേ, അങ്കാരയിലേത് മരിച്ച വീടുപോലെയായിരുന്നു. കാണികൾ തിരശ്ശീലയിലേക്കും നീണ്ട പാവാട ധരിച്ച്, പിഞ്ഞിപ്പോയ മേഘങ്ങളുടെ മുകളിലേക്ക് കാഹളമൂതുന്ന മാലാഖ മാരെയും തുറിച്ചു നോക്കി. ചിലർ മനസ്സു ചിതറിയവരെപ്പോലെ തോന്നി, ചിലർ അപ്രസന്നരാണ്, മറ്റു ചിലരാകട്ടെ അമ്പരന്നവരും. നിങ്ങൾക്ക് ഇസ്താംബൂളുകാരെ അങ്കാറക്കാരിൽ നിന്ന് വേർതിരിച്ചറിയാം.

എർസുറും കവി മന്ത്രിച്ചു: "ഭയം. അങ്കാറ ഭയത്തിന്റെ നഗരമാണ്."

എനിക്ക് ഇസ്താംബൂളിൽ നിന്നുള്ള 'ഒഥല്ലോ കമീലി'നെ അറിയാം. മഹാനായ അർമീനിയൻ നടനായ പപാഷ്യൻ പരിശീലിപ്പിച്ച കമീൽ. ഒഥല്ലോയുടെ വേഷം ഗുരുവിനേക്കാൾ നന്നായി നടിക്കുന്നതു കൊണ്ടാണ് അയാളെ എല്ലാവരും 'ഒഥല്ലോ കമീൽ' എന്നു വിളിക്കുന്നത്.

തിരശ്ശീല ഉയർന്നു. വേദിയിൽ, നീളം കുറഞ്ഞതും സ്വർണ്ണ ചിത്ര പ്പണികളുള്ളതുമായ കുപ്പായവും സൽവാറുകളും തൂങ്ങിക്കിടക്കുന്ന സ്വർണ്ണനാണയങ്ങളുള്ള 'ഫെസ്' തൊപ്പിയും ധരിച്ച, ഇരുണ്ടു കുറിയ ഒരു സ്ത്രീ. കയ്സെരിയിൽ നിന്നുള്ള അർമീനിയക്കാരിയാണ് അവളെന്ന് എർസുറും കവി പറഞ്ഞു. അയാൾ അവളുമായി പ്രണയത്തിലാണെന്ന് ആ നിമിഷം എനിക്കു മനസ്സിലായി.

ആ സ്ത്രീ അതിശയകമായ വായയും അതിരുകളില്ലാത്ത കണ്ണു കളും മയ്യെഴുതിക്കറുപ്പിച്ച കട്ടിയുള്ള കൺപുരികങ്ങളുമായി അനക്ക മില്ലാതെ നിന്നു. പിന്നിലെ നിരയിൽ നിന്ന് ഏതാനും കയ്യടികൾ ഉയർന്നു. ഞാൻ തിരിഞ്ഞു നോക്കി. എർസുറും കവി പറഞ്ഞു: "ആയുധക്കോപ്പു നിർമ്മാണശാലയിലെ തൊഴിലാളികൾ."

അതിസൂക്ഷ്മമായി ആ സ്ത്രീ കൈയടിയുടെ ദിശയിലേക്ക് നോക്കി ചിരിച്ചു. ലോകത്തിലെ ഏറ്റവും ഹൃദയസ്പൃക്കായ ശബ്ദത്തിൽ പാടാൻ തുടങ്ങി.

"പച്ചത്തവളകൾ കുളത്തിൽ ചിലയ്ക്കാൻ തുടങ്ങി."

വിഷാദം എനിക്ക് രോമാഞ്ചമുണ്ടാക്കി.

ഏകയായി, വിദേശസ്ഥലികളിൽ അനാഥയായി."

അവൾ പാടി. ഒരിക്കൽ കൂടി ഞാൻ ആനറ്റോളിയയുടെ ചാവുനിലം, ഇസ്താംബൂളിലെയും ഇസ്മീറിലെയും യുദ്ധമുഖങ്ങളിലേക്ക് പോകുന്ന കരുതൽ സൈനികരോടൊപ്പം കുറുകെ കടന്നു. ഗ്രാമസത്രങ്ങളിൽ മരിച്ചുകൊണ്ടിരിക്കുന്ന മുറിവേറ്റ പട്ടാളക്കാരെയും അരുവികൾക്കു കുറുകെ പുരുഷന്മാരെ ചുമക്കുന്ന സ്ത്രീകളെയും കസ്റ്റമൊണുവിലെ വേശ്യാഗൃഹങ്ങളിലെ ഉഷ്ണപ്പുണ്ണു പിടിച്ച വേശ്യകളെയും ഓർത്തു. പഴന്തുണികളിൽ പൊതിഞ്ഞവരും നഗ്നപാദരും പേൻ നിറഞ്ഞവരും മൂക്കളയൊലിപ്പിക്കുന്നവരുമായ കുട്ടികൾ, ചാംലിബെൽ ഗ്രാമങ്ങളിലെ കോറോളു ദുർഗ്ഗങ്ങൾ, മരക്കലപ്പകളും വിണ്ടു പൊട്ടിയ മണ്ണും - വീണ്ടും ഞാൻ ആനറ്റോളിയയുടെ ഒരറ്റം മുതൽ മറ്റേയറ്റം വരെ കടന്നുപോയി. ആ വേദന അസഹ്യമാണ്.

ആ സ്ത്രീ രണ്ടു പാട്ടുകൾ കൂടി പാടി. തിരശ്ശീല താഴുകയും ഉയരുകയും ചെയ്തു. അതേ സ്ത്രീ - അതേ വായ, മഷ്യെഴുതിയ പുരികങ്ങളുള്ള അതേ കണ്ണുകൾ, അതേ വിഷാദം - മൈലാഞ്ചിയിട്ട കൈകളിലെ മരക്കരണ്ടികൾകൊണ്ട് കടകട ശബ്ദമുണ്ടാക്കി, അരക്കെട്ട് കറക്കിയും കുലുക്കിയും അവർ നൃത്തമാടി. തിരശ്ശീല താഴുകയും ഉയരുകയും ചെയ്തു. ഷേക്സ്പിയർ നാടകം ആരംഭിച്ചു. അതേ സ്ത്രീ തിരശ്ശീലയ്ക്കു മുകളിലെ മാലാഖയുടെ നീളമുള്ള പാവാടയും കറുത്ത മുടിയിൽ വെളുത്ത കൃത്രിമപ്പൂക്കളുമണിഞ്ഞ് ഡെസ്ഡിമോണയായി. കമീൽ പിന്നെയും ഒഥല്ലോയായി നിറഞ്ഞാടി. എല്ലാ നടന്മാരും മനോധർമ്മം പ്രയോഗിച്ചു. കമീൽ മാത്രമാണ് മുഴുവൻ സംഭാഷണവും പറഞ്ഞത്. ഇയാഗോയും.

നാടകം കഴിഞ്ഞപ്പോൾ, ഞാൻ ഇയാഗോയെ അവതരിപ്പിച്ച റാശിദിനെ കണ്ടു. അയാൾ ചമയങ്ങളഴിച്ചു വെച്ചിരുന്നു. അദ്ഭുതകരമാംവണ്ണം പുള്ളികളുള്ള മുഖവും ചുവന്ന തലമുടിയുമുള്ള അയാൾക്ക് പ്രായം കുറവായിരുന്നു. അയാളുടെ ഉരുണ്ട ഹേസൽ കണ്ണുകൾ തെന്നിത്തെറിച്ചു നീങ്ങുന്നതും മധുരമൂറുന്നതുമായിരുന്നു. വേദിക്കു പുറത്തും അയാൾ ഇയാഗോയുടെ ശബ്ദത്തിലാണ് സംസാരിച്ചത്. അയാൾ ഇസ്താംബൂളിലെ റോബർട്ട് കോളേജിൽ നിന്ന് ബിരുദമെടുത്തയാളാണ്. അയാളുടെ ഫ്രഞ്ചും ഇംഗ്ലീഷിന്റെ അത്ര തന്നെ മികച്ചതായിരിക്കും.

“എനിക്ക് എല്ലാ ഷേക്സ്പിയർ നാടകങ്ങളും മനഃപാഠമാണ്.” അയാൾ പറഞ്ഞു. “ഗീതകങ്ങളും.”

വിരമിച്ച ഒരു നയതന്ത്രപ്രതിനിധിയുടെ മകനാണ് അയാൾ.

“ഷേക്സ്പിയറുടെ നാടകവേദി.” അയാൾ പറഞ്ഞു, “നമ്മുടേതിനേക്കാൾ വലുതായിരുന്നു. പക്ഷേ, നമുക്ക് അവരുമായി പൊതുവായ ഒരു കാര്യമുണ്ട്. അങ്കാറയിലെ മരത്തട്ടിലേക്ക് പ്രവേശിക്കുമ്പോൾ ഞാൻ എലിസബത്തുകാലത്തെ ഇംഗ്ലണ്ടിലാണെന്നു തോന്നിപ്പോകുന്നു. നമുക്കൊരുമിച്ചു കൂടാം, അഹമ്മദ് ബെയ്. ഞാനും നിങ്ങൾ താമസിക്കുന്ന

സ്ഥലത്താണ്. നിങ്ങളെന്നെ ശ്രദ്ധിച്ചില്ലെന്നേയുള്ളൂ, ഞാൻ നിങ്ങളെ കണ്ടിരുന്നു. ഇസ്താംബൂളിൽ വെച്ചും ഞാൻ നിങ്ങളെപ്പറ്റി കേട്ടിരുന്നു."

അയാൾക്ക് എന്റെ പേരറിയാമെന്നതിൽ എനിക്ക് അദ്ഭുതം തോന്നി. ചിലപ്പോഴത് ഞാൻ വരച്ച ഹാസ്യചിത്രങ്ങളിൽ നിന്നാകാം.

"അല്പം കാത്തിരിക്കാനുള്ള ദയയുണ്ടെങ്കിൽ നമുക്കൊരുമിച്ച് താമസസ്ഥലത്തേക്ക് നടക്കാം, അഹമ്മദ് ബെയ്.."

എർസുറും കവി പറഞ്ഞു: "ഞങ്ങൾക്ക് അല്പം തിരക്കുണ്ട്."

"ഇഷ്ടമുള്ളതു പോലെ."

റാശിദ് എന്റെ നേർക്കു തിരിഞ്ഞു: "നമുക്കൊന്നു കൂടണം, അഹമ്മദ് ബെയ്."

തിരികെ നടക്കുമ്പോൾ,എർസുറും കവി പറഞ്ഞു: "ആ മനുഷ്യനോട് അടുക്കരുത്. അയാൾ ആരാണെന്ന് ആർക്കറിയാം! എന്തായാലും അങ്കാറ യിൽ വെച്ച് നിങ്ങൾക്കറിയാത്തവരോട് സംസാരിക്കരുത്."

നിരത്തുകളിൽ കുറ്റാക്കുറ്റിരുട്ടായിരുന്നു. ഞങ്ങൾ പാറാവുകാരെ കടന്നു പോയി.

"അങ്കാര നോഹയുടെ പെട്ടകമാണ്," എർസുറും കവി പറഞ്ഞു. "തകർന്നടിഞ്ഞ ഓട്ടോമാൻ സാമ്രാജ്യത്തിന്റെ പ്രളയജലത്തിൽ ഒഴുകി നടക്കുന്ന നോഹയുടെ പെട്ടകം. തീർച്ചയായും അത് പ്രാവുകളെയും പാമ്പുകളെയും സിംഹങ്ങളുടെയും കടുവകളെയും ചെന്നായകളെയും ആട്ടിൻകുട്ടികളെയും അടുത്തടുത്തിരുത്തി സുരക്ഷിതമായ തീര ത്തണയും. പക്ഷേ, അവിടെ വെച്ച് പാമ്പുകൾ പ്രാവുകളെ തിന്നും; ചെന്നായകൾ ആട്ടിൻകുട്ടികളെ തിന്നും. സിംഹങ്ങളും കടുവകളും പരസ്പരം തൊണ്ടക്കുഴിയിൽ പല്ലുകളാഴ്ത്തും."

കോഫീഹൗസ് ഏറെനേരം മുമ്പേ അടച്ചിരുന്നു. ഞങ്ങൾ ഒരു ചന്ത യിലെത്തി.

"ബ്രിട്ടീഷ് ചാരനായ മുസ്തഫ സഗീറിനെ തൂക്കിക്കൊന്നത് ഇവിടെ വെച്ചാണ്," അയാൾ പറഞ്ഞു.

സത്രത്തിന്റെ വാതിൽക്കൽ വെച്ച് ഞങ്ങൾ വിടപറയുമ്പോഴും അയാൾ പറഞ്ഞു, "റാശിദിനോട് ചങ്ങാത്തം കൂടരുത്. അയാളാരാണെന്ന് നിങ്ങൾക്കറിയില്ല, മനസ്സിലായോ?"

"ഞാൻ മനസ്സിലാക്കുന്നു."

മുസ്തഫ കമാൽ പാഷ നഗരത്തിനു പുറത്ത് ലാസ്* വംശജരായ കാവൽക്കാരാൽ സംരക്ഷിക്കപ്പെട്ട് താമസിക്കുന്നുണ്ട്.

---

* കിഴക്കൻ കരിങ്കടൽ പ്രദേശത്തെ സ്വദേശികളായ ഗോത്രവർഗ്ഗം

പടിഞ്ഞാറൻ യുദ്ധമുഖം വളരെ അടുത്തും വളരെ അകലെയുമാണ്. മാർച്ച് 23ന് തുടങ്ങുകയും മാർച്ച് 31ന് അവസാനിക്കുകയും ചെയ്ത രണ്ടാം ഇനോനു യുദ്ധത്തിന്റെ പീരങ്കിയൊച്ചകൾ അങ്കാരയിൽ കേൾക്കാമായിരുന്നെന്നാണ് പറയുന്നത്. അതു നേരാണോ എന്നെനിക്കറിയില്ല. പക്ഷേ, ഗ്രീക്കു സൈന്യം അങ്കാറയ്ക്കു നേരെ മുന്നേറാൻ തുടങ്ങിയപ്പോൾ, സർക്കാർ ഉദ്യോഗസ്ഥന്മാരും പണക്കാരും തീവണ്ടികളിലും വാഹനങ്ങളിലും കാളവണ്ടികളിലും നഗരമുപേക്ഷിച്ച് ഉൾപ്രദേശങ്ങളിലേക്കു നീങ്ങിയത്രേ. ഗ്രീക്കുകാർ "നമ്മുടെ സൈന്യത്തിന് കളമൊഴിഞ്ഞ് കൊടുത്ത് ഓടിപ്പോയപ്പോൾ" അവരിൽ ചിലർ അങ്കാറയിലേക്ക് തിരിച്ചു വരികയും മറ്റുള്ളവർ സിവാസിലേക്ക് നീങ്ങുകയും ചെയ്തു.

ആനറ്റോളിയയുടെ ഏറ്റവും ഫലഭൂയിഷ്ഠമായ മണ്ണും ഏറ്റവും നൈപുണ്യമുള്ള നഗരങ്ങളും ശത്രുക്കളുടെ കയ്യിലാണ്. പതിനഞ്ചു പ്രവിശ്യകളും ചെറുനഗരങ്ങളും ഒമ്പത് വൻനഗരങ്ങളും ഏഴു തടാകങ്ങളും പതിനൊന്നു നദികളും മൂന്നു കടലുകളും ആറ് തീവണ്ടിപ്പാതകളും ദശലക്ഷം ജനങ്ങളും ശത്രുക്കളുടെ കയ്യിലാണ്.

ഞാൻ അമ്മാവനെ ചെന്നു കണ്ടു പറഞ്ഞു: "എനിക്ക് യുദ്ധമുഖത്തേക്ക് പോകണം."

"അസാദ്ധ്യം."

ഞാൻ ശാഠ്യം പിടിച്ചു.

"നോക്കട്ടെ,"

മൂന്നു ദിവസത്തിനു ശേഷം വീണ്ടും കണ്ടപ്പോൾ വലിയ വാർത്ത പറയുന്നതുപോലെ അദ്ദേഹം പറഞ്ഞു: "ഞാൻ അവരോടു സംസാരിച്ചു." ആരോട് എന്നദ്ദേഹം വ്യക്തമാക്കിയില്ലെങ്കിലും അവർ ഭരണശ്രേണിയുടെ ഉന്നതസ്ഥാനങ്ങളിലിരിക്കുന്നവരാണെന്നു പറഞ്ഞു. "നിനക്ക് യുദ്ധമുഖത്തേക്ക് പോകാനുള്ള അനുമതിയില്ല. പകരം നിനക്ക് വാർത്താപ്രചരണവിഭാഗത്തിൽ ജോലി തരും."

എനിക്ക് യുദ്ധമുഖത്തേക്ക് പോകാനുള്ള അനുമതി കിട്ടാതിരുന്നതെന്താണെന്ന് കണ്ടെത്താൻ ഞാൻ ശ്രമിച്ചതേയില്ല. യുദ്ധമുഖത്തു തന്നെ പോകണമെന്ന് വേണമെങ്കിൽ ശാഠ്യം പിടിക്കാമായിരുന്നു. ചിലപ്പോൾ അതിനുള്ള അനുമതിയും കിട്ടിയേനേ. പക്ഷേ, ഞാനങ്ങനെ ചെയ്തില്ല.

"എനിക്ക് വാർത്താപ്രചാരണ വിഭാഗത്തിലെ ജോലി വേണ്ട. പകരം ഏതെങ്കിലും പട്ടണത്തിൽ ഒരു അദ്ധ്യാപകന്റെ ജോലി കണ്ടുപിടിച്ചു തരൂ."

വിഡ്ഢിയെ സമർത്ഥനെന്നതുപോലെ അദ്ദേഹം എന്നെ നോക്കി. ഒരാഴ്ചയ്ക്കുശേഷം ഞാൻ വീണ്ടും കാൽനടയായി ബൊളൂവിലേക്ക് പോയി. എന്റെ പെട്ടി വീണ്ടും ഞാൻ കഴുതയുടെ പുറത്തുവെച്ചു. ഇത്തവണ എന്റെ കഴുതക്കാരൻ മുടന്തനായിരുന്നു.

പതിനഞ്ചാമത്തെ വര

ഒരിക്കൽ കൂടി,സിയ ഇട്ടേച്ചു പോയ കവിതാപുസ്തകം മുഴുവനും വായിച്ചു. സിയ അത് എത്ര തവണ വായിച്ചിട്ടുണ്ടാകുമെന്ന് ആർക്കറിയാം? ഞാൻ തറയിൽ വെള്ളമൊഴിക്കുകയും ആ ചെളി കൊണ്ട് പ്രതിമയുണ്ടാക്കാൻ ശ്രമിക്കുകയും ചെയ്തു. ആദ്യം ഞാൻ അനുഷ്കയുടെ തലയുണ്ടാക്കാൻ ശ്രമിച്ചു, എന്നാൽ കഴിഞ്ഞില്ല. പിന്നീട് ഒരു പൂച്ചയെയുണ്ടാക്കാൻ ശ്രമിച്ചു. അതും വിജയിച്ചില്ല. പിന്നെ ഒരു കവിതയെഴുതാൻ തുടങ്ങി. എന്താണ് എഴുതേണ്ടതെന്നോ എങ്ങനെയാണ് എഴുതേണ്ടതെന്നോ അറിയില്ലായിരുന്നു. അറുസ്* എന്താണെന്നു പോലും അറിയില്ല. അല്ലെങ്കിൽ തന്നെ അറുസ് ഉപയോഗിച്ച് ആരാണിപ്പോൾ കവിതയെഴുതുന്നത്? ഗദ്യത്തിൽ ഏഴക്ഷരങ്ങൾ വീതമുള്ള ഈരടികൾ എഴുതാൻ ശ്രമിച്ചു.

"നൂറു പായ്മരങ്ങളുള്ള കപ്പൽ,
ഏതു തുറമുഖത്തേക്കാണതിന്റെ പോക്ക്?" എന്ന മട്ടിൽ
"ദൂരം ഒരു കാട്ടുപനിനീരാണ്
നീ, എന്റെ പനിനീർപുഷ്പമേ
നീയാണതിന്റെ കയ്പ്പുറ്റ കനി" എന്നെഴുതി.

'കനി'യോട് പ്രാസമൊപ്പിക്കുന്ന നിരവധി വാക്കുകളുണ്ടെങ്കിലും രണ്ടാമതൊരു വരിയെഴുതാൻ കഴിഞ്ഞില്ല. "ഞാനൊരു കവിയായിരുന്നെങ്കിൽ", ഞാൻ അനുഷ്കയോട് പറഞ്ഞു, ഞാൻ പ്രണയകവിതകൾ എഴുതില്ല. എങ്ങനെയാണ് കവിതയെഴുതാനുള്ള ചിന്ത എന്റെ തലയ്ക്കുള്ളിൽ പൊട്ടിത്തെറിച്ചത്?

"ഈ അഭിസാരികയാം ലോകത്തിൻ വഴികൾ..."

എന്തുകൊണ്ട് അഭിസാരിക? ലോകം സുന്ദരമാണ്. ലോകം സുന്ദരമാണ് എന്നതുകൊണ്ട് ഉദ്ദേശിക്കുന്നതെന്താണ്? ലോകത്തെ സംബന്ധിച്ചിടത്തോളം സുന്ദരമായിട്ടെന്തുണ്ട്? ഭൂരിഭാഗം ജനങ്ങളും 'ഈ ലോകം

---

* പേർഷ്യൻ കവിതകളിൽ ഉപയോഗിച്ചിരുന്ന വൃത്തങ്ങൾ

സുന്ദരമാണോ' എന്നുപോലും ചോദിക്കുന്നില്ല. അന്യായവും വിശപ്പും ദുർഭരണവും മരണവും ഭൂമിയിലില്ലെന്നതുപോലെ അവർ അന്യായത്തോടും വിശപ്പിനോടും ദുർഭരണത്തോടും മരണത്തോടുമൊപ്പം ജീവിക്കുന്നു. അന്യായത്തിനും ദുർഭരണത്തിനുമെതിരെ എത്ര ശതമാനം പേർ പോരാടുന്നുണ്ട്? അതുകൊണ്ട് ഞങ്ങൾ പോരാടുന്നു. വിപ്ലവങ്ങളുണ്ടാക്കുന്നവരും പ്രതിരോധനിര തീർക്കുന്നവരും പോരാടുന്നു. ഞാൻ പോരാടുകയല്ലേ? പേയിളകാനും ഇസ്മയിലിന്റെ വെടിയുണ്ടയേറ്റു മരിക്കാനും കാത്തിരിക്കുകയല്ലേ? നാശം!

പതിനാറാമത്തെ വര

ബൊാളൂവിലെ ഖജാൻജിയായി പുതിയ ആൾ നിയമിക്കപ്പെട്ടു. മാസങ്ങളായി ശമ്പളം കിട്ടാത്ത ബൊളൂവിലെ അദ്ധ്യാപകർ അഹമ്മദിന്റെ പ്രേരണയാൽ പുതിയ ഖജാൻജിയെ കാണാനും അവരുടെ ദാരുണമായ അവസ്ഥയെ അവതരിപ്പിക്കാനും ആവശ്യമെങ്കിൽ അന്ത്യശാസനം നൽകാനും തീരുമാനിച്ചു. അവരുടെ പ്രതിനിധികൾ വ്യാഴാഴ്ച വൈകുന്നേരം മിറർ കോഫീഹൗസിൽ ഒത്തു ചേരുകയും അമർഷത്തോടെയും ആവേശത്തോടെയും ടൗൺഹാളിലേക്ക് പുറപ്പെടുകയും ചെയ്തു. റുമേലിയയിൽ നിന്നുള്ള മതാദ്ധ്യാപകനായ ശാബാൻ എഫന്ദിയും ഞാനും മുന്നിൽ നടന്നു. കണക്കും ചരിത്രവും സാഹിത്യവും പഠിപ്പിക്കുന്ന അദ്ധ്യാപകർ അവർക്കു പുറകിലും. അവർ ചന്തയിലൂടെ അണിയണിയായി നടന്നു. മഴ പെയ്യുന്നുണ്ടായിരുന്നു. ഒരു കുട മുമ്പിലും മൂന്നെണ്ണം പുറകിലും അടിവെച്ചു നീങ്ങി. എനിക്ക് കുടയില്ല. കുടകളുടെ കുപിതമായ പ്രതിനിധിസംഘത്തെ കടയുടമകൾ ആദരവോടും പ്രത്യാശയോടും കൂടെ അഭിവാദ്യം ചെയ്തു. ഞാൻ ഉൾപ്പെടെ എല്ലാ അദ്ധ്യാപകരും കടയുടമകൾക്ക് പണം കൊടുക്കാനുണ്ട്. ഖജാൻജിയെ കാണാൻ അവർ പോകുന്നതെന്തിനാണെന്ന് ചന്തയിലുള്ളവർക്കെല്ലാമറിയാം.

അവർ ഒരു വളവു തിരിഞ്ഞു. കനത്ത മഴയിൽ ഞാൻ തിരിഞ്ഞു നോക്കി. മൂന്നു കുടകളിലൊന്നു കാണുന്നില്ല.

“സാഹിത്യ അദ്ധ്യാപകൻ എവിടെ?”

ചരിത്രാദ്ധ്യാപകൻ മറുപടി പറഞ്ഞു: “ചന്തയിൽ സിഗരറ്റു വാങ്ങാനായി നിന്നു. അയാൾ എത്തിക്കൊള്ളും.”

മതാദ്ധ്യാപകനായ ശാബാൻ എഫന്ദി മുറുമുറുത്തു: “ദൈവമേ! സിഗരറ്റു വാങ്ങാനുള്ള നേരമാണോ ഇത്?”

ഒരു കുട മുമ്പിലും രണ്ടു കുട പിന്നിലും അവർ ഉദ്യാനത്തിലേക്കു കടന്നു. നനഞ്ഞുകുതിർന്ന ബുർഖ ധരിച്ച ഒരു സ്ത്രീ, അവർക്ക് ശിരോവസ്ത്രമില്ല, പുരുഷന്മാർ വരുന്നതു കണ്ടു. അവർ ഉദ്യാനത്തിന്റെ മതിലിനു നേർക്കു മുഖം തിരിക്കുകയും പുരുഷന്മാർ കടന്നു

പോകുന്നതുവരെ കുന്തിച്ചിരിക്കുകയും ചെയ്തു. ഉദ്യാനത്തിനപ്പുറത്തെ ചെളിനിറഞ്ഞ മൈതാനത്തിൽ അവരെത്തി. ഞാൻ പിന്നെയും തിരിഞ്ഞുനോക്കി. കുടകളുടെ എണ്ണം വീണ്ടും കുറഞ്ഞിരിക്കുന്നു.

"ചരിത്രാദ്ധ്യാപകൻ എവിടെപ്പോയി?"

ഗണിതാദ്ധ്യാപകൻ മറുപടി പറഞ്ഞു: "അയാൾക്ക് മൂത്രമൊഴിക്കണം."

മതാദ്ധ്യാപകനായ ശാബാൻ എഫന്ദി മുറുമുറുത്തു: "അവരാണ് 'കമ്മിറ്റി ഓഫ് യൂണിയൻ ആന്റ് പ്രോഗ്രസ് പാർട്ടി'യുടെ അനുയായികൾ. വിചിത്രമായ നേരത്ത് അവർക്കെല്ലാം മൂത്രമൊഴിക്കാൻ മുട്ടും." ഗണിതാദ്ധ്യാപകൻ ആ പാർട്ടിയുടെ അനുയായിയായിരുന്നു.

മഴ തുള്ളിക്കൊരു കുടം വീണു തുടങ്ങി. ഞാൻ മതാദ്ധ്യാപകന്റെ കുടക്കീഴിൽ ഇടം തേടി. ടൗൺ ഹാളിലെത്തിയപ്പോൾ വീണ്ടും തിരിഞ്ഞു നോക്കി. പുറകിൽ ഒരൊറ്റ കുട പോലുമുണ്ടായിരുന്നില്ല. ശാബാൻ എഫന്ദി പടിയിൽവെച്ച് കുട മടക്കുമ്പോൾ പിറുപിറുത്തു: "അതു നിങ്ങളുടെ തെറ്റാണ്, അഹമ്മദ് ബെയ്. ഇത്തരം ആളുകളെ ഇത്രയും പ്രധാനപ്പെട്ട കാര്യത്തിന് പങ്കെടുപ്പിക്കുന്നതെന്തിനാണ്?"

പള്ളിയുടെ വാതിലുപോലെ കട്ടിയുള്ളതാണ് ഖജാൻജിയുടെ ഓഫീസ്. ഞാൻ കാവൽക്കാരനോട് പറഞ്ഞു: "ബൊളുവിലെ അദ്ധ്യാപകർ കാണാൻ വന്നിട്ടുണ്ടെന്ന് ഖജാൻജിയോട് പറയൂ."

കാവൽക്കാരൻ അകത്തേക്കു പോയി തിരിച്ചുവന്നു.

"അകത്തേക്കു പോകൂ." അയാൾ പറഞ്ഞു.

ഞാൻ കനമുള്ള തിരശ്ശീല വകഞ്ഞു മാറ്റി അകത്തേക്കു നടന്നു. ഖജാൻജി മേശയ്ക്കു പുറകിൽ ഇരിക്കുന്നുണ്ട്: കറുത്ത കണ്ണുകൾ, കറുത്ത കൽപാക് തൊപ്പി, തടിച്ച ശരീരം.

"ഞങ്ങൾ, മതാദ്ധ്യാപകൻ ശാബാൻ എഫന്ദിയും ഞാനും..." ഞാൻ പറഞ്ഞു.

ഖജാൻജി കയ്യുയർത്തി തടഞ്ഞു: "ഞാൻ നിങ്ങളെ കാണുന്നുണ്ട്. പക്ഷേ, മതാദ്ധ്യാപകൻ എവിടെ?"

തിരിഞ്ഞു നോക്കി. ശാബാൻ എഫന്ദി സ്ഥലം വിട്ടിരുന്നു. എനിക്ക് കോപം വന്നു. "ശാബാൻ എഫന്ദി നിങ്ങളുടെ വാതിലിനപ്പുറത്തുണ്ട്. അയാളോട് കടന്നു വരാൻ പറയൂ."

"അതിന്റെ ആവശ്യമില്ല."

"ഞങ്ങളഞ്ചു പേർ ഇങ്ങോട്ടു പോന്നതാണ്. ഞാൻ മാത്രം..."

"നിങ്ങളെയാണ് എനിക്കാവശ്യം. ഇരിക്കൂ."

"ഞങ്ങളുടെ ശമ്പളം..."

"ഞാൻ ഉത്തരവിട്ടു കഴിഞ്ഞു. നിങ്ങൾക്ക് ഒരു മാസത്തെ ശമ്പളം കിട്ടും.'

"പക്ഷേ ഞങ്ങൾ..."

ഖജാൻജി വീണ്ടും എന്റെ സംസാരം തടസ്സപ്പെടുത്താൻ കയ്യുയർത്തു കയും അതൊടൊപ്പം മണി മുഴക്കുകയും ചെയ്തു. അയാൾ പരിചാരക നോട് ചായ കൊണ്ടു വരാൻ ആവശ്യപ്പെട്ടു.

"പുറത്തു നിൽക്കുന്ന ഹോജ എഫന്ദിയോട് കാത്തുനിൽക്കേണ്ടതി ല്ലെന്നു പറയ്."

പരിചാരകൻ പോയി. ഖജാൻജി എഴുന്നേറ്റ് അഹമ്മദിന്റെ മുമ്പിൽ വന്നു നിന്നു. "അഹമ്മദ് ബെയ്," അയാൾ പറഞ്ഞു. "നിങ്ങളാരാ ണെന്നും നിങ്ങളുടെ വിശ്വാസങ്ങൾ എന്താണെന്നും പട്ടണത്തിലെയും ഗ്രാമങ്ങളിലെയും നിങ്ങളുടെ പ്രവർത്തനങ്ങൾ എന്തെല്ലാമാണെന്നും എനിക്കറിയാം. നിങ്ങളുടെ കൂട്ടുകാർ ആരെല്ലാമാണെന്നും. ക്രിമിനൽ കോടതിയിലെ ന്യായാധിപനായ യൂസുഫ് ബെയും കണക്കെഴുത്തു കാരനായ ഒസ്മാൻ ബെയും - എല്ലാവരും നിങ്ങളുടെ അനുയായി കളാണ്."

അയാൾ നിശ്ശബ്ദനായി. എന്നിട്ടയാൾ എന്റെ മുട്ടിൽ തന്റെ വലിയ കൈ ചേർത്തു വെക്കുകയും പതിയെ സംസാരം തുടരുകയും ചെയ്തു: "ഗ്രീക്കു സൈന്യം അങ്കാറയുടെ നേർക്ക് അടുക്കുകയാണ്."

"നിങ്ങളെന്താണീ പറയുന്നത്, വീണ്ടും?"

"അങ്കാറ ശത്രുക്കളുടെ കൈകളിലേക്ക് വീണേക്കാം."

"അങ്കാറ വീഴുമെന്നോ? വീണാൽ?"

"നമ്മളിവിടെ ബോൾഷെവിസം പ്രഖ്യാപിക്കും."

"ബോൾഷെവിസം?"

"നിങ്ങളെന്നെ പ്രസിഡന്റാക്കണം. നമുക്കൊരു സൈന്യമുണ്ടാക്കി അങ്കാറയെ വിമോചിപ്പിക്കാം. നിങ്ങളുടെ ആളുകളോട് തയ്യാറായിരിക്കാൻ പറയൂ. പക്ഷേ, ഇപ്പോഴിതൊന്നും ആരോടും പറയരുത്."

തലയിൽ അടി കിട്ടിയതുപോലെ ഞാൻ ഖജാൻജിയെ തുറിച്ചു നോക്കി. എനിക്ക് ചില കാര്യങ്ങൾ മനസ്സിലായി, മറ്റു ചിലതാകട്ടെ മനസ്സി ലായതുമില്ല. എന്റെ കൈമുട്ടുകളിൽ കൈവെച്ച് ഖജാൻജി തുടർന്നു: "ഞാൻ പറയുന്നു ഒസ്മാൻ ബെയിനോടും യൂസുഫ് ബെയിനോടും സംസാരിക്കൂ. നിങ്ങൾക്ക് ആഭ്യന്തരവകുപ്പെടുക്കാം. ഒസ്മാൻ ബെയ്ക്ക് ഖജനാവും. യുസൂഫ് ബെയ് പ്രധാനമന്ത്രിയാകട്ടെ."

പെട്ടെന്ന് ഞാൻ വിസ്മയത്തിൽ നിന്നുണർന്നു. ഞാനിപ്പോൾ പിരി മുറുക്കമില്ലാതെ എല്ലാം കേൾക്കുകയും മനസ്സിലാക്കുകയുമാണ്.

പരിചാരകൻ ചായ കൊണ്ടുവന്നു. ഖജാൻജി ചായയിലെ പഞ്ചസാര പതുക്കെ ഇളക്കിക്കൊണ്ട് കാവൽക്കാരുടെ തലവനെക്കുറിച്ചും പൊലീസ് മേധാവിയെക്കുറിച്ചും സൂചിപ്പിച്ചു. ആദ്യത്തെയാളെ വേഗം വശത്താക്കാം. എന്നാൽ രണ്ടാമത്തെയാളെ വിശ്വസിക്കാനേ കൊള്ളില്ല.

അവിടെ നിന്നിറങ്ങുമ്പോഴേക്കും എന്റെ തല സ്ഫടികംപോലെ തെളിഞ്ഞിരുന്നു. പടികളിറങ്ങുമ്പോൾ അദ്ധ്യാപകർക്കിടയിൽ വിശ്വസിക്കാൻ കൊള്ളാവുന്നവർ ആരാണെന്നു ചിന്തിച്ചു. പിന്നോക്കവിഭാഗം: തുർക്കി ഭാഷാദ്ധ്യാപകൻ, കായികാദ്ധ്യാപകൻ, ഭൗതികശാസ്ത്രവും രസതന്ത്രവും പഠിപ്പിക്കുന്നവർ. ചെറുപ്പക്കാരുടെ ഇടയിൽ മുൻസിപ്പൽ എഞ്ചിനീയറും അയാളുടെ കൂട്ടുകാരും. ഗ്രാമങ്ങളിലെ എല്ലാ ദരിദ്രരും. ചന്തയിൽ ചെമ്പു പണിക്കാരൻ ഫെർഹാതും അയാളുടെ കൂട്ടുകാരും.

മഴ തോർന്നിരിക്കുന്നു. ഞാൻ ഒസ്മാനെയും യൂസുഫിനെയും തിരക്കിയെങ്കിലും കണ്ടെത്താനായില്ല. അവരെവിടെയാണ്? കോഫീ ഹൗസിലേക്കു പോയി. അദ്ധ്യാപകരുടെ പ്രതിനിധികൾ വികാരവിക്ഷോഭത്തിനടിപ്പെട്ടും ജാള്യതയോടെയും എന്നെ അഭിവാദ്യം ചെയ്തു.

“നമുക്ക് ശമ്പളം കിട്ടും,” ഞാൻ പറഞ്ഞു. പാതിവഴിയിൽവെച്ച് അവരെന്നെ ഉപേക്ഷിച്ചുപോയതെന്താണെന്നു ചോദിക്കാതെ മിന്നൽപ്പിണർ പോലെ പുറത്തേക്കു കുതിച്ചു. ഒസ്മാനും യൂസുഫും പതിവു ലാവണങ്ങളിലില്ല. അവരെവിടെയാണ്?

യൂസുഫ് ബൊളുവിലെ ക്രിമിനൽ കോടതിയിലെ ന്യായാധിപനാണ്. മറ്റുള്ള അംഗങ്ങളും പ്രോസിക്യൂട്ടറും മടിയന്മാരും വയസ്സായവരുമാണ്. ക്രിമിനൽ കോടതി യുസൂഫിന്റെ നിയന്ത്രണത്തിലാണ്. ഞാൻ ബൊളൂവിലെ മിഡിൽ സ്ക്കൂളിൽ ചിത്രംവര പഠിപ്പിക്കുകയാണ്. ഒസ്മാൻ ബെയ് ബൊളുവിലെ കാർഷികബാങ്കിൽ കണക്കെഴുത്തുകാരനാണ്. 1915നും 1919നും മദ്ധ്യത്തിൽ അയാൾ ജർമ്മനിയിലായിരുന്നു. ഞാനാദ്യം മാർക്സിനെക്കുറിച്ചു കേട്ടത് അയാളിൽ നിന്നാണ്. പക്ഷേ, ആ പേരും “സർവ്വരാജ്യത്തൊഴിലാളികളേ, സംഘടിക്കുവിൻ!” എന്ന വാക്കുകളും മാത്രം. ‘ചരിത്രം വർഗസമരമാണെന്ന്’ അയാൾ പറഞ്ഞുതന്നു. പക്ഷേ, പാദുഷമാരുടെയും രാജാക്കന്മാരുടെയും കഥകളായിട്ടാണ് ഞങ്ങളെ ചരിത്രം പഠിപ്പിച്ചിരിക്കുന്നത്. അതുകൊണ്ടുതന്നെ ‘ചരിത്രം പാദുഷമാരും രാജാക്കന്മാരും തമ്മിലുള്ള വർഗസമര’മാണെന്നാണ് ഞാൻ മനസ്സിലാക്കിയത്. അത് തികച്ചും നേരാണെന്ന് തോന്നി. ഏതു പാദുഷ ഏതു രാജാവുമായി പോരാടിയാലും ജനങ്ങളാണ് ശണ്ഠകൾക്കിടയിൽ ഞെരിഞ്ഞമരുന്നത്. പക്ഷേ, ഇപ്പോൾ ചരിത്രം അങ്ങനെ മുന്നോട്ടു പോകുന്നില്ല. അത് പാദുഷമാരെയും അവരുടെ യുദ്ധങ്ങളെയും ഒഴിവാക്കിക്കൊണ്ടിരിക്കുകയാണ്.

വാസ്തവത്തിൽ ബൊളൂവിലെ ക്രിമിനിൽ കോടതിക്ക് രണ്ടംഗ ങ്ങളേയുള്ളൂ: യൂസുഫും ഒസ്മാനും. ശരിയായ പ്രോസിക്യൂട്ടർ ഞാനാണ്. അവർ കേസുകൾ കോടതിമുറിയിൽവെച്ച് മറിച്ചു നോക്കുകയേയുള്ളൂ. തീരുമാനങ്ങൾ ശരിക്കുമെടുക്കുന്നത് കഴുതക്കാരുടെ സത്രത്തിൽ വെച്ചാണ്: കുതിരലായങ്ങൾക്കു മുകളിലുള്ള എന്റെ മുറിയിൽ വെച്ച്. പ്രതിഭാഗത്തുള്ളത് സമ്പന്നനാണോ ദരിദ്രനാണോ എന്നു മാത്രമേ ഞങ്ങൾ ചോദിക്കൂ. അയാൾ ദ്രോഹിച്ചത് ആരെയെന്നും. അയാളൊരു ദരിദ്രനാണെങ്കിൽ, ദ്രോഹിച്ചത് സമ്പന്നനെയാണെങ്കിൽ: കുറ്റവിമോചനം. അയാളൊരു സമ്പന്നനാണെങ്കിൽ,നിരപരാധിയാണെങ്കിൽ പോലും: ശിക്ഷ. ഒരു ദരിദ്രൻ മറ്റൊരു ദരിദ്രനെ ദ്രോഹിക്കുമ്പോഴോ ഒരു സമ്പന്നൻ മറ്റൊരു സമ്പന്നനെതിരെ കുറ്റം ചെയ്തതായി ആരോപിക്കപ്പെടുമ്പോഴോ മാത്രമേ ഞങ്ങൾ നിയമപുസ്തകങ്ങൾ തുറക്കാറുള്ളൂ. ഗ്രാമങ്ങളിലെയും പട്ടണത്തിലെയും ദരിദ്രർക്കിടയിൽ ക്രിമിനൽ കോടതിയുടെ പ്രശസ്തി - ശരിക്കും യൂസുഫിന്റെ പ്രശസ്തി - തലങ്ങും വിലങ്ങും പരന്നു. ബാങ്കി ലേക്കുള്ള ദരിദ്രരുടെ കടങ്ങൾ കണക്കു പുസ്തകങ്ങളിൽനിന്ന് അപ്രത്യ ക്ഷമാക്കാനോ എഴുതിത്തള്ളാനോ ഒസ്മാൻ ബെയുടെ കയ്യിൽ ഏറെ സൂത്രപ്പണികളുണ്ട്. സ്കൂളിലാകട്ടെ, ഞാൻ ദരിദ്രക്കുട്ടികളെ മുൻ ബെഞ്ചുകളിലിരുത്തുകയും വരയ്ക്കാനറിഞ്ഞാലും ഇല്ലെങ്കിലും അവർക്ക് മുന്തിയ മാർക്കുകൾ നൽകുകയും ചെയ്തു. പിന്നെ, ഒരു യുവജനക്ലബ്ബ്: അവരെയും ഞങ്ങൾ വശത്താക്കിയിട്ടുണ്ട്.

കഴുതക്കാരുടെ സത്രത്തിലെ, കുതിരലായത്തിനു മുകളിലെ എന്റെ മുറിയിൽ - ചിനയ്ക്കലുകൾക്കും മാറ്റിക്കെട്ടുന്ന ചങ്ങലകളുടെ ചിലപ്പിനും കുതിരച്ചാണകത്തിന്റെ വാടയ്ക്കും ഗ്യാസുവിളക്കിന്റെ പ്രകാശത്തിനും നടുവിലിരുന്ന് ഞാൻ യൂസുഫിനോടും ഒസ്മാനോടും ഖജാൻജിയുടെ നിർദ്ദേശം പറഞ്ഞു. ഞങ്ങൾ അയാളോട് രണ്ടു തവണ സംസാരിച്ചു. ഞങ്ങൾ പദ്ധതികളുണ്ടാക്കി. പക്ഷേ, അങ്കാറ വീണില്ല. ഖജാൻജി പിന്നെയും ഞങ്ങളെ വിളിച്ചു:

“ഇവിടെ നിങ്ങൾക്കു ചെയ്യാനുള്ള യാതൊന്നും അവശേഷിച്ചിട്ടില്ല. ഇപ്പോൾ ഇവിടെ നിന്നു പോകൂ - എന്നെ കുഴപ്പത്തിലാക്കരുത്.”

ആ നേരത്ത്, യൂസുഫിന് ഒരു കമ്പിസന്ദേശം കിട്ടി, ആരിൽ നിന്നാണ തെന്ന് എനിക്കറിയില്ല. പക്ഷേ, അവൻ പറഞ്ഞു: “അവർ എന്നെ എന്തോ കാര്യത്തിന് തബ്രീസിലേക്ക് പറഞ്ഞയയ്ക്കുകയാണ്. ഇതൊരു അവ സരമാണ് - നീയും വാ. നമുക്കെല്ലാവർക്കും റഷ്യയിലേക്കു പോയി ബോൾഷെവിസം ശരിക്കുമെന്താണെന്ന് പഠിക്കാം.”

ഞങ്ങൾ യൂസുഫിന്റെ നിർദ്ദേശം സ്വീകരിച്ചു. യൂസുഫ് പോയതോടെ ഒസ്മാൻ ഇസ്താംബൂളിലേക്ക് തിരിച്ചു പോയി. ഞാനാകട്ടെ തബ്രീസി ലേക്കും.

തബ്രീസിൽ, യൂസഫ് തന്ന വിലാസത്തിൽ അയാളെ കണ്ടെത്താനായില്ല. അയാൾ താമസിക്കുന്ന വീടിന്റെ ഉടമസ്ഥർ ഒരു കോഫീഹൗസിനെക്കുറിച്ച് സൂചിപ്പിച്ചു:

"ചിലപ്പോഴയാൾ ബഗ്ഗാമൊൻ* കളിക്കാൻ അങ്ങോട്ടു പോകാറുണ്ട്. ബഗ്ഗാമൊൻ വിദഗ്ദ്ധനായ ഒരു ഹാഫിസും അവിടെയുണ്ടാകും."

ഞാൻ കോഫീഹൗസിലേക്കു പോയി.

"യൂസുഫ് എഫന്ദി കുറേനാളായി ഇവിടേക്കു വന്നിട്ടില്ല," അവർ പറഞ്ഞു.

ഞാൻ ഹോട്ടലിലേക്ക് തിരിച്ചു പോയി. എനിക്ക് ഉറങ്ങാനായില്ല. പുറത്തേക്കു പോകാനായി പടികളിറങ്ങുമ്പോൾ ഞാൻ സത്രം സൂക്ഷിപ്പുകാരനെ കണ്ടു.

"എവിടേക്കാണ്, എഫന്ദി?'

"ഉറങ്ങാനാകുന്നില്ല."

"നേരം ഏറെ വൈകി. കടകളെല്ലാം അടച്ചു കാണും."

"ഞാൻ എങ്ങോട്ടും പോകുന്നില്ല. അല്പം ചുറ്റിനടക്കാനും ശുദ്ധവായു ശ്വസിക്കാനുമാണ് പുറത്തിറങ്ങുന്നത്."

"നിങ്ങൾക്കറിയാമല്ലോ എന്തു ചെയ്യണമെന്ന്, എങ്കിലും നേരം ഏറെ വൈകി."

"എന്ത്, ഇവിടെ ആളുകളെ പിടിച്ചു പറിക്കുന്നവരുണ്ടോ?"

"ഇല്ല, പക്ഷേ..."

"എന്താണു കാര്യം?"

"നിങ്ങൾ തബ്രീസിലേക്ക് ഇന്ന് വന്നിട്ടേയുള്ളൂ. നിങ്ങളൊരു അപരിചിതനാണ്."

"അതുകൊണ്ട്?"

"ഒന്നുമില്ല. കുഴപ്പങ്ങൾക്കു ശേഷം, അവർ അപരിചിതരെ നിരീക്ഷിക്കുന്നുണ്ട്."

"എന്തു കുഴപ്പം?"

സത്രം സൂക്ഷിപ്പുകാരൻ മറുപടി പറഞ്ഞില്ല. പറഞ്ഞുപോയതിനെക്കുറിച്ചോർത്ത് അയാൾ ഖേദിക്കുന്നുണ്ടെന്ന് വ്യക്തമായിരുന്നു.

"എന്തു കുഴപ്പം?"

"നടക്കണമെന്നുണ്ടെങ്കിൽ നടക്കൂ. പക്ഷേ, എനിക്ക് നിങ്ങളോടൊരു ഇഷ്ടം തോന്നിപ്പോയി, അത്ര മാത്രം. നല്ലതെന്താണെന്ന് നിങ്ങൾക്കറിയാമല്ലോ."

---

* ബോർഡ് ഉപയോഗിച്ചുള്ള ഒരു കളി

ഞാൻ മുറിയിലേക്ക് തിരിച്ചുപോയി. ജാലകത്തിന്റെ പരുത്തി ത്തിരശ്ശീല മാറ്റി പുറത്തേക്കു നോക്കി: ആനറ്റോളിയയിലെ എല്ലാ നഗര ങ്ങളിലും കാണാവുന്ന ഇരുട്ട്.

അതിരാവിലെ തന്നെ ഹോട്ടലിൽ നിന്ന് കോഫീഹൗസിലേക്കു പോയി. നടപ്പാത വെള്ളമൊഴിച്ചു കഴുകുകയാണ് പരിചാരകൻ. ഏതാനു മാളുകൾ കടയ്ക്കുള്ളിലുണ്ട്. ഉടമ എന്നെ തിരിച്ചറിഞ്ഞു: "ഇന്നലെ നിങ്ങൾ പോയപ്പോൾ യൂസുഫ് എഫന്ദി വന്നിരുന്നു. 'ഒരു ചെറുപ്പ ക്കാരൻ.' ഞാൻ പറഞ്ഞു, "പൊക്കമുള്ള കൽപാക് തൊപ്പി ധരിച്ച ഒരു ചെറുപ്പക്കാരൻ നിങ്ങളെ തിരക്കിവന്നിരുന്നു. നിങ്ങളെന്നോട് പേരു പറ ഞ്ഞിരുന്നില്ലല്ലോ. നീളമുള്ള കൃതാവൊക്കെയുള്ളതു കൊണ്ട് നിങ്ങൾ ഇസ്താംബൂളിൽ നിന്നായിരിക്കാമെന്ന് ഞാൻ പറഞ്ഞു."

"അപ്പോൾ യൂസുഫ് എന്തു പറഞ്ഞു?"

"ആദ്യം, അങ്ങനെയൊരാളെ അയാൾക്കറിയില്ലെന്നു പറഞ്ഞു. പിന്നീട്, 'ഓ, എനിക്കയാളെ അറിയാം' എന്നും പറഞ്ഞു."

"എന്നിട്ട്?"

"കൂടുതലൊന്നും പറഞ്ഞില്ല."

"ഒന്നും പറഞ്ഞില്ലെന്നതുകൊണ്ട് നിങ്ങളെന്താണുദ്ദേശിക്കുന്നത്? നാളെ ഞാൻ വരികയാണെങ്കിൽ തനിക്കു വേണ്ടി കാത്തിരിക്കണമെന്ന് പറഞ്ഞില്ലേ?"

"ഇല്ല. വേണമെങ്കിൽ നിങ്ങൾക്ക് കാത്തിരിക്കാം. ഇന്ന് ബഗ്ഗാമൊൻ കളിയുടെ ഷാ ആയ ഹാഫിസും വരുന്നുണ്ട്. യൂസുഫ് എഫന്ദിയും വരുമെന്നു തോന്നുന്നു."

എനിക്ക് ഒന്നും മനസ്സിലായില്ല. കാത്തിരിക്കുകയല്ലാതെ മറ്റു വഴിയു മില്ല. "ബതൂമിലേക്ക് ഇവിടെ നിന്ന് ഇടയ്ക്കിടെ ബോട്ടുകളുണ്ടോ?"

അയാളെന്നെ വിചിത്രമായ ഭാവത്തോടെ നോക്കി. "ഉവ്വ്, ഇടവിട്ട നേര ങ്ങളിലുണ്ട്."

"ചെറിയ ബോട്ടുകളും യന്ത്രബോട്ടുകളും ഉണ്ടാകില്ലേ?"

"തീർച്ചയായും."

കോഫീഹൗസിന്റെ ഉടമസ്ഥൻ അകത്തേക്കു പോകുകയും ചായയും ബാഗെത് റൊട്ടിയും പാൽക്കട്ടിയുമായി തിരിച്ചു വരികയും ചെയ്തു.

"ബതൂമിലേക്കുള്ള യാത്രയിലാണോ?"

"ബതൂം വഴി കർസിലേക്ക് - തീബിലിസിലൂടെ."

അതായിരുന്നു ഞങ്ങളുടെ പദ്ധതി. അക്കാലത്ത് നിങ്ങൾക്ക് തബ്രീ സിൽ നിന്ന് രണ്ടു രീതിയിൽ കർസിലെത്താമായിരുന്നു. ഒന്നാമത്തേത് കരമാർഗ്ഗമാണ്. അല്ലെങ്കിൽ ബതൂമിലേക്ക് കടൽമാർഗ്ഗം പോകുക.

അവിടെ നിന്ന് പുറകിലേക്ക് തീബിലിസിലേക്കും കർസിലേക്കും. പക്ഷേ, ഞങ്ങൾ ബതൂമിൽ തങ്ങുകയാണ്, പുറകോട്ടു പോകുകയല്ല.

"ബതൂമിലേക്ക് യാത്ര ചെയ്യാനുള്ള അനുമതിപത്രമുണ്ടോ?"

"ഉണ്ട്."

ബൊളൂവിലെ ഖജാൻജിയെ കൊണ്ട് ഞാൻ ആ രേഖകൾ തയ്യാറാക്കിച്ചിരുന്നു: "ബതൂം-തീബിലിസ് വഴി കർസിലേക്കു പോകാനുള്ള ഔദ്യോഗിക അനുമതിയുടെ സാക്ഷ്യപത്രം."

"നല്ലത്. കരമാർഗ്ഗമുള്ള യാത്ര നീണ്ടതും ദുഷ്ക്കരവുമാണ്. ഇവിടെ നിന്നാണോ നിങ്ങൾക്ക് അനുമതിപത്രം ലഭിച്ചത്?"

"അല്ല."

"അങ്കാറ?"

"ബൊളു."

"ബൊളൂവിലെ അനുമതിപത്രങ്ങൾക്ക് ഇവിടെ സാധുതയില്ല. ഇവിടെ നിന്നും പ്രത്യേക അനുമതി വാങ്ങേണ്ടതുണ്ട്."

"അവരെനിക്ക് അനുമതിപത്രം തരില്ലേ?"

"അത് ദൈവത്തിനു മാത്രമറിയാം."

അയാൾ നടന്നു നീങ്ങി. ഞങ്ങളുടെ സംഭാഷണം ഒളിഞ്ഞു കേട്ടിരുന്ന ചിലർ അതിനു ശേഷം പരസ്പരം പിറുപിറുത്തത് ഞാൻ ശ്രദ്ധിച്ചു.

ഞാൻ മറ്റൊരു ചായ കൂടി വരുത്തിച്ചു. വീണ്ടും ഉടമസ്ഥനാണ്, പരിചാരകനല്ല ചായ കൊണ്ടു വന്നത്.

"നിങ്ങൾക്കിവിടെ എന്തോ കുഴപ്പമുണ്ടെന്ന് കേട്ടല്ലോ." ഞാൻ പറഞ്ഞു.

"എന്തു കുഴപ്പം?"

"എനിക്കറിയില്ല. ഹോട്ടലുകാരൻ അങ്ങനെയെന്തോ പറഞ്ഞു."

ആത്മരക്ഷയ്ക്കെന്നപോലെ, ഞാൻ ആ ഹോട്ടലിന്റെ പേരു പറഞ്ഞില്ല. കോഫീഹൗസിലേക്കുള്ള യാത്രയിൽ കാണാനിടയായ മറ്റൊരു ഹോട്ടലിന്റെ പേരാണ് പറഞ്ഞത്.

"അപ്പോൾ നിങ്ങൾക്കിവിടെയുണ്ടായ കുഴപ്പങ്ങൾ അറിയില്ലെന്നാണോ?"

"ഞാനൊന്നും കേട്ടതേയില്ല."

അയാൾക്കത് അറിയാമെന്നു വ്യക്തമായിരുന്നു.

ആ ദിവസം ഞാൻ യൂസുഫിനു വേണ്ടി ഇരുട്ടുന്നതുവരെ കാത്തിരുന്നു. അയാൾ വന്നതേയില്ല.

പിറ്റേന്നു രാവിലെ ഞാൻ കോഫീഹൗസിൽ തിരിച്ചെത്തി: "അയാൾ വന്നിരുന്നോ?"

“ഞങ്ങൾ കട അടയ്ക്കാൻ തുടങ്ങിയപ്പോഴാണ് അയാൾ വന്നത്.”

“എന്നിട്ട്?”

“രാവിലെ അയാൾക്കു വേണ്ടി നിങ്ങളോടു കാത്തിരിക്കാൻ പറഞ്ഞിട്ടുണ്ട്.”

അല്പനേരം കഴിഞ്ഞപ്പോൾ യൂസുഫ് കയറിവന്നു. ഞങ്ങൾ കെട്ടിപ്പിടിച്ചു. എന്നു വെച്ചാൽ ഞാൻ അയാളെ കെട്ടിപ്പിടിച്ചു.

“നമുക്ക് പോകാം.” അയാൾ പറഞ്ഞു.

ഞങ്ങൾ പുറത്തിറങ്ങി.

“യൂസുഫ്, നിങ്ങൾ എന്തിനുള്ള പുറപ്പാടാണ്?”

“മിണ്ടാതിരിക്ക്. എല്ലാം ഞാൻ പറഞ്ഞു തരാം.”

“എന്താണു സംഭവിക്കുന്നത്?”

“നിന്നോടു ഞാൻ മിണ്ടാതിരിക്കാൻ.”

ഞങ്ങൾ വേഗത്തിൽ നടക്കുകയാണ്. യൂസുഫ് ഇടയ്ക്കിടെ തിരിഞ്ഞു നോക്കുന്നുണ്ട്. ഞങ്ങൾ വളരെ വേഗത്തിലാണ് നടന്നത്. ഞങ്ങൾ ഇടുങ്ങിയതും ഉയരമുള്ളതുമായ പാതകളിലേക്ക് കയറി. അതോടെ അയാൾ നടത്തം പതുക്കെയാക്കി.

“പറയൂ, യൂസുഫ് എഫന്ദി.”

“എനിക്ക് ആ വീട് വിടേണ്ടി വന്നു.”

“ശരി. പക്ഷേ, ആ വീട്ടുകാരോട് നിങ്ങളെ എനിക്കെവിടെ കാണാനാകുമെന്ന് പറയാതിരുന്നതെന്താണ്?”

“എനിക്ക് അതിനാകുമായിരുന്നില്ല.”

“അങ്ങനെ പറഞ്ഞാലെന്താണ്? ഇത്രയും വലിയ തബ്രീസിൽ നിങ്ങളെ ഞാനെങ്ങനെ കണ്ടെത്തണമായിരുന്നു?”

“നീ എന്തായാലും എന്നെ കണ്ടെത്തിയല്ലോ. നീ ആ കോഫീ ഹൗസിന്റെ ഉടമസ്ഥനോട് എന്തെങ്കിലും പറയുകയുണ്ടായോ?”

“എന്ത്?”

“എനിക്കറിയില്ല,എന്തെങ്കിലും ബുദ്ധിശൂന്യമായത്? നീ എന്തും പറയും.”

“ഞാൻ ബതൂമിലേക്കുള്ള ബോട്ടുകളെക്കുറിച്ചു ചോദിച്ചു.”

“നാശം.”

“എന്തുകൊണ്ട്?”

“നിനക്ക് ബൊളുവിൽ നിന്നുള്ള രേഖകൾ കൊണ്ട് ബതൂമിലേക്ക് യാത്ര ചെയ്യാനാകില്ല. പിന്നെ വേറെന്തെല്ലാം നീ അയാളോടു പറഞ്ഞു?”

“ഞാനയാളോട് വേറൊന്നും പറഞ്ഞില്ല.”

“സൈനിക പൊലീസ് നിന്നെ വിളിപ്പിച്ചോ?”

“ഇല്ല. പക്ഷേ, നമ്മളെങ്ങനെയാണ് ബതൂമിലേക്കു പോകുന്നത്? നിൽക്ക്, ഇവിടത്തെ ഗവർണ്ണർ - അദ്ദേഹത്തെ പരിശീലിപ്പിച്ചത് എന്റെ മുത്തച്ഛനാണ്. നമ്മുടെ അനുമതിപത്രങ്ങൾക്കായി ഞാൻ അദ്ദേഹത്തെ പോയിക്കാണാം.”

യൂസുഫ് ആലോചിച്ചു: “അത് നല്ലതാണ്.”

തബ്രീസിൽ എന്തു ചെയ്യുകയായിരുന്നുവെന്ന് ഞാൻ യൂസുഫിനോട് ചോദിച്ചില്ല.

“നീ നിന്റെ രേഖകൾ മാത്രം ശരിയാക്കൂ, അഹമ്മദ്. നമ്മുടെ രണ്ടു പേരുടെയും രേഖകൾ ഒരുമിച്ച് കിട്ടാൻ ശ്രമിച്ചാൽ,അത് അനാവശ്യ ശ്രദ്ധ വിളിച്ചു വരുത്തും. ഞാൻ മറ്റൊരു വഴി കണ്ടെത്തി മൂന്നോ നാലോ മാസത്തിനകം അങ്ങോട്ടു വരാം. ഇവിടെയും നമ്മളെ ഒരുമിച്ച് ആരും കാണരുത്.”

“എന്താണ് സംഭവിക്കുന്നത്?”

“നീ ആരോടെങ്കിലും ബൊളുവിലെ ക്രിമിനൽകോടതിക്കേസുകളെക്കുറിച്ചോ ഖജാൻജിയെക്കുറിച്ചോ സംസാരിച്ചോ?”

“എനിക്കിവിടെ സംസാരിക്കാൻ ആരാണുള്ളത്?”

“അതറിയില്ല; പക്ഷേ, നീയൊരു വായാടിയാണ്.”

“എന്താണിങ്ങനെയെല്ലാം പറയുന്നത്? നീ എന്തിനെയോ പേടിക്കുന്നു, യൂസുഫ്. നീ ഇവിടെ ഏതെങ്കിലും ഏടാകൂടത്തിൽ ചാടിയോ? ഇവിടെ എന്തോ സംഭവിച്ചിട്ടുണ്ട്.”

“ആരു പറഞ്ഞു?”

“സത്രം സൂക്ഷിപ്പുകാരൻ. ഞാൻ കോഫീഹൗസിലെ ആളോടും ചോദിച്ചു.”

അയാൾ തിരിഞ്ഞു നോക്കി.

‘നീയെന്തിനാണ് തിരിഞ്ഞു നോക്കിക്കൊണ്ടേയിരിക്കുന്നത്?”

“ആരെങ്കിലും നമ്മളെ പിന്തുടരുന്നുണ്ടോയെന്നറിയാൻ.”

“നമ്മളെ അവർ എന്തിന് പിന്തുടരണം?”

“ബൊളുവിൽ നമ്മൾ ചെയ്തു കൂട്ടിയ കാര്യങ്ങൾ സൈനിക പൊലീസിന് അറിയില്ലെന്നാണോ നീ കരുതുന്നത്? ഞാൻ പറയുന്നത് ശ്രദ്ധിച്ചു കേൾക്കൂ, അഹമ്മദ്–” അയാൾ ഒച്ച താഴ്ത്തി. “അവർ മുസ്തഫ സുഫിയെയും കൂട്ടാളികളെയും കൊന്നുകളഞ്ഞു.”

“ആരാണ് മുസ്തഫ സുഫിയും കൂട്ടാളികളും?”

“തുർക്കി ബോൾഷെവിക്കുകൾ.”

“എവിടെ വെച്ച്, എങ്ങനെ? അവരെ എന്തിനാണ് കൊന്നത്?”

“അവർ ബോൾഷെവിക്കുകൾ ആയതിനാൽ.”

ഞങ്ങൾ പൈൻമരങ്ങളുടെ ഒരു കുന്നിലെത്തിയിരുന്നു. യൂസുഫ്: “മുസ്തഫ കമാൽ അവരെ റഷ്യയിൽനിന്ന് ക്ഷണിച്ചു വരുത്തി. റഷ്യയിൽ തടവുകാരനായ സുഫി പിന്നീട് ബോൾഷെവിക്കുകളോടൊപ്പം ചേരുകയായിരുന്നു. അയാളുടെ കൂട്ടാളികളിൽ ചിലർ ഇസ്താംബൂളുകാരായിരുന്നു. ബാകുവിൽ വെച്ച് ഒരു സമ്മേളനം നടന്നു; അതിനുവേണ്ടിയാണ് അവരങ്ങോട്ടു പോയത്.”

“എന്നിട്ട്?”

“മുസ്തഫ കമാലിന്റെ ക്ഷണം കിട്ടിയ അവർ ഇവിടെ വന്നു. കാസിം കരബെകിർ പാഷ അവരെ സ്വീകരിച്ചു.”

ഞങ്ങൾ പൈൻമരങ്ങൾക്കടിയിൽ ഇരുന്നു. നല്ല കാലാവസ്ഥ; കരിങ്കടലിൽ നിന്ന് ഇളങ്കാറ്റു വീശി.

“എർസുറുമിൽ അവർ ഹാജിമാർക്കും ഹോജമാർക്കും മറ്റുമായി ‘വിശുദ്ധകാര്യങ്ങളുടെ സംരക്ഷണത്തിനായുള്ള സമാജം’ എന്നോ മറ്റോ പേരുള്ള എന്തോ സ്ഥാപിച്ചിരുന്നു. അവർ കൂക്കിവിളിക്കാനും സൂഫിമാർ സഞ്ചരിക്കുന്ന വാഹനങ്ങളിലേക്ക് നഗരകവാടത്തിൽവെച്ച് കല്ലെറിയാനും തുടങ്ങി. “അവർ നമ്മുടെ പള്ളികളെ കഴുതലായങ്ങളാക്കി മാറ്റും. അവർ നമ്മുടെ സ്ത്രീകളുടെ തല നഗ്നമാക്കും. അവർ നമ്മളെ തൊപ്പി വെപ്പിക്കും.” എന്നെല്ലാം അവർ അട്ടഹസിച്ചു. “കരബെകിർ സൂഫിമാരെ നിരായുധരാക്കി തബ്രീസിലേക്കയച്ചു.”

ഇടത്തോട്ടും വലത്തോട്ടും നേരെയും, കണ്ണെത്തുന്ന വിദൂരതയോളം കരിങ്കടൽ ശൂന്യമായി നീണ്ടുകിടന്നു. കപ്പലുകളുടെ പുകയില്ല, പായ്മരക്കാഴ്ചകൾ പോലും എങ്ങുമുണ്ടായിരുന്നില്ല.

“ഇവിടെവെച്ച് ഒരു രാത്രി, അവർ സൂഫിമാരെ ഒരു യന്ത്രബോട്ടിൽ കയറ്റി. അന്ന് ജനുവരി 28. ഇവിടത്തെ ഒരു യാഹ്യയായിരുന്നു ബോട്ടുജോലിക്കാരുടെ നേതാവ്. - കൊടിച്ചിപ്പട്ടിയുടെ മകൻ. ‘മുടന്തൻ’ ഒസ്മാന്റെ* പിണിയാളുകളിലൊരാൾ. സൂഫിയുടെ യന്ത്രബോട്ട് യാത്ര തുടങ്ങിയ ഉടനെ യാഹ്യയുടെ പിണിയാളുകൾ മറ്റൊരു ബോട്ടിൽ യാത്ര തിരിച്ചു. സുർമെനെയിലെ വിളക്കുമാടംവരെ അത് ആദ്യത്തെ ബോട്ടിന് ഒപ്പം നീങ്ങി. ബോട്ടിൽ പതിനഞ്ചു സൂഫിമാരുണ്ടായിരുന്നെന്നാണ് കേട്ടിട്ടുള്ളത്. സൂഫിയാകട്ടെ റഷ്യക്കാരിയായ ഭാര്യയെയും കൂടെ കൊണ്ടുവന്നിരുന്നു. പോരാട്ടം ഏകദേശം രണ്ടു മണിക്കൂറോളം നീണ്ടു നിന്നത്രേ. ഇടയ്ക്കെപ്പോഴോ സൂഫി ഒരു തോക്ക് കൈവശപ്പെടുത്തി. അദ്ദേഹം വെടിവെക്കാനൊരുങ്ങുമ്പോൾ തബ്രീസിലെ നായ്ക്കളിലൊരാൾ, ഫാഇക് എന്നു പേരുള്ള ഒരു തന്തയില്ലാത്തവൻ അദ്ദേഹത്തെ പുറകിൽ നിന്ന്

---

* അതാതുർക്കിന്റെ, കരിങ്കടൽ തീരത്തു നിന്നുള്ള പേരുകേട്ട അംഗരക്ഷകൻ

കഴുത്തിൽ വെടിവെച്ചു. പിന്നീടവർ അവരെ കുത്തിയും കഴുത്തു ഞെരിച്ചും കൊന്നു. കാലുകളിൽ കല്ലു കെട്ടിത്തൂക്കി കടലിലേക്കെറിഞ്ഞു. റഷ്യക്കാരിയെ അവർ തബ്രീസിലേക്ക് കൊണ്ടു വന്നു. അവൾ സുന്ദരിയായിരുന്നു. അവളിപ്പോൾ കങ്കാണിയുടെ വീട്ടുതടങ്കലിലാണ്. ഈ കുഴപ്പത്തെ തുടർന്ന് എന്തു സംഭവിക്കുമെന്ന ഭീതിയിലാണ് അങ്കാറ."

"നമ്മളിലാരെങ്കിലും തബ്രീസിലുണ്ടോ?"

"എനിക്കറിയില്ല. പാർലമെന്റംഗങ്ങൾ ജാഗ്രതയിലാണ്."

കരിങ്കടൽ അപ്പോഴും ശൂന്യമായും തേജോമയമായും നീണ്ടു കിടന്നു.

ഞാൻ മൂന്നല്ല, ആറു മാസങ്ങൾ യൂസുഫിനായി ബതൂമിൽ കാത്തിരുന്നു. യൂസുഫ് ഒരിക്കലും പ്രത്യക്ഷപ്പെട്ടില്ല. അയാൾ 1924-ൽ ഇസ്താംബൂളിലേക്ക് തിരിച്ചുപോയി വ്യാപാരം തുടങ്ങി. ആദ്യം സമ്പന്നനാകുകയും പിന്നീട് പാപ്പരാകുകയും അതിനു ശേഷം കള്ളക്കടത്ത് തുടങ്ങുകയും ചെയ്തു. 1934 ൽ ഇസ്താംബൂളിൽ വെച്ച് അയാളെ പൊലീസ് പട്ടാപ്പകൽ വെടിവെച്ചു കൊന്നു.

ഞാനാദ്യമായി മുസ്തഫ സൂഫിയുടെ ചിത്രം കണ്ടു: 'പിൻസ്-നെസ്' കണ്ണട, കുറ്റിമീശ. മോസ്കോയിൽ വെച്ച് ഞാനതിന്റെ മൂന്നോ നാലോ ചാർക്കോൾ പതിപ്പുകൾ വരച്ചു. ഈ ലോകത്തിൽ വെച്ചുതന്നെ ഞാനേറ്റവും കൂടുതൽ ബഹുമാനിക്കുന്ന വ്യക്തികളിലൊരാളായിരുന്നു അദ്ദേഹം - ഏറ്റവും സ്നേഹിക്കുന്നയാളും.

ഞാൻ ബതൂമിലെ പാർക്കിൽ കറങ്ങി നടക്കുകയാണ്. വിശക്കുന്നുണ്ട്. എന്റെ കയ്യിൽ ഏതാനും റൂബിളുകളുണ്ട്. ഞാനെന്റെ പെട്ടി കഴിഞ്ഞയാഴ്ചയാണ് വിറ്റത്. അത് തുകലു കൊണ്ടാണെന്നാണ് വിചാരിച്ചിരുന്നത്. പക്ഷേ, യഥാർത്ഥത്തിൽ അത് മെഴുകുതുണിയായിരുന്നു. സിനിമാശാലയ്ക്കടുത്തുള്ള ചായക്കടയിൽ നിന്ന് കൃത്രിമമധുരം ചേർക്കാതെ, പഞ്ചസാരയിട്ട ഒരു കപ്പു ചായ വാങ്ങിയാലോ എന്ന് വിചാരിച്ചു. കടലിന്റെ ഇരമ്പം കേട്ടു. കടലിൽ കുളിക്കുന്ന സ്ത്രീകളെ വിഡ്ഢിയെപ്പോലെ പകച്ചുനോക്കാൻ എനിക്കാകുന്നില്ല.

കഴിഞ്ഞ രാത്രി കടൽത്തീരത്തു പോയിരുന്നു. ആകാശം മേഘാവൃതമായിരുന്നു. ഊഷ്മളമായ ഇരുട്ടിൽ കടൽ തിളങ്ങുന്ന നുരകളോടെ നിശ്ചലമായിക്കിടന്നു. മുസ്തഫ സൂഫിയുടെ കൊലപാതകം എന്റെ മനസ്സിനകത്ത് ഭാരം കയറ്റി വെച്ചിരിക്കുന്നു. എന്നെ ബതൂമിലേക്ക് കൊണ്ടു വന്ന ബോട്ട് സുർമെനെ കടന്നപ്പോൾ മറുതീരത്തേക്കു നോക്കി. പച്ചക്കുന്നുകൾ, മണൽ നിറഞ്ഞ കടൽത്തീരം. ആകാശത്ത് വെള്ള കീറുന്ന വെളിച്ചത്തിൽ ചെറിയ വീടുകൾ. കരിങ്കടൽത്തീരത്തിന്റെ പൊതുവായ സവിശേഷതകൾ. സൂഫിയുടെ ബോട്ട് രാത്രിയിൽ ഈ തീരത്തേക്കാണ് വന്നത്. അവർ പ്രകാശത്തിന്റെ തിളങ്ങുന്ന നുറുങ്ങുകൾ

മാത്രമാണ് കണ്ടത്. ചിലപ്പോൾ അവരത് കണ്ടു കാണില്ല. ചിലപ്പോൾ മഞ്ഞുകാറ്റ് ആഞ്ഞു വീശിയിട്ടുണ്ടാകും. കടൽ അപ്പോൾ ശാന്തമായിരുന്നോ, അതോ പ്രക്ഷുബ്ധമോ? യാത്രക്കാർ കൊല്ലപ്പെടുമെന്ന് ബോട്ടിലെ ജോലിക്കാർക്ക് അറിയാമായിരുന്നു. അതറിഞ്ഞു കൊണ്ടവർ യാത്രക്കാരോട് ഒന്നും സംഭവിച്ചിട്ടില്ലാത്തതുപോലെ സംസാരിച്ചു കാണുമോ? ചിലപ്പോൾ അവർ യാത്രക്കാർക്ക് പുകയില നൽകിക്കാണും. ചിലപ്പോൾ അവർ പരസ്പരം സിഗരറ്റുകൾ കൂട്ടിമുട്ടിച്ച് തീ കൊളുത്തിയിട്ടുണ്ടാകും. സുഫിയുടെ കൂട്ടാളികൾ പരസ്പരം എന്താണ് പറഞ്ഞത്? തങ്ങൾ കൊല്ലപ്പെടുമെന്ന് അവർ വിചാരിച്ചിരിക്കുമോ? അവർ എങ്ങനെയെങ്കിലും അത് മുൻകൂട്ടി കണ്ടിരിക്കുമോ? എങ്കിൽ, എപ്പോൾ? എർസുറുമിലെ ഔദ്യോഗിക വസതിയിൽ വെച്ച് അവരുടെ തോക്കുകൾ മാറ്റപ്പെട്ടപ്പോഴോ? എർസുറുമിന്റെ നഗരകവാടത്തിൽവെച്ച് അവർ കല്ലെറിയപ്പെട്ടപ്പോഴോ? കാസിം കരബെകിർ പാഷ, താൻ മരണം മുൻകൂട്ടി എഴുതിവെച്ചിരിക്കുന്നവരോട് സംസാരിച്ചപ്പോൾ അടക്കിച്ചിരിച്ചോ? റഷ്യയിലെ തുർക്കിത്തടവുകാരിൽ നിന്ന് മുസ്തഫ സൂഫി ഒന്നിച്ചു കൂട്ടിയ സേനാവിഭാഗത്തിന്റെ സഹായത്തോടെയാണ് പാഷ അർമീനിയക്കാരായ തശ്നാക്കുകൾക്കെതിരെ യുദ്ധം ജയിച്ചതെന്ന് ഇപ്പോൾ എനിക്കറിയാം. ശേഷിച്ച ജീവിതമത്രയും പാഷ ആ വിജയത്തെക്കുറിച്ച് വീരവാദംമുഴക്കി. ആ വിജയം മുസ്തഫ സൂഫിയുടെയും സഖാക്കളുടേതുമായിരുന്നു - തബ്രീസിനപ്പുറത്ത് പാഷ മരണത്തിലേക്ക് പറഞ്ഞുവിട്ട അതേ വീരന്മാരുടെ വിജയം!

തബ്രീസിലെത്തിയപ്പോൾ സൂഫിമാരെ തുറുങ്കിലടച്ചോ? എനിക്കറിയില്ല. തുറുങ്കിലടക്കപ്പെട്ടിരുന്നുവെങ്കിൽ തങ്ങൾ കൊല്ലപ്പെടുമെന്ന് അവർ ഊഹിക്കുമായിരുന്നു. പക്ഷേ, അങ്ങനെയല്ല കാര്യങ്ങളെങ്കിലോ? എങ്കിൽ സുർമെനെയ്ക്കപ്പുറം മറ്റൊരു ബോട്ട് തങ്ങളുടെ നേർക്ക് ചീറിപ്പാഞ്ഞു വരുന്നതു കണ്ടപ്പോൾ അവർ എന്തു കരുതിക്കാണും? ബതൂമിലേക്ക് വെടിക്കോപ്പുകൾ ശേഖരിക്കാൻ പോകുന്നവരാണെന്നോ? പുറകിലുള്ള യന്ത്രബോട്ട് മഞ്ഞുമേഘത്തിനുള്ളിൽ നിന്നെന്നതുപോലെ പെട്ടെന്ന് പുറത്തു വന്നോ? അവർ അതിന്റെ ഒച്ച കേട്ടുകാണും. തിരകളുടെയും സ്വന്തം ബോട്ടിന്റെ എഞ്ചിന്റെയും ഇരമ്പത്തിൽ ചിലപ്പോൾ അവർ അത് കേട്ടു കാണില്ല.

"അങ്കാറയിൽ നിന്നുള്ള ഉത്തരവ്, അവർ ഞങ്ങളോടു മാപ്പു പറഞ്ഞ് തിരികെ കൊണ്ടുപോകും," എന്നവർ കരുതിക്കാണുമോ?

അവർ, നമ്മുടെ ജനതയ്ക്കിടയിലെ ഏറ്റവും മികച്ചവരായിരുന്നു - ഏറ്റവും മിടുക്കുള്ളവർ, ഏറ്റവും ധൈര്യമുള്ളവർ, ഏറ്റവും കൂടുതൽ തുർക്കിസ്വഭാവമുള്ളമവർ. നമ്മുടെ നാട്, നമ്മുടെ ജനങ്ങൾ: അവർ പാതി വിശന്നും മലമ്പനികൊണ്ട് വിറച്ചും കണ്ണുദീനങ്ങൾകൊണ്ട് അന്ധരായും കീറത്തുണികൾ ധരിച്ചും എല്ലും തോലുമായ കാളകളെക്കൊണ്ട് കല്ലു

പാടങ്ങൾ ഉഴുതും ജീവിതം കഴിച്ചുകൂട്ടുന്നു. നാലു വർഷം രക്തം ചിന്തിയും പേനുകളെ പൊറുത്തും കഴിഞ്ഞ അവർ പിന്നെയും പുതിയ യുദ്ധമുഖങ്ങളിലേക്ക് പോരാടാൻ തിരിച്ചു പോകുകയാണ്. നമ്മുടെ ജന ങ്ങളെ അവർ സ്നേഹിച്ചതുപോലെ ആരാണ് സ്നേഹിച്ചിട്ടുള്ളത്? ജന ങ്ങളിലുള്ള നന്മയിലും പ്രത്യാശയിലും സൗന്ദര്യത്തിലും ഇത്രയും വിശ്വാസമർപ്പിച്ചവർ നമുക്കിടയിൽ മറ്റാരുണ്ട്?

എനിക്ക് സൂഫിയുടെ മുഖം കാണാം - പക്ഷേ, അദ്ദേഹത്തിന്റേതു മാത്രം. മറ്റുള്ളവരുടെ മുഖങ്ങൾ മങ്ങിയതാണ്. എനിക്ക് കൊല്ലപ്പെട്ടവരുടെ നെഞ്ചുകളും കഴുത്തുകളും മുതുകുകളും കാണാം. പക്ഷേ, അവരുടെ മുഖങ്ങൾ മാത്രം മൂടൽമഞ്ഞിനുള്ളിലാണ്. ഞാൻ കൊലപാതകികളുടെ കൈകളും കൈത്തോക്കുകളും കത്തികളും കയറുകളും കാണുന്നുണ്ട്, മീശകൾക്കുകീഴിലുള്ള അവരുടെ മരവിച്ച ചുണ്ടുകൾ പോലും കാണാം. ഫാഇകിന്റെ കയ്യിലുള്ള തോക്ക് കാണാം. അയാളുടെ മുഖവും: കഴുകന്റെ മൂക്ക്, ഇരുണ്ട തൊലി. കയ്യും കാണുന്നുണ്ട്. അയാൾ വെടിവെക്കുകയും വെടിയുണ്ട സൂഫിയുടെ കഴുത്തിൽ തറയ്ക്കുകയും ചെയ്തു. സൂഫി യുടെ കയ്യിൽ നിന്ന് തോക്ക് താഴെ വീഴുന്നതു കണ്ടു. സൂഫി മുന്നോ ട്ടാഞ്ഞു. ചിലപ്പോൾ അദ്ദേഹം ബോട്ടിന്റെ തട്ടിൽ തന്നെ പിടഞ്ഞു വീണിട്ടുണ്ടാകാം, അവർ അദ്ദേഹത്തിന്റെ കാലുകളിൽ ചങ്ങലയണി യിച്ചു- ഇവിടെ വെച്ച്. ഇവിടെ, ഇപ്പോൾ അവർ അദ്ദേഹത്തെ കടലിൽ മുക്കുകയാണ്. മറ്റുള്ളവരുടെ മുമ്പിൽ വെച്ച്. മറ്റുള്ളവർ? എനിക്ക വരിലൊരാളുടെ പേരറിയാം - നെജാത്. ഇസ്താംബൂളിൽ നിന്നുള്ള അദ്ധ്യാപകനാണ് അയാൾ. ബോട്ടിന്റെ ഒച്ച ഇപ്പോഴും കേൾക്കുന്നുണ്ടോ? കൊല്ലാനറിയാത്ത വെറുംകൈകൾ കൊല്ലാനറിയുന്നവരുടെ കത്തികളും തോക്കുകളും കയറുകളും പിടിച്ച കൈകളോട് രണ്ടു മണിക്കൂർ പോരാടി യതെങ്ങനെയെന്ന് എനിക്ക് സങ്കല്പ്പിക്കാനാവുന്നില്ല. എനിക്ക് ഇസ്താം ബൂളിൽ നിന്നുള്ള നെജാതിന്റെ കഴുത്തു മാത്രമേ കാണുന്നുള്ളൂ. കഴു ത്തിൽ കല്ല് കെട്ടിത്തൂക്കിയിട്ടുണ്ട്. അവർ നെജാതിനെ കടലിൽ കെട്ടി ത്താഴ്ത്തി. ചിലപ്പോൾ അയാൾക്ക് അപ്പോഴും ജീവനുണ്ടായിരുന്നിരിക്കാം, ചിലപ്പോൾ അയാൾക്ക് മുറിവേറ്റിട്ടുണ്ടാകാം, ചിലപ്പോൾ മറുകരയിൽ മിന്നുന്ന വിളക്കുകൾ അയാൾ കണ്ടിട്ടുണ്ടാകാം. ഇരുണ്ട കടൽ വീശി യടിക്കുന്നത് ഞാൻ കേട്ടു. തിരമാലകൾ നുരവാതിലുകൾ അടയ്ക്കു ന്നതും തുറക്കുന്നതും. ഞാനിപ്പോൾ അതു കേൾക്കുന്നു. പതിനഞ്ചു പ്രാവശ്യം കടൽ തുറക്കുകയും അടയ്ക്കുകയും ചെയ്തു.

ഞാൻ ബതൂമിലെ പാർക്കിലാണ്. മരങ്ങൾക്കിടയിൽ തടാകം സൂര്യ പ്രകാശത്തിൽ മങ്ങിമങ്ങിത്തിളങ്ങി. ആരോ എന്റെ തോളിൽ തൊട്ടു. ഞാൻ തിരിഞ്ഞു നോക്കി: റാശിദ്. അദ്ഭുതം. അയാളെന്നെ കെട്ടിപ്പിടിച്ചു.

റാശിദ്, അങ്കാറയിൽ കമീലിന്റെ നാടകശാലയിലെ 'ഒഥെല്ലോ'യിൽ ഇയാഗോയുടെ വേഷമിട്ട റാശിദ്!

"നീ ഇവിടെ എന്തു ചെയ്യുന്നു?" ഞാൻ ചോദിച്ചു.

"ഞാൻ ബോൾഷെവിക്കുകാരുടെ കൂടെ ചേർന്നു," അയാൾ പറഞ്ഞു. "മുഴുവൻ ലോകവും താമസിയാതെ ബോൾഷെവിക്കാകും."

ഞാനവിടെ എന്താണു ചെയ്യുന്നതെന്ന് അയാൾ ചോദിച്ചില്ല. എന്നെ കണ്ടതിൽ അദ്ഭുതപ്പെട്ടതുമില്ല. അയാൾ തന്റെ ഹോട്ടലിന്റെ വിലാസം എനിക്കു തന്നു. ഞാൻ ഹോട്ടൽ ഡി ഫ്രാൻസിലാണെന്ന് അയാളോട് പറഞ്ഞില്ലെങ്കിലും ഒരാഴ്ചയ്ക്കുശേഷം അയാൾ ഞങ്ങളുടെ മുറിയിലെത്തി. "ഞാനൊരു പത്രത്തിലാണ് ജോലി ചെയ്യുന്നത്." അയാൾ പറഞ്ഞു. ഞാൻ അയാളെ തുർക്കി കമ്യൂണിസ്റ്റു പാർട്ടിയുടെ വിദേശ ബ്യൂറോ അംഗങ്ങൾക്ക് പരിചയപ്പെടുത്തിക്കൊടുത്തു. അയാൾ പോയി. ഒരു മാസത്തിനുശേഷം വീണ്ടും വന്നു. "ഞാൻ പത്രാധിപരാണ്." അയാൾ പറഞ്ഞു. സോവിയറ്റ് സോഷ്യലിസ്റ്റ് റിപ്പബ്ലിക്ക് ഓഫ് അദ്ജരയുടെ തലസ്ഥാനമാണ് ബതൂം. അദ്ജരക്കാരിൽ ഏറിയപങ്കും മുസ്ലീങ്ങളാണ്. അവർ തുർക്കിഭാഷ സംസാരിക്കുകയും ഒരു തുർക്കിപത്രം പ്രസിദ്ധീകരിക്കുകയും ചെയ്യുന്നുണ്ട്. റാശിദ് ആ പത്രത്തിന്റെ പത്രാധിപരാണ്. ഞങ്ങളും ഒരു മാസിക - റെഡ് സിൻഡിക്കേറ്റ് - പ്രസിദ്ധീകരിക്കുകയും ലാസ് ബോട്ടുകളിൽ ആനറ്റോളിയയിലേക്കും ഇസ്താംബൂളിലേക്കും അയയ്ക്കുകയും ചെയ്യുന്നുണ്ട്.

റാശിദ് അവസാനമായി വന്ന രാത്രി വിദേശബ്യൂറോയുടെ ഡയറക്ടറുടെ ഔദ്യോഗിക മുദ്ര അപ്രത്യക്ഷമായി. മേശയുടെ വലിപ്പിൽ വെച്ചു പൂട്ടിയിരുന്നു അത്. ആരോ പൂട്ട് തകർത്തിരുന്നു. ഞാൻ റാശിദിനോടൊപ്പം പുറത്തു പോകുകയും മൂന്നോ നാലോ മണിക്കൂറിനു ശേഷം തിരിച്ചു വരികയും ചെയ്തിരുന്നു. മട്ടുപ്പാവിലെ ജാലകം പുറത്തു നിന്ന് കുത്തിത്തുറന്നിട്ടുണ്ട്. ഞങ്ങൾ ആ സംഭവം 'ചെക'*യെ അറിയിക്കുകയും പിറ്റേന്നു രാവിലെ അവരെന്നെ വിളിപ്പിക്കുകയും ചെയ്തു. മരമേശയ്ക്കു പിന്നിൽ കറുത്ത മീശയും കണ്ണടയും - വീണ്ടും 'പിൻസ്നെസ്' -മുള്ള ഒരു മനുഷ്യൻ. അയാൾ അസർബൈജാനിൽ നിന്നുള്ളവരുടെ ഉച്ചാരണരീതിയോടെ തുർക്കിഭാഷ സംസാരിച്ചു.

"നിങ്ങൾ എന്തായാലും അതു കട്ടെടുക്കില്ല," അയാൾ പറഞ്ഞു. "കട്ടെടുക്കേണ്ട ആവശ്യമില്ല. എല്ലായ്പ്പോഴും അതു നിങ്ങളുടെ കയ്യിലായിരുന്നല്ലോ. ആരെയാണ് നിങ്ങൾ സംശയിക്കുന്നത്?"

"ഞാൻ ആരെയും സംശയിക്കുന്നില്ല."

---

* സോവിയറ്റ് ഭരണകാലത്ത് വിപ്ലവവിരുദ്ധപ്രവർത്തനങ്ങളെ കുറിച്ചന്വേഷിക്കാൻ നിയുക്തമായ സംഘടന

“നിങ്ങളുടെ മുത്തച്ഛൻ ഒരു പാഷയായിരുന്നു. നിങ്ങളുടെ അച്ഛൻ ഉന്നതശ്രേണിയിലുള്ള ഉദ്യോഗസ്ഥനാണ്. എംഗൽസ് ഒരു വ്യവസായിയായിരുന്നു. മുസ്തഫ സൂഫിയുടെ അച്ഛനും ഒരു പാഷയായിരുന്നു.”

“നിങ്ങൾ സഖാവ് മുസ്തഫ സൂഫിയെ പോലെയുണ്ട്.’

“ഞാൻ നല്ലൊരു മനുഷ്യനെ പോലെയുണ്ട്.” ചിരിച്ചുകൊണ്ട് അയാൾ പറഞ്ഞു.

അയാൾ “ഞാൻ മഹാനായ വിപ്ലവകാരിയും രക്തസാക്ഷിയും ഭയരഹിതനായ ബോൾഷെവിക്കുമായ സൂഫിയെപോലെയുണ്ട്” എന്നു പറഞ്ഞിരുന്നെങ്കിൽ എനിക്കു മനസ്സിലാകുമായിരുന്നു. പക്ഷേ “ഞാൻ നല്ലൊരു മനുഷ്യനെ പോലെ’ യുണ്ടെന്ന് അയാൾ പറഞ്ഞപ്പോൾ ഞാൻ അമ്പരന്നു. അയാൾ തീർച്ചയായും നല്ലൊരു മനുഷ്യനാണ്.

വസന്തമഴ മോസ്കോയുടെ മുകളിൽ വന്നുവീണു. ഞാൻ പത്താമത്തെയോ പതിനേഴാമത്തെയോ പൂച്ചയെ വരക്കുകയാണ്. സിയാവു പറഞ്ഞു, “അനുഷ്ക ഇന്നു രാത്രി ചായ കുടിക്കാൻ വരുന്നുണ്ട്.” “സാധനങ്ങൾ വാങ്ങാൻ പണമുണ്ടോ?” ഞാൻ ചോദിച്ചു. അയാളുടെ കയ്യിൽ അല്പം പണമുണ്ട്. കേക്കുകൾ വാങ്ങാൻ തികയില്ല. എന്റെ കയ്യിലാകട്ടെ ഒരു തുട്ടുപോലുമില്ല. ഞാൻ മറ്റൊരാളിൽനിന്ന് പണം കടം വാങ്ങുകയും സിയാവു സാധനങ്ങൾ വാങ്ങാൻ പുറത്തുപോകുകയും ചെയ്തു.

അനുഷ്കയും ഞാനും വളരെ അടുപ്പത്തിലാണ്. പക്ഷേ അത് അവളും സിയാവുവും തമ്മിലുള്ള വിചിത്രമായ ബന്ധത്തെ ശല്യപ്പെടുത്തുന്നേയില്ല. ഞാൻ സിയാവു ആണെങ്കിൽ അവളെ കാണുന്നത് എന്തു വില കൊടുത്തും ഒഴിവാക്കുമായിരുന്നു.

തടിച്ചുവീർത്ത ഒരു വലിയ പെട്ടിയും കൊണ്ട് റാശിദ് മുറിയിലേക്കു വന്നു. റഷ്യൻ തൊഴിലാളികൾ ധരിക്കുന്ന തൊപ്പിയുണ്ട് അയാളുടെ തലയിൽ. കുപ്പായത്തിനടിയിൽ വെള്ളിആഭരണങ്ങൾ തൂങ്ങിക്കിടക്കുന്ന നേരിയ കൊക്കേഷ്യൻ അരപ്പട്ടയുണ്ട്. “ഞാൻ വിദ്യാഭ്യാസപ്രവർത്തകരുടെ പ്രതിനിധി യോഗത്തിനു വന്നതാണ്.” അയാളിപ്പോൾ അദ്ജരയുടെ വിദ്യാഭ്യാസകമ്മീഷണറാണ്.

അനുഷ്ക അകത്തേക്കു വന്നു. ഞാൻ അവളെ റാശിദിനു പരിചയപ്പെടുത്തി. അവൾക്ക് എന്റെ പൂച്ചച്ചിത്രം ഇഷ്ടമായി.

“പക്ഷേ, ഇത്രയും മതി. എന്റെ മുറിയിൽ നിന്നു തിരിയാൻ പോലും ഇടമില്ല - അവിടെയെങ്ങും പൂച്ചകളാണ്.”

ഞങ്ങൾ ചായയുണ്ടാക്കി. റാശിദ് പോയതിനുശേഷം അനുഷ്കയും ഞാനും പുറത്തു പോയി. മഴ തോർന്നിരുന്നു. അനുഷ്ക എന്റെ കൈ

പിടിച്ചു. “ഞാനിന്നു രാത്രി നിന്റെ കൂടെ താമസിക്കട്ടേ?” ഞാൻ കെഞ്ചി. അവൾ അനുവദിച്ചില്ല.

“എന്തുകൊണ്ട്? നീയെന്നെ ഇന്നലെ രാത്രി അനുവദിച്ചു. എന്തു കൊണ്ട് ഇന്നു രാത്രിയില്ല?”

“അതറിയില്ല, അതങ്ങനെയാണ്...”

ഉദ്യാനത്തിന്റെ കമാനത്തിനു കീഴിൽ വെച്ച് ഞങ്ങൾ ചുംബിച്ചു. പിരിയുമ്പോൾ അവൾ പറഞ്ഞു, “എനിക്ക് അദ്ജരയിലെ വിദ്യാഭ്യാസ കമ്മീഷണറെ ഇഷ്ടമായില്ല.”

“എന്തുകൊണ്ട്?”

“എനിക്കറിയില്ല. ചില കാര്യങ്ങൾ അങ്ങനെയാണ്. പൂച്ചകൾക്ക് ചിലരെ പെട്ടെന്ന് ഇഷ്ടപ്പെടും, മറ്റു ചിലരെ...”

“നീയൊരു പൂച്ചയല്ല. ഒരു വ്യക്തിക്ക് - പ്രത്യേകിച്ചും ഒരു കമ്യൂണിസ്റ്റിന് - മനസ്സും പ്രജ്ഞയുമുണ്ടാകും. ഞാനൊരു കവിയായിരുന്നെങ്കിൽ ‘ഹൃദയം’ എന്നൊരു വാക്കേ ഉപയോഗിക്കുമായിരുന്നില്ല.”

“നിങ്ങൾ നിങ്ങളുടെ തല കൊണ്ടാണോ പ്രണയിക്കുന്നത്?”

“ഞാനൊരു കവിയായിരുന്നെങ്കിൽ പ്രണയകവിതകൾ എഴുതുമായിരുന്നില്ല.”

വീട്ടിലേക്ക് നടക്കുമ്പോൾ ഞാൻ ആവർത്തിച്ചു പാടി:

“ഓടക്കുഴലിന്റെ വിലാപത്തിന് കാതോർക്കൂ.

അത് വേർപാടിനെയോർത്താണ് വിഷാദിക്കുന്നത്.”

രണ്ടു മാസത്തിനുശേഷം ബ്രിട്ടീഷ് ചാരനായ റാശിദിനെ പൊലീസ് അറസ്റ്റു ചെയ്തു. തുർക്കിയുടെ നയതന്ത്രകാര്യാലയത്തിൽ അഭയം തേടിയെങ്കിലും അവർ അയാളെ പുറത്താക്കി. ഞാൻ ബതൂമിൽ വെച്ച് ഔദ്യോഗിക മുദ്ര കാണാതായ സംഭവം ഓർത്തെടുത്തു. റാശിദിന്റെ അറസ്റ്റിനെക്കുറിച്ച് അനുഷ്കയോട് പറഞ്ഞില്ല. അവർ റാശിദിനെ സൈബീരിയയിലേക്ക് നാടുകടത്തി. അയാൾ അവിടെനിന്ന് രക്ഷപ്പെടുകയും 1929ൽ ഇസ്താംബൂളിൽ തിരിച്ചെത്തുകയും ചെയ്തു. പിന്നീട് ഒരു പത്രത്തിനു വേണ്ടി “ഞാനെങ്ങനെ ഒരു ബോൾഷെവിക്ക് വിദ്യാഭ്യാസ കമ്മീഷണറായി” പോലുള്ള പംക്തികൾ എഴുതി. അയാൾക്ക് ആഭ്യന്തരസുരക്ഷാ വിഭാഗത്തിൽ ജോലി കിട്ടുകയും ചെയ്തു.

ഇരുപതാമത്തെ വര

ഞാൻ തലവേദനയോടെ ഉറക്കത്തിൽനിന്ന് എഴുന്നേറ്റു. ഇസ്മയിൽ പുറത്തു പോയപ്പോൾ വാതിൽ പാതി ചാരിയിട്ടുണ്ട്. എല്ലാ തവണയും ഞാൻ കിടക്കയിൽനിന്ന് ചാടിയെണീക്കുകയും വാതിലടയ്ക്കുകയും വിളക്കു കൊളുത്തുകയും ചെയ്യും. ഇന്ന് അനങ്ങിയില്ല. എനിക്ക് വാതിലിന്റെ വിടവിലൂടെ വെളിച്ചം കാണാം. മോട്ടോർ എന്റെ തലച്ചോറിനകത്ത് 'ഡംഡംഡ ഡംഡം' ഒച്ചയുണ്ടാക്കി. ഞാൻ കസേരയിലെ പുസ്തകത്തിന് കൈനീട്ടി. എത്രാമത്തെ ദിവസമാണ് തലവേദന ആരംഭിക്കുകയെന്ന് അതു പറയുന്നില്ല. ഞാനൊരു തീപ്പെട്ടിക്കോലുരച്ച് കണ്ണുകളുടെ അടുത്തേക്കു കൊണ്ടുവന്നു. കൺപീലികളെ വാട്ടുന്നത്ര അടുത്ത്. എനിക്ക് തീജ്വാലയിലേക്ക് നോക്കാം. പക്ഷേ, തീയുമായുള്ള പരീക്ഷണം വളരെ നേരത്തെയാണ്. തീയോടുള്ള പേടി ഇരുപതാമത്തെ ദിവസം ആരംഭിക്കില്ല. അയാളെഴുന്നേറ്റ് ഒരു ആസ്പിരിൻ ഗുളിക കഴിച്ചു. ആഹാരം കഴിക്കാൻ തോന്നിയില്ല. വിശപ്പില്ലായ്മ. അയാൾ ചായയുണ്ടാക്കുകയും ആനന്ദത്തോടെ കുടിക്കുകയും ചെയ്തു. അതയാളെ സന്തോഷവാനാക്കി. പക്ഷേ, തല പിളർക്കുന്ന തലവേദന വിട്ടുമാറിയില്ല. മറ്റൊരു ആസ്പിരിൻ ഗുളിക കൂടി. അയാൾ വാതിലടയ്ക്കുകയും വിളക്കു കൊളുത്തി മൂക്കിനടുത്തു പിടിക്കുകയും ചെയ്തു. സാധാരണ മട്ടിൽ തന്നെയാണ് കാര്യങ്ങൾ. അയാൾ കിടക്ക മടക്കിവെക്കുകയും വാതിലിന്റെ വിടവുകളിലേക്ക് നോക്കുകയും ചെയ്തു. അവയെല്ലാം പഴയ നീളത്തിലും വീതിയിലും തന്നെ. അയാൾക്ക് ഇരുപതാമത്തെ വര വരയ്ക്കണമെന്നുണ്ട്; പക്ഷേ, അയാൾ മനസ്സു മാറ്റി. രാത്രി വരെ കാത്തിരിക്കാം. തിരക്കെന്തിനാണ്? അയാൾ ഒരു പത്രക്കടലാസിൽ പൂച്ചയെ വരയ്ക്കുകയും കീറിക്കളയുകയും ചെയ്തു. അയാൾ ഇത് ആവർത്തിച്ചു കൊണ്ടേയിരുന്നു.

"നൂറു പായ്മരങ്ങളുള്ള കപ്പൽ,

ഏതു തുറമുഖത്തേക്കാണതിന്റെ പോക്ക്?"

നമുക്ക് ഈ കളി നിർത്താം. നാം ഈ കളി നിർത്താൻ പോകുകയല്ലേ? ഇന്നാണതിന്റെ അവസാനത്തെ ഊഴം. ഞാൻ കസേരയിൽ

ഇരുന്നു. റോഡിന്റെ* ചിന്തകനെപോലെ, നഗ്നനല്ലെന്നു മാത്രം. എന്റെ മനസ്സിലൂടെ കടന്നു പോകുന്നതു പിടിച്ചെടുക്കുക മാത്രമാണ് ഞാൻ ചെയ്യുന്നത്. നിങ്ങളുടെ മനസ്സിലൂടെ കുതിച്ചുപായുന്ന ചിന്തകൾ- കൂടിക്കുഴഞ്ഞതും കെട്ടുപിണഞ്ഞതും അടുത്തടുത്തുള്ളതും കട്ടിയുള്ളതും നേർത്തതും നീണ്ടതും കുറിയതും - ആ ചിന്തകൾ ചിലപ്പോൾ പരസ്പരം കൂടിക്കുഴയുന്നു. പക്ഷേ, മറ്റുചിലപ്പോൾ ഉള്ളിലെ തിരക്കിനോട് ഒരു തരത്തിലും ബന്ധമില്ലാത്ത മറ്റൊരു ചിന്ത പൊഴിഞ്ഞു വീഴുന്നു. കാര്യങ്ങൾക്കിടയിൽ ഇരുപ്പുറപ്പിക്കുന്നു. ചില്ലകൾ നീട്ടുകയും പരക്കുകയും ചെയ്യുന്നു.

ഒരിക്കൽ നിങ്ങളീ കളിയിലകപ്പെട്ടാൽ, ഉന്മാദത്തിലേക്കുള്ള വഴി തെളിയും. നിങ്ങൾക്ക് നിങ്ങളുടെ മനസ്സിലൂടെ പാഞ്ഞു പോകുന്ന ചിന്തകളിൽ പിടിക്കാനാവുന്നവയെ ഉറക്കെ വിളിച്ചുപറയണമെന്നതാണ് ഈ കളിയുടെ നിയമങ്ങളിലൊന്ന്. ഒരു ശതമാനം ചിന്തകൾ മാത്രമേ നിങ്ങൾക്ക് അത്തരത്തിൽ പിടിച്ചെടുക്കാനും ഉറക്കെ വിളിച്ചു പറയാനും സാധിക്കൂ. മണിക്കൂറുകളോളം നാം കണ്ടെന്ന് നമുക്കു തോന്നുന്ന സ്വപ്നങ്ങൾ വാസ്തവത്തിൽ ഒരു നിമിഷം മാത്രമേയുണ്ടാകാറുള്ളൂ. ഞാനിത് എവിടെയോ വായിച്ചതാണോ? അതോ ഓരോന്നു മിനഞ്ഞെടുക്കുന്നതോ?

തലവേദന കുറവുണ്ട്. ഒരു നായയെപ്പോലെ ഓരിയിടാൻ സുബോധം നശിക്കേണ്ടതുണ്ട്. ഈ നശിച്ച ചിന്തകൾ അവസാനിപ്പിക്കൂ. ഞാൻ ചിട്ടയായ രീതിയിലാണ് ചിന്തിക്കുന്നത്. ഞാനെന്താണ് ചിന്തിക്കുന്നത്? എന്റെ മനസ്സിലൂടെ കടന്നു പോകുന്നതാണ് ചിന്തിക്കുന്നത്. വാതിലിലെ വിടവുകളിൽ കുത്തിനിറച്ച കടലാസ്സുകൾ. തോക്ക്. ഇസ്മയിൽ തോക്ക് തിരുകിവെച്ചിരിക്കുന്നതെവിടെയാണ്? കഴുത്തിൽ വെടിയേറ്റ് മുസ്തഫ സൂഫി... ഇപ്പോഴെന്റെ തല നേരായും വേദനിക്കുന്നുണ്ട്. അനുഷ്കയുടെ ഇടതു മുലയിൽ ഒരു കാക്കപ്പുള്ളിയുണ്ട്. വിളക്കിന്റെ തിരി. ഞാനെന്തു കൊണ്ട് യൂസുഫിനെ ഇസ്താംബൂളിൽ തിരഞ്ഞില്ല? അതെന്തു മാറ്റമുണ്ടാക്കുമായിരുന്നു? ഞാൻ ബൊളൂവിൽ വെച്ച് ഒരിക്കൽ ഒസ്മാൻ ബെയിനെ കണ്ടു. പക്ഷേ, അയാൾ ദൂരേക്കു നോക്കി നടന്നു പോയി. എന്റെ തല വേദനിക്കുന്നുണ്ടോ? ചിലപ്പോൾ റാശിദ് സൈബീരിയയിൽ വെച്ചുതന്നെ മരിച്ചിട്ടുണ്ടാകും.

ഞാൻ എഴുന്നേറ്റു നിന്നു. തലേന്ന് ഇസ്മയിൽ കൊണ്ടു വന്ന നോവൽ വായിക്കാൻ തുടങ്ങി. ക്ലോക്കിലേക്കു നോക്കി. ഉച്ചഭക്ഷണത്തിന് പത്തു മിനിറ്റു കൂടിയുണ്ട്. പന്ത്രണ്ടേകാലായപ്പോൾ ഉച്ചഭക്ഷണം കഴിക്കുകയും ചെയ്തു.

---

* അഗസ്തെ റോഡിൻ. ഫ്രഞ്ചു ശില്പി

ഇരുപത്തിയൊന്നാമത്തെ വര

"എന്റെ ഉമ്മ വന്നിട്ടുണ്ട്, അഹമ്മദ്."

"എപ്പോൾ? എവിടെ? ആശ്ചര്യം തന്നെ."

"ഉച്ചഭക്ഷണനേരത്ത് തലയുയർത്തി നോക്കുമ്പോൾ ഉമ്മ അതാ വാതിലിനടുത്ത് നിൽക്കുന്നു. ഞാനവരെ ഒരു ഹോട്ടലിലാക്കി. നിന്നോട് ഇക്കാര്യം പറയാനാണ് ഇപ്പോൾ ഇങ്ങോട്ടു വന്നത്. നീ വേവലാതിപ്പെടരുതല്ലോ. ഞാൻ രണ്ടോ മൂന്നോ മണിക്കൂറിനുള്ളിൽ തിരിച്ചു വരാം. ഞാനൊരു ഡോർമിറ്ററിയിലാണ് ഉറങ്ങുന്നതെന്ന് ഉമ്മയോടു പറഞ്ഞു. എന്റെ പ്രിയപ്പെട്ട ഉമ്മ, ഒന്നു കണ്ടിരുന്നെങ്കിൽ എന്ന് ഞാൻ ആശിക്കുന്നു. അത് അസാദ്ധ്യമാണെന്നറിയാം, എങ്കിലും ഒന്നു കണ്ടിരുന്നെങ്കിൽ! എന്റെ അമ്മ കഥകളിലെയും നോവലുകളിലെയും ഉമ്മമാരിലൊരുവളാണ്. ഞാനത് നിന്നോട് പിന്നീടു പറയാം. ജോലി കഴിഞ്ഞുവരുന്ന വഴിയ്ക്ക് ഹോട്ടലിൽ കയറിയിരുന്നു. ഉടനെ തിരിച്ചു ചെല്ലാമെന്നാണ് ഉമ്മയോടു പറഞ്ഞത്."

"അവരെ കാത്തിരുത്തരുത്. വേഗം ചെല്ലൂ."

"ഞാൻ നിന്നോട് ഉമ്മയെക്കുറിച്ച് ഒന്നും പറഞ്ഞിട്ടില്ല. ആരോടും ഉമ്മയെക്കുറിച്ച് സംസാരിക്കാറില്ല. ഞാൻ പ്രണയത്തിലകപ്പെട്ടാലും അവളെക്കുറിച്ച് ആരോടും പറയില്ല."

"അത് എന്റെ നേർക്കുള്ള കുത്തുവാക്കാണോ?"

"അല്ല, സഹോദരാ. ഓരോരുത്തരും വ്യത്യസ്തരാണ്."

"പുലമ്പൽ നിർത്തി കാര്യം പറയൂ."

"എന്റെ ഉമ്മ കഥകളിലെയും നോവലുകളിലെയും ഉമ്മമാരിലൊരുവളാണ്. ഉമ്മ എന്നെ സ്ക്കൂളിലയയ്ക്കാൻ എല്ലാ തരം ജോലികളും - കൂലിക്ക് തുണിയലക്കുകയും പട്ടാളയൂണിഫോമുകൾ തുന്നുകയും - പോലും ചെയ്തു."

ഞാൻ ഒന്നും ചോദിച്ചില്ലല്ലോ, "നിന്റെ ബാബ എവിടെയായിരുന്നു?

ഉമ്മ നിന്റെ കാര്യങ്ങൾ നോക്കിയതെന്തുകൊണ്ടാണ്? നിന്റെ ബാബ യ്ക്കെന്തു സംഭവിച്ചു?"

"അവർ കാത്തിരുന്ന് മുഷിയാതിരിക്കട്ടെ."

"ഞാൻ പോകുകയാണ്. നിനക്കവരെ കാണാൻ കഴിഞ്ഞെങ്കിൽ, ഉമ്മ തീരെച്ചെറിയതാണ്."

ഞാൻ ഒന്നും ചോദിച്ചില്ല, "നിന്റെ ഉമ്മ എവിടെ നിന്നാണ് വരുന്നത്? ഉമ്മ ഇപ്പോൾ എന്താണ് ചെയ്യുന്നത്? ആരുടെ കൂടെയാണ് താമസിക്കു ന്നത്?"

"ഉമ്മ മൂന്നോ നാലോ ദിവസം ഇവിടെ തങ്ങും. നീ എനിക്കു വേണ്ടി കാത്തിരിക്കേണ്ടതില്ല. ഉറങ്ങിക്കോളൂ."

മുമ്പൊരിക്കലും ചെയ്യാത്ത ഒരു കാര്യം ഇസ്മയിൽ ചെയ്തു. എന്നെ കെട്ടിപ്പിടിച്ചു. എന്നിട്ട് പുറത്തേക്കു പോയി. ഞാൻ വിളക്കണയ്ക്കുകയും വാതിൽ മലർക്കെ തുറന്നുവെക്കുകയും ചെയ്തു. എനിക്ക് ഇപ്പോൾ നക്ഷത്രങ്ങളെ കാണാം.

താൻ ഉമ്മയെ മാസങ്ങളായി ഓർത്തിട്ടേയില്ലെന്ന് എനിക്ക് പെട്ടെന്ന് ഓർമ്മ വന്നു. ആലോചിക്കുംതോറും വിഷമം തോന്നി. എന്റെ ഉമ്മ അലക്കുകടയിൽ പണിയെടുത്തിട്ടില്ല. ഇസ്മയിൽ അയാളുടെ ഉമ്മയെ സ്നേഹിക്കുന്നത്രയും ഞാൻ എന്റെ ഉമ്മയെ സ്നേഹിക്കുന്നില്ലേ? എന്റെ ഉമ്മ സുന്ദരിയാണ്.

"എന്റെ ഉമ്മയുടെ തറവാട്ടിൽ ഓരോ സ്ത്രീയും മറ്റൊരുത്തിയേ ക്കാൾ സുന്ദരിയാണ്."

"നിങ്ങൾ ബാബയെപ്പോലെയാണെന്നു തോന്നുന്നു."

'സത്യം... ഏയ്, എന്റെ ഉമ്മയ്ക്കിപ്പോൾ നാല്പതു വയസ്സായി ക്കാണും."

സ്ട്രാസ്ത്നോയ് ചത്വരത്തിൽ, പുഷ്കിന്റെ പ്രതിമയ്ക്കു താഴെയുള്ള ബെഞ്ചിൽ, സൂര്യനു കീഴെ ഇരിക്കുകയാണ് ഞങ്ങൾ. അതൊരു ഞായ റാഴ്ചയായിരുന്നു.

"ഉമ്മയുടെ പേരെന്താണ്?"

"ഗുസിദെ."

'ഗിയുസിദെ."

"ഗിയുസിദെ അല്ല,ഗുസിദെ. ഞങ്ങളുടെ 'ഉ' ഉച്ചരിക്കാൻ നിനക്കാ വില്ല."

"അങ്ങനെയാണോ?."

"എന്റെ ഉമ്മ ഫ്രഞ്ചുഭാഷയിൽ കവിതകളെഴുതാറുണ്ട്."

"പ്രണയകവിതകൾ?"

“അസംബന്ധം പറയാതെ. അവർ വിവാഹിതയാണ്, മുതിർന്ന സ്ത്രീയും.”

“അതുകൊണ്ടെന്ത്?”

“നീ എന്താണുദ്ദേശിക്കുന്നത്? ഉമ്മ എന്റെ ബാബയ്ക്ക് പ്രണയ കവിതകൾ എഴുതണമെന്നോ?”

“നിങ്ങളുടെ ബാബയ്ക്കു തന്നെ നൽകുന്നതെന്തിന്?”

“പിന്നെ ആർക്ക്? എന്റെ ഉമ്മ പിയാനോയിൽ ബീഥോവന്റെ കൃതികൾ വായിക്കും. എന്റെ ബാബയ്ക്കാകട്ടെ തുർക്കി സംഗീതം മാത്രമേ അറിയൂ. ബോർഡിംഗ് സ്ക്കൂളിൽവെച്ച് ഒരിക്കൽ ഞാൻ രോഗബാധിത നായി. അവരെന്നെ ആശുപത്രിയിലാക്കി. എന്നെ കാണാൻ ഉമ്മ വന്നു. ഉമ്മ മുഖപടം എടുത്തു മാറ്റി. ഡോക്ടറും ചരിത്രാദ്ധ്യാകനും അവിടെ യുണ്ടായിരുന്നു. ഞാൻ ഉറക്കെ കരഞ്ഞു, “മുഖം മറയ്ക്കൂ!” ഞാൻ കുട്ടി യായിരിക്കുമ്പോൾ മുതലേ ഉമ്മയെ ചൊല്ലി അത്യന്തം അസൂയാലു വാണ്.”

പാർട്ടിസെല്ലിന്റെ സെക്രട്ടറിയായ പെട്രോഷ്യൻ, നിരത്തിനപ്പുറം പ്രത്യക്ഷപ്പെട്ടു. അയാൾ അശ്രദ്ധമായി സൂര്യകാന്തിക്കുരുക്കൾ തിന്നു കയും തോടുകൾ തുപ്പിക്കളയുകയും ചെയ്യുന്നുണ്ട്.

‘നമസ്ക്കാരം, ഇവിടെ നോക്കൂ. ഞാൻ പറയുന്നതെന്താണെന്നു വെച്ചാൽ, അഹമ്മദ് - എനിക്ക് തുർക്കിയിലെ ഭൂസ്വത്തവകാശത്തെക്കുറി ച്ചുള്ള രേഖകൾ ഇന്നു തന്നെ വേണം. കുറച്ചെല്ലാം ഞാൻ ശേഖരിച്ചു, നീ മാത്രമാണ്...”

“എന്റെ കയ്യിൽ രേഖകളൊന്നുമില്ല.”

“നീ അവിടത്തെ ഗ്രാമങ്ങളിലേക്ക് പോയിട്ടേയില്ലേ?”

“ഉവ്വ്.”

“ഗ്രാമങ്ങളിൽ വെച്ച് ഈ പ്രശ്നം പഠിച്ചിട്ടില്ലേ?”

“ഇല്ല.”

“നിന്റെ പാർട്ടിക്ക് ഈ വിഷയത്തിൽ പ്രസിദ്ധീകരണങ്ങളില്ലേ?”

“ഇല്ലെന്നു തോന്നുന്നു.”

പെട്രോഷ്യൻ എന്റെ മുഖത്തേക്ക് നിരാശയോടെ നോക്കി.

“എന്നാലും, നീ കണ്ട ഗ്രാമങ്ങളെക്കുറിച്ച് എന്നോടെന്തെങ്കിലും പറയൂ.”

അയാൾ അനുഷ്കയ്ക്ക് കൈ നിറയെ സൂര്യകാന്തി വിത്തുകൾ നൽകി. കൂടുതലെന്തോ പറയാനുണ്ടെന്നതുപോലെ അയാൾ അല്പം നിന്നിട്ട് ഒരു അർമീനിയൻ പാട്ടും പാടി നടന്നു പോയി.

അനുഷ്ക: "പെട്രോഷ്യൻ - ഞാൻ അയാളെ പ്രണയിക്കുമായിരുന്നു."

"അതാണല്ലോ നമുക്കെല്ലാം വേണ്ടത്. നീയെന്തുകൊണ്ട് അയാളെ പ്രണയിച്ചില്ല? നിനക്ക് അയാളെ പ്രണയിക്കാമായിരുന്നല്ലോ? സുന്ദരന്മാരെന്ന് സ്ത്രീകൾ വിലയിരുത്തുന്ന പുരുഷന്മാർ അങ്ങനെയാണെന്ന് മറ്റു പുരുഷന്മാർ കരുതുന്നില്ല. അതുപോലെ, സുന്ദരികളെന്ന് പുരുഷന്മാർ വിലയിരുത്തുന്ന സ്ത്രീകൾ അങ്ങനെയാണെന്ന് സ്ത്രീകളും കരുതുന്നില്ല."

"ഞാൻ പെട്രോഷ്യനെ പ്രണയിക്കാൻ ആഗ്രഹിച്ചത് അയാൾ സുന്ദരനായതു കൊണ്ടല്ല - അയാൾ സുന്ദരനാണെങ്കിലും. മരണത്തിന് ഏതാനും മാസങ്ങൾ മാത്രം മുമ്പിലുണ്ടായിട്ടും അയാൾ ഒരിക്കലും മരിക്കില്ലെന്നതുപോലെ ജീവിക്കുന്നതുകൊണ്ടാണ്."

"അയാൾ മരിച്ചുകഴിഞ്ഞാൽ നീ മറ്റൊരു പുരുഷനെ നോക്കില്ല, അല്ലേ?"

"തോന്നുന്നില്ല. പക്ഷേ, ആർക്കറിയാം, ചിലപ്പോൾ..."

അവൾ എഴുന്നേറ്റു. ഞാൻ ചോദിച്ചു. "എവിടേക്കാണ്, അനുഷ്ക?"

"വീട്ടിലേക്ക്. കുറച്ചു പണികളുണ്ട്."

"ഞാനും വരട്ടെ?"

"വേണമെന്നുണ്ടെങ്കിൽ."

"നാളെ രാത്രി നാടകം കാണാൻ പോയാലോ?"

നാളെ ഞാൻ സിയാവുവിനോടൊത്ത് കച്ചേരിക്കു പോകും."

"ഞാനും വരട്ടെ?"

"വേണ്ട."

"എന്തുകൊണ്ട്?"

'ഞാനും സിയാവുവും ഒരുമിച്ചു പോകുന്നതുകൊണ്ട്."

ഞാൻ ഒന്നും പറഞ്ഞില്ല. പാതിവഴിയിൽവെച്ച് അനുഷ്കയെ പിരിഞ്ഞു.

"എനിക്കും ചിലതു ചെയ്യാനുണ്ടെന്ന് ഇപ്പോഴാണ് ഓർമ്മ വന്നത്. അടുത്ത ആഴ്ച ഞങ്ങളുടെ തുർക്കി കലാസംഘം ഒരു ഫാക്ടറിയിലെ സാംസ്കാരികപരിപാടിയിൽ പങ്കെടുക്കുന്നുണ്ട്. എനിക്ക് അതിനുള്ള പദ്ധതി തയ്യാറാക്കേണ്ടതുണ്ട്."

ഇസ്മയിൽ തിരിച്ചെത്തിയപ്പോൾ അഹമ്മദ് ഉറങ്ങുകയായിരുന്നു. പുതപ്പുകൾ മാറിപ്പോയിരുന്നു; ഇസ്മയിൽ അയാളെ വീണ്ടും പുതപ്പിച്ചു. സിയ പറയാറുണ്ട്, "ഇസ്മയിൽ, നിന്റെ ഉമ്മ വെറും ഉമ്മയല്ല, പ്രകൃതി

ശക്തിയാണ്. പക്ഷേ, നിനക്ക് കാണാവുന്നത്രയും വലിയ ശക്തിയല്ല, കടലിനെയോ കാറ്റിനെയോ തീയിനെ പോലെയോ അല്ല. അവർ ഒരു പരമാണുവിനെപ്പോലെയാണ്. എല്ലാത്തിന്റെയും അടിസ്ഥാനശില.'

ഇസ്മയിലിന്റെ ഉമ്മ 1940-ൽ മരണപ്പെട്ടു. ജയിലിൽ ഒരു പാറാവുകാരനുണ്ട്. ബുർസയിൽ നിന്നുള്ളയാൾ. അങ്ങേയറ്റം ജർമ്മൻ പക്ഷപാതി. എല്ലാ രാത്രിയിലും 'ദൈവം കാക്കട്ടെ' എന്നു പറഞ്ഞ് അയാൾ വാതിൽ പുറത്തുനിന്നും പൂട്ടും. എന്നിട്ട് ഇസ്മയിലിനെ നിരീക്ഷണത്തിനായുള്ള ചെറുദ്വാരത്തിലൂടെ വിളിക്കും. "ഇവിടെ വരൂ, ഒരു നിമിഷം," അയാൾ പറയും. "ഹിറ്റ്ലർ വീണ്ടും ലണ്ടനിൽ ബോംബിട്ടു. ജർമ്മൻകാർ യുദ്ധം ജയിക്കും. ദുർവാശി ഉപേക്ഷിക്കൂ. 'അദ്ദേഹം ജയിക്കും,' എന്നു മാത്രം പറയൂ." "അയാൾ ജയിക്കില്ല," ഇസ്മയിൽ പറയും. 'ശരി, അങ്ങനെ തന്നെ നടക്കട്ടെ," പാറാവുകാരൻ പറയും. പിറ്റേന്നു രാത്രിയും അവർ ഇതുതന്നെ ആവർത്തിക്കും. ബുർസയിൽ നിന്നുള്ള പാറാവുകാരന്റെ കാൽക്കീഴിൽ ഇസ്മയിലിന്റെ ഉമ്മ തളർന്നു വീണ് മരിക്കും. സന്ദർശകമുറിയിൽ, കമ്പിവലയ്ക്കു പിന്നിൽ ചുക്കിച്ചുളുങ്ങിയ തീരെച്ചെറിയ ശരീരം വന്നു നിൽക്കും. അവർ പറയും, "ഞാൻ മുന്തിരിയിലകൾ കൊണ്ടുള്ള ദോൾമ* കൊണ്ടുവന്നിട്ടുണ്ട്. മനീസയിൽ നിന്നുള്ള യാത്രയ്ക്കിടയിൽ അതല്പം ചതഞ്ഞുപോയിട്ടുണ്ട്. ഏതാനുമെണ്ണം പാറാവുകാരനും കൊടുക്കൂ, മകനേ." എന്നിട്ടവർ ബുർസയിൽ നിന്നുള്ള പാറാവുകാരന്റെ കാൽക്കീഴിൽ കുഴഞ്ഞു വീഴും.

ഇസ്മയിൽ മോട്ടോറിന്റെ ഒച്ചയ്ക്കു നേരെ ചെവി കൂർപ്പിച്ചു. അത് ഇടറുന്നുണ്ട്. അയാൾ വിചാരിച്ചു, "പിസ്റ്റണുകളിലൊന്ന് കേടായിട്ടുണ്ട്." എന്നിട്ടയാൾ ഉറങ്ങാൻ പോയി.

* അട പോലുള്ള പലഹാരം

ഇരുപത്തിരണ്ടാമത്തെ വര

എനിക്ക് അതിഥികളുണ്ട്: ചിലർ തറയിലാണ് ഇരിക്കുന്നത്, ചിലർ മണ്ണിലും ചിലർ കട്ടിലുകളിലും കസേരകളിലും. ഒരാളാകട്ടെ ആഹാരത്തട്ടിന്റെ ചുമരിൽ ചാരിയിരുന്നു. മറ്റൊരാൾ വാതിലിന്റെ ഇടതുവശത്തു നിന്നു. തറയിലും മണ്ണിലും കട്ടിലുകളിലും കസേരകളിലും ഇരിക്കുന്നുണ്ട്. ഞാൻ ചുറ്റും നടക്കുന്നുമുണ്ട്. മരമേശയിലെ ഗ്യാസുവിളക്ക് ഞങ്ങളുടെ മുഖങ്ങളെ പ്രകാശിപ്പിച്ചു. ചില മുഖങ്ങളെ മുകളിൽനിന്ന്, ചിലതിനെ താഴെ നിന്ന്,മറ്റു ചിലതിനെ വശങ്ങളിൽ നിന്ന്. അനുഷ്ക വാതിൽ തുറക്കാതെയും അടയ്ക്കാതെയും വരികയും പോകുകയും ചെയ്യുന്നുണ്ട്. അവൾ കൽഭിത്തികളിലൂടെയും ഞങ്ങൾ തീർത്ത കുഴിയിലൂടെയും അകത്തു കടക്കുകയും പുറത്തേക്കു പോകുകയും ചെയ്യുന്നുണ്ട്; പക്ഷേ, അവൾ കെണി വാതിൽ തുറക്കുകയോ അടക്കുകയോ ചെയ്യുന്നില്ല. വിളക്കിന്റെ ചില്ലിനുള്ളിലും അവൾ പ്രത്യക്ഷപ്പെടുകയും മാഞ്ഞുപോകുകയും ചെയ്തു. ചിലപ്പോൾ തിരിയുടെ തൊട്ടടുത്ത്, ചിലപ്പോൾ തീനാളത്തിന് അകത്തും പുറത്തും. എന്റെ ജീവനെപ്പോലെ സ്നേഹിക്കുന്നവർ എന്റെ അതിഥികൾക്കിടയിലുണ്ട്. ഞാൻ വെറുക്കുന്നവരും. പക്ഷേ, ശത്രുത തോന്നുന്ന ആരുമില്ല. ആരോടും ശത്രുതയില്ല. പക്ഷേ, ചിലതിനോട് ഉണ്ട്. മുസ്തഫ സൂഫിയെ കൊന്നവരോടും. അദ്ദേഹം കൊന്നവരോടും. തുർക്കിയിൽ മാത്രമല്ല ലോകത്തെമ്പാടുമുള്ള ചൂഷണവിഭാഗത്തോടുമൊഴിച്ച്. ഫാസിസ്റ്റുകൾ, സാമ്രാജ്യത്വവാദികൾ, ലെനിനെ വെടിവെച്ച സ്ത്രീ, കൊസ്സാക്കുകൾ, ദെനികിനുകൾ*, അനുഷ്കയുടെ അച്ഛനെ വെടിവെച്ച വെളുത്തുതുടുത്ത ഉദ്യോഗസ്ഥൻ, പിന്തിരിപ്പന്മാരായ സോഷ്യൽ ഡെമോക്രാറ്റുകൾ, ഇസ്മീറിനെ തൊട്ട ഗ്രീക്കു രാജാവ് കോൺസ്റ്റന്റൈന്റെനും 'അവെരോഫ് ' എന്ന യുദ്ധക്കപ്പലും ഗ്രീക്കു സൈന്യവും സഖ്യകക്ഷികളുടെ കപ്പൽപ്പടയും ഇസ്താംബൂളിൽനിന്ന് രക്ഷപ്പെടാൻ ഞങ്ങൾ തുഴഞ്ഞു മറികടന്നതും മങ്ങിക്കണ്ടതുമായ

* ആന്റോൺ ഇവാനോവിച്ച് ദെനിക്കിന്റെ അനുയായികൾ. റഷ്യൻ ആഭ്യന്തരയുദ്ധത്തിൽ വൈറ്റ് മൂവ്മെന്റിന്റെ നേതാവായിരുന്നു ദെനികിൻ.

വെള്ളിനിറമുള്ള ഉരുക്കുകപ്പൽപ്പള്ളകളും - ശത്രുക്കളുടെ പട്ടികയിൽ ഇത്രയുമാണുള്ളതെന്ന് ഞാൻ കരുതുന്നു. ഒരുപക്ഷേ ചില കാര്യങ്ങൾ പരിഗണിച്ചിട്ടില്ലായിരിക്കാം.

ഞാൻ ശത്രുക്കളായി കരുതുന്നവരും - അവരിൽ ഞാൻ ജീവനോടെ യുണ്ടെന്ന് വിശ്വസിക്കുന്നവർ - എന്നെയും ശത്രുവായി കരുതുന്നുണ്ട്. പക്ഷേ, സാമ്രാജത്വത്തിന് എന്നെ ഇതുവരെ അറിയില്ല. എനിക്ക് ചിലരോട് എന്തെന്നില്ലാത്ത ശത്രുത തോന്നാറുണ്ട്. എന്തുകൊണ്ട്? അതങ്ങനെയാണ് - അനുഷ്ക പറയാറുള്ളതു പോലെ, 'കാര്യങ്ങൾ അങ്ങനെയാണ്.' ചിലർ എന്റെ ശത്രുക്കളാണ്, ഞാൻ അവരുടെയല്ല. ഒരാൾ നിങ്ങളുടെ ശത്രുവാണെന്നറിഞ്ഞിട്ടും അയാളോട് ശത്രുത തോന്നാതിരിക്കുക - അല്ലെങ്കിൽ "ഞാനും അയാളുടെ ശത്രുവാകേണ്ടതുണ്ട്," എന്നു പറയാൻ നിർബന്ധിതനാകുക. എന്നിട്ട് അല്പനേരത്തിനു ശേഷമത് മറക്കുക - അതെല്ലാം വിചിത്രമാണ്. ഇതിനേക്കാൾ നന്നായി ആ വിചിത്രവികാരത്തെ പകർത്താനുള്ള വഴി എനിക്ക് സങ്കല്പിക്കാനാകുന്നില്ല.

എനിക്ക് അതിഥികളുണ്ട്. എനിക്കറിയാവുന്ന നഗരങ്ങൾ, പുസ്തകങ്ങളിലും ചിത്രങ്ങളിലും മാത്രം ഞാൻ സന്ദർശിച്ചിട്ടുള്ള ഇടങ്ങൾ. ചെറുപട്ടണങ്ങൾ, മലമ്പാതകൾ, കാടുകൾ, നിരത്തുകൾ, രാത്രികൾ, പകലുകൾ. കിരാസ്ലി ഗ്രാമത്തിലെ ആറ്റുമീനുകളുറങ്ങുന്ന അരുവി, ഇസ്താംബൂളിലെ കലമിശ് കടലിടുക്ക്, മോസ്കോയിലെ മരപ്പാളികൾ പാകിയ ട്വെർസ്ക്കോയ് ബുലവാർദ്, ബൊളിവിയയിലെ 'മിറർ' കോഫീഹൗസ്. ഞാൻ കുറുകെയുള്ള കണ്ണാടിയിൽ എന്നെ കാണുന്നുണ്ട്,ഷുക്രുബെയ് അമ്മാവന്റെ കണ്ണാടിയിൽ ഇസ്മീറിൽ എത്തിയ ദിവസം ഞാൻ എന്നെ കണ്ടതു പോലെ. പക്ഷേ, ഇപ്പോൾ എനിക്ക് മീശയില്ല. വലിയ കൂർമ്പൻ കല്പാക്കു തൊപ്പി മാത്രം. എന്റെ കൃതാവ് ചെവിത്തട്ടകൾ വരെ വളർന്നിട്ടുണ്ട്. എന്റെ പുരികങ്ങൾ കൂട്ടുപിണഞ്ഞിട്ടുണ്ട്. പത്തു വയസ്സു കൂടുതൽ പ്രായം തോന്നിക്കാൻ ഞാനീ ലോകം മുഴുവൻ തരാം. കണ്ണാടിയിൽ നിന്ന് ഒരാൾ എന്നെ തുറിച്ചു നോക്കുന്നത് കണ്ടു. എന്തൊരു കോലം-പട്ടുചിത്രത്തുന്നലുകളുള്ള തലപ്പാവ്, കുഞ്ചിരോമം പോലത്തെ താടി, കറുത്ത കൺമഷി. ഞാൻ തിരിഞ്ഞു നോക്കി. അയാളെന്നെ നോക്കി പല്ലിളിച്ചു. ഞാൻ മുമ്പിലിരുന്ന ചായക്കോപ്പ അയാളുടെ തലയിലേക്ക് വലിച്ചെറിഞ്ഞു. ബൊളൂവിലെ എന്റെ ഇരട്ടപ്പേര് 'വട്ടൻ വാദ്ധ്യാർ' എന്നായിരുന്നു. അത് പട്ടണത്തിൽ എന്റെ പദവി ഉയർത്തിയെന്നാണ് തോന്നുന്നത്.

ജെവാതിന് കുഞ്ചിരോമത്താടിയോ പട്ടുതുന്നലുള്ള തലപ്പാവോ ഇല്ല, അയാൾ സ്വവർഗ്ഗഭോഗിയല്ല. എങ്കിലും അയാളിലുള്ള എന്തോ ചിലത് ആ മനുഷ്യനെ ഓർമ്മിപ്പിക്കുന്നുണ്ട്. ചുവന്ന മുടിയുള്ള റാശിദ്-അദ്ജരയിലെ വിദ്യാഭ്യാസ കമ്മീഷണർ - അഭിനയത്തെ വിനോദമായി

എടുത്തയാളായിരുന്നു; ജെവാതാകട്ടെ അഭിനയം തൊഴിലായി സ്വീകരിച്ചയാളും. അയാൾ അതേക്കുറിച്ച് വീരവാദം പറയാറുണ്ട്. അയാൾ എങ്ങനെ റഷ്യയിലെത്തിയെന്ന് എനിക്കറിയില്ല. എങ്ങനെയാണ് അയാൾ അതിൽ എത്തിയതെന്നും എനിക്കറിയില്ല. അയാൾ എന്റെ ശത്രുവാണ്. എങ്ങനെ? എനിക്കറിയില്ല. അർബാതിലെ മദ്യശാലയിൽ ഞങ്ങൾ സുഹൃത്തുക്കളോടൊത്ത് മദ്യപിക്കുകയാണ്.

ഞാൻ ബൊളുവിലെ ഗ്രാമങ്ങളെക്കുറിച്ച് പെട്രോഷ്യനോട് സംസാരിക്കുകയാണ്. ജെവാത് അകത്തേക്കു വരികയും ഞങ്ങളുടെ മേശയ്ക്കരുകിൽ ഇരിക്കുകയും ചെയ്തു. അയാൾ മദ്യപിച്ചിട്ടുണ്ട്. ഞാൻ പറയുന്നത് അയാൾ അല്പനേരം കേട്ടുകൊണ്ടിരുന്നു. "ഇങ്ങോട്ട് നോക്ക്."

അയാൾ പറഞ്ഞു. "നീ മുസ്തഫ കമാലിന്റെ ചാരനാണ്. രേഖകൾ ഞങ്ങളുടെ കയ്യിലുണ്ട്. നിന്റെ ജീവിതം ഞങ്ങളുടെ കയ്യിലാണ്. നിന്റെ ജിവിതത്തിന് ഒരു തുട്ടിന്റെ വില പോലുമില്ല."

എനിക്കെന്തെങ്കിലും പറയാനാകുന്നതിനു മുമ്പ് പെട്രോഷ്യൻ പറഞ്ഞു,

"കടന്നു പോ, ബോധമില്ലാത്ത കൊള്ളരുതാത്തവനേ." പെട്രോഷ്യൻ അട്ടഹസിച്ചില്ല, പിറുപിറുക്കുന്നതു പോലെയാണ് അയാളതു പറഞ്ഞത്.

കൈ പിടിച്ച് പെട്രോഷ്യൻ അയാളെ പുറത്തു കൊണ്ടു ചെന്നാക്കുകയും തിരികെ വരികയും ചെയ്തു.

"വിപ്ലവം." അയാൾ പറഞ്ഞു.

"അത്രയും ശക്തമായ കൊടുങ്കാറ്റിനെയും ആഞ്ഞടിക്കുന്ന തിരമാലകളെയും അഴിച്ചു വിടുന്നതിനാൽ ഏറ്റവും അടിത്തട്ടിലെ കളകൾ പോലും ഉയർന്നു പൊങ്ങുകയും തുറമുഖത്ത് പൊങ്ങിക്കിടക്കുകയും ചെയ്യും."

മൂന്നുദിവസത്തിനു ശേഷം ഷാത്നോയ്ർ സിനിമാശാലയുടെ മുമ്പിൽ വെച്ച് ഞാൻ വീണ്ടും ജെവാതിനെ കാണാനിടയായി. അയാൾ എന്റെ കൈ പിടിച്ചു കുലുക്കുകയും പുറത്തു തട്ടുകയും ചെയ്തു.

"ഞാൻ ഒരു നാടകമെഴുതാം, നിനക്കത് അവതരിപ്പിക്കാം," അയാൾ പറഞ്ഞു. "ഞാനത് സംവിധാനം ചെയ്യാം.' ജെവാത് എന്റെ ശത്രുവാണ്. എനിക്ക് യാതൊരു ശത്രുതയും അയാളോട് തോന്നുന്നില്ല; അയാളോടുള്ളത് വെറുപ്പു മാത്രമാണ്. ശത്രുതാഭാവത്തെ ഞാൻ പ്രധാനപ്പെട്ടതും ഗൗരവതരവുമായ വികാരമായാണ് പരിഗണിക്കുന്നത്, അതു പാഴാക്കിക്കളയേണ്ട ഒന്നല്ല.

ബതൂമിൽ വെച്ചാണ് ഞാൻ നൂരി ജെമാലിനെ കണ്ടത്. കൂർത്തു നരച്ച താടി. അമ്പതു വയസ്സോളം പ്രായം. തുർക്കിയിലായിരുന്നപ്പോൾ അയാൾ

സഹകരണസംഘങ്ങളെക്കുറിച്ചും തുർക്കി വ്യാകരണത്തെക്കുറിച്ചുമുള്ള പുസ്തകങ്ങളെഴുതി. സുൽത്താൻ അബ്ദുൾ ഹമീദിന്റെ വാഴ്ചക്കാലത്ത് അയാൾ ഒരു യുവതുർക്കി എന്ന നിലയിൽ ആഫ്രിക്കയിലേക്കും ഫെസാനിലേക്കും നാടുകടത്തപ്പെട്ടു. കുട്ടികൾക്കുവേണ്ടി ഒന്നിനൊന്നു മോശപ്പെട്ട കവിതകൾ അയാൾ ഇപ്പോഴും എഴുതുന്നുണ്ട്. സാർ ഭരണം അവസാനിച്ചതോടെ അയാൾ കച്ചവടത്തിനായി ബാകുവിലേക്ക് വരികയും സൂഫിയുടെ പാർട്ടിയിൽ ചേരുകയും ചെയ്തു. അയാളുടെ താടിരോമങ്ങൾ താടിയിലെ മുറിപ്പാടിനെ മറയ്ക്കുന്നുണ്ടെന്നാണ് ചിലർ പറയുന്നത്. അയാളുടെ താടിയിൽ മുറിപ്പാടുണ്ടോയെന്ന് എനിക്കറിയില്ല. അയാളൊരു പെണ്ണുപിടിയനാണ്. എല്ലാ വൃദ്ധരെയുംപോലെ അയാൾ ചെറുപ്പക്കാരികളുടെ പുറകെയാണ്. ചിലപ്പോൾ എല്ലാ വൃദ്ധരും അങ്ങനെയാകണമെന്നില്ല. അയാൾക്ക് ഫ്രഞ്ചും റഷ്യനും ഗ്രീക്കുമറിയാം. ഞാനും മാർക്സിനെക്കുറിച്ചുള്ള ചില കാര്യങ്ങൾ ഇയാളിൽ നിന്ന് പഠിച്ചു - ഉദാഹരണത്തിന്, 'മിച്ചമൂല്യസിദ്ധാന്തം'.

എന്നെപ്പോലെ തന്നെ അയാൾക്കും കുളിക്കാൻ ഇഷ്ടമല്ല. ഹോട്ടൽ ഡി ഫ്രാൻസിലെ ഞങ്ങളുടെ മുറിയിലെ കട്ടിൽ രാജകീയമാകുന്നത് അതിലെ വിരികളോ രോമപ്പുതപ്പുകളോ കൊണ്ടല്ല (അതിൽ വിരികളോ രോമപ്പുതപ്പുകളോ ഇല്ല, വെറും പുതപ്പു മാത്രം) പക്ഷേ, അതിന്റെ വലിപ്പവും അതിലെ മെത്തയും ബോക്സ് സ്പ്രിംഗുകളും മികച്ചതാണ്. ഞങ്ങൾക്ക് ഈ കട്ടിലും മറ്റൊരു ചെറുകട്ടിലുമുണ്ട്. ഞാനെത്ര തവണ നിർബന്ധിച്ചാലും വലിയ കട്ടിലിലുറങ്ങാൻ അയാൾ സമ്മതിക്കില്ല.

"നാളെ, അല്ലെങ്കിൽ മറ്റന്നാൾ,നമ്മൾ നമ്മുടെ രാജ്യത്തേക്ക് മടങ്ങിപ്പോകും. അഹമ്മദ്, നമ്മൾ ദുരിതങ്ങൾ അനുഭവിക്കുകയും തടവറയിൽ അടയ്ക്കപ്പെടുകയും ചെയ്യും. സ്പ്രിംഗുകളോടു കൂടിയ കിടക്കകൾ ഈ വാർദ്ധക്യത്തിൽ ശീലിച്ചാൽ തടവറയിലെ ബെഞ്ചുകൾ എനിക്ക് അസഹനീയമാകും."

അയാൾ പുറങ്കുപ്പായമിട്ട് ചെറുകട്ടിലിൽ കിടന്നുറങ്ങും. അയാൾ മധുരമില്ലാത്ത ചായ പോലും ശീലമാക്കി. മോസ്കോയിലേക്ക് ഒരുമിച്ചാണ് പോയത്. അയാൾ അവിടത്തെ സർവ്വകലാശാലയിൽ അദ്ധ്യാപകനായി ജോലി ചെയ്തു. ഞാൻ അയാളെ അനുഷ്കയ്ക്ക് പരിചയപ്പെടുത്തിക്കൊടുത്തു.

ഏറെക്കഴിയുന്നതിനു മുമ്പ് അനുഷ്ക പറഞ്ഞു, "നിങ്ങളുടെ പ്രൊഫസർ എന്നോടുള്ള പ്രണയം തുറന്നു പറഞ്ഞു. അയാൾ എത്ര മനോഹരമായാണ് സംസാരിക്കുന്നത്!"

"നിനക്കൊരു വൃദ്ധനെ പ്രണയിക്കാമായിരുന്നില്ലേ, അനുഷ്ക?"

"എത്ര വയസ്സുള്ള വൃദ്ധനെ?"

"മുപ്പത്തിഅഞ്ച്, നാല്പത്."

"അതിനേക്കാൾ പ്രായമുള്ള ആളെയും പ്രണയിക്കാം."

"നേരായും?"

"നേരായും."

"അത് അസാധാരണമാണ്."

"എന്തുകൊണ്ട്? നോക്ക്, ഒരു വൃദ്ധ ചെറുപ്പക്കാരനെ പ്രണയിക്കുന്നത് അസാധാരണമാണോ? സാധാരണവും അസാധാരണവുമെന്ന് പ്രണയത്തെ വേർതിരിക്കാനാകുമോ?"

നൂരി ജെമാൽ, ഞങ്ങളുടെ പ്രൊഫസർ, 1928-ൽ തുർക്കിയിലേക്ക് മടങ്ങിപ്പോയി. അയാൾ ഭാഷാ ഇൻസ്റ്റിറ്റ്യൂട്ടിൽ പ്രവർത്തിക്കുകയും ഒരു സെനററാകുകയും ചെയ്തു. എൺപത്തിരണ്ടാം വയസ്സിൽ മരിച്ചു.

അനുഷ്കയും സിയാവുവും കച്ചേരിക്കു പോകാനുദ്ദേശിച്ച രാത്രി. ഞാനതിനും ഒരു മണിക്കൂർ മുമ്പേ അനുഷ്കയുടെ വീട്ടിലെത്തി. സിയാവു അപ്പോഴേക്കും അവിടെയെത്തിയിരുന്നു.

അനുഷ്ക: "നിങ്ങൾക്ക് എന്തോ ജോലിയുണ്ടെന്നാണ് ഞാൻ വിചാരിച്ചത്."

"ഞാനതു ചെയ്തുതീർത്തു."

ഞങ്ങൾ അതുമിതും പറഞ്ഞിരുന്നു. സിയാവു പൗരാണിക ക്ലാസിക് കവിതകളും അവയുടെ റഷ്യൻ വിവർത്തനങ്ങളും ചൊല്ലി. കച്ചേരിക്കുള്ള നേരമായപ്പോൾ അനുഷ്ക പറഞ്ഞു: "ഞങ്ങൾ പോകുന്നു."

"ഞാനിവിടെത്തന്നെയുണ്ടാകും." ഞാൻ പറഞ്ഞു.

"ശരി. പക്ഷേ, ഒരു നിബന്ധനയുണ്ട്. നിങ്ങൾ കുളിക്കണം. അയൽക്കാരെ ശല്യപ്പെടുത്തരുത് - ചുറ്റും ശാന്തമാകുമ്പോൾ അടുക്കളയിൽ പോയി വെള്ളം ചൂടാക്കണം, ഒന്നും കുഴച്ചു മറിക്കരുത്. ഒരു മൂലയിലിരുന്ന് ദേഹം കഴുകൂ. കക്കൂസിൽ കിടക്കുന്ന തൂവാല ഉപയോഗിച്ചോളൂ. പക്ഷേ, ആദ്യം തിരിച്ചു പോയി വൃത്തിയുള്ള വസ്ത്രങ്ങൾ കൊണ്ടു വരണം. ഇത്രയും കാര്യങ്ങൾ ചെയ്യുമെന്ന് ഉറപ്പല്ലേ?"

"ഉറപ്പ്."

അവർ പോയി. സിയാവുവിനെ എനിക്ക് വിശ്വസിക്കാനായില്ല. ഞാനും അനുഷ്കയുമായുള്ള ബന്ധം അയാൾക്കറിയാം. എന്നിട്ടും താൻ അവളെ ഭ്രാന്തമായി പ്രണയിക്കുന്നുണ്ടെന്ന കാര്യം അയാൾക്ക് മറച്ചു വെക്കാനാകുന്നില്ല. അയാളൊരു പുരുഷനാണോ? ഞാൻ വൃത്തിയുള്ള വസ്ത്രങ്ങളെടുക്കാൻ തിരിച്ചുപോയി. ബുലവാർദിലൂടെ നടക്കുമ്പോഴും തിരിച്ചു വരുമ്പോഴും ഞാൻ സിയാവുവിനെക്കുറിച്ച് ഓർത്തുകൊണ്ടേയിരുന്നു.

ഞാൻ അനുഷ്കയുടെ ദിവാനിൽ കിടന്നു. ഞാൻ സിയാവുവിനെക്കുറിച്ചോർക്കുന്നത് തുടർന്നെങ്കിലും അസ്വസ്ഥത മാറിയിരുന്നു. അനുഷ്ക്കയും സിയാവുവും. അവരെക്കുറിച്ച് വിഷകരമായ കാര്യങ്ങൾ മനസ്സിലേക്കു വന്നു. ഞാൻ അടുക്കളയിലെ ഗ്യാസടുപ്പിൽ വെള്ളം തിളപ്പിക്കാൻവെച്ച് മുറിയിലേക്കു പോയി. വസ്ത്രങ്ങളെല്ലാം ഊരിയെറിഞ്ഞ് ദിവാനിൽ കിടന്നു. ഞങ്ങൾ സംഗീതമാസ്വദിക്കുമ്പോൾ അനുഷ്ക്ക എന്റെ കാൽമുട്ടുകളിൽ തൊടും. അവളിപ്പോൾ സിയാവുവിന്റെ കാൽമുട്ടുകളിൽ തൊടുകയായിരിക്കും. അതുകൊണ്ടെന്ത്? കച്ചേരിക്കുശേഷം ആളൊഴിഞ്ഞ നിരത്തുകളിലൂടെ മുട്ടിയുരുമ്മി അവർ നടക്കും. എന്തുകൊണ്ടാണിത് സംഭവിക്കുന്നത്?

ഞാൻ മയങ്ങിപ്പോയെന്നു തോന്നുന്നു. തിളച്ച വെള്ളം ദേഹത്തു വീണു വിറളിപിടിച്ചാണ് ഞാൻ എഴുന്നേറ്റത്. അനുഷ്ക കയ്യിലൊരു പാത്രവുമായി ദിവാന്റെ അടുത്തു നിൽക്കുന്നുണ്ടായിരുന്നു.

“വട്ടായോ നിനക്ക്?”

“നിങ്ങൾ എന്തുകൊണ്ട് കുളിച്ചില്ല? നിങ്ങളെനിക്ക് വാക്കു തന്നതാണ്, എഴുന്നേൽക്ക്.”

എല്ലാം – ദിവാനും ഞാനും – വെള്ളത്തിൽ നനഞ്ഞു കുതിർന്നിരുന്നു. എനിക്ക് രോഷം സഹിക്കാനായില്ല. “നീയിപ്പോൾ ചെയ്തത് മര്യാദകെട്ട കാര്യമാണ്.”

“ഒച്ചവെക്കരുത്! നിങ്ങൾ അയൽക്കാരെ ഉണർത്തുമല്ലോ.”

“സിയാവുവുമായി ശൃംഗരിച്ച്...”

‘നിങ്ങൾ എന്താണ് പറഞ്ഞത്?”

“നീ കേട്ടതു തന്നെ.”

“ഇതാ നിങ്ങളുടെ വസ്ത്രങ്ങൾ. ഇതു ധരിച്ച് കടന്നു പോ.”

അനുഷ്ക്കയും ഞാനും ഒരാഴ്ചത്തേക്ക് പരസ്പരം അവഗണിച്ചു.

ഞങ്ങളുടെ മുറിയുടെ ചുവരിൽ, ഒരറ്റത്തു നിന്ന് മറ്റേയറ്റംവരെ, ഞാൻ അരമീറ്റർ വീതിയുള്ള കൊടിക്കൂറ പോലെ ഫോട്ടോകളുടെ മൊണ്ടാഷ് ചെയ്തിരുന്നു. അനുഷ്കയും കരീമും അതു കാണുകയാണ്; ഞാനും സിയാവുവും പുറകിലുണ്ട്. ഫോട്ടോകളുടെ നിര സാമൂഹികക്രമങ്ങളെയാണ് പ്രതിനിധീകരിക്കുന്നത്. വാതിലിനു വലതുവശത്ത് പ്രാചീനമായ സമുദായരീതികൾ. പിന്നീട് ഗോത്രരീതികൾ, സെർഫുകളുടെയും ഫ്യൂഡലുകളുടെയും കാലം, മുതലാളിത്തം. വാതിലിന്റെ ഇടതുവശത്ത് ഒരു പുത്തൻ സാമൂഹികക്രമം: അന്തർദ്ദേശീയ കമ്യൂണിസം, അതിരുകളോ ഭരണകൂടങ്ങളോ വർഗ്ഗങ്ങളോ ഇല്ലാത്ത ലോകത്ത് എല്ലാ വംശങ്ങളുടെയും ഐക്യം. മനുഷ്യന് ഒരൊറ്റ വംശവും ഒരൊറ്റ ദേശവും: കമ്യൂണിസത്തിന്റെ വംശവും ദേശവും.

അനുഷ്ക്ക: “എല്ലാവരും ഒരേ ഭാഷ സംസാരിക്കുകയാണെങ്കിൽ അത് റഷ്യൻ ഭാഷയല്ലെങ്കിൽ - അല്ലെങ്കിൽ തന്നെ അതെന്തിനു റഷ്യനാകണം, അത് ചൈനീസ് ആകാം.”

സിയാവു: “അതിനു സാദ്ധ്യതയുണ്ട്.”

അനുഷ്ക്ക: “ദേശീയവാദി! ചിലപ്പോഴത് ഒരു സങ്കരഭാഷയാകാം, അല്ലെങ്കിൽ ഇംഗ്ലീഷ്, അതുമല്ലെങ്കിൽ ഇതൊന്നുമല്ലാത്ത ഒരു പുതിയ ഭാഷ. പക്ഷേ, ആ ഭാഷ റഷ്യനല്ലെങ്കിൽ ആളുകൾ പുഷ്കിന്റെ കൃതികളിലെ പരമാനന്ദം എങ്ങിനെ നേരിട്ടറിയും?”

മഞ്ഞക്കണ്ണുകളും കറുത്ത കൂട്ടുപുരികങ്ങളുമുള്ള കരീം ഉറപ്പിച്ചു പറഞ്ഞു; ഞാൻ പുഷ്കിനെ വായിച്ചിട്ടില്ല. അതു ജാള്യതയുണ്ടാക്കുന്ന കാര്യമാണ്. പക്ഷേ, എന്റെ റഷ്യൻ ഭാഷാപരിജ്ഞാനം അദ്ദേഹത്തെ മനസ്സിലാക്കാൻ മതിയാകില്ല. എനിക്കെന്തു ചെയ്യാൻ കഴിയും? അദ്ദേഹത്തിന്റെ കൃതികൾ തുർക്കിഭാഷയിലേക്ക് വിവർത്തനം ചെയ്യപ്പെട്ടിട്ടില്ല. ആ ഭാഷ തുർക്കിയാകാമെന്ന് ചിന്തിച്ചിട്ടില്ല. പക്ഷേ, ഏതാനും വലിയ ഭാഷകൾ നിലനില്ക്കുമെന്ന് കരുതുന്നു. ഇത് ഭാഷയുടെ തിരഞ്ഞെടുപ്പിനെക്കുറിച്ചുള്ള കാര്യമല്ലെങ്കിലും.

പുത്തൻ ലോകത്ത് ആരും വിശന്നിരിക്കില്ല. തൊഴിലില്ലായ്മയും നിരക്ഷരതയുമുണ്ടാകില്ല. യജമാനന്മാരും തൊഴിലാളികളും കർഷകരും പൊലീസുകാരും കാവൽക്കാരുമുണ്ടാകില്ല. നിന്നെയോ എന്നെയോ പേടിയുണ്ടാകില്ല. നിങ്ങൾക്കിഷ്ടമുള്ളതുപോലെ ജോലി ചെയ്യാം. നിങ്ങളാശിക്കുന്നതു പോലെ തിന്നുകയും കുടിക്കുകയും വായിക്കുകയും എഴുതുകയും ജീവിതമാസ്വദിക്കുകയും ചെയ്യാം. അതു സംഭവിക്കും - അത് എത്രയും പെട്ടെന്ന് സംഭവിക്കണമെന്നു മാത്രമാണ് ഞാനാശിക്കുന്നത്. അതിന്റെ കൃത്യമായ രൂപം ഇനിയും നമുക്ക് കാണാനായിട്ടില്ല, എങ്കിലും നമുക്ക് ലോകവിപ്ലവം കാണാം. അതു മതിയല്ലോ. ജർമനിയിലെ തൊഴിലാളി വർഗ്ഗം “കടന്നു പോ!” എന്നലറുന്നത് കേൾക്കാൻ കാതോർത്തിരിക്കുകയാണ് ലോകം. അങ്കാറയിലെ വെടിക്കോപ്പ് ഫാക്ടറിയിൽ ജോലി ചെയ്യുന്ന സെയ്ഫി ഏതാണ്ട് പത്തുവർഷം മെൽസയിലിലെ കപ്പൽശാലയിലായിരുന്നു. അയാൾ എപ്പോഴും പറയും.

“കാത്തിരിക്കൂ, ഫ്രഞ്ചു തൊഴിലാളികൾ എന്തു ചെയ്യുമെന്ന് നിങ്ങൾക്കു കാണാം.” പാരീസ് കമ്യൂൺ നമ്മുടെ മുന്നിലുണ്ടല്ലോ...”

അങ്കാരയിലെ സംഘടനയാണ് കരീമിനെ സർവ്വകലാശാലയിലേക്ക് പറഞ്ഞയച്ചത്. അയാൾ മോസ്കോയിലെ എന്റെ ഏറ്റവുമടുത്ത സുഹൃത്താണ്. രണ്ടു വസ്തുക്കളുടെ കൊടുംശത്രുവാണയാൾ: സിഗരറ്റുകളും നുണകളും. തന്റെ അടുത്തിരുന്നു പുകവലിക്കാൻ അയാളെന്നെ അനുവദിക്കാറില്ല. “ശത്രുവിനോട് മാത്രം നുണ പറയുക. നുണ പറയുകയാണെങ്കിൽ, അതൊരു സ്ത്രീയെ സുഖിപ്പിക്കാനാണെങ്കിൽപോലും

നീയൊരു പുരുഷനല്ല." അയാൾ അനുഷ്കയുടെ സുഹൃത്തുക്കളിലൊരാളെ പരിചയപ്പെട്ടു. അവർ വളരെ അടുത്തു. പക്ഷേ, ആ പെൺകുട്ടിക്ക് ഒരു പ്രാവശ്യംപോലും കരീമിനെ കൊണ്ട് 'നിന്നെ ഞാൻ ഏറെ സ്നേഹിക്കുന്നു, മറൂസാ,' എന്നു പറയിക്കാനായില്ല.

"അപ്പോൾ നിങ്ങളെന്നെ സ്നേഹിക്കുന്നില്ലേ, കരീം?"

"എന്തിന് ഞാൻ നിന്നെ സ്നേഹിക്കാതിരിക്കണം?"

'വളരെയേറെ?"

"അത്ര ഏറെയൊന്നുമല്ല."

"എന്തുകൊണ്ട് വളരെയേറെയല്ല?"

"എനിക്കറിയില്ല. അത്രയേറെയില്ലെന്നു മാത്രം. ഞാൻ നിന്നെ വളരെയേറെ സ്നേഹിക്കുന്നുണ്ടെങ്കിൽ അങ്ങനെ പറയാം. പക്ഷേ, ഇപ്പോൾ ഞാൻ നിന്നെ അത്രയേറെയൊന്നും സ്നേഹിക്കുന്നില്ല."

കൊടുംതണുപ്പ്. പകൽ ഏറെയായിക്കഴിഞ്ഞപ്പോൾ ഞാനും കരീമും ടെർസ്കോയ് ബുലവാർദിന്റെ പുറകിലെ നിരത്തിലുള്ള തുർക്കി കുളിപ്പുരയിലേക്ക് പോയി. അവിടെയുള്ളവർ തൂവാലകളോ മറ്റോ ഉപയോഗിക്കാത്തതിനാലും ഞങ്ങൾ മുഴുനഗ്നത ശീലമാക്കാത്തതിനാലും കൂറ്റൻ കുളിക്കോപ്പകൾ മുമ്പിൽ മറയായി പിടിച്ച്, പരസ്പരം നോക്കാതിരിക്കാൻ ശ്രമിച്ച് കുളിച്ചു. കുളി കഴിഞ്ഞ് ഞങ്ങൾ ബുലവാർദിലേക്കിറങ്ങി. ഇരുട്ടു വീണുതുടങ്ങിയിരുന്നു. എല്ലാ വിളക്കുകളും തെളിഞ്ഞിരുന്നു. ട്രാമുകളുടെ ജാലകങ്ങളിൽ കടകളുടെ ജാലകങ്ങളിലെന്നതു പോലെ മഞ്ഞു വീണുനിറഞ്ഞിരുന്നു. തെന്നുവണ്ടികൾ എമ്പാടും പാഞ്ഞു പോയി. ഒന്നു തുപ്പിയാൽ അത് തറയിലെത്തുന്നതിനു മുമ്പ് കട്ടിയാകും. ഒരു ആനറ്റോളിയൻ പഴമൊഴിയുണ്ട്, "ഏറെ തണുപ്പായതിനാൽ കുറുക്കന്മാരുടെ വിസർജ്ജ്യംപോലും ചെമ്പാണ്." അത്രയും തണുപ്പാണ്. തെരുവിലൂടെ ആളുകൾ ഓടുന്നതുപോലെയാണ് നടക്കുന്നത്. ഏതാണ്ടെല്ലാവരും രോമച്ചെരിപ്പുകൾ ധരിച്ചിട്ടുണ്ട്. ഞങ്ങളുടെ മുമ്പിലൊരു സ്ത്രീ വഴുതി വീണു. ഞങ്ങളവരെ എഴുന്നേൽക്കാൻ സഹായിച്ചു. പട്ടാളക്കാരുടെ പുറങ്കുപ്പായങ്ങളും കൂർമ്പൻ ബോദ്യോനി തൊപ്പിയും വെച്ച ഞങ്ങൾ പോലും തണുത്തു കോച്ചുകയാണ്. തണുപ്പിൽ നഗരത്തിന്റെ ഒച്ച സ്പഷ്ടമാണ്. ഞാൻ കരീമിന് തെരുവിനപ്പുറത്തു നടക്കുന്ന ഒരു പെൺകുട്ടിയെ കാണിച്ചുകൊടുത്തു: "അവളെ നോക്ക്. അവളുടെ കവിളുകൾ എത്ര ചുവന്നതാണ്, മനോഹരം." "അവളുടെ കവിളുകൾ തണുപ്പുകൊണ്ട് ചുവന്നതാണ്," അയാൾ പറഞ്ഞു. "അവളുടെ മൂക്ക് ബീറ്റ്റൂട്ടു പോലെയാണ്."

ആസന്നമായ മഹാവിപത്തിനെക്കുറിച്ചറിയാതെ നഗരം മറ്റൊരു ശീതകാലരാത്രി കൂടി ജീവിച്ചുതീർത്തു. മോസ്ക്കോ മാത്രമല്ല, പാരീസും

ന്യൂയോർക്കും ഇസ്താംബൂളും സിംഗപ്പൂരും ബീജിംഗും-വലിയ നഗരങ്ങളൊന്നും തന്നെ അതറിഞ്ഞില്ല. എല്ലാ നഗരങ്ങളിലും - ചിലത് അപ്പോൾ പകൽവെളിച്ചത്തിൽ, ചിലത് പ്രഭാതരശ്മികളിൽ, ചിലത് നട്ടുച്ചച്ചൂടിൽ - ദുഃഖങ്ങളും ആനന്ദങ്ങളും ആശകളും സങ്കടങ്ങളും കാറുകളും കുതിരവണ്ടികളും റിക്ഷകളും വ്യവസായശാലകളും കടകളും കൽവീടുകളും മരവീടുകളും കാർഡ്ബോർഡ് വീടുകളും ജോലിക്കു പോകുന്നവരും തിരിച്ചു വരുന്നവരും തൊഴിലാളികളും ഉഴപ്പന്മാരും കോഫീഹൗസുകളിൽ ഇരിക്കുന്നവരും പാർക്കുകളിൽവെച്ച് ചുംബിക്കുന്നവരും സിനിമാശാലകൾ നിറയ്ക്കുന്നവരും ജനിക്കുന്നവരും മരിക്കുന്നവരും തങ്ങളുടെ ജീവിതങ്ങൾ ജീവിച്ചു തീർക്കുകയാണ്. ഭൂമിയിലെ ഒരു പിടി മനുഷ്യരൊഴിച്ചാരും തന്നെ വരാനിരിക്കുന്ന, ഏതാനും നിമിഷങ്ങൾക്കുള്ളിൽ പതിക്കാൻ പോകുന്ന, ഭൂമികുലുക്കത്തെക്കുറിച്ചറിഞ്ഞില്ല.

ഞങ്ങൾ ഷാത്നോയ്ർ സിനിമാശാലയിലെത്തി. എവിടെയോ പെട്ടെന്ന് കൂറ്റൻ മരവാതിലുകൾ മലർക്കെ തുറന്നു. തൊട്ടടുത്താണോ മുമ്പിലാണോ അപ്പുറമാണോ അതു തുറന്നതെന്നൊന്നും വേർതിരിച്ചെടുക്കാനായില്ല. ട്രക്കുകളും മനുഷ്യരും വാതിലിലൂടെ ഇരമ്പിയാർത്തു. ആരോ അലറിക്കരഞ്ഞു. ഏറെപ്പേർ കരയുന്നുണ്ടാകാം. പക്ഷേ, ഒരൊറ്റ നിലവിളിയായിട്ടാണ് അതെല്ലാം അനുഭവപ്പെട്ടത്.

വെളിച്ചത്തിൽ കുളിച്ചു കിടക്കുന്ന, തിരക്കുള്ള, ദീർഘമായ ബുലവാർദിൽ രാത്രിയേക്കാളും ശൈത്യത്തേക്കാളും ഊക്കുള്ള ഒരൊറ്റ ഒച്ച ആർത്തു വിളിച്ചു:

"ലെനിൻ മരിച്ചു!"

എന്നിട്ടെന്ത്? എല്ലാം തുണ്ടുകളായി ചിതറുന്നത് മങ്ങിയ ദൃശ്യങ്ങളായി കണ്ടു. കേട്ടതും അങ്ങനെ തന്നെ. ദിനപത്രങ്ങൾ മുറ്റത്തു നിന്നോടിപ്പോകുന്നവരുടെ കൈകളിൽ നിന്ന് തട്ടിപ്പറിക്കപ്പെട്ടു. ഒരു ട്രാം മുമ്പിൽ വന്നു നിന്നു. അത് ക്ഷണനേരം കൊണ്ട് കാലിയായി. എല്ലാ ട്രാമുകളും ഓട്ടം നിർത്തി, എല്ലാം ഒഴിഞ്ഞവ. എനിക്കൊന്നും കേൾക്കാനായില്ല. ഒരു വൃദ്ധൻ കരയുന്നുണ്ട്; അയാൾ തലയിൽനിന്നും കൽപാക് തൊപ്പി ഊരിയെടുത്ത് നെഞ്ചോടു ചേർത്തുപിടിച്ചിട്ടുണ്ട്. കഷണ്ടിയാണ്. കരയുന്നുണ്ട്. എല്ലാ തെന്നുവണ്ടികളും ഓട്ടം നിർത്തി, അവയെല്ലാം ഒഴിഞ്ഞതാണ്. സിനിമാശാലകളെല്ലാം തന്നെ ഒഴിഞ്ഞു, കാണികളെല്ലാം അകത്തു തീ പിടിച്ചാലെന്നതു പോലെ തിരക്കിട്ട് പുറത്തു കടന്നു. ആഹാരശാലകളുടെയും വീടുകളെയും അവസ്ഥയും അതുതന്നെ. എല്ലാവരും തെരുവിലേക്ക് സ്വയം വലിച്ചെറിയുകയാണ്. പത്രക്കാരൻ പയ്യന്മാർക്ക് ചുറ്റും തിക്കിത്തിരക്കുകയും പരസ്പരം ഉന്തിമാറ്റുകയും ചെയ്യുന്നവരെകൊണ്ട് ടെർസ്കോയ് ബുലവാർദ് നിറഞ്ഞൊഴുകി. ഒരു ട്രാമിന്റെ ഡ്രൈവർ അതിന്റെ പടിയിലിരുന്ന് തേങ്ങുന്നുണ്ട്. ഞങ്ങൾ തൊട്ടുമുമ്പു കണ്ട, ചുവന്ന കവിളുകളുള്ള പെൺകുട്ടി കരയുകയാണ്.

കരീമും കയ്യിലൊരു പത്രവും പിടിച്ച് കരയുന്നുണ്ട്. ഞാനാകട്ടെ യാതൊന്നും കേൾക്കുന്നുമില്ല. അതിരുകളില്ലാത്ത ഒരു കൃത്രിമജലായ ശയത്തിലാണ് ഞാൻ കാണുന്നതെല്ലാം സംഭവിക്കുന്നത്. ആരോ ബോധം കെട്ടു വീണു. പിന്നെ മറ്റൊരാൾ കൂടി. ആളുകൾ പരസ്പരം കെട്ടിപ്പിടിക്കുന്നതും തോളിൽ ചാരി ഒച്ചയില്ലാതെ കരയുന്നതും കണ്ടു.

ആരോ എന്റെ കയ്യിൽ പിടിച്ചു വലിച്ചു. ഞാൻ തിരിഞ്ഞു നോക്കി: ദേഹമാസകലം ചുളിവുകൾ വീണ ഒരു വൃദ്ധ. ശുഷ്കിച്ച അവർ തല തുണികൊണ്ട് മൂടിയിട്ടുണ്ട്. അവർ എന്റെ കയ്യിൽ പിടിച്ചുവലിക്കുകയും പല്ലില്ലാത്ത വായ കൊണ്ട് എനിക്കു മനസ്സിലാകാത്ത എന്തോ പറയുകയും ചെയ്യുന്നുണ്ട്. ഞാൻ കുനിഞ്ഞുനിന്നു. ആറോ ഏഴോ വയസ്സുള്ള ഒരു പെൺകുട്ടിയുടെ ശബ്ദം ശിശുസഹജമായ ഭയത്തോടെ ചോദിച്ചു; "ലെനിൻ മരിച്ചോ?" ഞാൻ തലയാട്ടി.

"അപ്പോൾ, അദ്ദേഹം മരിച്ചു, അല്ലേ?"

അവർ കുരിശു വരയ്ക്കുമെന്നാണ് ഞാൻ കരുതിയത്. പക്ഷേ, അവരതു ചെയ്തില്ല. അവരെന്റെ കൈയിലെ പിടുത്തം വിട്ടു.

"നമ്മൾ തുലഞ്ഞു."

അവർ ആവർത്തിച്ചുകൊണ്ടേയിരുന്നു,

"നമ്മൾ തുലഞ്ഞു! നമ്മൾ തുലഞ്ഞു! നമ്മൾ തുലഞ്ഞു!" അവരുടെ ശബ്ദത്തിന് കട്ടി കൂടി, അതുച്ചത്തിലായി.

മുത്തശ്ശിക്കഥയിലെ കുപ്പിയിൽനിന്നു പുറത്തു വന്ന ഭൂതത്തെ പോലെ അത് വളരുകയും വികസിക്കുകയും ചെയ്തു. പെട്ടെന്നതു മാഞ്ഞുപോകുകയും ഞാൻ യഥാർത്ഥമായ ശബ്ദങ്ങൾ കേൾക്കാൻ തുടങ്ങുകയും ചെയ്തു. പത്തു പേരോ മറ്റോ, ചിലപ്പോൾ ഇരുപതു പേരോ, എന്റെ മുത്തച്ഛൻ മരിച്ചപ്പോൾ തേങ്ങിക്കരഞ്ഞത് ഞാൻ കേട്ടിട്ടുണ്ട്. നൂറു കണക്കിനാളുകൾ ഒരുമിച്ച് അലമുറയിടുന്നത് നിങ്ങൾക്ക് സങ്കല്പിക്കാനാകുമോ? ഒരു നഗരം മുഴുവൻ വിലപിച്ചാലോ? ആ ഒച്ച അഞ്ചോ പത്തോ മിനിറ്റിനപ്പുറം കേട്ടുനിൽക്കാനാകില്ല. കേൾക്കേണ്ടി വന്നെങ്കിൽ തന്നെ നിങ്ങളുടെ ഞരമ്പുകളെയും സുബോധത്തെയും സംരക്ഷിക്കാൻ, ഭ്രാന്താകാതിരിക്കാൻ നിങ്ങൾ സഹജവാസനകളാലെന്നോണം ചെവി കൊട്ടിയടയ്ക്കുകയും ഇടതും വലതും മുമ്പിലും പിന്നിലും ഒറ്റയ്ക്കും തെറ്റയ്ക്കുമുള്ള കരച്ചിലുകൾ മാത്രം കേൾക്കുകയും ചെയ്യും.

വീട്ടിലെത്തിയപ്പോൾ അവർ പറഞ്ഞു, "കമ്യൂണിസ്റ്റുകാർ സൂക്ഷിക്കേണ്ടതുണ്ട്." സിയാവുവും ഞാനും ഞങ്ങളുടെ മുറിയിൽ തങ്ങിയില്ല. ഏകാന്തത മാറ്റാൻ ഞങ്ങൾ രണ്ടു പേർ മതിയാകുമായിരുന്നില്ല. ഞങ്ങൾ ഡോർമിറ്ററിയിലേക്കു പോയി. എല്ലാവരും കിടക്കയിൽ ഇരിക്കുകയാണ്. ആരും സംസാരിക്കുന്നില്ല. ആരോ വസ്ത്രം മാറ്റാൻ തുടങ്ങി. ഞങ്ങൾ ശത്രുതയോടെയും അവജ്ഞയോടെയും അതല്ല, ആശ്ചര്യത്തോടെ

അയാളെ ഉറ്റുനോക്കി. ദുഷ്കരമായ സർക്കസ്സുകളി കാണുന്നതു പോലെ ഞങ്ങൾ അയാളെ നോക്കിയിരുന്നു. അയാൾ കിടക്കയിലേക്ക് പോകുകയും താടിവരെ പുതപ്പുകൊണ്ട് മൂടിപ്പുതച്ച് ഉറങ്ങാൻ തുടങ്ങുകയും ചെയ്തു. ഞങ്ങളെല്ലാം അയാളെ തുറിച്ചുനോക്കി.

രാവിലെയാകാറായപ്പോൾ ഞാൻ വാതിലിനു പുറകിൽ കയ്യിലൊരു തോക്കുമായി കാവലിരുന്നു. അതെങ്ങനെ ഉപയോഗിക്കാമെന്നു പോലും എനിക്കറിയില്ല.

അവർ ലെനിനെ കൊലോണി സാലിലേക്ക് കൊണ്ടു പോയി.

രാജ്യത്തിന്റെ നാനാഭാഗങ്ങളിൽ നിന്ന് തീവണ്ടികൾ ആളുകളെ മോസ്കോയിലെത്തിച്ചു. ലെനിനെ അവസാനത്തെ തവണ കാണാനാഗ്രഹിക്കുന്നവർ കോലോണി സാലിലേക്ക് ഒരു വാതിലിലൂടെ പ്രവേശിക്കുകയും മൃതശരീരം കാണുകയും മറ്റൊരു വാതിലിലൂടെ പുറത്തേക്കു പോകുകയും ചെയ്തു. വരികൾ നഗരപരിധികൾക്കപ്പുറത്തേക്കു നീണ്ടു. രാവും പകലും നിരത്തുകളിൽ കൂറ്റൻ തീക്കുണ്ഡങ്ങളെരിഞ്ഞു. രാത്രിയും പകലും ആൾക്കൂട്ടം കൊലോണി സാലിലേക്കൊഴുകി. അസുഖം ബാധിച്ചവരെയും തണുത്തു മരവിച്ചവരെയും ആംബുലൻസുകൾ ആശുപത്രികളിലേക്ക് കൊണ്ടുപോയി.

രണ്ടാമത്തെ ദിവസം രാത്രി പെട്രോഷ്യൻ പ്രത്യക്ഷപ്പെട്ടു: "അഹമ്മദ്, പെട്ടെന്ന് വസ്ത്രം മാറൂ." ഞങ്ങൾ ഒരു തുറന്ന ട്രക്കിനുള്ളിലേക്ക് കയറി ഞെരുങ്ങിയിരുന്നു. നിരത്തുകൾ നിറയ്ക്കുകയും തീ കായുകയും ചെയ്യുന്ന ജനക്കൂട്ടത്തെ ഞങ്ങൾ മറികടന്നു പോകുകയും കൊലോണി സാലിന്റെ പിൻഭാഗത്തെ പ്രവേശനകവാടത്തിനരികിൽ എത്തുകയും ചെയ്തു. ഞങ്ങൾ അകത്തേക്കു നടക്കുമ്പോൾ പെട്രോഷ്യൻ പറഞ്ഞു: "നീ ലെനിന്റെ തലയ്ക്കൽ, സർവ്വകലാശാലയെ പ്രതിനിധീകരിച്ച് അഞ്ചു മിനിറ്റു നേരത്തേക്ക് കാവൽ നിൽക്കണം."

കൊലോണി സാൽ എന്നു പേരുള്ള ആ കെട്ടിടം സാർ ഭരണകാലത്ത് ഉദ്യോഗസ്ഥരുടെ ക്ലബ്ബായിരുന്നു. ഇപ്പോൾ അത് തൊഴിലാളി സംഘടനകളുടെ ക്ലബ്ബാണെന്നു തോന്നുന്നു. ഞാൻ പുറകിലെ പടികൾ കയറി. എവിടെ നിന്നോ വിലാപഗീതം കേട്ടു. മാർബിളും ചുവന്ന വെൽവെറ്റും സ്വർണ്ണഅലുക്കുകളും നിറഞ്ഞ മുറിയിലേക്ക് പ്രവേശിച്ചു. അവിടെ തൊഴിലാളികൾ തിങ്ങിനിറഞ്ഞിരുന്നു. ചെമ്പടയിലെ ഉദ്യോഗസ്ഥർ, താടിയുള്ളതും ഇല്ലാത്തതുമായ കർഷകർ, വിവിധപ്രദേശങ്ങളിൽ നിന്നുള്ളവരും എല്ലാ പ്രായത്തിൽപെട്ടവരുമായ സ്ത്രീകളും പുരുഷന്മാരും! വിലാപഗീതം തുടർന്നു. ഒന്നിലധികം സംഘങ്ങൾ അതു വായിക്കുന്നുണ്ടെന്ന് വ്യക്തമായിരുന്നു. മുറിയിലുള്ള ആരും സംസാരിച്ചില്ല. എത്ര നേരമാണ് ഞാനവിടെ കാത്തുനിന്നത്? ആരോ അടുത്തേക്കു വന്നു. അയാൾ മന്ത്രിച്ചു,

"നമുക്ക് പോകാം."

ആരോ വാതിൽ തുറന്നു, വിലാപഗീതം പ്രക്ഷുബ്ധമായ കടൽ പോലെ എന്റെ മുഖത്തടിച്ചു. അത് സങ്കല്പ്പിക്കാനാകുന്നതിലപ്പുറം പ്രകാശമാനമാണ്. ഞാൻ ക്രെംലിൻ കൊട്ടാരത്തിൽ മാത്രമാണ് അത്തരം കൂറ്റൻ സ്ഫടികശരറാന്തലുകൾ കണ്ടിട്ടുള്ളത്. ഈ പ്രകാശ ത്തിൽ ഒരു മനുഷ്യപ്രളയം പതിയെപ്പതിയെ ഒഴുകിപ്പോകുന്നു. എന്റെ കൈ പിടിച്ച മനുഷ്യനോടൊപ്പം ഞാൻ മുന്നോട്ടു നടന്നു. ആദ്യം ഞാൻ ക്രുപ്സ്കായയെ കണ്ടു. അവർ ലളിതമായ വസ്ത്രം ധരിച്ച് പൂക്കളുടെ കൂമ്പാരത്തിനു മുമ്പിൽ നിൽക്കുകയാണ്. ചാരനിറമുള്ള കോലൻ മുടി നെറുകയിൽ വെച്ച് പകുത്തിട്ടുണ്ട്. അവരുടെ അല്പം മുന്നോട്ടുന്തിയ കണ്ണുകൾ മലർക്കെ തുറന്നിട്ടുണ്ട്. അവർ എവിടേക്കോ തുറിച്ചു നോക്കുക യാണ്.

അവർ നോക്കുന്നിടത്ത് ഞാൻ ലെനിനെ കണ്ടു. ഞാനദ്ദേഹത്തിന്റെ നെറ്റി കണ്ടു. മഞ്ഞനിറമുള്ളതും അവിശ്വസനീയമാംവണ്ണം ഉയർന്നതു മായിരുന്നു അത്. ഭൂഗോളം തന്നെയാണത്. നെഞ്ചിൽ കൈകൾ പിണച്ചു വെച്ച് മലർന്നാണ് അദ്ദേഹം കിടക്കുന്നത്. ചെങ്കൊടിയുടെ പതക്കം അദ്ദേഹത്തിന്റെ നെഞ്ചിൽ. ചുവന്ന പൂക്കൾ നിറച്ചതും തുറന്നതുമായ ശവപ്പെട്ടിയിൽ, ഉയർന്ന ഒരു തട്ടിലാണ് കിടക്കുന്നത്. തലയ്ക്കൽ രണ്ടുപേർ ഓരോ വശത്തും കാവൽ നിൽക്കുന്നുണ്ട്, കാൽഭാഗത്തും. ഞാൻ കാവൽ ഏറ്റെടുത്തത് ഒരു മദ്ധ്യേഷ്യക്കാരനിൽ നിന്നാണ്. കാവൽ കൈമാറിയപ്പോൾ അയാളെന്നോടെന്തോ പറഞ്ഞു. ഞാൻ പ്രതികരിച്ചില്ല. കയ്യിലൊരു തോക്കുമായി ഞാൻ ലെനിന്റ തലയ്ക്കൽ അനക്കമില്ലാതെ നിന്നു. ക്രുപ്സ്കായയെ കണ്ടു, ലെനിന്റെ നെറ്റി കണ്ടു. നാലു നദികളെ പ്പോലെ മനുഷ്യപ്രളയം ഇടതടവില്ലാതെ ഒഴുകി: രണ്ടെണ്ണം ഇടതു വശത്തും രണ്ടെണ്ണം വലതുവശത്തും. അധികമാളുകളും കരച്ചിൽ നിർത്തിയിട്ടുണ്ട്. ലെനിന്റെ അടുത്തേക്കു പോകുന്നവർ കണ്ണുകെട്ടിയ വരെപോലെ കടന്നു പോകുകയും പെട്ടെന്ന് എന്തിലോ തട്ടിത്തടഞ്ഞതു പോലെ നിൽക്കുകയും ചെയ്തു. എന്നിട്ട് പുറകിലുള്ളവരുടെ സമ്മർദ്ദം മൂലം മുന്നോട്ടു നീങ്ങി. പുറത്തിറങ്ങുന്നതുവരെയും അവർ തിരിഞ്ഞു നോക്കിക്കൊണ്ടേയിരിക്കും,അവർക്ക് അദ്ദേഹത്തെ കാണാൻ പറ്റില്ലെ ങ്കിലും. ഞാൻ ക്രുപ്സ്കായയെ കണ്ടു; ഞാൻ ലെനിന്റെ നെറ്റി കണ്ടു, അല്ലെങ്കിൽ, അദ്ദേഹത്തിന്റെ തലയുടെ മുകൾഭാഗം കണ്ടു.

ഇടതു വശത്തു കൂടെ, കപ്പലിൽ പണിയെടുക്കുന്നവരെത്തി. നാവികർ അണിയാറുള്ള, പരുക്കൻ തുണികൊണ്ടുള്ള പുറങ്കുപ്പായം ധരിച്ചല്ല, നഗ്നമായ നെഞ്ചുമായാണ് വന്നത്. പുറത്ത് മഞ്ഞുപൊഴിഞ്ഞു തുടങ്ങിയിട്ടുണ്ടാകണം, അവരുടെ കഴുത്തിലും ചുമലുകളിലും നെഞ്ചിലെ രോമങ്ങളിലും നനവുണ്ടായിരുന്നു. ശരിക്കും കൂറ്റന്മാർ. അവരെല്ലാവരും ഇടതിങ്ങിനടന്നു. ആദ്യത്തെ സ്ക്വാഡിന്റെ സർജന്റ് ലെനിന്റെ അടുത്തെത്തിയപ്പോൾ നിന്നു. അയാൾ 'അമ്മേ,' എന്നു വിളിച്ചു

കരഞ്ഞുകൊണ്ട് തറയിലേക്ക് വീണു. യാതൊരു ആശയക്കുഴപ്പവും അക്കാര്യത്തിലുണ്ടായില്ല. നാവികർ നീലക്കണ്ണുകളിൽ കണ്ണുനീരോടെ സർജന്റിനെ പൊക്കിയെടുത്ത് നടന്നുപോയി. കടലിലേക്ക് ഇനിയൊരിക്കലും തിരിച്ചു വരവില്ലാത്ത അവസാനത്തെ യാത്രയ്ക്ക് പോകുകയാണ് അവരെന്ന് എനിക്കു തോന്നി. കൂട്ടത്തിൽ ബോധരഹിതരാകുന്നവരെ നിശ്ശബ്ദമായി താങ്ങിയെടുക്കുകയാണ് അവരെന്ന് മനസ്സിലാക്കി. ഞാൻ ലെനിന്റെ തലയുടെ മുകൾഭാഗം കണ്ടു, അല്ലെങ്കിൽ, അദ്ദേഹത്തിന്റെ ഉയർന്ന നെറ്റി കണ്ടു. ഞാൻ വിലാപഗീതം കേട്ടു. ഒഴുകുന്ന ജനങ്ങളുടെ നാലു നിരകൾ എന്നിൽ താത്പര്യമുണർത്താതെയായി. ഞാൻ ലെനിനെ മാത്രം നോക്കി, എനിക്ക് കരയാൻ തോന്നി. അനുഷ്ക, കാവൽ നില്ക്കുമ്പോൾ കരയാനോ കരയാതിരിക്കാനോ നിനക്കു കഴിയുമെങ്കിൽ എനിക്കൊന്നുമില്ല. എനിക്ക് കരയണം - പക്ഷേ അതിനാകുന്നില്ല.

ഞാൻ അനുഷ്കയോട് ചോദിച്ചില്ല, “അന്നു രാത്രി നീ എന്തു ചെയ്തു?”

എനിക്ക് അതിഥികളുണ്ടായിരുന്നു. എന്റെ ജീവിതത്തിലെ വിദൂരസ്ഥലികളിൽ നിന്നു വന്നവരാണവർ. ഞാൻ പുഞ്ചിരിച്ചു.

“അടുത്തും ദൂരെയും എന്ന വ്യത്യാസമുണ്ടാകാൻ മാത്രമുള്ള ജീവിതം എനിക്കുണ്ടായിട്ടുണ്ടോ?”

“ഞാൻ ഒരു കൈപ്പാടു ജീവിതം മാത്രമേ ജീവിച്ചിട്ടുള്ളൂ.” ഇന്ന് ഇസ്മയിലിന്റെ തോക്കുകൊണ്ട് വെടിവെച്ചിടപ്പെടാനുള്ള സാദ്ധ്യതയെ കുറിച്ച് ഞാൻ ചിന്തിച്ചിട്ടുകൂടിയില്ല.

തോക്കും തിരകളും എന്റെയാണ്. പക്ഷേ, അയാളാണ് കാഞ്ചിവലിക്കുന്നത്. പ്രിയപ്പെട്ട അനുഷ്ക, നീയെന്താണ് ഇപ്പോൾ ചെയ്യുന്നത്? നീ ഈ നിമിഷം എന്താണ് ചെയ്യുന്നത്? നീ എന്താണ് ചെയ്യുന്നതെന്ന് ഞാൻ ചോദിച്ച നിമിഷം നീയെന്താണ് ചെയ്യുന്നത്? പെട്ടെന്ന് ഞാൻ എഞ്ചിന്റെ ശബ്ദം കേട്ടു. ‘ഡംഡംഡഡംഡം’. ഞാനത് മറന്നു പോയിരുന്നു. ഒരേ ശബ്ദം തുടർച്ചയായി കേട്ടു കൊണ്ടിരുന്നാൽ നിങ്ങളത് കേൾക്കുമെങ്കിലും മറന്നു പോകും. കാലങ്ങളായി ഞാൻ കാണാത്ത പഴയ ചങ്ങാതിയെ കണ്ടുമുട്ടിയാലെന്നതുപോലെ ഞാൻ സന്തോഷവാനാണ്. ഏറെക്കാലത്തിനു ശേഷം ഞാനതു ശ്രദ്ധിച്ചു. വീണ്ടും അത് മറന്നു പോകുകയും ചെയ്തു.

ആദ്യം കരീമിന്റെ ഇടതൂർന്ന കറുത്ത പുരികങ്ങൾക്കടിയിലെ മഞ്ഞക്കണ്ണുകൾ. പിന്നീട് മുഴുവനായും അയാൾ.

ഞങ്ങൾ ഇസ്താംബൂളിലെ പാലത്തിനു മുകളിൽ നിൽക്കുകയായിരുന്നു. ആകാശത്ത് മഴക്കാറുണ്ട്. എപ്പോൾ വേണമെങ്കിലും മഴ പെയ്യാം.

ഞാനും അയാളും മോസ്കോയിൽ നിന്ന് ഒരുമിച്ചാണ് തിരിച്ചു വന്നത്. ഞങ്ങളുടെ പത്രത്തിന്റെ ആദ്യലക്കം വില്ക്കുകയായിരുന്നു. ഞങ്ങൾ വ്യത്യസ്തസ്ഥലങ്ങളിൽ നിൽക്കാൻ തീരുമാനിച്ചു - ഞാൻ പാലത്തിലും അയാൾ തടാകങ്ങൾക്കടുത്ത് കാസിംപാഷയിലും. പാലത്തിനടുത്തെത്തിയപ്പോൾ ഞാൻ ചോദിച്ചു, "അല്പനേരം എന്റെ കൂടെ നിൽക്കുമോ?"

"പേടിയാണോ?"

"പേടിയോ? എന്തിന്? ഇല്ല. 'അരിവാളും ചുറ്റിക'യുമെന്ന് ഉച്ചത്തിൽ വിളിച്ചു പറയാൻ കഴിയുമോ എന്നെനിക്കറിയില്ല. ചൂടുപത്രം."

"ജാള്യതയുണ്ടോ?"

"ചെറുതായി. ഞാനൊരിക്കലും ഒന്നും വിറ്റിട്ടില്ല."

"അപ്പോൾ ഞാനോ? എന്റെ അച്ഛൻ തെരുവുകച്ചവടക്കാരനായിരുന്നോ?"

"ദേഷ്യപ്പെടേണ്ട. എന്റെ ഒച്ച പുറത്തു വരുമോയെന്നെനിക്കറിയില്ല."

"നീ പാഷകളുടെ കുടുംബത്തിൽ നിന്നുള്ളവനാണ്."

കരീം കയ്യിലെ പത്രക്കെട്ടിൽ നിന്നൊരെണ്ണം പുറത്തെടുത്ത് ചുറ്റും ഭ്രാന്തമായി വീശിക്കൊണ്ട് അട്ടഹസിച്ചു: "സോഷ്യലിസ്റ്റ് ദിനപത്രം. ചൂടുള്ള വാർത്ത."

അതിലൂടെ കടന്നുപോയവർ തലയുയർത്തിനോക്കുകപോലും ചെയ്തില്ല. മഴ ചാറാനും തുടങ്ങിയിരുന്നു.

ഞാനും കയ്യിലെ പത്രക്കെട്ടിൽ നിന്ന് ഒരെണ്ണം പുറത്തെടുത്തു. മഴയിൽ പെട്ടുപോകാതിരിക്കാൻ തിരക്കിട്ടു പോകുന്നവരുടെ മുഖത്തേക്ക് കരീം പത്രം നീട്ടി: "ദിനപത്രം,പുതിയ സോഷ്യലിസ്റ്റു പത്രം."

ആരും ശ്രദ്ധിച്ചില്ല. അല്പം താത്പര്യം തോന്നിയവർ കരീമിനെ നോക്കിയെങ്കിലും പത്രക്കാരൻ പയ്യന്മാരുടെ കെട്ടും മട്ടുമില്ലാത്ത അയാളെ കണ്ടപ്പോൾ കുതറിമാറുകയും 'വേണ്ട, നന്ദി,'യെന്നു പറഞ്ഞ് നടന്നു നീങ്ങുകയും ചെയ്തു.

"ദൈവമേ, ഒരൊറ്റ നേരും നെറിയുമുള്ളവൻപോലും പാലം കടക്കുന്നില്ലേ?"

"ദിനപത്രം. ഈ നശിച്ച പാലത്തിൽ നിന്നാൽ നാം ഒരു പത്രം പോലും വില്ക്കില്ലേ? കാസിംപാഷയിൽ ഇത് ചൂടപ്പംപോലെ വിറ്റു പോകുമെന്നുറപ്പാണ്."

പത്രത്തിന്റെ തലക്കെട്ടിൽ എന്റെ കണ്ണുടക്കി: "സർവ്വരാജ്യത്തൊഴിലാളികളേ സംഘടിക്കുവിൻ." ആരോ ഒരു കത്തി കുത്തിയിറക്കിയതുപോലെ ഞാൻ എന്നെപ്പോലും അമ്പരപ്പിച്ചുകൊണ്ട് തൊണ്ട കീറിപ്പറയാൻ തുടങ്ങി, "സർവ്വരാജ്യത്തൊഴിലാളികളേ, സംഘടിക്കുവിൻ. സർവ്വ

രാജ്യത്തൊഴിലാളികളേ...ദിനപത്രം" - ഞാനെന്റെ ജീവനുവേണ്ടി കാറുകയാണ്. "സംഘടിക്കുവിൻ! പത്രം, പത്രം."

"ശരി. സർവ്വരാജ്യത്തൊഴിലാളികൾ സംഘടിക്കുന്നതെങ്ങിനെയാണെന്ന് കാണണമല്ലോ."

മികച്ച രീതിയിൽ വസ്ത്രം ധരിച്ച, നരച്ച മുടിയുള്ള ഒരു മാന്യൻ പത്രം ആവശ്യപ്പെട്ടു. ഞാനയാളെ സന്തോഷം കൊണ്ട് ഏറെക്കുറെ കെട്ടിപ്പിടിച്ചു. ഞാനയാൾക്ക് പത്രം നീട്ടി. "ഇതാ പണം, മകനേ." സംസാരിച്ചതിനു ശേഷം മാത്രമാണ് എനിക്ക് അയാൾ പണം തന്നതെന്ന് ഞാൻ ശ്രദ്ധിച്ചു. അയാൾ പൊട്ടിച്ചിരിച്ചു. "ഞാൻ ചെറുപ്പമായിരുന്നപ്പോൾ, പാരീസിൽ," അയാൾ പറഞ്ഞു," സോഷ്യലിസ്റ്റുകൾ പത്രം ഇങ്ങനെ വിറ്റിരുന്നു."

അന്ന് ഞാൻ പാലത്തിൽവെച്ച് നാല്പത്തിയഞ്ചു പത്രം വിറ്റു. കരീമാകട്ടെ കാസിംപാഷയിൽ ഇരുനൂറ്റി ഇരുപത്തിയഞ്ചും.

ഞങ്ങൾ റെഡ് സ്ക്വയറിനു നേരെ പതിയെ നടക്കുകയാണ്. മുമ്പിലും പുറകിലും ആളുകളും കൊടികളും തോരണങ്ങളും ചിത്രങ്ങളും പാട്ടുകളും. ഞങ്ങളുടെ സംഘം മെയ്ദിനപടപ്പാട്ട് പാടുകയാണ്: "മെയ് ഒന്ന്, മെയ് ഒന്ന്, നമ്മുടെ ഒരു മോഹം." അനുഷ്ക ഞങ്ങളുടെ കൂടെ ചേർന്നു. ഞങ്ങളാണ് അവളെ പടപ്പാട്ട് പഠിപ്പിച്ചത്, തുർക്കിഭാഷയിലാണ് അവളതു പാടുന്നത്. ഞാൻ അനുഷ്കയുടെ കൈ പിടിച്ചു. കരീം പറഞ്ഞു: "അവളെവിടേക്കെങ്കിലും ഓടിപ്പോകുമെന്ന് നീ പേടിക്കുന്നുണ്ടോ?"

"എനിക്കറിയില്ല. അവളെ പെട്ടെന്ന് നഷ്ടപ്പെടുമെന്ന വേവലാതി എല്ലായ്പ്പോഴും എനിക്കുണ്ട് - അവൾ അപ്രതീക്ഷിതമായി പുകയായോ കിളിയായോ മാറുമെന്നും ഏവിടേക്കെങ്കിലും പറന്നു പോകുമെന്നും."

"നീ കാര്യമായി പറയുകയാണോ? അതോ തമാശയോ?"

"കാര്യമായി പറയുകയാണ്."

"അത്തരം കാര്യങ്ങൾ ചലച്ചിത്രങ്ങളിൽ മാത്രമാണുള്ളതെന്നാണ് ഞാൻ കരുതിയത്."

ഞങ്ങൾ നടത്തം പതുക്കെയാക്കുകയും പിന്നെ നിൽക്കുകയും ചെയ്തു. കൊക്കേഷ്യക്കാരാണ് ഞങ്ങളുടെ പുറകിലുണ്ടായിരുന്നത്. അവർ പെട്ടെന്നൊരു വൃത്തം ചമയ്ക്കുകയും ഒരാളെ വട്ടത്തിനു നടുവിൽ നിർത്തി 'ഷെയ്ക് ഷമിൽ' നൃത്തം തുടങ്ങുകയും ചെയ്തു. ദാഗിസ്ഥാനിൽ നിന്നുള്ള ഒരു ചെറുപ്പക്കാരൻ - അയാൾ സർവ്വകലാശാലയിലെ ഏറ്റവും സുന്ദരനാണ് - നടുവിൽ നിന്ന് നൃത്തം തുടങ്ങി. അനുഷ്ക എന്റെ കൈ വിടുവിച്ച് അതു കാണാൻ പോയി. ഞാൻ അവളുടെ പുറകെയും. അയാൾ ആദ്യം പ്രാർത്ഥിക്കുന്നതുപോലെ കുമ്പിട്ടു നിന്നു; സാറിന്റെ സൈന്യത്തോട് പൊരുതുന്നതിനു മുമ്പ് ഷെയ്ക്ക് ഷമിൽ

കുനിഞ്ഞുനിന്ന് പ്രാർത്ഥിച്ചിരുന്നു, ഈ പ്രാർത്ഥന അനുഷ്ഠാനത്തിന്റെ ചുവടുകൾ വളരെ പതിഞ്ഞതാണ്. പക്ഷേ, പെട്ടെന്ന് അതിന്റെ താളം മാറും. ഷെയ്ക് ഷമിൽ കുതിക്കുകയും കഠാര വലിച്ചൂരുകയും കാൽ വിരലുകളിൽ കുത്തിനിന്ന് പോരാടാൻ തുടങ്ങുകയും ചെയ്യും. ആ ചെറു പ്പക്കാരൻ മിന്നൽപ്പിണരിന്റെ തുടുത്ത ഒളി പോലെയാണ്. പക്ഷേ, എനിക്ക് ആ നൃത്തം മതിയായി. എനിക്ക് ഷെയ്ക്ക് ഷമിലിനെ ബഹു മാനമാണ്, ഇഷ്ടവുമാണ്. കൊക്കേഷ്യക്കാരായാലും അസേരിയക്കാരാ യാലും അർമീനിയക്കാരായാലും ജോർജ്ജിയക്കാരായാലും ദഗിസ്ഥാൻ കാരായും വിവിധ പേരുകളിൽ, പ്രാർത്ഥനയോടെയും അല്ലാതെയും - ചിലപ്പോൾ മറ്റു വിശദാംശങ്ങൾ കൂടിയുണ്ടാകാം, പക്ഷേ അതെന്റെ ശ്രദ്ധയിൽനിന്ന് വഴുതിപ്പോകും - ചാടിയെഴുന്നേല്ക്കാനും നൃത്തം ചെയ്യാനുമുള്ള നേരിയ അവസരം പോലും പാഴാക്കാറില്ല.

ഏതാനും ചെറുപ്പക്കാരും നൃത്തത്തിൽ ചേർന്നു. ചുറ്റുമുള്ളവർ താളം പിടിച്ചു കൊണ്ട് കയ്യടിച്ചു. ഞാൻ അനുഷ്കയോട് ചോദിച്ചു: "നിനക്കീ നൃത്തം അത്രയ്ക്കിഷ്ടപ്പെട്ടോ?"

"അതെ, എനിക്ക് കണ്ണെടുക്കാൻ തോന്നുന്നില്ല."

"ദാഗിസ്ഥാൻകാരനിൽനിന്നോ?"

"നിങ്ങൾ വെറുപ്പുളവാക്കുന്നവനാണ്. പുതിയതോരോന്ന് ഊഹി ക്കുന്നു. അതുകൊണ്ടെന്ത്?"

ഞങ്ങൾ വീണ്ടും നടക്കാൻ തുടങ്ങി. ഇടവഴികളിലെ സംഘങ്ങൾ പ്രകടനത്തോട് ചേരാൻ കാത്തു നിന്നു. "ഞങ്ങളുടെ അപ്പപ്പണിക്കാർ!" കരിം ആർത്തുവിളിച്ചു. തൊപ്പികളും നക്ഷത്രങ്ങൾ ഉള്ളതും ഇല്ലാത്ത തുമായ കൊടികളുമായി കരിങ്കടൽ നാവികരാണ് അടുത്ത ഇടവഴിയിൽ കാത്തു നിന്നിരുന്നത്. അവരുടെ കൊടിക്കൂറയിൽ 'മെയ് 1' എന്ന് തുർക്കി ഭാഷയിൽ എഴുതിവെച്ചിട്ടുണ്ട്. ലാസ് അപ്പക്കടക്കാരുടെ എണ്ണമറ്റ പ്രാദേശിക സഹകരണസംഘങ്ങൾ റഷ്യയിലുണ്ട്. പക്ഷേ, അവരുടെ കേന്ദ്ര സഹകരണസംഘം പുതിയതാണ്. ചൈനക്കാർ അലക്കിന്റെയും തേപ്പിന്റെയും വ്യാപാരത്തിലാണ് ശ്രദ്ധ കേന്ദ്രീകരിച്ചിട്ടുള്ളത്. പക്ഷേ, ഞങ്ങളുടെ തൊഴിലാളികളും ചൈനക്കാരും അവരവരുടെ പൗരത്വം നില നിർത്തുന്നുണ്ട്. അവർക്ക് സോവിയറ്റ് തിരഞ്ഞെടുപ്പുകളിൽ വോട്ടു ചെയ്യാം. തിരഞ്ഞെടുക്കപ്പെടുകയും ചെയ്യാം. സിൻഡിക്കേറ്റുകളിൽ ചേരാം. ബോൾഷെവിക്ക് പാർട്ടിയിൽ അംഗങ്ങളാകാം. ഉദാഹരണത്തിന്, ഒരു തുർക്കിക്കാരനായ എനിക്കും തെരഞ്ഞെടുപ്പിൽ മത്സരിച്ച് സുപ്രീം സോവിയറ്റിന്റെ പ്രസിഡൻസിയിലേക്ക് തിരഞ്ഞെടുക്കപ്പെടാം. എന്റെ ദൈവമേ, എത്ര സുന്ദരം. ഒരൊറ്റ കൂറ്റൻ രാജ്യത്ത് ലോകത്തിന്റെ നിരവധി ഭാഗങ്ങൾ നിലകൊള്ളുന്നു. ഇവിടെ നിങ്ങളുടെ മതമോ രാജ്യമോ ദേശീ യതയോ ആരും ചോദിക്കാറില്ല. പകരം ഇങ്ങനെ ചോദിക്കും: "നിങ്ങൾ മറ്റുള്ളവരെ ചൂഷണം ചെയ്താണോ ജീവിക്കുന്നത്? നിങ്ങൾ പുരോ ഹിതനോ ഹോജയോ ആയിരുന്നോ? നിങ്ങൾ ബൂർഷ്വാപ്പടയ്ക്കോ

പൊലീസിനോ വേണ്ടി പ്രവർത്തിച്ചിട്ടുണ്ടോ?" ഉത്തരം "ഇല്ല" എന്നാണെങ്കിൽ നിങ്ങളുടെ കാര്യം നേരെയാകും. നിങ്ങൾ ഇവിടെ ജനിച്ചു വീണതുപോലെ ഈ മഹത്തായ നാടിന്റെ ഭാഗമായി മാറും. എത്ര സുന്ദരമായ കാര്യം, അനുഷ്ക, എത്ര സുന്ദരം! നിങ്ങളുടെ ഭാഷ അറിയാത്ത ആളുകളോടൊത്ത്, നിങ്ങൾക്കറിയാത്ത ആചാരങ്ങളും അനുഷ്ഠാനങ്ങളും പിന്തുടരുന്ന ആളുകളോടൊത്ത് ജീവിക്കുകയും വിദേശിയാണെന്ന് തോന്നാതിരിക്കുകയും ചെയ്യുക. ഒരു വിദേശിയെ പോലെ തോന്നുന്നത് വളരെ സങ്കടകരമായിരിക്കും, അനുഷ്ക, എനിക്കതറിയില്ല. ഞാനൊരിക്കലും അത്തരമൊരു അവസ്ഥയിലൂടെ കടന്നുപോയിട്ടില്ല. പക്ഷേ, എന്റെ മുത്തച്ഛന്റെ കടലോരവസതിയിൽ അൽബേനിയക്കാരനായ ഒരു തോട്ടക്കാരനുണ്ടായിരുന്നു. അയാൾ ഏറെ വർഷങ്ങൾ ഇസ്താംബൂളിൽ താമസിച്ചു. "ഇസ്താംബൂൾ മനോഹരമാണ്," അയാൾ പറയും, "ദൈവം ഇവിടെയുള്ളവരെ കാക്കട്ടെ. പക്ഷേ ഞാനിവിടെ, വീട്ടിൽ നിന്നും ഏറെയകലെ വെച്ച്, മരിച്ചു പോകുമെന്ന് ഭയപ്പെടുന്നു."

പെട്ടെന്ന് ഞങ്ങളൊരു ബഹളം കേട്ടു. മുമ്പിൽ നടക്കുന്നവർക്കിടയിൽ എന്തോ അസ്വസ്ഥത. ജപ്പാനിൽ നിന്നുള്ള വിദ്യാർത്ഥികളാണ്. ജാപ്പാനീസ് ഭാഷയിൽ കശപിശ ഉച്ചത്തിൽ കേട്ടു. എന്താണ് സംഭവിക്കുന്നതെന്ന് ഞങ്ങളറിയും മുമ്പേ ജപ്പാൻകാർ അവരുടെ അണികൾ അടച്ചു. മൂന്നു പട്ടാളക്കാർ എന്തോ എടുത്തു കൊണ്ടുപോയി. ജപ്പാനീസ് രാഷ്ട്രീയ ചാരസംഘടയിൽ നിന്നൊരാൾ ജപ്പാൻ വിദ്യാർത്ഥികളെ തിരിച്ചറിഞ്ഞ് അവരുടെ ഫോട്ടോകൾ എടുക്കുകയായിരുന്നു. അവരിലധികം പേരും അനധികൃതമായി മോസ്കോയിലേക്ക് വന്നവരാണ്. അവർ ആ നിർഭാഗ്യവാനെ ആക്രമിക്കുകയും ക്യാമറ തല്ലിത്തകർക്കുകയും ചെയ്തു. പെട്രോഷ്യനോടു ചോദിച്ചപ്പോൾ അയാൾ പറഞ്ഞു: "അതെ, അവർ അയാളെ കൈകാര്യം ചെയ്തതേയുള്ളൂ." പക്ഷേ, അയാളുടെ കണ്ണുകളിൽ ഒരു കുസൃതിച്ചിരിയുണ്ടായിരുന്നു. ആ സംഭവം കാരണം ഞങ്ങൾ നടത്തം നിർത്തിവെച്ചിരുന്നു. റെഡ് സ്ക്വയറിലേക്ക് ഞങ്ങൾ പതിയെ അടിവെച്ചു നീങ്ങി. സ്ത്രീകളും പുരുഷന്മാരും മോസ്ക്കോയിലെ തൊഴിലാളികളും ഗുമസ്തന്മാരും അവരവരുടെ ജില്ലയുടെയും വ്യവസായശാലകളുടെയും സംഘടനകളുടെയും കൊടികളുടെയും കൊടിക്കൂറകളുടെയും കീഴിൽ നടന്നു. അവർ തോളിൽ കുട്ടികളെയുംകൊണ്ട് ഞങ്ങളുടെ ഇരുവശത്തും നീങ്ങി. 1917ൽ അവരാണ് സാറുമാരുടെയും വ്യാപാരികളുടെയും വെളുത്ത മോസ്കോയെ ഇന്നത്തെ ചുവന്ന മോസ്കോയാക്കി മാറ്റിയത്. ഞാൻ അനുഷ്കയുടെ കൈ പിടിച്ചമർത്തി.

ഞാൻ വിഷാദത്തോടെ പുഞ്ചിരിച്ചു. എത്ര ദൃഢമായാണ് താൻ അനുഷ്കയുടെ കൈ പിടിക്കാറുള്ളതെന്ന് ഓർത്തുകൊണ്ടേയിരുന്നു.

ഉച്ചഭക്ഷണത്തിനുള്ള നേരം അതിക്രമിച്ചിരിക്കുന്നു. രണ്ടു മണിയായി. ഇന്ന് ചൂടുള്ള ആഹാരം കഴിക്കണമെന്ന് തീരുമാനിച്ചിരുന്നു. ഏറെക്കാലമായി ചൂടുള്ള ആഹാരത്തിനായി കൊതിക്കുന്നു: ഏറെ പഴുത്ത കുരുമുളകു ചേർത്തു പാകംചെയ്ത വെളുത്ത പയർമണികൾ അയാൾ കിനാവു കണ്ടു.

ഇസ്മയിൽ പിന്നെയും വൈകിയാണ് വന്നത്. അയാൾ കയ്യിലെ പത്രം കസേരയിൽ കിടന്ന എന്റെ വസ്ത്രങ്ങളിൽ വെച്ചു. അയാൾ മോട്ടോറിന്റെ ഒച്ചയ്ക്ക് കാതോർത്തു. "അവർ പിസ്റ്റൺ ശരിയാക്കിയിരിക്കുന്നു."

അയാൾ വസ്ത്രം മാറ്റാൻ തുടങ്ങി. ഞാൻ ഉറക്കത്തിലേക്ക് വീണു.

ഇസ്മയിൽ മൂന്നു വർഷങ്ങൾക്കപ്പുറം, 1928ൽ ആദ്യമായി അറസ്റ്റു ചെയ്യപ്പെട്ടു. ഇസ്മീറിൽ വെച്ച് വിചാരണ ചെയ്യപ്പെട്ട അയാൾ ദിയാർബകിറിലെ ജയിലേക്കയയ്ക്കപ്പെട്ടു. അവിടെ രണ്ടു വർഷം ചിലവഴിച്ചതിനുശേഷം അയാളെ മോചിപ്പിച്ചു. വീണ്ടും 1931ൽ അറസ്റ്റു ചെയ്യുകയും വിചാരണയ്ക്കുശേഷം ബുർസയിലെ ജയിലേക്കയയ്ക്കുകയും ചെയ്തു.

1932ൽ ഇസ്മയിൽ സന്ദർശകമുറിയിൽവെച്ച് കമ്പിവലയുടെ മറുവശത്ത് നൈമാനെ കണ്ടു. സഹോദരനായ ഒസ്മാനെ കാണാൻ ഇസ്താംബൂളിൽ നിന്നു വന്നതായിരുന്നു അവൾ. ബാങ്കിലെ കണക്കെഴുത്തുകാരനായിരുന്ന അയാളെ പണാപഹരണത്തിനാണ് തുറുങ്കിലടച്ചത്. ഇസ്മയിൽ അയാളുടെ ഉമ്മയോട് സംസാരിക്കുകയായിരുന്നു, തന്റെ ഒച്ച ഉമ്മയിരിക്കുന്ന ഇടംവരെ കേൾക്കാൻ അട്ടഹസിക്കുകയായിരുന്നു അയാൾ. ഉമ്മയുടെ തൊട്ടടുത്താണ് നൈമാൻ ഇരുന്നത്. കമ്പിവലയുടെ ഇരുവശങ്ങളിലും തിരക്കായിരുന്നു, എല്ലാവരും അട്ടഹസിച്ചു. ഒസ്മാൻ ബെയ് നൈമാനെ ചൂണ്ടിക്കാണിച്ചു: "എന്റെ സഹോദരിയാണത്."

നൈമാൻ പുഞ്ചിരിച്ചു, അവളുടെ ഇരുണ്ട കണ്ണുകളിൽ കുട്ടിത്തമുണ്ട്. ഇസ്മയിൽ കൈവീശി. അയാളുടെ ഉമ്മ: "ഞാനും ഈ ചെറുപ്പക്കാരിയും ഒരേ ബോട്ടിലാണ് ഇസ്താംബൂളിൽനിന്നു വന്നത്. ഹോട്ടലിൽ വലിയ സഹായമായിരുന്നു ഇവൾ," ഉമ്മ ഉച്ചത്തിൽ വിളിച്ചു പറഞ്ഞു. "ഇവളെ ദൈവം തുണയ്ക്കട്ടെ."

നൈമാൻ പുഞ്ചിരിച്ചു. ഇസ്മയിൽ ഉച്ചത്തിൽ പറഞ്ഞു: "നന്ദി, നൈമാൻ ഹനിം*."

"ഞാനും ഈ ചെറുപ്പക്കാരിയും ഒരേ ഹോട്ടലിലാണ്. ഞങ്ങളുടെ മുറികൾ പരസ്പരം ബന്ധിപ്പിച്ചിട്ടുണ്ട്."

ഇസ്മയിൽ നൈമാനെ നോക്കി പുഞ്ചിരിച്ചു. ഒസ്മാൻ ബെയ് ഉച്ചത്തിൽ പറഞ്ഞു: "അടുത്ത തവണ ഞാൻ വാർഡന്റെ മുറിയിൽ വെച്ചു കാണാൻ ഡയറക്ടറുടെ അനുവാദം വാങ്ങാം."

---

* സ്ത്രീകളെ ബഹുമാനസൂചകമായി വിളിക്കാനുപയോഗിക്കുന്ന വാക്ക്

സന്ദർശനനേരം അവസാനിച്ചപ്പോൾ നൈമാനും ഇസ്മയിലും കൺകോണുകളിലൂടെ, കമ്പിവലയ്ക്കുള്ളിലൂടെ പരസ്പരം നോക്കി.

ഒസ്മാൻ ബെയും ഇസ്മയിലും ഒരേ വാർഡിലാണ്. അവർ ഒരുമിച്ചാണ് നൈമാൻ കൊണ്ടു വന്ന 'ഹാജി ബെകീറിന്റെ' പിസ്താക്കിയോ ലോകൂമും[1] അപികോളുവിന്റെ[2] സോസേജും ഇസ്മയിലിന്റെ ഉമ്മ കൊണ്ടു വന്ന മസാല നിറച്ച വഴുതനങ്ങയും തിന്നത്. അന്നു രാത്രിയിൽ വഴുതനങ്ങകൊണ്ടുള്ള ദോൾമ വെട്ടിവിഴുങ്ങുമ്പോൾ ഒസ്മാൻ ബെയ് പറഞ്ഞു: "ഇസ്മയിൽ, അഹമ്മദ് ശരിക്കുമൊരു തീറ്റക്കൊതിയനായിരുന്നു." (ഒസ്മാന് ശരിക്കുമത് അപ്പോൾ തോന്നിയതാണ്. ഇസ്മയിലിന് അഹമ്മദിനെ അറിയാമെന്ന് അയാൾക്കറിയില്ലല്ലോ) "അന്നത്തെ കാലത്ത് ബൊളൂവിൽ ഒരു തട്ടുകടപോലുമില്ല, പിന്നെയാണ് ആഹാരശാല!" അഹമ്മദ് പിറുപിറുക്കും. "എന്നിട്ടും ബൊളൂവിലെ വിഭവങ്ങൾ ഇസ്താംബൂളിൽ പ്രശസ്തമാണല്ലോ." കഴുതക്കാരുടെ സത്രത്തിൽ രണ്ടാംനിലയിലെ മുറിയിലെ ഒരു രാത്രി ഞാനൊരിക്കലും മറക്കില്ല. പതിവുപോലെ ഞങ്ങൾ കോടതി കൂടി ഗ്രാമത്തിലെ ഒരു ആഗയെ പത്തു വർഷത്തെ കഠിനതടവിനു വിധിച്ചു. അതിനു ശേഷം, എന്റെ കൈകൾ കൊണ്ട് പാകംചെയ്ത മുന്തിരിയിലകൊണ്ടുള്ള ദോൾമകൾ ഞാൻ പുറത്തെടുത്തു. അഹമ്മദും യൂസുഫും അവരുടെ കസേരകളിൽ നിന്ന് ശരിക്കും വീണു പോയി."

ഇസ്മീറിൽ വെച്ച് അഹമ്മദിൽ നിന്നു കേട്ടു ബൊളുക്കഥകൾ ഓരോ തവണയും ഒസ്മാൻ പറയുമ്പോൾ ഇസ്മയിലിന്റെ ഉള്ളിൽ വിശദീകരിക്കാനാകാത്തതും വിചിത്രവുമായ വിഷാദം നിറയും.

ആറു ദിവസത്തിനു ശേഷം, അവർ വാർഡന്റെ മുറിയിൽവെച്ച് വീണ്ടും കണ്ടു. കീറിപ്പറിഞ്ഞ പുതപ്പുകൊണ്ട് പൊതിഞ്ഞ ഇരിമ്പു കട്ടിലും കീറിയ, കറുത്ത മെഴുകുതുണികൊണ്ടു മൂടിയ എഴുത്തു മേശയും അവിടെയുണ്ട്. മേശവിരിപ്പിൽ നിറയെ ഊതനിറമുള്ള മഷിയുടെ പുള്ളിക്കുത്തുകളാണ്. മൂന്നു കസേരകളും അവിടെയുണ്ട്. ഭിത്തിയിൽ ഒരു ചാട്ടവാർ തൂങ്ങിക്കിടക്കുന്നുണ്ട്.

നൈമാനും ഇസ്മയിലിന്റെ ഉമ്മയും കസേരയിൽ ഇരുന്നു. ഒസ്മാൻ ബെയും ഇസ്മയിലും കട്ടിലിലും. അവർക്ക് ഒരു മണിക്കൂർ അനുവദിച്ചിട്ടുണ്ട്. "ഞാൻ ബെർലിനിലായിരുന്നപ്പോൾ, ഒരു രാത്രി സ്പാർടകിസ്റ്റുകൾ...[3]" എന്നെല്ലാമുള്ള കഥകൾ ഒസ്മാൻ ബെയ് പറയാൻ തുടങ്ങി.

---

1. മധുരപലഹാരം
2. തുർക്കിയിൽ മാംസവിഭവങ്ങളുല്പാദിപ്പിക്കുന്ന പ്രശസ്തമായ കമ്പനി
3. ജർമ്മനിയിൽ ഒന്നാം ലോകയുദ്ധത്തിനിടയിൽ സംഘടിപ്പിക്കപ്പെട്ട മാർക്സിസ്റ്റ് വിപ്ലവപാർട്ടി

സ്കൂളിലെ വിശേഷങ്ങൾ അയാൾ നൈമാനോട് ചോദിച്ചു. ഇസ്താംബൂളിലെ ഗ്രേഡ് സ്ക്കൂളിലെ അദ്ധ്യാപികയാണ് അവൾ. ഇസ്മയിലിനെക്കുറിച്ച് അയാളുടെ ഉമ്മയോട് ഒസ്മാൻ പുകഴ്ത്തി സംസാരിച്ചു: "എനിക്ക് പണ്ടേ സോഷ്യലിസ്റ്റുകളെ അറിയാം. ഞാനും അവരോടൊത്ത് പ്രവർത്തിച്ചിട്ടുണ്ട്. പക്ഷേ, ഇവർ മാന്യന്മാരാണ്. ധൈര്യത്തോടെയിരിക്കൂ, ഹനീം. ഒരു ദിവസം, ഒരു തരത്തിലല്ലെങ്കിൽ മറ്റൊരു തരത്തിൽ..."

നൈമാൻ സംസാരിച്ചതേയില്ല. അവളുടെ അല്പം ഇടറിയ ശബ്ദം, കുട്ടിത്തം മുഴുവനായി വിട്ടുപോകാത്ത കണ്ണുകളോട് യോജിക്കുന്നതായിരുന്നില്ല. ഇസ്മയിലിന്റെ ഉമ്മയ്ക്ക് ഒസ്മാനെ ഇഷ്ടമായി. നൈമാനും ഇസ്മയിലും ഒരൊറ്റ വാക്കുപോലും കൈമാറിയില്ല. രണ്ടു മാസത്തിനു ശേഷം, നൈമാൻ വീണ്ടും വന്നു. ഒസ്മാൻ ബെയ് ഇസ്മയിലിനോട് സന്ദർശകമുറിയിലേക്ക് കൂട്ടുവരാൻ ആവശ്യപ്പെട്ടു. ഇസ്മയിലും നൈമാനും അന്യോന്യം ഒച്ചയിട്ടും കൂവി വിളിച്ചും സംസാരിച്ചു. ഒസ്മാൻ അയാളുടെ ഉമ്മയെ അന്വേഷിച്ചു. കൊല്ലപ്പരീക്ഷ തുടങ്ങുന്നതെന്നാണെന്ന് അയാൾ ചോദിച്ചു. റിപ്പബ്ലിക്കിന്റെ പത്താം വാർഷികത്തിൽ പൊതുമാപ്പ് ഉറപ്പാണെന്ന് ഒസ്മാൻ ബെയ് പറഞ്ഞു.

"ഈ ഇസ്മയിൽ ഇസ്താംബൂളിൽ എല്ലാ ദിവസവും നമ്മുടെ കൂടെയുണ്ടാകും. എന്നുവെച്ചാൽ, നിനക്ക് മറ്റൊരു സഹോദരനെ കൂടി കിട്ടിയിരിക്കുന്നു."

നൈമാൻ ചോദിച്ചു: "നിങ്ങൾ മനീസയിൽ ഉമ്മയുടെ അടുത്തേക്കു പോകില്ലേ, ഇസ്മയിൽ ബെയ്?"

"ഇവിടെ നിന്നിറങ്ങിയാൽ തീർച്ചയായും ഞാനവരെ കാണാൻ പോകും. പക്ഷേ, ഞാൻ ഇസ്താംബൂളിൽ തങ്ങും."

അന്നു രാത്രി ഇസ്മയിൽ നൈമാനെ സ്വപ്നം കണ്ടു. തടവറയിലെ പുരുഷന്മാരുടെ സ്വപ്നങ്ങളിൽ നിറയെ എല്ലായ്പ്പോഴും സ്ത്രീകളായിരിക്കും. ചിലപ്പോൾ ഒരിക്കലും ചിന്തിക്കാത്ത സ്ത്രീകൾ പോലും നിങ്ങളുടെ സ്വപ്നങ്ങളിൽ പ്രത്യക്ഷപ്പെടും. നിങ്ങൾ നോക്കുകപോലും ചെയ്യാത്തവർ. ചിലർക്ക് മുഖമോ മുടിയോ കാണില്ല. അവരെല്ലാരും ചെകുത്താന് കാതോർക്കുകയോ നിങ്ങളെ പ്രലോഭിപ്പിക്കുകയോ ചെയ്യില്ല. അവർ നിങ്ങളെ പ്രലോഭിപ്പിക്കണമെന്ന് നിങ്ങളാഗ്രഹിക്കുന്നുണ്ടെങ്കിലും ആ അവിശ്വാസികൾ അതിനു വിസമ്മതിക്കും. നൈമാനും ചെകുത്താന് കാതോർത്തില്ല. അവൾ ഇസ്മയിലിന്റെ കൈ പിടിച്ചു. മെയ്യാഭ്യാസമുറകളിലെ കൂറ്റൻ ചുവടുകളോടെ അവർ ജയിൽ മുറിയിൽ കയ്യോടു കൈ ചേർത്ത്, തറ തൊടാതെ പറന്നു നടന്നു.

ഇസ്മയിൽ 1933 ലെ പൊതുമാപ്പിന്റെ ഭാഗമായി തടവറയിൽ നിന്ന് പുറത്തിറങ്ങി. അയാൾ ഉമ്മയെ കാണാൻ മനീസയിലേക്കു പോയി.

ഇസ്താംബൂളിൽ തിരിച്ചെത്തിയപ്പോഴാകട്ടെ, സെൽ യോഗങ്ങളിൽ പങ്കെടുക്കുന്നതിനും ജോലി അന്വേഷിക്കുന്നതിനും ചുവർപരസ്യങ്ങൾ അച്ചടിക്കുന്നതിനും രാത്രിയിൽ അവ ഒട്ടിക്കുന്നതിനുമിടയിൽ അയാൾക്ക് ഒരൊറ്റ നിമിഷംപോലും ഒഴിവു കിട്ടിയില്ല. ഒരു ഞായറാഴ്ചയിലെ സായാഹ്നത്തിലാണ് അയാൾക്ക് ഇസ്മയിൽ ബെയുടെ കദികോയിലെ വീട്ടിലേക്കു പോകാൻ കഴിഞ്ഞത്. ഒസ്മാൻ ബെയ് ആ നേരത്ത് വീട്ടിലുണ്ടായിരുന്നില്ല. 'സുരയ്യ സിനിമ'യുടെ അടുത്തുള്ള ഇടവഴികളിലൊന്നിൽ, വിരൂപവും ഇടുങ്ങിയതുമായ കല്ലുവീടിന്റെ ഒന്നാം നിലയിലെ സ്വീകരണമുറിയിലിരുന്ന് അയാൾ നൈമാനുണ്ടാക്കിയ ചായ കുടിച്ചു. വീടിനകം നിശ്ശബ്ദമായിരുന്നു. സായാഹ്നത്തിന്റെ ആരംഭത്തിലെ ഏകാന്തത തെരുവിനുണ്ടായിരുന്നു. തുറന്ന ജാലകത്തിലൂടെ കടന്നുവന്ന മൃദുലവും ഊഷ്മളവുമായ കാറ്റ് റേന്തകൾ തുന്നിപ്പിടിപ്പിച്ച തിരശ്ശീലകളെ ലഘുവായി വീർപ്പിച്ചു. നൈമാൻ ചെറിയ കയ്യുള്ള വസ്ത്രമാണ് ധരിച്ചിരുന്നത്. അവർ പരസ്പരം യാതൊന്നും സംസാരിച്ചില്ല. തങ്ങളെങ്ങനെയാണ് ജയിൽമുറിയിലൂടെ പറന്നതെന്ന് ഇസ്മയിൽ ഓർമ്മിച്ചു. അയാൾ ആ പെൺകുട്ടിയുടെ നഗ്നമായ കൈകളിലേക്ക് നോക്കി: സ്വർണ്ണമുടി,തവിട്ടു നിറമുള്ള ചർമ്മം, ഉരുണ്ട ശരീരം. ചെകുത്താൻ പറഞ്ഞു: "ആ കൈകളൊന്ന് തൊട്ടുനോക്കൂ."

'ഇസ്മയിൽ ബെയ്, നിങ്ങളൊന്നും മിണ്ടുന്നില്ല."

"എനിക്ക് അധികമൊന്നും പറയാനില്ല, നീ സംസാരിക്കൂ."

"ഉമ്മയ്ക്കെങ്ങനെയുണ്ട്?"

'സുഖമാണ്. ഒസ്മാന്റെ വ്യാപാരം നന്നായി പോകുന്നുണ്ടോ?"

"അങ്ങനെ തോന്നുന്നു. എനിക്കതൊന്നും മനസ്സിലാകില്ല, ഞാൻ ചോദിക്കാറുമില്ല. പുരുഷന്മാരുടെ വ്യാപാരങ്ങളിൽ സ്ത്രീകൾ തലയിടരുത്."

"എന്താണ് നീയുദ്ദേശിച്ചത്? നീയും പുരുഷന്മാരെപോലെ ജോലിയെടുക്കുന്നുണ്ട് - ദൈവം കാക്കട്ടെ - നീ നിനക്കു വേണ്ട വരുമാനമുണ്ടാക്കുന്നുണ്ട്."

'ഉവ്വ്, എന്നാലും... സ്ത്രീ എല്ലായ്പ്പോഴും ഒരു സ്ത്രീയാണ്. മുഴുവനായും ഒരു വീടിനെ താങ്ങിനിർത്തിയാൽ പോലും."

ഇസ്മയിൽ സ്ത്രീകളുടെയും പുരുഷന്മാരുടെയും സമത്വത്തെക്കുറിച്ച് സംസാരിച്ചു. "സ്ത്രീകൾ വിമോചിപ്പിക്കപ്പെടണം. തൊഴിലെടുക്കുന്ന സ്ത്രീകൾ മൂലധനത്തിന്റെ മാത്രമല്ല, അടുക്കളയുടെയും ചൂഷണത്തിൽ നിന്ന് സ്വതന്ത്രരാക്കപ്പെടണം." അതു കേട്ടപ്പോൾ കുട്ടിത്തം വിട്ടുമാറാത്ത നൈമാന്റെ കണ്ണുകൾ അദ്ഭുതവും ഇടയ്ക്കിടെ ആഹ്ലാദവും പ്രകടിപ്പിച്ചു. എങ്കിലും അവളൊരിക്കലും ഇസ്മയിലിന്റെ അഭിപ്രായത്തോട് യോജിച്ചുകാണിച്ചില്ല.

ഒരു മാസത്തിനു ശേഷം, ഇസ്മയിലിനെ വീണ്ടും പൊലീസ് അറസ്റ്റു ചെയ്തു. സുൽത്താൻഅഹമ്മദ്ജയിലിലിൽ അയാൾ എട്ടു മാസം കഴിച്ചു കൂട്ടി. ഇടുങ്ങിയ ഇടനാഴികളിലേക്കു തുറക്കുന്ന ഏകാന്തമായ ജാലകങ്ങളുള്ള കൽമുറികൾ ജയിലിന്റെ മറ്റു ഭാഗങ്ങളിൽ നിന്ന് മുറിച്ചു മാറ്റപ്പെട്ടിരുന്നു. രണ്ടു നിലകളിലും അതങ്ങനെത്തന്നെയാണ്. കമ്യൂണിസ്റ്റുകാരാണ് മുകളിലത്തെ നിലയിലുള്ളത്. അതൊരു സന്ദർശകദിവസമായിരുന്നു. ഇസ്മയിലും കരീമും അഹമ്മദിനെക്കുറിച്ച് സംസാരിച്ചു. 1925ൽ അവരൊരുമിച്ച് പാലത്തിൽ പത്രം വിറ്റതെങ്ങനെയെന്ന് കരീം ഓർത്തെടുത്തു.

"അതങ്ങനെയാകട്ടെ, മോസ്കോയിലെ പെൺകുട്ടിയെക്കുറിച്ചുള്ള സത്യം പറയൂ. നിങ്ങൾക്ക് ആ കുട്ടിയോട് ഇഷ്ടമുണ്ടായിരുന്നു. പക്ഷേ, നിങ്ങളെക്കൊണ്ട് "നിന്നെയെനിക്ക് ഏറെ ഇഷ്ടമാണെന്ന്" പറയിക്കാൻ അവൾക്ക് കഴിഞ്ഞില്ലെന്നോ?"

കരീം തന്റെ തഴച്ചുവളരുന്ന പുരികങ്ങൾ ചൊറിഞ്ഞു. "ഞാൻ അക്കാലത്ത് നുണകളുടെ കൊടുംശത്രുവായിരുന്നു" - അയാൾ സിഗരറ്റ് ആഞ്ഞു വലിച്ചു. "സിഗരറ്റുകളുടെയും. ഞാൻ സിഗരറ്റുകൾ ശീലിച്ചു - നുണയും."

ഇസ്മയിൽ: "എന്നാൽ, എനിക്കൊരു സിഗരറ്റ് തരൂ."

കരീം കീശ തപ്പി മൂന്നു സിഗരറ്റുകൾ കണ്ടെടുക്കുകയും അതിലൊന്ന് ഇസ്മയിലിന് നീട്ടുകയും ചെയ്തു. ഇസ്മയിൽ അതു രണ്ടായി മുറിച്ചു. അതിന്റെ ഒരു പകുതി അയാളുടെ നീളമുള്ളതും മരം കൊണ്ടുണ്ടാക്കിയതുമായ സിഗരറ്റുഹോൾഡറിൽ വെച്ചു.

"എരിയുന്ന സിഗരറ്റുകൾ ദുർവൃത്തിയുടെ ഏറ്റവും താഴ്ന്ന അവസ്ഥയാണെന്നാണ് സിയ കരുതിയിരുന്നത്."

"അയാൾ പറഞ്ഞതു നേരാണ്."

ഇസ്മയിൽ പല്ലുകൾക്കിടയിലൂടെ റിപ്പബ്ലിക്കിന്റെ പത്താം വാർഷികത്തിന്റെ പടപ്പാട്ട് ചൂളമടിക്കാൻ തുടങ്ങി. എന്നിട്ടയാൾ സിഗരറ്റു ഹോൾഡർ വായിൽ നിന്നു പുറത്തെടുത്തു: "നിങ്ങൾക്കറിയാമോ, സഹോദരാ, കവികൾ ഈ പടപ്പാട്ട് സൈനികരെക്കുറിച്ചാണെഴുതിയത്: 'പത്തു വർഷത്തെ യുദ്ധത്തിനിടയിൽ, നമ്മൾ പതിനഞ്ചു ദശലക്ഷം സൈനികരെ സൃഷ്ടിച്ചു' എന്നായിരുന്നു ആ വരി. പക്ഷേ, പതിനഞ്ചു ദശലക്ഷം സൈനികർ എന്നത് പതിനഞ്ചു ദശലക്ഷപ്രഭുക്കളെന്ന് തെറ്റിദ്ധരിക്കപ്പെടുമോ എന്നവർ സംശയിച്ചു. അതോടെ സൈനികർ എന്ന വാക്കു മാറ്റി 'പോരാളികൾ' എന്നാക്കുകയായിരുന്നു."

കരീം: "അവരത് കുഴച്ചു മറിച്ചു," അയാൾ പറഞ്ഞു, "പത്തു വർഷത്തെ യുദ്ധത്തിനിടയിൽ നാം എക്കാലത്തെയും പതിനഞ്ചു ദശലക്ഷപ്രഭുക്കളെ സൃഷ്ടിച്ചു."

"നമ്മുടെ ആഗകൾക്ക് എന്നേ വിപ്ലവവീര്യം നഷ്ടപ്പെട്ടു കഴിഞ്ഞിരിക്കുന്നുവെന്ന് അഹമ്മദ് പറയുമായിരുന്നു. അവർക്കതെത്ര മാത്രം നഷ്ടമായി എന്നു പോലും അയാൾ തിട്ടപ്പെടുത്തിയിരുന്നു: എൺപതു ശതമാനം."

"അത് എൺപതോ തൊണ്ണൂറോ,എനിക്കറിയില്ല. പക്ഷേ, അവർ സൂഫിമാരെ മുക്കിക്കൊന്നു. ഭൂമിപ്രശ്നം പരിഹരിച്ചില്ല. തൊഴിലാളികൾ സംഘടിക്കുന്നതിനെ അവർ കാട്ടുതീ പോലെ പേടിക്കുന്നു. എന്താണ് ഇനി ചെയ്യാനവശേഷിച്ചിട്ടുള്ളത്? സാമ്രാജ്യത്വവുമായി ഉടമ്പടി ഒപ്പിടുകയല്ലാതെ?"

"അവരതു ചെയ്യും, സഹോദരാ, നിനക്കതു കാണാം."

"ഇനി ചെയ്യാൻ ശേഷിച്ചിട്ടുള്ളതെന്താണ്? ഒരു പുതിയ അക്ഷരമാല, സിവിൽ നിയമം, മതത്തെ ഭരണകൂടത്തിൽ നിന്ന് വേർതിരിക്കൽ."

"സൈന്യത്തിൽ ഖുർ ആൻ വായിക്കുന്നത് അവർ ആരംഭിച്ചിരിക്കുന്നു."

"ഖിലാഫത്തിനെ പിന്തുണച്ചപ്പോൾ ഹോജകൾ 'ദുഷ്ടശക്തി'കളായിരുന്നു. ഇപ്പോൾ അവർ റിപ്പബ്ലിക്കൻ സൈന്യത്തിന്റെ സ്തുതികൾ പാടുകയാണ്. തീർച്ചയായും അതവരുടെ ഉദ്ദേശ്യങ്ങൾ നടപ്പിലാക്കുന്നുണ്ട്."

ജയിൽമുറ്റത്തെ പ്രാവുകളെ കാവൽക്കാരൻ ആട്ടിയോടിച്ചു: "ഇസ്മയിൽ! നിങ്ങൾക്കൊരു സന്ദർശകനുണ്ട്."

നൈമാനൊഴിച്ചുള്ളവരെല്ലാം ഇസ്മയിലിന്റെ മനസ്സിലൂടെ കടന്നു പോയി.

"**നൈ**മാൻ ഹനിം, എന്തൊരു അതിശയം!"

"എന്റെ സഹോദരന് വരാൻ കഴിഞ്ഞില്ല. അദ്ദേഹം ആശംസകൾ അയച്ചിട്ടുണ്ട്. അദ്ദേഹത്തിന് വ്യാപാരാവശ്യങ്ങൾക്കായി അങ്കാരയിലേക്ക് പോകേണ്ടിവന്നു."

"എന്റ നന്ദി അറിയിക്കൂ. നിങ്ങൾ എന്നേക്കാൾ വിശ്വസ്തയാണെന്ന് തെളിയിച്ചു. ഞാനൊരിക്കൽ മാത്രമാണ് നിങ്ങളുടെ വീട്ടിൽ വന്നത്. തീർച്ചയായും, സഹോദരി, നിങ്ങളെന്നെ എത്രമാത്രം സന്തോഷവാനാക്കിയെന്ന് പറയാനാകില്ല... തുലഞ്ഞു പോകട്ടെ! ('തുലഞ്ഞു പോകട്ടെ' എന്ന് അഹമ്മദ് എല്ലായ്പ്പോഴും പറയാറുള്ളത് ഞൊടിയിടയിൽ അയാളുടെ മനസ്സിലൂടെ കടന്നു പോയി.) "മോശം ഭാഷയ്ക്ക് ക്ഷമ ചോദിക്കുന്നു, നൈമാൻ ഹനിം. എനിക്ക് 'സഹോദരൻ' എന്നു വിളിച്ചാണ് ശീലം."

അവിടെ അന്തേവാസികളുടെയും സന്ദർശകരുടെയും തിരക്കുണ്ടായിരുന്നില്ല. ഉന്താതെയും തള്ളാതെയും ഒച്ചയിടാതെയും അവർക്ക്

സംസാരിക്കാനാകുമായിരുന്നു. പെട്ടെന്ന് ഇസ്മയിൽ പറഞ്ഞു: 'ഞങ്ങളെ കാണാനെത്തുന്നവരുടെ വിവരങ്ങൾ പൊലീസ് രേഖപ്പെടുത്തും."

"രേഖപ്പെടുത്തട്ടെ, ഞാൻ രാഷ്ട്രീയസന്ദർശകയല്ല."

നൈമാൻ കൊണ്ടു വന്ന 'ഹാജി ബെകീർ ലോകൂം' അന്നു രാത്രി ഇസ്മയിൽ കമ്യൂണിസ്റ്റുകാരുടെ കമ്യൂണിന് കൈമാറി. കമ്യൂണിസ്റ്റുകാർ ജയിലിൽ ഒരു കമ്യൂൺ സ്ഥാപിച്ചിട്ടുണ്ട്: ഓരോരുത്തർക്കും കിട്ടുന്ന ആഹാരം, പാനീയങ്ങൾ, സിഗരറ്റ്, പണം എന്നിവയെല്ലാം പൊതുവായി പങ്കിടും. ആഹാരം പൊതുവായ പാത്രത്തിൽ പാകം ചെയ്യും. അന്നു രാത്രി ഹാജി ബെകീർ ലോകൂമിന്റെ പെട്ടി കമ്യൂണിനു കൊടുത്തപ്പോൾ, എല്ലാവരെയും ആനന്ദത്താൽ വട്ടുപിടിപ്പിക്കാവുന്ന എന്തോ കൈമാറിയതുപോലെ ഇസ്മയിലിന് അഭിമാനം തോന്നി.

സുൽത്താൻ അഹമ്മദ് ജയിലിൽ നിന്ന് പുറത്തിറങ്ങിയ ദിവസം ഇസ്മയിൽ കാദികോയിലെത്തി. നൈമാൻ വീട്ടിലുണ്ടായിരുന്നില്ല. അയാളും ഒസ്മാനും ആൾട്ട്യോളിലെ പലഹാരക്കടയിലേക്ക് പോയി. ഒസ്മാൻ ഭൂമിക്കച്ചവടം ചെയ്യുകയാണ്.

"ഒസ്മാൻ ബെയ്, ഞാനുമായി ഇടപഴകാൻ പേടിയുണ്ടോ?"

"ഞാനെന്തിന് പേടിക്കണം?" അയാൾ ചിന്തയിൽ മുഴുകി. " നോക്ക്, അത് 1925-ലാണോ 1924-ലാണോ എന്നോർമ്മയില്ല. തേപെബശിൽ വെച്ച് ഞാൻ അഹമ്മദിനെ കണ്ടു. ഞാൻ അയാളെ തിരിച്ചറിയാത്തതുപോലെ നടന്നു നീങ്ങി. അന്നു ഞാൻ കാർഷികബാങ്കിനു വേണ്ടി പ്രവർത്തിക്കുകയായിരുന്നു. ഇന്നു ഞാനൊരു സ്വതന്ത്രമനുഷ്യനാണ്."

നൈമാനും ഇസ്മയിലും കലമിശ് ഉൾക്കടലിൽവെച്ചാണ് ആദ്യം ചുംബിച്ചത്. നിലാവിൽ പതഞ്ഞു പൊങ്ങിയ കടൽ കടലാസുപാളി പോലെ നിരപ്പായി കിടന്നു. മോദയിലെ കടൽപ്പാലത്തിനടുത്തു നിന്ന് ഒരു തുഴവഞ്ചി അയാൾ വാടകയ്ക്കെടുത്തു. കലമിശിലെ രാത്രികാല ക്ലബ്ബിൽ ഒരു സംഗീതസംഘം ജാസ് വായിച്ചു, ആളുകൾ നൃത്തം ചവിട്ടി. കടലിൽ നിറയെ തുഴവഞ്ചികളായിരുന്നു, ഇസ്മയിൽ പങ്കായം കൊണ്ടതു തുഴഞ്ഞു. അവർ ഫെനാർബാഹ്ചെയ്ക്കു നേരെ നീങ്ങി. ഫെനർബാഹ്ചെയിലെ വിളക്കുമാടം മിന്നുകയും കെടുകയും ചെയ്തു. ദ്വീപിന്റെ തിളങ്ങുന്ന വിളക്കുകളുള്ള കടവ് അവർ മറികടന്നു. "നൂറു പായ്മരങ്ങളുള്ള കപ്പൽ, ഏതു തുറമുഖത്തേക്കാണതിന്റെ പോക്ക്?" ഇസ്മയിൽ തുഴകൾ താഴെ വെക്കുകയും നൈമാനോടൊപ്പം അമരത്തു ചെന്നിരിക്കുകയും ചെയ്തു:

"സഹോദരീ, ഞാൻ നിന്നെ ഒരൊറ്റത്തവണ ചുംബിക്കട്ടേ?"

നൈമാൻ മറുപടി പറഞ്ഞില്ല.

"ഇക്കാര്യത്തിന് അനുമതി വേണ്ടെന്നാണോ നീ പറയുന്നത്?"

അയാൾ നൈമാനെ ചുംബിച്ചു. ദ്വീപിന്റെ കടവ് തൊടുത്തുവിട്ട തിരമാലകളിൽ വഞ്ചി നേരിയതായി ആടിയുലഞ്ഞു.

"ലോകം സുന്ദരമാണ്, സഹോദരീ."

വലിയ ഗൗരവത്തോടെ, ഇടറിയ ഒച്ച ആഴമുള്ളതാക്കി നൈമാൻ ആവർത്തിച്ചു:

"ലോകം സുന്ദരമാണ്, സഹോദരാ."

അഞ്ചുമാസത്തിനു ശേഷം, ഇസ്മയിൽ പിന്നെയും ജയിലിനകത്തായി. പൊലീസിന്റെ ആസ്ഥാനമന്ദിരത്തിൽ അയാൾ പത്തുമാസം കഴിച്ചുകൂട്ടി. നൈമാൻ ഇസ്മയിലിന് പതിവായി ആഹാരം കൊണ്ടു വന്നു. എങ്കിലും പരസ്പരം കാണാൻ അധികാരികൾ അവരെ അനുവദിച്ചില്ല. "ഇസ്മയിൽ നിന്റെ ആരാണ്?" അവർ ചോദിച്ചു.

"അയാൾ എന്റെ പ്രതിശ്രുതവരനാണ്." അവൾ പറഞ്ഞു.

ഇസ്മയിലിന്റെ വിചാരണ ഒന്നരക്കൊല്ലം നീണ്ടു നിന്നു. നൈമാൻ സുൽത്താൻഅഹമ്മദ്ജയിലിലേക്ക് വന്നുകൊണ്ടേയിരുന്നു. വിചാരണയുടെ ആദ്യദിവസവും വിധി പ്രസ്താവിച്ച ദിവസവും അവൾ കോടതി മുറിയിലുണ്ടായിരുന്നു. അവൾ ഇസ്മയിലിനെ നോക്കി ചിരിച്ചു കൊണ്ടേയിരുന്നു. അവൾ അതിനിടയിലുള്ള കുറ്റവിചാരണകളിൽ പങ്കെടുത്തില്ല; എന്നത്തെയും പോലെ, അവയിലേക്ക് പൊതുജനത്തിന് പ്രവേശനമുണ്ടായിരുന്നില്ല.

ഇസ്മയിൽ ജയിലിൽനിന്ന് പുറത്തിറങ്ങി. എല്ലാ ഞായറാഴ്ചയും അയാൾ നൈമാനെ കണ്ടു. അവർ കെട്ടിപ്പിടിക്കുകയും ചുംബിക്കുകയും ചെയ്തു. അത്ര മാത്രം.

ഇസ്മയിൽ രാഷ്ട്രീയത്തിലും കമ്യൂണിസത്തിലും നൈമാനെ തത്പരയാക്കാൻ നോക്കി. പക്ഷേ, അതത്ര ഫലമുണ്ടാക്കിയില്ല. വിപ്ലവകാരികളുടെ ജീവിതം - അയാൾ മോസ്കോ സന്ദർശിച്ചവരിൽ നിന്നു കേട്ടതും കൈവശമുള്ള അല്പം റഷ്യൻ ഭാഷയുപയോഗിച്ച് വായിച്ചതും - അവൾ ഉത്സാഹത്തോടെ കേട്ടിരിക്കും, വിപ്ലവ പ്രസ്ഥാനത്തിലെ സ്ത്രീകളുടെ ജീവിതങ്ങൾ, പ്രത്യേകിച്ചും ക്രുപ്സ്കായയുടെ ജീവിതം.

"വിശ്വസ്തതയും കൂറുമുള്ള സ്ത്രീയാണവർ. തന്റെ പുരുഷന് അവർ മുഴുവൻ ജീവനും നൽകി."

"അതല്ല കാര്യം, സഹോദരി. അവർ മുഴുവൻ ജീവിതവും വിപ്ലവത്തിനു നൽകി."

"അതേ, അതെ, ഇസ്മയിൽ. പക്ഷേ, അവർ ലെനിനോട് എത്ര വിശ്വസ്തതയുള്ളവളായിരുന്നു! ഒരേ സമയം അദ്ദേഹത്തിന്റെ അമ്മയും ഭാര്യയും സുഹൃത്തുമായിരുന്നു - ആ സ്ത്രീയുടെ ഉള്ളിലുണ്ടായിരുന്ന സ്നേഹത്തിന്റെ അളവ് അദ്ഭുതപ്പെടുത്തുന്നതാണ്."

ഇസ്മയിലിന് സ്ഥിരമായ ഒരു ജോലി കണ്ടുപിടിക്കാനായില്ല. വേട്ടയാടുന്നവരിൽ നിന്ന് ഓടിയൊളിക്കുന്നതിനിടയിൽ ജോലികൾ കണ്ടെത്താൻ അയാൾക്ക് നേരമുണ്ടായിരുന്നില്ല. ചെറിയ ലോഹവാർപ്പുശാലകളിലും അഴിച്ചുപണിക്കടകളിലും മറ്റും ജോലിയെടുത്ത് അയാൾ വട്ടച്ചിലവിനുള്ള പണമുണ്ടാക്കി. ഒരിക്കൽ ഒരു ഫാക്ടറിയിൽ ജോലി ലഭിച്ചെങ്കിലും ഒരാഴ്ചയ്ക്കു ശേഷം പൊലീസ് അയാളെ പിരിച്ചുവിട്ടു.

"നൈമാൻ, നിനക്ക് ആ ചരക്കുകപ്പലിൽ യാത്ര ചെയ്യണമെന്നുണ്ടോ?"

അവർ എമിർഗനിലെ ഒരു കുന്നിൽ പിസ്റ്റാക്കിയോ മരത്തിനടിയിലിരിക്കുകയായിരുന്നു. അവർക്കു താഴെ പരന്നുകിടന്ന ബോസ്ഫറസ് വളഞ്ഞുപുളയുകയും പരക്കുകയും ഇടുങ്ങുകയും ചെയ്തു. ഒരൊറ്റ ചിമ്മിനി മാത്രമുള്ള കറുത്ത ചരക്കുകപ്പൽ പാതിവെള്ളത്തിലായ പ്രൊപ്പല്ലർകൊണ്ട് പത വരുവോളം കടയുന്നുണ്ട്. കരിങ്കടലിനു നേരെയാണ് അതു നീങ്ങുന്നത്.

"ഇല്ല, ഒരു ചരക്കുകപ്പലിൽ ഞാനെന്തു ചെയ്യാനാണ്? അതെവിടേക്കാണ് പോകുന്നത്?"

'ആർക്കറിയാം, ചിലപ്പോൾ ഒഡേസയിലേക്കായിരിക്കാം. നിനക്ക് ഒഡേസയിലേക്ക് പോകാൻപോലും തോന്നുന്നില്ലേ?"

"ഉവ്വ്, നിങ്ങളോടൊപ്പം. പക്ഷേ, ഈ ലോകത്തിൽ ഞാനേറ്റവും ഇഷ്ടപ്പെടുന്ന ഇടം ഈ പിസ്റ്റാക്കിയോ മരത്തിനടിയിൽ, ഇതാ ഇവിടെയാണ്."

"ഒരു ഭൂതം കുപ്പിയിൽ നിന്ന് പുറത്തു ചാടിയിട്ട് ചോദിച്ചെന്നിരിക്കട്ടെ, 'പറയൂ, നൈമാൻ എന്തു വേണമെങ്കിലും ചോദിക്കൂ - എന്തും.'"

"ഞാൻ എന്താഗ്രഹിക്കും? നിൽക്ക്, ഞാൻ ആലോചിക്കട്ടെ. എനിക്ക് അധികമൊന്നും വേണ്ട. എനിക്ക് ഈ ജീവിതത്തിൽ ഒന്നോ രണ്ടോ കാര്യങ്ങൾ മതിയാകും. ഒന്ന്, ഇസ്മയിൽ ഇനിയൊരിക്കലും ജയിലിലേക്ക് പോകരുത്. അയാൾക്കൊരു വീടു വേണം - അതിനൊരു മുറ്റം വേണം. ഈ എമിർഗൻ കുന്നിലെവിടെയെങ്കിലും, നിറയെ ആളുകളുള്ള സുന്ദരമായ കൊച്ചുവീട്. എനിക്ക് പണമോ മറ്റു സമ്പത്തുകളോ ഒന്നും തന്നെ വേണ്ട. ആരോഗ്യം, അത് തീർച്ചയായും വേണം. പക്ഷേ, നിങ്ങൾ സിംഹത്തെപ്പോലെ - കണ്ണുപറ്റാതിരിക്കട്ടെ - ശക്തനാണ്. എന്റെ ആരോഗ്യവും മോശമല്ല."

"നീ ഉന്മേഷവതിയാണ്."

"അത്രയും മതിയാകും."

"നിസ്സാരമായ ബൂർഷ്വാ ആഗ്രഹങ്ങൾ."

"നിങ്ങൾ എന്നെ പല തവണ അങ്ങനെ മുദ്ര കുത്തിക്കഴിഞ്ഞിരിക്കുന്നു, ഇസ്മയിൽ. ഞാൻ അങ്ങനെയാണെങ്കിൽ, ഞാൻ അതു തന്നെയാണ്."

"രോഷം കൊള്ളല്ലേ."

"ഇല്ലല്ലോ."

"നിന്റെ ഉദ്യാനച്ചുമരുകൾക്കപ്പുറത്തുള്ളവരെ,വിശപ്പു കൊണ്ടു വലയുന്നവരെ,നായ്ക്കളെ പോലെ പണിയെടുത്ത് പാഴായിപ്പോയവരെ നീ ശ്രദ്ധിക്കുന്നേയില്ല."

"ഞാനെന്തിന് ശ്രദ്ധിക്കണം? മറ്റുള്ളവർക്കു വേണ്ടിയും ആഗ്രഹിക്കാമെങ്കിൽ ഞാൻ അറേബ്യൻ ഭൂതത്തോട് എല്ലാവർക്കും ഇഷ്ടമുള്ളിടത്ത് പച്ച ജാലകവാതിലുകളുള്ള ഒരു കൊച്ചു വീട് ചോദിക്കും. ആർക്കും വിശക്കരുതെന്ന് ആഗ്രഹിക്കും. നിങ്ങൾ പറഞ്ഞ തരത്തിൽ ആരും പണിയെടുക്കരുതെന്നും."

"അറേബ്യൻ ഭൂതങ്ങൾ എവിടെയുമില്ല. നമ്മളാണ് അറബികൾ. നമ്മൾ, ലോകത്തിൽ അദ്ധ്വാനിക്കുന്നവർ, സ്വതന്ത്രമായ ഒരു ലോകം കൊണ്ടുവരും - വർഗങ്ങളും അതിർത്തികളും ഇല്ലാത്ത ആ ലോകത്തിൽ എല്ലാവരും കൂടപ്പിറപ്പുകളായിരിക്കും."

"നിങ്ങളാണ് അറബിയുടെ കാര്യം എടുത്തിട്ടത്. എന്നിട്ടിപ്പോൾ എന്നോടു കോപിക്കുന്നു."

"എനിക്ക് കോപമൊന്നുമില്ല. ഇത് വർഗസമരമാണ്, സഹോദരീ, അത്രമാത്രം. അതിനുവേണ്ടി ആവശ്യമെങ്കിൽ ഞാൻ ഇനിയും ജയിലിൽ പോകും."

"പുത്തൻലോകത്തെ കൊണ്ടുവരാൻ ഇടയ്ക്കിടെ ജയിലിൽ പോകാൻ നിർബന്ധിതനാണ് നിങ്ങൾ.'

ഇസ്മയിൽ പ്രതികരിച്ചില്ല. അയാൾ തന്റെ പ്രിയപ്പെട്ട പടപ്പാട്ടു പാടി:

"തടവറയ്ക്കുള്ളിലെ സഖാക്കളേ,
നിങ്ങൾ ഞങ്ങൾക്കൊപ്പമില്ലാതെ;
നാലു കൽച്ചുവരുകൾക്കുള്ളിൽ.
ചെമ്പുലരി വിടരുമ്പോൾ,
തോക്കുകൾ നിങ്ങൾ കരുതിവെക്കൂ.
തൊഴിലാളികൾക്കായി പടപൊരുതൂ.
അതാകട്ടെ ലക്ഷ്യം,
അതാകട്ടെ സ്വപ്നം."

ഇസ്മയിൽ ഒരു സിഗരറ്റ് കൊളുത്തി. അഹമ്മദ് അപ്പോഴും ഉറക്കത്തിൽ എന്തോ പിറുപിറുക്കുന്നുണ്ട്. അയാളെന്താണ് പറയുന്നതെന്ന് ശ്രദ്ധിക്കാൻ ഇസ്മയിൽ ശ്രമിച്ചെങ്കിലും വിജയിച്ചില്ല. ഇസ്മയിൽ ഇസ്താംബൂളിലെ പത്രം കയ്യിലെടുത്തു. വർഷം 1925. രണ്ടാമത്തെ പേജിലെ വാർത്ത ഒരു തവണ കൂടി വായിച്ചു. പത്രം താഴെ വെച്ചു. വിളക്കണച്ച് കിടന്നു.

1938-ലെ ശൈത്യകാലത്ത് അവർ പിന്നെയും ഇസ്മയിലിനെ അറസ്റ്റു ചെയ്തു. അവർ അയാളെ അങ്കാറയിലേക്കു പറഞ്ഞയച്ചു. അവിടത്തെ പട്ടാളജയിലിലിലെ ഏകാന്തതടവറയിലേക്ക് അയാളെ വലിച്ചെറിഞ്ഞു. അതൊരു കൽമുറിയാണ്. ജാലകത്തിന് ഇരുമ്പഴികളുണ്ട്. പക്ഷേ, ചില്ലുകളില്ല. മഞ്ഞ് അതിനുള്ളിലേക്ക് ആഞ്ഞടിക്കും. തറ സിമന്റ് തേച്ചതാണ്. കിടക്കയുടെ കാര്യം മറന്നേക്കൂ - ആ തന്തയില്ലാത്തവർ ഒരു പുതപ്പു പോലും. അങ്ങോട്ടുമിങ്ങോട്ടും നടന്ന ഇസ്മയിൽ ഓർമ്മകളിലൂടെ ഇസ്മീറിലെ കുടിലിലേക്ക് തിരിച്ചു പോയി. അത് പതിമൂന്നു വർഷം മുമ്പായിരുന്നു. പരുപരുത്ത പുതപ്പ് തന്റെ താടിയിൽ കുത്തിക്കയറിയതെങ്ങിനെയെന്ന് അയാൾ ഓർമ്മിച്ചു. അഹമ്മദ് വിളക്ക് എങ്ങനെ വീണ്ടും വീണ്ടും ഊതിക്കെടുത്താൻ ശ്രമിച്ചെന്നും.

ഇസ്മയിലിന് അങ്കാരയിൽ വെച്ച് കോടതി ശിക്ഷ വിധിച്ചു. അയാളെ ഇസ്താംബൂളിലെ മെഹ്തർഹാനെ ജയിലിലേക്ക് അയച്ചു. അതിനു ശേഷമാണ് അയാൾക്ക് നൈമാനെ കാണാൻ കഴിഞ്ഞത്.

“അവർ എന്നെ ഇവിടെ കഴിയാനനുവദിക്കുമെന്ന് തോന്നുന്നില്ല. അവർ എന്നെ എവിടേക്കോ നാടുകടത്താനുള്ള ശ്രമത്തിലാണ്. അതെവിടേക്കാണെന്ന് നമുക്കു നോക്കാം.”

നൈമാന് കണ്ണീരടക്കാനായില്ല. ചിരിക്കാൻ ശ്രമിച്ചുകൊണ്ട് അവൾ പറഞ്ഞു, “ഞാൻ വക്കീലിനോട് സംസാരിച്ചു. നിങ്ങൾ ജയിലിലാണെങ്കിലും നമ്മുടെ വിവാഹം നടത്താം. നമുക്ക് ആ ചടങ്ങുകൾ നടത്താം, സഹോദരാ. ഞാൻ നിങ്ങളുടെ ഭാര്യയാണെങ്കിൽ പരസ്പരം കാണുന്നത് എളുപ്പമാകും. അവരെവിടേക്ക് നിങ്ങളെ നാടുകടത്തിയാലും ഞാനും വരാം. പഠിപ്പിക്കാൻ അവരെന്നെ ചിലപ്പോൾ അനുവദിച്ചെന്നു വരില്ല. എങ്കിൽ തുന്നൽപ്പണി നടത്തി നമുക്കു ജീവിക്കാം.”

ഒരു മാസത്തിനു ശേഷം, അതിരാവിലെ രണ്ടു നാവികസർജന്റുമാരും ഒരു ഓഫീസറും മറ്റു മൂന്നു കീഴുദ്യോഗസ്ഥരും വന്ന് അയാളുടെ കൈകളിൽ വിലങ്ങണിയിച്ചു. എന്താണ് സംഭവിക്കുന്നതെന്നോ എവിടേക്കാണ് കൊണ്ടുപോകുന്നതെന്നോ പറയാതെ മെഹ്തർഹാനെയിൽ നിന്ന് അവർ അയാളെ കൂട്ടിക്കൊണ്ടു പോയി. അയാളെ കാദികോയ്

കടൽപ്പാലത്തിനരികിൽനിന്ന് നാവികബോട്ടിൽ കയറ്റി. എന്നിട്ട് ദ്വീപിനപ്പുറം നങ്കൂരമിട്ടിട്ടുള്ള മുങ്ങിക്കപ്പൽവ്യൂഹത്തിന് ചരക്കെത്തിക്കുന്ന 'എർകിൻ' കപ്പലിൽ എത്തിച്ചു. വഴിയിൽ വെച്ച്, എന്താണ് സംഭവിക്കുന്നതെന്ന് ഊഹിക്കാൻ ഇസ്മയിൽ ശ്രമിച്ചു. പെട്ടെന്നയാൾ സർജന്റ് ഫെർഹാതിനെക്കുറിച്ച് ഓർത്തു. എന്നാൽ, കുശലപ്രശ്നങ്ങൾക്കപ്പുറം അവർക്കിടയിൽ ഒന്നും തന്നെ സംഭവിച്ചിട്ടില്ല. ഏതാനും തവണ അവർ ഒരേ മദ്യശാലയിലെ മേശ പങ്കിട്ടിട്ടുണ്ട്. അത്രമാത്രം.

'എർകിനി'ൽ വെച്ച് അവർ ഇസ്മയിലിനെ കപ്പൽപ്പണിക്കാരുടെ ശൗചാലയത്തിൽ തള്ളി. അവരതിന്റെ ദ്വാരങ്ങൾ അടച്ചിരുന്നു. നിലത്ത് മൂത്രം തളം കെട്ടിക്കിടന്നു, അതിൽ മലം ഒഴുകി നടന്നു. ദുർഗന്ധവും ചൂടും. അല്പനേരത്തേക്ക് ഇസ്മയിൽ അവിടെ നിന്നു. അയാൾ ചൂളം വിളിച്ചു. വാതിലിലെ അടച്ചുവെച്ച ദ്വാരം അയാൾ ശ്രദ്ധിച്ചു. ഒരു ഓഫീസറുടെ തല അതിലൂടെ അയാൾ കണ്ടു. ആ തല പുറകോട്ടു വലിയുകയും മറ്റൊരു ഓഫീസറുടെ തല പ്രത്യക്ഷപ്പെടുകയും ചെയ്തു. "ഞാനെന്താണ് ചെയ്യാൻ പോകുന്നതെന്ന് നിരീക്ഷിക്കുകയാണ് ഈ തന്തയില്ലാത്തവർ," അയാൾ മൂത്രക്കുളത്തിൽ ഇരുന്നു. ഒരു സിഗരറ്റു കൊളുത്തി. പാട്ടു പാടാൻ തുടങ്ങി. പക്ഷേ, ഒരു ചോദ്യം അയാളുടെ തലയ്ക്കകത്ത് ഇരമ്പി: "എന്നെ എന്തിനാണിവർ ഇങ്ങോട്ടു കൊണ്ടു വന്നത്?"

അവർ അന്നു വൈകുന്നേരം ഏറെക്കഴിഞ്ഞ് കക്കൂസിൽ നിന്ന് അയാളെ പുറത്തിറക്കി. ഒരു സർജന്റും ബയണറ്റുകളേന്തിയ രണ്ടു കീഴുദ്യോഗസ്ഥരും അയാളുടെ കൂടെ നടന്നു. അയാൾ ഇടുങ്ങിയ ചുറ്റുഗോവണിയുടെ എണ്ണമറ്റ ഇരുമ്പുപടവുകൾ ഇറങ്ങി. അവർ ഒരു ഇരുമ്പുവാതിൽ തുറക്കുകയും ഇസ്മയിലിനെ ഇരുട്ടിലേക്ക് തള്ളിയിടുകയും ചെയ്തു, അവർ വാതിലടച്ചു. അയാൾ ചുറ്റും കൈകൾകൊണ്ട് തപ്പിനോക്കി - വീപ്പകളോ നെയ്ത്തുകുഴലുകളോപോലെ ചിലത് അവിടെയുണ്ടായിരുന്നു. അത് കപ്പലിന്റെ, ചരക്കുകൾ സംഭരിക്കുന്ന അടിഭാഗമാണ്, അയാൾ കുപ്പായം ഊരിയെടുത്തു, കാലുറകളും. അയാളിപ്പോൾ അടിവസ്ത്രത്തിലാണ്. എന്നിട്ടും വിയർപ്പടക്കാനായില്ല. അയാൾ കയർച്ചുരുളിന്മേൽ കയറിയിരുന്നു. ഇരുട്ടിനോട് കണ്ണുകൾ പൊരുത്തപ്പെടാൻ തുടങ്ങി. താമസിയാതെ ഉറങ്ങി.

"എഴുന്നേൽക്ക്, വസ്ത്രം ധരിക്ക്."

കണ്ണുകളിൽ ശക്തമായ വെളിച്ചമടിച്ചപ്പോൾ അയാൾ തല തിരിച്ചു.

"എഴുന്നേൽക്ക്, വസ്ത്രം ധരിക്ക്."

വെളിച്ചം അവിടത്തെ കയർച്ചുരുളുകളിലും നെയ്ത്തുകുഴലുകളിലും വീപ്പകളിലും ഇരുമ്പുചങ്ങലകളിലും മാറിമാറിപ്പതിച്ചു. ഞെക്കുവിളക്കും കയ്യിൽ പിടിച്ച് വാതിൽക്കൽ നിൽക്കുന്ന ഓഫീസറുടെ വെളുത്ത

യൂണിഫോം ഇസ്മയിൽ കണ്ടു. ഓഫീസർക്കു പുറകിൽ ഇടുങ്ങിയതും ചാരനിറമുള്ളതുമായ ഇരുമ്പ് ഇടനാഴി. അവിടെ പൈപ്പുകളുടെ ചെറുകാട്. ചില്ലുവിളക്കുകളുടെ മഞ്ഞവെളിച്ചത്തിൽ രണ്ടു കീഴുദ്യോഗസ്ഥന്മാർ ബയണറ്റുകളുമായി കാവൽ നിന്നിരുന്നു. അത് രാത്രിയോ പകലോ? അയാൾക്കത് പറയാനായില്ല. അയാളെ അതിനകത്തേക്കു കൊണ്ടു വരുമ്പോഴും ബൾബുകൾ പ്രകാശിക്കുന്നുണ്ടായിരുന്നു. അയാൾ എഴുന്നേറ്റ് വസ്ത്രം ധരിച്ചു.

"നടക്ക്."

ഇസ്മയിൽ മുമ്പിൽ നടന്നു,ഓഫീസറും കീഴുദ്യോഗസ്ഥന്മാരും പുറകിലും. അവർ ഇടുങ്ങിയ ചുറ്റുഗോവണി കയറി. യന്ത്രങ്ങളുടെ ഹുങ്കാരത്തിൽ കപ്പൽ വിറച്ചു. "ഞങ്ങൾ നീങ്ങാൻ തുടങ്ങിയിരിക്കുന്നു," ഇസ്മയിൽ വിചാരിച്ചു.

"ഇടത്തോട്ട് തിരിഞ്ഞു പോ."

അവർ ഇടുങ്ങിയ ഒരിടത്താണ്-ലോഹഅഴികളുള്ള തടവുമുറികൾ, നാലുവശത്തും വൈദ്യുത വയറുകളുടെ കൂട്ടങ്ങൾ. ഇസ്മയിൽ ഇടതു വശത്തെ ഗോവണിയിലേക്ക് തിരിഞ്ഞു കയറാൻ തുടങ്ങി. "അവർ എന്നെ ചോദ്യം ചെയ്യാൻ കൊണ്ടുപോകുകയാണ്. അവർ എന്നോട് എന്തു ചോദിക്കും?"

അവർ കപ്പൽത്തട്ടിലേക്കും തണുത്ത രാത്രിയിലേക്കും ഇറങ്ങി.

"നടക്ക്. തിരിഞ്ഞു നോക്കരുത്."

ഇസ്മയിലിനു മുമ്പിൽ നക്ഷത്രങ്ങൾ നിറഞ്ഞ രാത്രിയല്ലാതെ മറ്റൊന്നുമില്ല. കപ്പൽത്തട്ടിൽ ആരുമില്ല. യന്ത്രങ്ങളുടെ അലർച്ച, നിശ്ശബ്ദമാകാൻ പറയുന്ന കടലിനെ തോൽപ്പിച്ചു. അന്തമില്ലാത്ത കടൽ, തിരമാലകളുടെ വെളുത്ത തുഞ്ചങ്ങൾ ഇരുട്ടിൽ തെളിഞ്ഞു കാണാം. യുദ്ധക്കപ്പൽ പതിയെ മുന്നോട്ടു നീങ്ങി. ഇസ്മയിൽ വിചാരിച്ചു: "ഞാനിവിടെയാണെന്ന് ആർക്കുമറിയില്ല... പക്ഷേ, മെഹ്തർഹാനെയിൽ നിന്ന് എന്നെ കൊണ്ടുവരുമ്പോൾ അവർ ഏതെങ്കിലും തരത്തിലുള്ള രേഖകളിൽ ഒപ്പിട്ടിട്ടുണ്ടാകും. പക്ഷേ, ഞങ്ങളെങ്ങോട്ടാണ് പോകുന്നത്? എനിക്ക് പേടിയുണ്ടോ? ഇതുവരെയില്ല..."

"നടക്ക്, തിരിഞ്ഞു നോക്കരുത്.'

മുന്നോട്ടു നടക്കാൻ അധികം ഇടം ശേഷിച്ചിട്ടില്ല. കപ്പൽത്തട്ടിന്റെ കൈവരി രണ്ടടി മാത്രം അകലെയാണ്.

"നിൽക്ക്."

അയാൾ നിന്നു. പുറകിൽ നിന്ന് തോക്കിന്റെ കാഞ്ചികൾ വലിക്കുന്ന ഒച്ച കേട്ടു. പെട്ടെന്ന് ഞാൻ മുസ്തഫ സൂഫിയെക്കുറിച്ചോർത്തു. "അപ്പോൾ അവരെന്നെ വെടിവെച്ച് കടലിലേക്ക് തള്ളിയിടും. പക്ഷേ,

എന്തുകൊണ്ട്? ഈ ഗുണ്ടകൾക്ക് എന്നെ കൊല്ലണമെന്നുണ്ടെങ്കിൽ എളുപ്പമുള്ള എത്രയോ വഴികളുണ്ട്. പക്ഷേ, എന്തുകൊണ്ട്? എന്തു കൊണ്ടാണിവർക്കിത്രയും നിശ്ചയദാർഢ്യം?" ഇതെല്ലാം അയാളുടെ തല യ്ക്കുള്ളിലൂടെ മങ്ങിക്കടന്നു പോയി. "ഞാൻ തിരിഞ്ഞുനിന്ന് ഓടി പ്പോകും." അതും അയാൾ വ്യക്തമായിട്ടല്ല ആലോചിച്ചത്. പക്ഷേ, അതു പോലെന്തോ ഒന്ന് അയാളുടെ മനസ്സിലൂടെ കടന്നുപോയി. അയാൾ തിരിഞ്ഞു നിന്നു. തോക്കിൻ കുഴലുകൾ തന്റെ നേർക്ക് ഉന്നം പിടിച്ചിരി ക്കുന്നത് അയാൾ കണ്ടു. ഓഫീസറുടെ വെള്ള യൂണിഫോമും. ആ നിമിഷത്തിൽ മറ്റൊരു ഓഫീസർ ആദ്യത്തെ ഓഫീസറുടെ അടു ത്തെത്തി. അയാൾ എന്തോ മന്ത്രിച്ചു. ആദ്യത്തെ ഓഫീസർ ഇസ്മയിലി നോട് പറഞ്ഞു: "തിരിഞ്ഞു നടക്ക്."

അവർ വീണ്ടും പടവുകളിറങ്ങി. ഇസ്മയിൽ കപ്പലിന്റെ അടിത്തട്ടിലെ ഇരുട്ടിലേക്ക് കാലെടുത്തു വെച്ചു. വീണ്ടും വസ്ത്രങ്ങൾ ഊരിമാറ്റി. കയറു കളിൽ നീണ്ടുനിവർന്നു കിടന്നു. "അവർ എന്തോ നാടകം കളിച്ചതാണ്. പക്ഷേ, എന്നെ ഇവിടെ കൊണ്ടുവന്നതെന്തിനാണ്?"

ഇസ്മയിൽ അന്നു രാത്രി ഒരു സ്വപ്നം കണ്ടു. അയാളും നൈമാനും ഒരു കൂറ്റൻ പടക്കപ്പലിന്റെ അമരത്താണ്. പായ്മരം വിടർത്തിയ ഒരു പട ക്കപ്പൽ. മുഴുക്കെ വിടർത്തിയ നിരവധി പായ്മരങ്ങൾ. ആ കപ്പൽ പറ ക്കാൻ പോകുന്നതുപോലെ തോന്നി. അതിന്റെ ചുക്കാൻ ഒരു ചുക്കാനല്ല, കൂറ്റൻ ജലചക്രമാണ്. അതു തിരിക്കുന്നത് ബർബറോസ് ഹയറുദ്ദീ നാണ്.* അയാളുടെ താടിക്ക് ജ്വലിക്കുന്ന ചുവപ്പാണ്. നൈമാൻ അയാ ളോടു ചോദിച്ചു:

"നിങ്ങളുടെ താടിരോമത്തിന് എന്താണിത്രയും ചുവപ്പ്?"

"എന്റെ താടിരോമങ്ങളെക്കുറിച്ച് വേവലാതിപ്പെടാതെ സ്വന്തം ഭർത്താ വിന്റേതു നോക്കൂ."

ഇസ്മയിലിന് പൊക്കിളുവരെ നീണ്ട, തിളങ്ങുന്ന പച്ചത്താടിരോമ ങ്ങളുണ്ട്. ബോസ്ഫറസിന്റെ മുകളിലെവിടെയോ തഴച്ചുവളർന്നു കിട ക്കുന്ന പച്ചപ്പുല്ലിൽ അയാളും നൈമാനും മലർന്നു കിടന്നു. അവർ പഞ്ഞി ക്കെട്ടുകൾ പോലുള്ള വെള്ളമേഘങ്ങളെ നോക്കുകയാണ്. ഇസ്മയിൽ കൈകൾ നീട്ടുകയും അവിചാരിതമെന്നോണം നൈമാന്റെ മുലകളിൽ തൊടുകയും ചെയ്തു.

"നിങ്ങളെന്താണീ ചെയ്യുന്നത്?"

"ഞാൻ നിന്റെ ഭർത്താവല്ലേ?"

"നമ്മളിതു വരെ വിവാഹം കഴിച്ചിട്ടില്ല."

---

* പതിനാറാം നൂറ്റാണ്ടിൽ ലെസ്ബോസ് ദ്വീപിൽ ജനിക്കുകയും കോൺ സ്റ്റാന്റിനോപ്പിളിൽ മരിക്കുകയും ചെയ്ത ഓട്ടോമൻ കപ്പിത്താൻ.

"എന്തുകൊണ്ട് നാമിതുവരെ വിവാഹം കഴിച്ചില്ല?"

"എന്റെ വിവാഹ ഉടുപ്പ് ഇതുവരെ തയ്യാറായില്ല; അതുകൊണ്ട്."

"എപ്പോഴത് തയ്യാറാകും?"

"നാളെ."

ബർബറോസ്: "നമ്മൾ ഒഡേസയിലേക്ക് തുഴയുകയാണ്; കാറ്റു ചതിച്ചില്ലെങ്കിൽ."

നൈമാൻ: "എനിക്ക് ഒഡേസയിലേക്ക് പോകേണ്ട."

ഇസ്മയിൽ: "ഞാൻ നിനക്ക് ക്രുപ്സ്കായയെ പരിചയപ്പെടുത്തിത്തരാം."

"ക്രുപ്സ്കായ മരിച്ചില്ലേ?"

"അവളെന്തിനു മരിക്കണം?"

ക്രുപ്സ്കായ മരിച്ചോ ജീവിച്ചിരുപ്പുണ്ടോ എന്ന കാര്യം തനിക്കറിയില്ലെന്ന് ഇസ്മയിൽ തിരിച്ചറിഞ്ഞു.

ഒസ്മാൻ ബെയ്, അഹമ്മദ്, യൂസുഫ്. ഇസ്മയിലിന് യൂസുഫിന്റെ മുഖം ഓർത്തെടുക്കാനായില്ല. അവർ കഴുതക്കാരുടെ സത്രത്തിന്റെ മുകളിലുള്ള മുറിയിലാണ്. കഴുത്തിനു ചുറ്റും മണികളും തൊങ്ങലുകളും ചാർത്തിയ കോവർ കഴുതകൾക്കിടയിൽ അവർ കോടതി നടത്തി. അഹമ്മദ് ഇസ്മയിലിനോട് പറഞ്ഞു: "ഇന്ന് എനിക്കു പകരം നീ ന്യായാധിപനാകൂ."

തന്റെ കണ്ണുകളിലേക്ക് വെളിച്ചമടിച്ച, വെള്ള യൂണിഫോമിട്ട ഓഫീസർക്ക് ഇസ്മയിൽ അഞ്ചുവർഷം വിധിച്ചു. നൈമാൻ: "നിങ്ങൾ കരുണയില്ലാത്തവനാണ്."

"എന്താണ് കാരുണ്യം?" ഇസ്മയിൽ അലറി. നൈമാൻ കരയുകയാണ്. ഇസ്മയിൽ അവളെ കെട്ടിപ്പിടിച്ചു. അവർ പരസ്പരം ചുംബിച്ചു.

വെള്ള യൂണിഫോമിട്ട ഓഫീസർ അട്ടഹസിച്ചു: " മതിയാക്ക്! വെടിവെക്ക്!"

വെടിയുണ്ടകൾ ഇസ്മയിലിന്റെ പുറകുവശം തുളച്ച് മുന്നിലൂടെ പുറത്തു പോയി. അവ കപ്പൽത്തട്ടിൽ ചിതറിത്തെറിച്ച് അയാളുടെ കാൽച്ചുവട്ടിൽ വീണു. ഇസ്മയിൽ ഞെട്ടിയെഴുന്നേറ്റു.

രണ്ടു രാത്രികൾ അവർ ഇസ്മയിലിനെ 'എർകി'ന്റെ കപ്പൽത്തട്ടിൽ നടത്തിച്ചു. എന്നിട്ടവർ അയാളെ സൈനികക്കോടതിയുടെ മുമ്പിലെത്തിച്ചു. നാവികസേന നടത്തിയ തിരച്ചിലിൽ സർജന്റുമാരുടെയും ഏറ്റവും താഴെക്കിടയിലുള്ള ഉദ്യോഗസ്ഥരുടെയും അറകളിൽ നിന്ന് ഒരു കമ്യൂണിസ്റ്റു കവിയുടെ പുസ്തകങ്ങൾ കണ്ടെത്തിയത്രേ. അവയെല്ലാം നിയമ

വിധേയമായിത്തന്നെ കടകളിൽ വിൽക്കുന്നവയായിരുന്നു. അതിലൊന്നു കണ്ടെത്തിയത് സർജന്റ് ഫെർഹാതിന്റെ പെട്ടിയിലാണ്.

ഫെർഹാത് അവരോടു പറഞ്ഞു, "ഇതെന്റെ പുസ്തകമല്ല. മറ്റാരോ ഇതെന്റെ അറയിൽ കൊണ്ടു വെച്ചതാകാം."

നിർബന്ധിച്ചപ്പോൾ അയാൾ പറഞ്ഞു, "എനിക്ക് ഇസ്മയിൽ എന്നു പേരുള്ള കമ്യൂണിസ്റ്റുകാരനെ അറിയാം." ഇതെല്ലാം കുറ്റാരോപണത്തിൽ നിന്ന് ഇസ്മയിൽ മനസ്സിലാക്കിയ കാര്യങ്ങളാണ്. കുറ്റാരോപണങ്ങൾക്കെതിരെ സമർപ്പിക്കാൻ അയാളുടെ കയ്യിൽ സത്യവാങ്മൂലമുണ്ടായിരുന്നില്ല. ഇസ്മയിലിന്റെ പ്രസ്താവനയിൽ വലിയ താത്പര്യവും കോടതി കാണിച്ചില്ല. റേഡിയോ എറെ ഇഷ്ടപ്പെട്ട ഒരു ഇരുണ്ട മനുഷ്യനായിരുന്നു ന്യായാധിപൻ. ഇസ്മയിലിന് റേഡിയോയെക്കുറിച്ചറിവുണ്ടെന്ന് പൊലീസ് രേഖകളിൽ നിന്ന് അയാൾക്കറിയാം. ഏറ്റവുമൊടുവിലത്തെ തവണ അറസ്റ്റു ചെയ്യപ്പെടുമ്പോൾ ഇസ്മയിലിന് റേഡിയോ നന്നാക്കുന്ന കടയിലായിരുന്നു ജോലി എന്നയാൾ മനസ്സിലാക്കിയിട്ടുണ്ട്. അവർ റേഡിയോവിനെക്കുറിച്ചാണ് ഏറെയും സംസാരിച്ചത്. പൊതുവായ ആ താത്പര്യം അവർക്കിടയിൽ ഒരു അടുപ്പമുണ്ടാക്കുകയും ചെയ്തു. ഇസ്മയിലിനെ കപ്പലിന്റെ അടിത്തട്ടിൽ നിന്നു മാറ്റി സർജന്റുമാർക്കുള്ള മുറികളിലൊന്നിൽ താമസിപ്പിക്കാൻ അയാൾ ഉത്തരവിട്ടു.

ഒരിക്കൽ ഇസ്മയിൽ ചോദിച്ചു: "സെരിഫ് ബെയ്,ആദ്യം അവരെന്നെ ഇവിടേക്കു കൊണ്ടുവന്നപ്പോൾ, എന്തിനാണ് രാത്രിയിൽ കപ്പൽത്തട്ടിലേക്കു കൊണ്ടുപോയത്? എന്റെ പുറകിൽ നിന്ന് വെടിവെച്ച് കടലിലേക്കു വലിച്ചെറിയുമെന്ന് അവർ നടിച്ചു."

"ഇവിടത്തെ നാവികമേധാവി ഏതോ ഒരു ജർമ്മൻ പുസ്തകത്തിൽ മനഃശാസ്ത്രപരമായ പീഡനത്തെക്കുറിച്ച് വായിച്ചിട്ടുണ്ട്. പക്ഷേ, നിങ്ങളതിൽ അടിപതറിയില്ല. അതിനെക്കുറിച്ചറിഞ്ഞപ്പോൾ ഞാൻ അവരോട് പറഞ്ഞു, "മതിയാക്ക്. നമുക്ക് അത്തരം പീഡനം വേണ്ട എന്ന്."

കപ്പലിലെ ഒരു വലിയ നടുത്തളത്തിൽ വെച്ചാണ് വിചാരണ നടന്നത്. വിധി പ്രസ്താവിക്കുന്ന ദിവസം ന്യായാധിപനും തടവുകാർക്കുമിടയിൽ മൂന്നു വരി കസേരകൾ നിരത്തിയിട്ടിരുന്നു; ന്യായാധിപന്മാരെ തടവുകാർ ആക്രമിക്കാതിരിക്കാനായിരിക്കണം അത്. വിചാരണ തുടങ്ങുന്നതിന് ഒരാഴ്ച മുമ്പാണ് സെരിഫ ബെയിനെ ഇസ്മയിൽ ഏറ്റവുമൊടുവിൽ കണ്ടത്. അപ്പോൾ അയാൾ തന്റെ തിളങ്ങുന്ന വെളുത്ത പല്ലുകളിൽ പെൻസിലുകൊണ്ട് കുത്തുന്നതിനിടയിൽ പറഞ്ഞു, "ഇസ്മയിൽ, നാം രണ്ടുപേരും അതതു മണ്ഡലങ്ങളിൽ ഉറച്ചു പോയവരാണ്. ഫെർഹാതുമായി ഗൂഢാലോചന നടത്തിയിട്ടുണ്ടോയെന്ന് ഞാൻ നിങ്ങളോട് പല തവണ ചോദിച്ചത് ശ്രദ്ധിച്ചു കാണുമല്ലോ. നിങ്ങളങ്ങനെ ചെയ്തിട്ടില്ലെന്ന് പണ്ടേ എനിക്കറിയാവുന്നതാണ്. പക്ഷേ, അതല്ല പ്രധാനമായിട്ടുള്ളത്.

നമ്മൾ ജർമ്മനിയുടെ പക്ഷത്ത് യുദ്ധത്തിൽ ചേരുകയാണ്. ബ്രിട്ടീഷു കാരിൽ നിന്ന് മൊസൂളും റഷ്യക്കാരിൽ നിന്ന് ബതൂമും ഫ്രഞ്ചുകാരിൽ നിന്ന് അലെപ്പൊയും നമ്മൾ തിരിച്ചു പിടിക്കും. മനസ്സിലായോ? അതിനു മുമ്പ് ഇവിടെയൊന്ന് വെടിപ്പാക്കേണ്ടതുണ്ട്. ഞങ്ങൾ നിങ്ങളിൽ നിന്നത് ആരംഭിക്കുകയും ബ്രിട്ടീഷുകാരിൽ അവസാനിപ്പിക്കുകയും ചെയ്യും."

(പക്ഷേ, തുർക്കി ജർമ്മനിയുടെ പക്ഷത്ത് യുദ്ധത്തിൽ പ്രവേശിച്ചില്ല. ജർമ്മനിയോട് അനുതാപമുള്ള നാവികമേധാവിക്ക് ബ്രിട്ടനിൽ നിന്നുള്ള സമ്മർദ്ദത്തെ തുടർന്ന് വിരമിക്കേണ്ടി വന്നു. സെരിഫ് ബെയ്ക്കാകട്ടെ ഒന്നും സംഭവിച്ചതുമില്ല.)

ഇസ്മയിലിന്റെ വിധിപ്രസ്താവനയിലേക്ക് അവർ രണ്ടാമതൊന്നു കൂടി കൂട്ടിച്ചേർത്തു. അഞ്ച് സർജന്റുമാർക്കും മൂന്ന് കീഴുദ്യോഗസ്ഥർക്കും ശിക്ഷ വിധിച്ചു. സർജന്റ് മേജർ അലിയാണ് ഫെർഹാതിന്റെ പെട്ടിയിൽ ആ പുസ്തകം ഒളിച്ചുവെച്ചതെന്ന് വിചാരണയ്ക്കിടയിൽ തെളിഞ്ഞു. രണ്ടുപേരും ഒരു പെണ്ണിനു വേണ്ടി വഴക്കിട്ടിരുന്നു. എന്നാൽ, ഫെർഹാതിനെ വിട്ടയച്ചാൽ ഇസ്മയിലിനെയും വിട്ടയയ്ക്കേണ്ടിവരും. ഇസ്മയിലിനെ വെറുതെ വിട്ടാൽ 'നാവികസേനയിലെ കമ്യൂണിസ്റ്റു ഗൂഢാലോചന'യ്ക്ക് നാഥനില്ലാതാകും!

ഇസ്മയിലിനെ മദ്ധ്യ ആനറ്റോളിയയിലെ ജയിലിലേക്ക് നാടുകടത്തി. ജെനോവക്കാർ ഉപേക്ഷിച്ചുപോയതെന്നു കരുതപ്പെടുന്ന ജയിൽ കെട്ടിടത്തിനു ചുറ്റും കൂറ്റൻ മതിലുകളുണ്ട്. മദ്ധ്യആനറ്റോളിയയിലെ നിരവധി ഇടങ്ങളിൽ പഴയ കെട്ടിടങ്ങളുണ്ട്, പഴയ സ്മാരകങ്ങളുടെ ശേഷിപ്പുകൾ. എല്ലാം ജെനോവക്കാർ ഉപേക്ഷിച്ചുപോയതാണത്രേ. ഒന്നിനു മുകളിൽ ഒന്നായി വലിയ കല്ലുകൾ കുമ്മായമുപയോഗിക്കാതെ കുന്നുകൂട്ടി പടുത്തുയർത്തിയതാണ് മതിലുകൾ. അവയ്ക്ക് വളരെയികം വീതിയുണ്ട് - രണ്ട് സായുധ കാവൽക്കാർക്ക് അതിനു മുകളിലൂടെ നടക്കാം. കെട്ടിടത്തിന്റെ ആദ്യത്തെ നിലയിൽ തടവുകാർക്ക് ചെറിയ കടകൾ വാടകയ്ക്ക് നൽകിയിട്ടുണ്ട് - ഒരു തയ്യൽക്കാരൻ, ഒരു തകരപ്പണിക്കാരൻ, രണ്ടു മരപ്പണിക്കാർ, നാലു ചെരുപ്പുകുത്തികൾ, ഒരു കണ്ണാടിപ്പണിക്കാരൻ. രണ്ടാമത്തെ നിലയിൽ അടുത്തടുത്തായി തടവുമുറികൾ. അവയ്ക്കു പുറകിലായി, കെട്ടിടത്തിനുചുറ്റും കൈവരികളില്ലാത്ത മട്ടുപ്പാവുകൾ ഉന്തി നിൽക്കുന്നുണ്ട്.

ഒന്നാംനിലയിലാണ് ഭരണകാര്യങ്ങൾക്കുള്ള മുറിയും കാവൽത്തലവന്റെ മുറിയും രണ്ട് ഏകാന്തത്തടവുമുറികളും ഇരുട്ടറയുമുള്ളത്. മുറ്റത്ത് ജലധാരയും മുരടിച്ച ചെറുമരവുമുണ്ട്. അതെന്തു മരമാണെന്ന് ആർക്കറിയാം? അവർ ഇസ്മയിലിനെ മൂന്നാമത്തെ മുറിയിലടച്ചു.

ഒരു മാസം കഴിഞ്ഞപ്പോൾ നൈമാൻ വന്നു: "ഞാനിവിടെ അദ്ധ്യാപകജോലി കണ്ടെത്താം." അവൾ പറഞ്ഞു.

"എനിക്ക് പ്രത്യാശയുണ്ട്." നൈമാന്റെ സ്ഥലംമാറ്റം വരെ അവർ വിവാഹം നീട്ടിവെച്ചു.

"അതാണ് തന്ത്രം, സഹോദരീ. നിനക്കതറിയില്ലെങ്കിലും. നീ എന്റെ ഭാര്യയാണെന്നറിഞ്ഞാൽ നിന്നെ ഒരിക്കലും ഇങ്ങോട്ട് സ്ഥലം മാറ്റില്ല." നൈമാൻ തിരിച്ചു പോയി.

ഇസ്മയിൽ ഇങ്ങനെ ആലോചിച്ചതേയില്ല, "ഞാനവളെ ഏറെ വർഷങ്ങളായി തടഞ്ഞുവെച്ചിരിക്കുന്നു. ഇനിയെത്ര കാലം അവൾക്ക് കാത്തിരിക്കേണ്ടി വരും? അവളെ പോകാനനുവദിക്കൂ, അവൾ മറ്റെവിടെയെങ്കിലും ഭാഗ്യം തേടട്ടെ." പകരം അയാൾ നൈമാന് സ്ഥലംമാറ്റം കിട്ടുന്നതിനു മുമ്പ്, ജയിൽ ഡയറക്ടറോട് അവർക്കെങ്ങനെ വിവാഹിതരാകാമെന്ന് ചോദിച്ചറിഞ്ഞു. നൈമാൻ തിരിച്ചു വന്ന് വിവാഹനിശ്ചയപ്രഖ്യാപനങ്ങൾ പ്രസിദ്ധീകരിച്ചു കഴിഞ്ഞപ്പോൾ അയാൾ ഒരു വക്കീലിനെ ഏർപ്പാടാക്കുകയും മാര്യേജ് ബ്യൂറോ ഓഫ് സിറ്റി ഹാളിൽ വെച്ച് വിവാഹം നടത്തുകയും ചെയ്തു. മങ്ങിയ വെളിച്ചമുള്ളതും ആടിയുലയുന്നതുമായ മരക്കോവണിയിലൂടെ അവർ നടന്നു. നൈമാൻ ചാരനിറമുള്ള വസ്ത്രമാണ് ധരിച്ചത്. അവർ അധികാരപ്പെട്ട ഉദ്യോഗസ്ഥന്റെ മുമ്പിൽ വെച്ച് ഇസ്മയിലിന്റെ കൈവിലങ്ങുകൾ അഴിച്ചു മാറ്റി. ഉദ്യോഗസ്ഥൻ ക്ഷീണിതമെങ്കിലും ആത്മാർത്ഥമായ ശബ്ദത്തിൽ 'അവർക്ക് ദീർഘവും സന്തോഷകരവുമായ ജീവിതം' ആശംസിച്ചു. അയാൾ അവരെ അഭിനന്ദിച്ചു. കാവൽത്തലവനും സിറ്റിഹാളിലെ സർജന്റുമായിരുന്നു വിവാഹച്ചടങ്ങിന്റെ സാക്ഷികൾ.

പിറ്റേന്നായിരുന്നു സന്ദർശകദിവസം. ഡയറക്ടർ അവർക്ക് അന്നു മാത്രം അയാളുടെ മുറിയിൽ വെച്ച് കാണാനുള്ള അവസരം കൊടുത്തു. എങ്കിലും അദ്ദേഹം ഒരിക്കൽ പോലും മുറി വിട്ട് പുറത്തു പോയില്ല. മുമ്പിലുള്ള കടലാസുകളിൽ വ്യാപൃതനാണെന്നു നടിച്ച് അയാൾ നൈമാനെയും ഇസ്മയിലിനെയും ഇടങ്കണ്ണിട്ടു നോക്കി. ജീർണിച്ചതും സ്പ്രിംഗുകൾ പൊട്ടിയതുമായ വെൽവെറ്റ് കട്ടിലിൽ അവർ അടുത്തടുത്തിരുന്നു. അവർ ഒരു വാക്കുപോലും പരസ്പരം ഉരിയാടിയില്ല. ഡയറക്ടർ ഒന്നോ രണ്ടോ പ്രാവശ്യം പറഞ്ഞു: "ജാള്യതയൊന്നും തോന്നേണ്ട കാര്യമില്ല; നിങ്ങൾക്ക് സംസാരിക്കാം. നാണിക്കാൻ യാതൊന്നുമില്ല. എന്നെ ശ്രദ്ധിക്കേണ്ടതുമില്ല. ഞാൻ ജോലിയിൽ മുഴുകിയിരിക്കുകയാണ്; പീരങ്കിയൊച്ചപോലും ഞാൻ കേൾക്കില്ല. എന്തെങ്കിലും പറയൂ,നിങ്ങളിപ്പോൾ വിവാഹം കഴിഞ്ഞവരാണ്."

ഓരോ തവണയും ഇസ്മയിൽ മറുപടി പറഞ്ഞു, "നന്ദി, ഞങ്ങൾ സംസാരിക്കാം." പക്ഷേ, അവർ സംസാരിച്ചതേയില്ല. ഇസ്മയിൽ

നൈമാന്റെ കൈ പിടിക്കാനാഞ്ഞെങ്കിലും അവൾ അതു പുറകോട്ടു വലിച്ചു. എന്നിട്ട് ലജ്ജാകരമായ എന്തോ ചെയ്തതുപോലെ അയാളെ തുറിച്ചു നോക്കുകയും ചെയ്തു.

ആരോ കഴുത്തുഞെരിച്ചതു പോലെ എനിക്കു തോന്നി. ഞാൻ കാറിക്കരയുന്നതു കേട്ട് ഇസ്മയിൽ ഉണർന്നു. ഇരുട്ടിലൂടെ നടന്നുവന്ന് എന്നെ തട്ടിയുണർത്തി.

"ഏഹ്?"

ഇസ്മയിൽ വിളക്കു കൊളുത്തി. "നീ പിന്നെയും ഉറക്കത്തിൽ നിലവിളിക്കുകയായിരുന്നു."

"അല്പം വെള്ളം തരാമോ?"

ദിവസങ്ങളോളം തൊണ്ട വരണ്ടിരിക്കുന്നതുപോലെ ഞാൻ വെള്ളം കുടിച്ചു.

"ക്ഷമിക്കണം."

"സിഗരറ്റു വേണോ?"

"വേണ്ട,എനിക്ക് പനിക്കുന്നുണ്ടെന്ന് തോന്നുന്നു."

ഇസ്മയിൽ നെറ്റി തൊട്ടുനോക്കി: "ഇല്ല."

"അവിടെയിരിക്കുന്നത് ഇന്നത്തെ പത്രങ്ങളാണോ?"

"നിനക്കത് നാളെ വായിക്കാം."

ഞാൻ കൈനീട്ടി പത്രങ്ങളെടുത്തു.

"ശ്രദ്ധ മാറ്റാൻ എന്തെങ്കിലും ചെയ്തേ മതിയാകൂ."

ഞാൻ ഇസ്മീറിലെ പത്രം മറിച്ചു നോക്കിയിട്ട് താഴെ വെച്ചു. ഇസ്താംബൂളിലെ പത്രം കയ്യിലെടുത്തു. രണ്ടാമത്തെ താളിൽ കണ്ണുടക്കി. "അവർ കരീമിനെ അറസ്റ്റു ചെയ്തു."

"അതെ."

"തന്തയില്ലാത്തവർ. അവർ അയാളെ എങ്ങനെയാണു പിടിച്ചതെന്ന് ഇതിൽ പറയുന്നില്ല. തന്തയില്ലാത്തവർ. നശിച്ചുപോകട്ടെ."

ഇരുപത്തിമൂന്നാമത്തെ വര

പിറ്റേന്നു രാവിലെ എഴുന്നേറ്റപ്പോൾ ഞാൻ ആദ്യമോർത്തത് കരീമിന്റെ അറസ്റ്റിനെക്കുറിച്ചാണ്. ആ വാർത്ത വീണ്ടും വായിച്ച ശേഷം എഴുന്നേറ്റു. ഇസ്മയിൽ വിളക്ക് അണച്ചിട്ടില്ല. ആ മോട്ടോറിന്റെ ഒച്ച. ഹോ! അടി വസ്ത്രം മാത്രം ധരിച്ച് ആഹാരത്തട്ടിന്റെ അടുത്തേക്കു നടന്നു. എനിക്ക് തീർച്ചയായും പനിക്കുന്നുണ്ട്. കക്ഷത്തിൽ കൈ വെച്ചു നോക്കി. പനിയുണ്ട്, കസേരയിൽ, വസ്ത്രങ്ങൾക്കുമുകളിൽ ഇരുന്നു. ദേഹമാകെ വേദനിക്കുന്നുണ്ട്. ചായയുണ്ടാക്കാൻ തുടങ്ങിയെങ്കിലും മനസ്സു മാറ്റി. മനംപുരട്ടലുണ്ട്. ഭിത്തിയിലെ പരുക്കൻകല്ലുകളിൽ ചാരിയിരുന്നു. അപ്പോൾ അതു തുടങ്ങിയിരിക്കുന്നു! മലർന്നു കിടന്നു. പനി വരുന്നതിനെക്കുറിച്ച് ആ പുസ്തകം എന്തെങ്കിലും പറയുന്നുണ്ടോ? വേദനിക്കുന്ന പേശികളെ ക്കുറിച്ചും മനംപുരട്ടലിനെക്കുറിച്ചും പറയുന്നുണ്ട്. തലവേദനയെക്കുറിച്ചും പറയുന്നുണ്ട്: ചവണകൊണ്ട് ഞെരിക്കുന്നതു പോലെയുള്ള വേദന. ഒരു ചവണയെക്കുറിച്ച് പുസ്തകത്തിൽ ഒന്നും തന്നെ പറയുന്നില്ല. എന്റെ തല വേദനിക്കുന്നു. ഇതുവരെ ഞാനത് തിരിച്ചറിഞ്ഞിരുന്നില്ല. ഭയങ്കര മായ തലവേദനയുണ്ട്. പനിയുമുണ്ട്. പക്ഷേ, ആ പുസ്തകത്തിൽ, പനി യെക്കുറിച്ച്... പുസ്തകം മേശപ്പുറത്തുണ്ട്. അതിന്റെ ഒരറ്റം പത്രങ്ങൾക്കിട യിൽ നിന്ന് തുറിച്ചു നിൽക്കുന്നുണ്ട്. ഞാനത് നോക്കില്ല. കടുത്ത പനി യുണ്ടാകുമെന്ന് പുസ്തകത്തിൽ പറഞ്ഞിട്ടുണ്ടെങ്കിൽ എന്തു വ്യത്യാസ മുണ്ടാകാനാണ്? ശേഷിച്ചതെല്ലാം ക്രമത്തിലാണ് – പേശീവേദന, തല വേദന, മനംപുരട്ടൽ. ഞാനതു നോക്കുന്നില്ല. ചാവാൻ പോകുമ്പോൾ അല്പം ഇച്ഛാശക്തിയെങ്കിലുമുണ്ടാകട്ടെ. നീണ്ടതും ദുഷ്ക്കരവുമായ യാത്രയ്ക്കു ശേഷം ചൂടുവെള്ളത്തിലേക്കെന്നതുപോലെ വിഷാദത്തിന്റെ ആഴങ്ങളിലേക്ക് മുങ്ങിപ്പോകുകയാണ്. പെട്ടെന്ന് ഞാൻ എഴുന്നേറ്റിരുന്നു. ആരോടോ പോരാടുന്നതുപോലെ വസ്ത്രം ധരിച്ചു. ചായയുണ്ടാക്കി. ആദ്യം ചായ കുടിക്കാൻ സ്വയം നിർബന്ധിക്കുകയും പിന്നീടത് ആസ്വദി ക്കുകയും ചെയ്തു. വിയർക്കുന്നുണ്ട്. തെർമോമീറ്ററുമില്ല. ചിലപ്പോൾ എവിടെയെങ്കിലും കാണും – സിയയുടെ സാധനങ്ങൾക്കിടയിൽ. ഞാൻ വേച്ചുവെച്ചു നടക്കുകയും ചുറ്റും നോക്കുകയും ചെയ്തു. കണ്ടെത്താ നായില്ല. മനംപുരട്ടൽ വിട്ടുമാറിയിട്ടുണ്ട്. പുസ്തകത്തെക്കുറിച്ച്

ഞാനിപ്പോൾ മറന്നുപോയിരിക്കുന്നു! കട്ടിലിൽ കയറി കിടന്നു. തല കൂടുതൽ കൂടുതൽ വലുതായിക്കൊണ്ടിരിക്കുകയാണ്. അത് കുടിലിന്റെ നാലു ചുവരുകൾക്കുള്ളിൽ ഒതുങ്ങുന്നില്ല. പക്ഷേ, അത് ഭാരമുള്ളതു മായിരുന്നില്ല. പത കൊണ്ടുണ്ടാക്കിയ വലിയ തല!

"അഹമ്മദ്..." ഞാൻ എന്നെത്തന്നെ സംഭ്രാന്തിയോടെ വിളിച്ചു.

"പെട്രോഷ്യൻ, നിങ്ങളുമായി പ്രണയത്തിലാകാമെന്നാണ് അനുഷ്ക പറയുന്നത്."

"അങ്ങനെ ചെയ്താൽ അവൾക്ക് നല്ലതേ വരൂ."

"നിങ്ങളും അവളുടെ പക്ഷത്താണോ?"

"അതെ. ഞങ്ങൾ ഏറെ വൈകിപ്പോയി. ഒരു തുർക്കിപ്പയ്യൻ ഞങ്ങൾക്കിടയിൽ വന്നു."

"ഒരൊറ്റ വാക്കു പറഞ്ഞാൽ ഞാൻ മാറിത്തരാം."

"നീ പോയാലും ഇപ്പോൾ ഗുണമൊന്നുമില്ല. തുർക്കികളുടെ കയ്യിൽ നിന്നും അർമീനിയക്കാർ ഏറ്റുവാങ്ങാത്ത യാതനകളുണ്ടോ? നിങ്ങൾ ഞങ്ങളെ ഉണക്കപ്പഴങ്ങളാക്കി മാറ്റി."

"അവർ നിങ്ങളെ കൂട്ടക്കൊല ചെയ്തപ്പോൾ ഞാൻ അവിടെയുണ്ടായിരുന്നില്ല."

"നീ തനിച്ചായിരുന്നില്ല... നേരു പറഞ്ഞാൽ, കത്തികൾ കൈകളിലേന്തിയ കർഷകർ പോലും അവിടെയുണ്ടായിരുന്നില്ല. അവരുടെ കയ്യിൽ ആയുധങ്ങൾ തിരുകിവെച്ചതാണ്. അവരെ സായുധപടയാളികളാക്കുകയും കൂട്ടക്കൊലയിലേക്ക് തള്ളിയിടുകയും ചെയ്തു."

"പക്ഷേ, അവർ ഞങ്ങളുടെ മാനം കെടുത്തി."

സിയാവു: "കളങ്കം ബാധിക്കാത്ത ഏതു രാജ്യമാണുള്ളത്? ബ്രിട്ടീഷുകാർ ഷാംഗായിയിൽ ഞങ്ങളെ കശാപ്പു ചെയ്യുകയും ഇന്ത്യാക്കാരെ പട്ടിണിക്കിടുകയും ചെയ്തില്ലേ?"

അനുഷ്ക: "എങ്കിൽ ജനങ്ങൾ സംഘടിക്കേണ്ടതുണ്ട്. എന്റെ അച്ഛനെ കൊന്നയാൾ ഒരു റഷ്യക്കാരനായിരുന്നു. പക്ഷേ, അയാൾ കൊസ്സാക്ക് സൈന്യത്തിലെ ഓഫീസറായിരുന്നു. എന്റെ അച്ഛനെ കൊന്നതെന്തിനാണെന്ന് അയാൾക്കറിയാമായിരുന്നു. പക്ഷേ, കൊസ്സാക്കിലെ കുതിരപ്പടയാളികളോ? അവർ തങ്ങളെപ്പോലെയുള്ള കർഷകരെയാണ് കശാപ്പു ചെയ്തത്. സാധാരണക്കാരായതുകൊണ്ട് അവർക്കും മാപ്പു കൊടുക്കണമെന്നാണോ?"

ഞാൻ: "മാപ്പു കൊടുക്കണമെന്ന് ആരും പറഞ്ഞിട്ടില്ല."

സിയാവു: ലെനിന്റെ 'ദേശീയ അഭിമാനം' വായിക്കൂ, അനുഷ്ക."

അനുഷ്ക്ക: "നോക്ക്, ഞാൻ നിങ്ങളേക്കാൾ മുമ്പത് വായിച്ചിട്ടുണ്ട്.

റഷ്യൻ കർഷകരെ യൂണിഫോമിടുവിച്ച് മറ്റുള്ളവരെ അടിച്ചമർത്താൻ അയച്ചപ്പോൾ നാണക്കേടു തോന്നിയെന്ന് അദ്ദേഹമതിൽ പറയുന്നുണ്ട്."

പെട്രോഷ്യൻ തളർന്ന ശബ്ദത്തിൽ സംസാരിച്ചു: "നീയെന്തിനാണ് തർക്കിക്കുന്നത്? നിങ്ങളെല്ലാവരും പറയുന്നത് ഒരേ കാര്യമാണ്."

അനുഷ്ക: "പൂർണ്ണമായും ഒരേ കാര്യമല്ല."

പെട്രോഷ്യൻ പെട്ടെന്നു ചോദിച്ചു: "അനുഷ്ക,നീ എപ്പോഴെങ്കിലും മരിക്കുന്നതിനെക്കുറിച്ച് ചിന്തിക്കാറുണ്ടോ?'

"ഞാനതു കണ്ടിട്ടുണ്ട്. ഒന്നിൽ കൂടുതൽ തവണ."

"ആരാണതു കാണാത്തത്? മറ്റുള്ളവർ മരിക്കുന്നതു കാണുന്നതിനെക്കുറിച്ചോ മരണത്തെക്കുറിച്ച് പൊതുവായി ചിന്തിക്കുന്നതിനെക്കുറിച്ചോ അല്ല ഞാൻ പറയുന്നത്. നിന്റെ സ്വന്തം മരണത്തെക്കുറിച്ച് നീ എപ്പോഴെങ്കിലും ചിന്തിച്ചിട്ടുണ്ടോ എന്നാണ്. നിങ്ങളിലാരെങ്കിലും അതേക്കുറിച്ച് ഗൗരവമായി ചിന്തിച്ചിട്ടുണ്ടോ?"

പെട്രോഷ്യന്റെ ചോദ്യത്തിൽ ഞങ്ങളെല്ലാവരും ചകിതരായി. അയാൾ അത്തരമൊരു ചോദ്യം ചോദിക്കുമെന്ന് ആരെങ്കിലും പറഞ്ഞിരുന്നുവെങ്കിൽ, ഞങ്ങളത് വിശ്വസിക്കുമായിരുന്നില്ല.

സിയാവു: "ഞാനതിനെക്കുറിച്ച് ചിന്തിച്ചിട്ടില്ല. ഞാൻ മരിക്കുമെന്ന് എനിക്കറിയാമെങ്കിലും... അക്കാര്യത്തിൽ എനിക്കൊന്നും ചെയ്യാനാകില്ല, അതുകൊണ്ട് ചിന്തിക്കേണ്ടതുമില്ല എന്നല്ല ഞാനുദ്ദേശിച്ചത്. ഞാൻ അതിനെക്കുറിച്ച് ഇതുവരെ ചിന്തിച്ചിട്ടില്ലെന്നു മാത്രം."

അനുഷ്ക: "ഞാൻ ചിന്തിച്ചിട്ടുണ്ട്. എന്റെ അമ്മ മഞ്ഞപ്പനി വന്ന് മരിക്കാൻ കിടക്കുമ്പോൾ ഞാൻ അതിനെക്കുറിച്ച് ചിന്തിച്ചിട്ടുണ്ട്: കുടിലിൽ ഞാനും അമ്മയും മാത്രം. കൂടാതെ മരണവും. എന്നെയും അത് പിടികൂടി കൊണ്ടു പോയേനേ. അതാണ് ഞാൻ ചിന്തിച്ചത്: അതെന്നെ കൊണ്ടുപോകും. ഒരിക്കലും തിരികെക്കൊണ്ടു വരില്ല. അതെന്നെ എവിടെക്കൊണ്ടു പോകും? എവിടെയുമില്ല. പതിനഞ്ചു വയസ്സു മുതൽ ഞാനൊരു വിശ്വാസിയല്ല. അതുകൊണ്ട് എവിടെയുമല്ലാത്ത ആ സ്ഥലത്തെക്കുറിച്ച് ഞാൻ ചിന്തിക്കാൻ ശ്രമിച്ചു."

പെട്രോഷ്യന് തന്റെ അതിയായ താത്പര്യം മറച്ചുവെക്കാനായില്ല: "ആ എവിടെയുമല്ലാത്ത സ്ഥലം മനസ്സിൽ കാണാൻ കഴിഞ്ഞിട്ടുണ്ടോ?"

"ഇല്ല, നിങ്ങൾക്കോ? ക്ഷമിക്കണം... ഞാൻ ഉദ്ദേശിച്ചത്... ഞാൻ..."

"എന്തിനു ക്ഷമ ചോദിക്കണം? ഞാൻ മരണത്തെപ്പറ്റി ചിന്തിക്കാറുണ്ട്. അതിനേക്കാൾ സ്വാഭാവികമായി എന്താണെനിക്കുള്ളത്? ആസന്നഭാവിയിൽ സംഭവിക്കാവുന്നതും ഒരാളെ സംബന്ധിച്ച എല്ലാം മാറ്റിമറിക്കാവുന്നതുമായ ഒരു കാര്യത്തെക്കുറിച്ച് ആലോചിക്കാതിരിക്കുന്നതാണ് മണ്ടത്തരം." അയാൾ നിശ്ശബ്ദനായി. "നാളത്തെ വിരുന്നിൽ, അനുഷ്ക, നീ എന്നോടൊത്ത് അഞ്ചു തവണയെങ്കിലും നൃത്തം ചവിട്ടണം."

ഒരു മണിക്കൂർ കൂടി ഞങ്ങൾ ചർച്ച ചെയ്തു. മെയർഹോൾഡിനെക്കുറിച്ച്* ഞങ്ങൾ സംസാരിച്ചു. ബോൾഷോയ് നാടകശാല നല്ല ഗോതമ്പു ധാന്യപ്പുരയാക്കാമെന്ന് ഞാൻ അഭിപ്രായപ്പെട്ടു. അനുഷ്കയ്ക്ക് ദേഷ്യം വന്നു. ലിറ്റിൽ തീയറ്റർ ഒരു മ്യൂസിയമാണെന്ന് ഞാൻ പറഞ്ഞു. അനുഷ്ക എന്റെ മുഖം മാന്തിപ്പറിക്കാനൊരുങ്ങി. പെട്രോഷ്യൻ ഞങ്ങളുടെ തർക്കത്തിൽ പങ്കെടുക്കുകയും അലറിച്ചിരിക്കുകയും ചെയ്തു. അയാൾ ഇടയ്ക്ക് അനുഷ്കയുടെയും ഇടയ്ക്ക് എന്റെയും പക്ഷം പിടിച്ചു. ഒടുക്കം എഴുന്നേറ്റു. ഗോവണിയുടെ മുകളിലെത്തുംവരെ അയാളെ ഞങ്ങൾ കണ്ടു. പതിവുപോലെ അയാൾ കൈവരിയിൽ കയറുകയും ഞങ്ങളെ നോക്കി കൈവീശുകയും നാലാമത്തെ നിലയിൽനിന്ന് വഴുതിവീഴുകയും ചെയ്തു. അനുഷ്ക അത്യുച്ചത്തിൽ നിലവിളിച്ചു. ഞങ്ങൾ നാലുപടികൾ ഒരുമിച്ചെന്നപോലെ വേഗത്തിൽ താഴേക്കോടി. അവിടെ കല്ലു പാകിയ തറയിൽ ആദ്യത്തെ പടിക്കപ്പുറം പെട്രോഷ്യൻ വീണുകിടന്നു. അയാളുടെ തല ഉടഞ്ഞുപോയിരുന്നു.

ദിവസങ്ങൾക്കുശേഷം ഒരു രാത്രി അനുഷ്കയും ഞാനും സിയാവുവും മെയർഹോൾഡിൽനിന്ന് 'ദി ഫോറസ്റ്റ്' എന്ന നാടകവും കഴിഞ്ഞു മടങ്ങുകയായിരുന്നു. സിയാവു ഇപ്പോൾ എല്ലായിടത്തേക്കും - നാടകശാലയിലേക്കും സിനിമാശാലയിലേക്കും - ഞങ്ങളെ അനുഗമിക്കുന്നുണ്ട്. ഞാൻ പറഞ്ഞു: "പെട്രോഷ്യൻ ആത്മഹത്യ ചെയ്തതാണ്."

ഞാനവളെ വ്യക്തിപരമായി അധിക്ഷേപിച്ചതുപോലെ അനുഷ്ക അലറി: "ഇല്ല!" അവൾ വെറുപ്പോടെ ആവർത്തിച്ചു: "ഇല്ല! നിങ്ങൾ നുണ പറയുകയാണ്."

ഞാനൊന്നും പറഞ്ഞില്ല. അവൾ സിയാവുവിന്റെ കൈ പിടിച്ച് മുന്നോട്ടു നടന്നു. ഞങ്ങൾ അല്പനേരം നടത്തം തുടർന്നു. ദിമിര്യസെവിന്റെ പ്രതിമയിലേക്ക് നീളുന്ന ബൂലവാർദിലായിരുന്നു ഞങ്ങൾ. അക്കാലത്ത് മോസ്കോയിൽ എനിക്കേറ്റവും ഇഷ്ടപ്പെട്ട സ്മാരകങ്ങളിലൊന്നായിരുന്നു അത്. അനുഷ്ക സിയാവുവിന്റെ കൈ വിടുകയും എന്റെ അടുത്തേക്കു വരികയും ചെയ്തു. അവളുടെ ശബ്ദം കണ്ണീരു നിറഞ്ഞതായിരുന്നു. "നിങ്ങളെന്തിനാണത് പറഞ്ഞത്? എന്നെ സങ്കടപ്പെടുത്താനുള്ള സാഡിസം നിങ്ങൾക്കുണ്ട്. എന്റെയുള്ളിലുള്ള നല്ല കാര്യങ്ങളെ അടിച്ചു തകർക്കുന്നതിൽ നിങ്ങൾ ആനന്ദം കണ്ടെത്തുന്നു."

അനുഷ്ക എന്താണുദ്ദേശിച്ചതെന്ന് മനസ്സിലായില്ല. ഞാനൊന്നും പറഞ്ഞില്ല. ഞാനവളെ അടുപ്പിച്ചു പിടിക്കുകയും ചുംബിക്കുകയും ചെയ്തു. ഇരുട്ടിൽ എന്തോ തിരയുകയാണെന്ന മട്ടിൽ തലയും താഴ്ത്തി അകലെ സിയാവു നിന്നു.

---

* സോവിയറ്റ് നാടകസംവിധായനും നടനും നിർമ്മാതാവും

പെട്രോഷ്യൻ ആത്മഹത്യ ചെയ്തതാണോ എന്ന കാര്യത്തിൽ എനിക്ക് അത്രയ്ക്കുറപ്പില്ല.

പതയുടെ വലിയൊരു തലയുള്ളപ്പോഴാണ് ഞാനിതെല്ലാം ചിന്തിച്ചത്. ഇതേ ക്രമത്തിലല്ലെങ്കിലും അതെല്ലാം എന്റെ തലയ്ക്കുള്ളിലൂടെ കടന്നു പോയി. എന്തുകൊണ്ട് ഈ കാര്യങ്ങൾ? എന്തുകൊണ്ട് മറ്റു ചില കാര്യങ്ങളല്ല? അതൊന്നും എനിക്കറിയില്ല.

ഞാൻ എഴുന്നേൽക്കുകയും മൂന്ന് ആസ്പിരിൻ ഗുളികകൾ ഒറ്റയടിക്ക് വിഴുങ്ങുകയും ചെയ്തു. വാതിലിൽ ഇരുപത്തിമൂന്നാമത്തെ വര വരച്ചതിനു ശേഷം കട്ടിലിലേക്ക് എന്നെ സ്വയം വലിച്ചെറിഞ്ഞു.

ഇസ്മയിൽ മടങ്ങിവന്നപ്പോൾ വസ്ത്രമെല്ലാം ധരിച്ച് ബോധരഹിതനായിക്കിടക്കുന്ന അഹമ്മദിനെയാണ് കണ്ടത്. അയാൾ വിയർത്തുകുളിച്ചിട്ടുണ്ട്. ഇസ്മയിൽ അയാളുടെ കൈത്തണ്ട പിടിച്ചു നോക്കി. അയാൾക്ക് പനിക്കുന്നുണ്ട്. അയാളുടെ ഹൃദയം ഉച്ചത്തിൽ മിടിക്കുന്നുണ്ട്. പത്രങ്ങളുടെ അടിയിൽ നിന്ന് തലനീട്ടിനിൽക്കുന്ന പുസ്തകം അയാളുടെ കണ്ണിൽ പെട്ടു. അയാളത് തുറന്നു വായിച്ചു. എന്നിട്ടത് അവിടെത്തന്നെ അടച്ചു വെച്ചു. അഹമ്മദ്: "അതു നിങ്ങളാണോ, ഇസ്മയിൽ?"

"ഞാൻ നിന്റെ വസ്ത്രമൂരാൻ സഹായിക്കാം."

"എനിക്ക് പേയിളകിയിട്ടില്ല, ഇസ്മയിൽ."

"തീർച്ചയായും ഇതില്ല."

"ആ പുസ്തകം വായിക്ക്. അത് പനിയെക്കുറിച്ച് എന്തെങ്കിലും പറയുന്നുണ്ടോ?

"എന്തിന് അതോർത്ത് നീ വേവലാതിപ്പെടണം?"

"നിന്നോടത് നോക്കാനല്ലേ പറഞ്ഞത്!"

താനതു നോക്കിക്കഴിഞ്ഞുവെന്ന് ഇസ്മയിലിന് പറയാനായില്ല. അയാൾക്ക് നാണക്കേടു തോന്നി. അയാൾ പുസ്തകം തുറന്ന് വായിക്കുന്നതുപോലെ നടിച്ചു.

"പുസ്തകത്തിൽ എന്താണ് പറയുന്നത്?"

"പനിയെക്കുറിച്ച് ഒന്നും തന്നെ പറയുന്നില്ല.'

"നേരാണോ പറയുന്നത്?"

"ഞാനെന്തിന് നുണ പറയണം?"

"നീ കരീമല്ല, നിനക്ക് നുണ പറയാം."

ഞാനുറങ്ങിപ്പോയോ?

അവർ വിവാഹിതരായ ദിവസം,ജയിൽ ഡയറക്ടറുടെ മുറിയിലെ തകർന്ന സ്പ്രിംഗുകളുള്ള, ജീർണ്ണിച്ച വെൽവെറ്റ് കട്ടിലിലിരിക്കുമ്പോൾ

ഇസ്മയിലിന് നൈമാന്റെ കൈ പിടിക്കാൻ തോന്നി. നാണക്കേടു തോന്നേണ്ടതാണെന്ന മട്ടിൽ അവൾ ഇസ്മയിലിനെ നോക്കി. ഇസ്മയിൽ കൈ പിൻവലിച്ചു. നൈമാൻ: "എനിക്ക് സഹോദരന്റ കത്തു കിട്ടി. അദ്ദേഹ ത്തിന്റെ വാതരോഗം തിരിച്ചു വന്നിരിക്കുന്നു."

ഡയറക്ടർ: "എനിക്കും വാതമുണ്ട്. നിന്റെ സഹോദരൻ എന്തു ചികിത്സയാണ് ചെയ്യുന്നത്? കുത്തിവെപ്പ്, സാലിസിലേറ്റുകൾ, ഒന്നും സഹായിക്കില്ല. ഞാൻ കഴുത്തറ്റം ചുടുനീരുറവയിൽ മുങ്ങുക വരെ ചെയ്തു - ഒരാശ്വാസവും കിട്ടിയില്ല."

"അവൻ ഗുളികകൾ കഴിക്കുന്നുണ്ട്."

"ഗുളികകൾ കുട്ടികൾക്കുള്ളതാണ്. അവന് എത്ര വയസ്സായി?"

"ഓ, അതിന് വയസ്സുമായി യാതൊരു ബന്ധവുമില്ല. പക്ഷേ, മുതിർന്ന വരിൽ ചികിത്സ ദുഷ്കരമാണ്."

"മുതിർന്നവരോ?"

തനിക്ക് നാല്പതു വയസ്സായെന്ന് അയാൾക്ക് പെട്ടെന്നോർമ്മ വന്നു. നൈമാന് എത്ര വയസ്സായി? അവൾക്ക് ഇരുപത്തിയെട്ടോ ഇരുപത്തി യൊമ്പതോ. അയാൾ നൈമാനെ ഇടങ്കണ്ണിട്ടു നോക്കി: അവൾക്ക് ഇരു പത്തിരണ്ട് വയസ്സു തോന്നും. എനിക്ക് നാല്പതും. ജീവിതം അങ്ങനെ യങ്ങു കടന്നു പോയി. 'എ ലൈഫ് വെന്റ് പാസ്റ്റ് ലൈക്ക് ദാറ്റ്' എന്നൊരു പുസ്തകമുണ്ട്. അതൊരു മോശം ജീവിതമായിരുന്നോ? അതെന്തിന് മോശമാകണം? എന്നാൽ, അത് കടന്നുപോയി.

ഡയറക്ടർ വാച്ചിൽ നോക്കി. നൈമാൻ: "എനിക്ക് പോകേണ്ടതുണ്ട്." അവൾ ഇസ്മയിലിന്റെ കൈകൾ പിടിച്ചു കുലുക്കി: "അടുത്ത ആഴ്ച എന്തുകൊണ്ടു വരണം?"

ഇസ്മയിൽ പ്രതികരിച്ചില്ല. അയാൾ നൈമാന്റെ കാലുകൾ നോക്കു കയായിരുന്നു. അവ എത്ര ചെറുതും ആകൃതിയൊത്തവയുമാണെന്ന് ആദ്യമായി ശ്രദ്ധിക്കുകയായിരുന്നു അയാൾ. തനിക്ക് നാല്പതു വയസ്സാ യെന്ന് അയാൾ വിഷാദിച്ചു.

ഒരു ദിവസം നൈമാൻ തല മുണ്ഡനം ചെയ്ത ഒരു പെൺകുട്ടി യോടൊപ്പം സന്ദർശകമുറിയിൽ വന്നു. അഞ്ചോ ആറോ വയസ്സുള്ള അവൾ ഒരു ഇസ്താംബൂളുകാരിയെപ്പോലെയാണ് വസ്ത്രം ധരിച്ചിരു ന്നത്. നൈമാന്റെ കൈ മുറുകെപ്പിടിച്ച് ചുറ്റും പകച്ചുനോക്കുന്ന ആ പെൺകുട്ടിയുടെ മുണ്ഡനം ചെയ്ത ശിരസ്സ് ഇസ്മയിലിന് ജിജ്ഞാസ യുണ്ടാക്കി: "ഇവളുടെ തല വടിച്ചിരിക്കുന്നതെന്തിനാണ്?"

"പേനുകൾ! സോപ്പും മരുന്നും ഉപയോഗിച്ച് മാറ്റാൻ കഴിയുന്നതിലും അധികം. അതുകൊണ്ട് ഞാൻ തലമുടി വടിച്ചു കളഞ്ഞു. ഇനിയിവളുടെ മുടി കൂടുതൽ തഴച്ചു വളരും."

"നീയാണോ ഇവളുടെ തല വടിച്ചത്?"

“ഞാൻ എമിനെ ദത്തെടുത്തു. നമുക്കിപ്പോൾ ഒരു മകളുണ്ട്.”

ഇസ്മയിൽ പൊട്ടിച്ചിരിച്ചു: “അപ്പോൾ എമിൻ നമ്മുടെ മകളാണ്, അല്ലേ? അവളുടെ മുടി തഴച്ചുവളരട്ടെ. അവൾ തീരെ മെലിഞ്ഞവളാണ്.”

“രണ്ടുമാസം കൊണ്ട് ഇവൾ കൊഴുത്തുരുണ്ട കുട്ടിയാകും. ഇവളുടെ മുടി വളരും. നീല നാടകൾ മുടിയിൽ കെട്ടുന്നത് എമിന് ചേരുമെന്നാണ് എനിക്കു തോന്നുന്നത്. എന്റെ എമിൻ, ഞാൻ...”

ഇസ്മയിലിനു മനസ്സിലായി: “നിനക്കൊരു കുഞ്ഞിനെ വേണം, അല്ലേ?”

“തീർച്ചയായും. ഇപ്പോൾ എനിക്കൊരാളെ കിട്ടിയല്ലോ.”

“അപ്പോൾ നിനക്കൊരമ്മയാകണം അല്ലേ?”

‘എന്തിന് അമ്മയാകാതിരിക്കണം? ഒരമ്മയാകാൻ... നിങ്ങൾക്കറിയാമല്ലോ, ചിലപ്പോൾ... പക്ഷേ, ഇപ്പോൾ ഞാനൊരമ്മയാണ്. നിങ്ങളൊരു അച്ഛനും.”

“നമുക്ക് വിവാഹമോചിതരാകാം, നൈമാൻ.”

“മൂന്നുമാസം മുമ്പു മാത്രമാണ് നമ്മൾ വിവാഹിതരായത്.”

“നമുക്ക് ആറുമാസത്തിനു ശേഷം വിവാഹമോചിതരാകാം. നീ ഒരു ചെറുപ്പക്കാരിയാണ് - ഇരുപത്തിയെട്ട്,അല്ലെങ്കിൽ ഇരുപത്തിയൊമ്പത്. എനിക്കാകട്ടെ നാല്പതും. ഞാനെപ്പോഴാണ് പുറത്തിറങ്ങുകയെന്ന് ആർക്കറിയാം? ഞാൻ നിന്റെ ജീവിതം തുലച്ചു. നീ വിവാഹം കഴിച്ച് ഒരമ്മയാകണം.”

നൈമാൻ കരയാൻ തുടങ്ങി, നിശ്ശബ്ദമായ വിതുമ്പൽ പിന്നീട് ഉച്ചത്തിലുള്ള തേങ്ങലായി മാറി. എമിനും അവളുടെ കൂടെച്ചേർന്നു. സന്ദർശകമുറിയിലെ തടവുകാരോ അവരുടെ സന്ദർശകരോ അതു ശ്രദ്ധിച്ചതേയില്ല. ഇരുമ്പുവലയുടെ ഇരുഭാഗത്തും ആളുകൾ നെടുവീർപ്പിടുന്നതും കരയുന്നതും സാധാരണ കാഴ്ചകളായിരുന്നു.

ഇസ്മയിൽ: “നിർത്തൂ. ദൈവത്തെയോർത്ത് കരയരുത്. ഞാൻ തമാശ പറഞ്ഞതാണ്. എമിനെ നോക്ക്, അവളുടെ മൂക്കള തുടയ്ക്ക്.”

കണ്ണീരടക്കാൻ പാടുപെട്ടു കൊണ്ട് നൈമാൻ എമിന്റെ മൂക്ക് തൂവാല കൊണ്ട് തുടച്ചു.

അന്നു രാത്രി ഇസ്മയിൽ ഇരുമ്പഴികൾ രണ്ടു കൈകൾകൊണ്ടും മുറുകെപ്പിടിച്ച് തന്റെ തടവറയുടെ ജാലകപ്പടിയിലിരുന്നു. അയാൾ തനിക്കെതിരെയുള്ള പർവ്വതങ്ങളിലേക്കു നോക്കി. അവയ്ക്ക് ചുവന്ന തിളക്കമുണ്ട്. നൈമാൻ എമിന്റെ മൂക്കു തുടയ്ക്കാനുപയോഗിച്ച തൂവാലയുടെയത്ര ചെറുതായ കുഞ്ഞുമേഘം ഇരുണ്ടുവരുന്ന നീലാകാശക്കുന്നിനു മുകളിൽ തൂങ്ങിക്കിടന്നു. നൈമാന് ഇരുപത്തിയെട്ടോ ഇരുപത്തിയൊമ്പതോ വയസ്സുണ്ട്. പക്ഷേ, അവളെ കണ്ടാൽ ഇരുപത്തിരണ്ടോ,

കൂടി വന്നാൽ ഇരുപത്തിനാലോ മാത്രമേ തോന്നൂ. അവൾ ആരോഗ്യ വതിയുമാണ്. അവൾക്ക് ദീനമുണ്ടായി ഞാൻ കണ്ടിട്ടേയില്ല. കൂടാതെ, ആരോഗ്യവും അമ്മയാകാനുള്ള ആഗ്രഹവും തമ്മിലെന്ത് ബന്ധ മാണുള്ളത്?

ഒരു സ്ത്രീ അമ്മയാകാൻ ആഗ്രഹിക്കുന്നു. ഇവിടെ ഒരു പെൺ കുട്ടിയും അമ്മയാകാൻ ആഗ്രഹിക്കുന്നു. ഒരു സ്ത്രീക്ക് ഒരു പുരുഷനെ ആവശ്യമുണ്ട്. പക്ഷേ, ഒരു പുരുഷനെ അറിയാത്ത പെൺകുട്ടി... ഓ, ഇതെല്ലാം വെറുംവാക്കുകളാണ്, ഇതെല്ലാം നമ്മളുണ്ടാക്കിയെടുക്കുന്ന കഥകളാണ്. എന്തുകൊണ്ട് ഞാൻ നൈമാനോടൊത്തുറങ്ങിയില്ല? ഞാൻ പുറത്തുള്ളപ്പോൾ ഞങ്ങളെന്തുകൊണ്ട് വിവാഹിതരായില്ല? ഒന്നിച്ചുറ ങ്ങാൻ ഞങ്ങൾക്ക് വിവാഹിതരാകേണ്ടതുണ്ടായിരുന്നോ? മറ്റൊരു വഴിയിലൂടെയും നൈമാൻ അവളെ എനിക്ക് സമർപ്പിക്കുമായിരുന്നില്ലേ? കാദിക്കോയിയിലെ വീട്ടിൽവെച്ച് അത് ഏതാണ്ടു സംഭവിച്ചതായിരുന്നു. എന്തുകൊണ്ടത് സംഭവിച്ചില്ല? ഞാനൊരു കഴുതയായതുകൊണ്ട്! അനു ഷ്കയെ അഹമ്മദ് തൊടാതിരുന്നതുപോലെ. നുണകൾ! എന്തിനാണ് ഇപ്പോൾ ഞങ്ങൾ വിവാഹം കഴിച്ചത്? “നമുക്ക് വിവാഹം കഴിക്കാം,” എന്നു പറഞ്ഞത് ഞാനല്ല. ഞാനല്ല അവളെ പറ്റിച്ചത്. അഹമ്മദ് എപ്പോഴും ‘തുലഞ്ഞു പോകട്ടെ’ എന്നു മാത്രമാണ് പറയാറുള്ളത്. ഞാൻ, നൈമാൻ... നീ, ഞാൻ, അതാണോ കാര്യം? ആരെങ്കിലും എന്നെ കുറ്റ പ്പെടുത്തുന്നുണ്ടോ?

അടുത്ത ദിവസം പ്രഭാതത്തിൽ ഇസ്മയിൽ മുഖം ക്ഷൗരം ചെയ്യുക യായിരുന്നു. സന്ദർശകദിവസങ്ങളിൽ മാത്രമാണ് അയാൾ ക്ഷൗരം ചെയ്യാ റുള്ളത്. പക്ഷേ, ആ പ്രഭാതത്തിൽ ആ പതിവു തെറ്റിച്ചു. കൊലക്കുറ്റ ത്തിനു ശിക്ഷിക്കപ്പെട്ട അലിയാണ് ക്ഷുരകൻ: “എനിക്കെന്തു പ്രായം തോന്നും അലി?”

“നാല്പത്, നാല്പത്തിയഞ്ച്.”

ഇസ്മയിൽ തുന്നൽക്കാരൻ റമീസിന്റെ കടയിലേക്കു പോയി- അതിന്റെ പകുതി അയാൾ വാടകയ്ക്കെടുത്തിട്ടുണ്ട്. അവിടെ അയാൾ റേഡിയോകളുടെയും തുന്നൽയന്ത്രങ്ങളുടെയും കേടുപാടുകൾ തീർക്കു ന്നുണ്ട്. ഇരുട്ടു വീഴും വരെ ഇസ്മയിൽ വിമ്മിട്ടത്തോടെ പണിയെടുത്തു.

ഇടയ്ക്കിടെ ഇസ്മയിലിന്റെ ഉമ്മ മനീസയിൽനിന്നു വരികയും ഒന്നോ രണ്ടോ ആഴ്ച മരുമകളോടൊപ്പം തങ്ങുകയും ചെയ്തു. ഇസ്മയിൽ ഉമ്മയോട് അഭ്യർത്ഥിച്ചു: “ഇവിടെ വന്ന് സ്ഥിരമായി താമസിച്ചുകൂടേ?”

അവരതു ചെയ്യില്ല. “ഒരാൾക്ക് രണ്ടു വീട് പാടില്ല. എനിക്ക് നൈമാനെ എന്റെ സ്വന്തം മകളെപ്പോലെ ഇഷ്ടമാണ്. പക്ഷേ, ഞങ്ങൾ ഒരേ മേൽ ക്കൂരയ്ക്കു കീഴിൽ താമസിക്കാൻ തുടങ്ങിയാൽ, ആറുമാസം തികയു മ്പോഴേക്കും അന്യോന്യം കുരക്കിനു പിടിക്കും. കൂടാതെ, ഇവിടെ വേറൊരു വീട് പോറ്റാനുള്ള പണവും എനിക്കില്ല.”

ഏതാണ്ടെല്ലാ തടവുകാരും കർഷകരാണ്. എഴുന്നൂറു ഗ്രാം കറുത്ത റൊട്ടിയും വെള്ളവും അധികാരികൾ കൊടുക്കും. രാത്രി മുഴുവൻ വെളിച്ചവും കിട്ടും. മുറിയിൽ കിടക്കകളില്ല,പുതപ്പുകളില്ല, വിരികളും. ഒന്നുകിൽ നിങ്ങളുടെ സന്ദർശകർ നിങ്ങൾക്ക് സാധനങ്ങളെത്തിക്കണം, അല്ലെങ്കിൽ ലഭ്യമായ സൗകര്യങ്ങളോട് പൊരുത്തപ്പെടണം.

കാവൽക്കാരിലൊരാൾ ബുർസയിൽ നിന്നുള്ളയാളാണ്. അയാൾ ജർമ്മൻ പക്ഷപാതിയാണ്. എല്ലാ രാത്രിയിലും "ദൈവം അനുഗ്രഹിക്കട്ടെ", എന്നു പറഞ്ഞതിനുശേഷം അയാൾ ഇരുമ്പുതാഴ് പുറത്തുനിന്ന് വലിച്ചടയ്ക്കുകയും നിരീക്ഷിക്കാനുള്ള ചെറുദ്വാരത്തോടു തല ചേർത്ത് ഇസ്മയിലിനെ വിളിക്കുകയും ചെയ്യും: "ഇവിടെ വരൂ. ഹിറ്റ്ലർ ലണ്ടനെ വീണ്ടും ആക്രമിച്ചു. ജർമ്മൻകാർ യുദ്ധം ജയിക്കും. എന്തിനാണിത്രയും ദുർവാശി? എന്തുകൊണ്ടതു സമ്മതിച്ചുകൂടാ?"

ഇസ്മയിൽ പറയും: "അവർ ജയിക്കില്ല."

കാവൽക്കാരൻ: "ശരി,നിന്റെ അഭിപ്രായം അങ്ങനെത്തന്നെയിരിക്കട്ടെ."

പിറ്റേന്നു രാത്രിയും അവർ ഇതേ സംഭാഷണം ആവർത്തിക്കും. ബുർസയിൽ നിന്നുള്ള ഈ കാവൽക്കാരന്റെ കാൽക്കീഴിലാണ് ഇസ്മയിലിന്റെ ഉമ്മ കുഴഞ്ഞുവീണു മരിച്ചത്. സന്ദർശകമുറിയിൽ, ഇരുമ്പുവലയുടെ പുറകിൽ.

"ഞാൻ നിനക്ക് മുന്തിരിയില കൊണ്ടുള്ള ദോൾമ കൊണ്ടുവന്നിട്ടുണ്ട്. മനീസയിലെത്തുമ്പോഴേക്കും അല്പം ചതഞ്ഞുപോയി. കാവൽക്കാരനും ഏതാനുമെണ്ണം കൊടുക്കൂ," അവർ പറഞ്ഞു. എന്നിട്ട് അയാളുടെ കാൽക്കീഴിൽ കുഴഞ്ഞുവീണു.

നൈമാൻ ജ്വരം ബാധിച്ച് - അവളുടെ ആദ്യത്തെ ദീനം - വീട്ടിലായിരുന്നു. അതുകൊണ്ട് ആ പാവം സ്ത്രീ തനിച്ചായിരുന്നു ജയിലിലേക്കു വന്നത്. അവർ ഉമ്മയെ പ്രാദേശിക ആശുപത്രിയിലേക്ക് കൊണ്ടുപോയി. ഹൃദയാഘാതം, ഡോക്ടർമാർ പറഞ്ഞു. ജനോവക്കാർ ഇട്ടേച്ചു പോയ ജയിൽ മതിലുകൾക്കപ്പുറം കാണാവുന്ന ശ്മശാനത്തിൽ ആറുമാസമായി അവരുറങ്ങുകയാണ്. കത്തിയെരിഞ്ഞ കൃഷിയിടംപോലെ നിലാവിൽ തോന്നിപ്പിച്ച ശ്മശാനത്തിലേക്ക് ഉറ്റുനോക്കി ഇസ്മയിൽ വീണ്ടും ജാലകപ്പടിയിലിരുന്നു. അയാൾക്ക് ഉമ്മയുടെ മരണത്തോട് പൊരുത്തപ്പെടാൻ കഴിഞ്ഞിട്ടില്ല. വിശ്വസിക്കാൻ അത്രയും ദുഷ്കരമായിരുന്നു. അയാൾ അവർ കുഴഞ്ഞുവീഴുന്നത് സ്വന്തം കണ്ണുകൾ കൊണ്ടാണ് കണ്ടത്. ഈ ജാലകത്തിലൂടെ അവർ ഉമ്മയെ ഒരു സായാഹ്നത്തിൽ, വെയിലിൽ ശ്മശാനത്തിലേക്ക് കൊണ്ടുപോകുന്നതും കണ്ടു. ഇക്കാര്യത്തിൽ കാണുന്നതും അറിയുന്നതും അനുഭവിക്കുന്നതും ഒരു കാര്യമാണ്, വിശ്വസിക്കുന്നത് മറ്റൊന്നും. ഉമ്മ മരിച്ച് ഒരു മാസത്തിനു ശേഷം നൈമാൻ പറഞ്ഞു: "ഞാനാണിപ്പോൾ നിങ്ങളുടെ ഉമ്മ."

മുഖ്യന്യായാധിപന്റെ ഫിലിപ്സ് റേഡിയോ കടയിലിരുന്നു നന്നാക്കുമ്പോഴാണ് ഹിറ്റ്ലർ റഷ്യ ആക്രമിച്ച കാര്യം ഇസ്മയിൽ കേട്ടത്. അയാളുടെ മുഖത്തെ വിചിത്രഭാവം കണ്ടിട്ടായിരിക്കണം നെയ്ത്തുകാരനായ റമീസ് ചോദിച്ചു: "എന്തു സംഭവിച്ചു? എന്താണു കുഴപ്പം?"

"നായ അയാളുടെ മരണത്തിനു വേണ്ടി ദാഹിക്കുന്നു..."

"ആര്?"

"ഒരു പൊതുമാപ്പ് പ്രഖ്യാപിക്കപ്പെടും - നാമെല്ലാം പുറത്തിറങ്ങും. താമസിയാതെ മുഴുവൻ ജയിലും ആ കാര്യമറിഞ്ഞു."

ഇസ്മയിൽ കൂടുതൽ സമയം റേഡിയോകളുടെ കേടുപാടുകൾ തീർക്കുന്നതിൽ മുഴുകി. റഷ്യൻ ഭാഷയിലുള്ള പ്രാഥമികമായ പരിജ്ഞാനം വെച്ച് അയാൾ സോവിയറ്റ് റേഡിയോ പ്രക്ഷേപണങ്ങൾ ശ്രദ്ധിച്ചു കേൾക്കാൻ ശ്രമിച്ചു. 'തൻ' പോലുള്ള ഏതാനും ദിനപത്രങ്ങളൊഴിച്ചു നിർത്തിയാൽ ഏതാണ്ടെല്ലാ മാധ്യമങ്ങളും റേഡിയോ അങ്കാരയും ജർമ്മനിയെയാണ് തുണയ്ക്കുന്നത്. ഇപ്പോൾ ബുർസയിൽ നിന്നുള്ള കാവൽക്കാരൻ രാത്രിയിൽ "കീഴടങ്ങൂ, ജർമ്മൻകാർ വിജയിക്കും" എന്നു പറഞ്ഞ് ഇസ്മയിലിനെ അപഹസിക്കാറില്ല. അമ്മയുടെ മരണം മുതൽ ഇസ്മയിൽ അയാളെ പ്രാകാൻ തുടങ്ങിയിരുന്നു. വാതിലിന്റെ പുറകിലേക്ക് തള്ളിനീക്കി മർദ്ദിക്കാനുള്ള ധൈര്യം കാവൽക്കാരന് ഇല്ലാതെ പോയി. എന്തായാലും ഗവർണറുടെപോലും റേഡിയോ നന്നാക്കിയിട്ടുള്ളയാളാണ് ഇസ്മയിൽ. പക്ഷേ, അതോടെ ഇസ്മയിൽ അയാളുടെ ബദ്ധശത്രുവായി മാറി. സന്ദർശകദിവസങ്ങളിൽ, അയാൾ നൈമാന്റെ അടുത്തേക്കു പോകുകയും അവൾ കൊണ്ടുവന്ന ആഹാരം തന്റെ കയ്യിലെ ഇരുമ്പുകമ്പികൊണ്ട് കുത്തിയിളക്കി നോക്കുകയും കേടാക്കുകയും ചെയ്തു.

ചെമ്പട പിൻവാങ്ങിയപ്പോൾ ഇസ്മയിൽ അമ്പരന്നു. ലോകത്തിൽ അതിനേക്കാൾ ശക്തമായ പടയില്ലെന്ന് അയാൾക്ക് അറിയാമായിരുന്നു. ചുവപ്പൻ ചത്വരത്തിലെ ചെമ്പടയുടെ പടയണിയെക്കുറിച്ചും ആകാശത്തിൽ നിന്ന് പൊഴിഞ്ഞു വീഴുന്ന പാരച്യൂട്ടുകളെക്കുറിച്ചും മോസ്കോ കണ്ടിട്ടുള്ളവരിൽ നിന്ന് ഇസ്മയിൽ കേട്ടിട്ടുണ്ട്. അവയ്ക്കെന്തുകൊണ്ട് ജർമ്മൻ പ്രതിരോധനിരയ്ക്ക് മുകളിലേക്ക് പൊഴിഞ്ഞുവീണുകൂടാ? അയാൾ തന്നോടുതന്നെ ചോദിച്ചുകൊണ്ടേയിരുന്നു. പിന്മാറ്റം മനഃപൂർവ്വവും തന്ത്രപരവുമായിരുന്നെന്ന് അയാൾ തന്നെത്തന്നെ വിശ്വസിപ്പിക്കാൻ ശ്രമിച്ചു. ആയിരക്കണക്കിന് ചെമ്പടക്കാരെ തടവുകാരാക്കിയെന്ന് അയാൾക്ക് വിശ്വസിക്കാനായില്ല. റേഡിയോ ബെർലിൻ അറിയിച്ചതിന്റെ പകുതിയേ ആ സംഖ്യയുള്ളൂവെങ്കിൽപോലും അയാളങ്ങിനെത്തന്നെ ചിന്തിച്ചു. അല്ലെങ്കിൽ ചിന്തിക്കാൻ ശ്രമിച്ചു. പക്ഷേ, ആ വേദന അത്രയും തീവ്രമായതിനാൽ അങ്ങനെ ചിന്തിക്കേണ്ടതില്ല എന്ന് അയാൾ തീരുമാനിച്ചു.

ജർമ്മൻകാർ മോസ്കോ വളഞ്ഞു. "മോസ്കോ വീഴാൻ ഏതാനും ദിവസങ്ങൾ മാത്രം" എന്ന് 'ജുംഹൂരിയത്തി'ൽ അബിദിൻ ദാവർ എഴുതി.

തടങ്കൽമുറികളുടെ മുന്നിലുള്ള കൈവരിയില്ലാത്ത മട്ടുപ്പാവിൽ ഇസ്മയിൽ ഉലാത്തി. ജെനോവൻ മതിലുകൾക്കു മുകളിലൂടെ അയാൾക്ക് മഞ്ഞുമൂടിയ പർവ്വതങ്ങളും മഞ്ഞുവീണ മേൽക്കൂരകളും കാണാം. ജയിൽമുറ്റത്തും മഞ്ഞു നിറഞ്ഞിട്ടുണ്ട്. ഇടവേളകളിൽ അയാൾ ഒരു കൈപ്പിടി കുഴഞ്ഞ മഞ്ഞ് വാരിയെടുത്തു. മോസ്കോയെ സങ്കല്പ്പിച്ചുകൊണ്ട് അയാളതു തിന്നാൻ തുടങ്ങി. അഹമ്മദും മറ്റുള്ളവരും പറഞ്ഞതിൽനിന്നും കണ്ടിട്ടുള്ള ഏതാനും ചിത്രങ്ങളിൽ നിന്നും - അയാൾക്ക് ലെനിന്റെ ശവകുടീരം കാണാതെ വരയ്ക്കാനാറിയാം - അയാൾ മോസ്കോയെ, ഫാസിസ്റ്റുകളാൽ വളയപ്പെട്ട, മഞ്ഞുമൂടിയ മോസ്കോയെ സങ്കല്പിക്കാൻ ശ്രമിച്ചു.

അവിടെ ജനങ്ങൾ അവരുടെ ജീവനു വേണ്ടി പോരാടുകയാണ്. ഇവിടെയാകട്ടെ, നമ്മളെല്ലാം അത് നിസ്സാരമായെടുക്കുന്നു. ഞാൻ പ്രാണവേദനയിലാണ്, പ്രിയ സഹോദരാ!

ഒരു ദിവസം നൈമാൻ എമിനെക്കൂടാതെ ഇസ്മയിലിനെ സന്ദർശിച്ചു. "സ്കൂളിൽ നിന്ന് എന്നോട് പൊയ്ക്കൊള്ളാൻ പറഞ്ഞു."

"എന്തിന്?"

"മന്ത്രാലയത്തിന്റെ ഉത്തരവ്."

"എന്തുകൊണ്ട്?"

"വിഷമിക്കേണ്ട, ഞാൻ തുന്നൽ തുടങ്ങാം. അതാണ് കൂടുതൽ നല്ലത്. എനിക്ക് തുന്നൽയന്ത്രമുണ്ട്. അതിന്റെ ഒരു ഭാഗം ശരിയായി പ്രവർത്തിക്കുന്നില്ല. പക്ഷേ, നിങ്ങൾക്കതിന്റെ കേടുപാടുകൾ തീർക്കാമല്ലോ."

"അവരെന്തിനാണ് നിന്നെ പിരിച്ചുവിട്ടത്?"

"ഒരു മാസം മുമ്പ് - അല്ല, ഒന്നരമാസം മുമ്പ് - ഭൂമിശാസ്ത്രം പഠിപ്പിക്കുന്ന അദ്ധ്യാപകൻ, ഒന്നിനും കൊള്ളാത്ത ഒരു വേട്ടനായ, ഞാനത് ഒരിക്കലും നിങ്ങളോട് പറഞ്ഞിരുന്നില്ല. പക്ഷേ, അയാൾ എന്നെ ബുദ്ധിമുട്ടിക്കുകയായിരുന്നു."

"എങ്ങനെ ബുദ്ധിമുട്ടിച്ചു? നീ എന്താണ് അർത്ഥമാക്കുന്നത്?"

"ഒന്നുമില്ല. അശ്ലീലവർത്തമാനം. പക്ഷേ, അയാൾക്കൊരു ഭാര്യയുമുണ്ട്, നാണക്കേട്! പല തവണ ഞാനയാളെ ശാസിച്ചു. കഷണ്ടിത്തലയൻ."

ഇസ്മയിലിന് തന്റെ പുറത്ത് കുത്തേറ്റതുപോലെ തോന്നി. കഷണ്ടിത്തലയൻ അവളെ ശല്യപ്പെടുത്തുന്നു. പട്ടണത്തിൽ നിറയെ കഷണ്ടിയില്ലാത്ത പുരുഷന്മാരുണ്ട്. സുന്ദരിയായ ഒരു ചെറുപ്പക്കാരിയും. കൂടാതെ,

അവൾ ഇസ്താംബൂളിൽ നിന്നുമാണ്. ഇതിനൊക്കെ പുറമെ, അവളുടെ ഭർത്താവ് ജയിലിലുമാണ്. കയ്യെത്തിച്ചാൽ കൊമ്പിൽ നിന്ന് പഴം പറിച്ചെടുക്കാം.

നൈമാൻ തുടർന്നു: "ഞങ്ങൾ അദ്ധ്യാപകരുടെ വിശ്രമസ്ഥലത്തു വെച്ച് സംസാരിക്കുകയായിരുന്നു. അപ്പോൾ പ്രധാനഅദ്ധ്യാപകൻ..."

"അയാളും നിന്റെ പുറകേയാണോ?"

"ഇല്ല... എല്ലാവരും എന്നെ ആക്രമിക്കുന്നുവെന്നാണോ നിങ്ങൾ കരുതുന്നത്?'

"എന്തുകൊണ്ടില്ല? നീ അതിസുന്ദരിയാണ്."

"നിങ്ങൾക്ക് ഭ്രാന്തു പിടിച്ചോ? ഞാനാരാണെന്നാണ് നിങ്ങൾ വിചാരിക്കുന്നത്?"

"ശരി, ശരി. പ്രധാനഅദ്ധ്യാപകൻ?"

"ജർമ്മൻകാർ റഷ്യക്കാരെ കശാപ്പു ചെയ്യുന്നത് നല്ലതാണെന്ന് അയാൾ പറഞ്ഞു. കമ്യൂണിസ്റ്റുകാർക്ക് അവരുടെ കുടുംബത്തോട് യാതൊരു ബഹുമാനവുമില്ലത്രേ. നിന്റെ ഭാര്യ എന്റേതാണ്, എന്റെ ഭാര്യ നിന്റേതും. ഭൂമിശാസ്ത്ര അദ്ധ്യാപകൻ എന്റെ നേർക്കു തിരിഞ്ഞു: "നൈമാൻ ഹാനിം, നിങ്ങളുടെ ഭർത്താവ് ഒരു കമ്യൂണിസ്റ്റുകാരനാണ്. അയാളും ഇതു തന്നെയാണോ വിശ്വസിക്കുന്നത്?' എനിക്ക് നിയന്ത്രണം നഷ്ടപ്പെട്ടു. ഞാനയാളുടെ ചെകിട്ടത്തടിച്ചു."

"നന്നായി. വളരെ നന്നായി. വളരെ നല്ലത്. ഭേഷ്. പക്ഷേ, നീയെന്തു കൊണ്ട് ഇക്കാര്യം നേരത്തേ എന്നോട് പറഞ്ഞില്ല?"

"നിങ്ങൾ വേവലാതിപ്പെടേണ്ടെന്നു കരുതി."

"ആ പന്നിയെ തല്ലിയതുകൊണ്ടാണോ അവർ നിന്നെ പിരിച്ചു വിട്ടത്?"

"അല്ല. ഞാൻ കമ്യൂണിസ്റ്റുകാർക്കു വേണ്ടി പ്രചാരവേല ചെയ്തു വെന്ന് അവർ ആരോപിച്ചു. പ്രധാന അദ്ധ്യാപകനും ഭൂമിശാസ്ത്ര അദ്ധ്യാപകനും മന്ത്രാലയത്തിന് അറിയിപ്പു കൊടുത്തു. 'അവളുടെ ഭർത്താവ് കമ്യൂണിസത്തിനു വേണ്ടി പ്രവർത്തിച്ചതിന് ജയിലിലാണ്' അവർ എഴുതി. മറ്റ് അദ്ധ്യാപകർ ഈ അനീതിക്കെതിരെ പ്രതിഷേധിച്ചു. അവർ പറഞ്ഞു, ''ഞങ്ങൾ ഒരു നിവേദനം ഒപ്പിട്ടയയ്ക്കാം, നിന്റെ അവകാശങ്ങൾക്കായി ശബ്ദമുയർത്താം."

പക്ഷേ, ഞാൻ ആ സ്കൂളിലേക്ക് ഇനി തിരിച്ചു പോകുന്നേയില്ല. ഞാൻ തുന്നൽപ്പണികൾ ചെയ്യും. കൂടുതൽ പണവും കിട്ടും."

ഇസ്മയിലിന്റെ വാർഡിൽ മുപ്പതു പേരുണ്ട്. നിലം സിമന്റു പൂശിയതാണ്. വാതിലിന്റെ ഒരറ്റം മുതൽ മറ്റേയറ്റംവരെ നീളുന്ന വിശാലമായ മരത്തട്ട്

ഭിത്തിക്കരികിലുണ്ട്. അതിന്റെ നടുഭാഗം ഒഴിഞ്ഞതാണ്. വലത്തേ മൂല യിൽ, മുറിയുടെ തുടക്കത്തിൽ സുലൈമാൻ ആഗയുടെ കിടക്ക. പകൽ നേരത്ത് കിടക്കകളും പുതപ്പുകളും തലയിണകളും ഒന്നിനു മുകളിൽ മറ്റൊന്നായി അട്ടിയിടുമ്പോൾ സുലൈമാൻ ആഗ ഏറ്റവും മുകളിൽ തന്റെ നിസ്ക്കാരപ്പായയിൽ ചമ്രം പടിഞ്ഞിരിക്കുകയും ദിവസം മുഴുവൻ ജപ മണികളുരുട്ടി പ്രാർത്ഥിക്കുകയും ചെയ്യും. ഇടയ്ക്ക്, വാർഡിൽ അയാൾ പ്രവർത്തിപ്പിക്കുന്ന ഗ്യാസടുപ്പിലുണ്ടാക്കുന്ന കാപ്പി മൊത്തിക്കുടിക്കു കയും ചെയ്യും. പട്ടണത്തിൽനിന്ന് രണ്ടു മണിക്കൂർ അകലെയുള്ള വലിയ ഗ്രാമത്തിന്റെ ആഗയാണ് അയാൾ. ഒരാളെ കൊല്ലാൻ നിർദ്ദേശിച്ചതി നാണ് അയാൾ അകത്തായത്. അടുത്ത ഗ്രാമത്തിലെ ആഗയെ വെടി വെച്ചു കൊല്ലാൻ തന്റെ ആട്ടിടയനോട് അയാൾ പറഞ്ഞു. അവർ ആട്ടിട യനെ തൂക്കിക്കൊന്നു; ആഗയ്ക്ക് പതിനഞ്ചു വർഷം തടവും വിധിച്ചു.

തുന്നൽക്കാരനായ റെമീസും ലോഹപ്പണിക്കാരനായ ശെഫീക്കും അവിടെയുണ്ട്. ദരിദ്രരുടെ കിടക്കകൾ പരന്ന നേരിയ പായകളായി തേഞ്ഞുതീർന്നിട്ടുണ്ട്. അധികം പേരും പകൽനേരത്ത് കിടക്ക മടക്കി വെക്കാറില്ല. അതിലാണ് അവർ ഇരിക്കുന്നത്. അഴുക്കുകൊണ്ട് കറുത്തു പോയ വെളുത്ത ചെമ്മരിയാട്ടിൻരോമപ്പുതപ്പിലാണ് കാവൽക്കാരൻ വാതിലിനടുത്തുറങ്ങുന്നത്. സുലൈമാൻ ആഗയ്ക്ക് സ്വകാര്യ മേൽനോട്ട ക്കാരനുണ്ട്. “കുണ്ടൻ' ഇഹ്സാൻ എന്നാണ് അവർ അയാളെ വിളിക്കു ന്നത്. കടലാസുപോലെ വിളറിയ മുഖമുള്ള ഒരു ചെറുപ്പക്കാരൻ. സുലൈ മാൻ ആഗ ഇഹ്സാനെ സ്ത്രീയെപോലെ ഉപയോഗിക്കുന്നുണ്ടെന്നാണ് അവർ പറയുന്നത്.

തുന്നൽക്കാരൻ റെമീസിന്റെ അടുത്താണ് ഇസ്മയിൽ കിടക്കുന്നത്.

എല്ലാവരും ഷൂസുകളും സാൽവകളും മൃദുവായ തോൽച്ചെരുപ്പു കളും ഊരി മുറിയുടെ നടുവിൽ വെക്കും. ഗ്യാസ് അടുപ്പുകളും നേരി പ്പോടുകളും സ്റ്റൗവ്വുകളും - സുലൈമാൻ ആഗയുടെതാണ് അക്കൂട്ടത്തിൽ ഏറ്റവും കൂടുതൽ ഒച്ചയുണ്ടാക്കുന്നത്. അവയെല്ലാംതന്നെ മുറിയുടെ നടുവിലായി കത്തിക്കൊണ്ടിരിക്കും. ശൈത്യത്തിൽ നെരിപ്പോടുകളും അടുപ്പുകളും കാലുകൾക്കിടയിൽ വെച്ച് എല്ലാവരും ശരീരം ചൂടുപിടി പ്പിക്കും. കരിയുടെയും ഗ്യാസിന്റെ ധൂമങ്ങളുടെയും നാറ്റം കാരണം ചില പ്പോഴെല്ലാവരും ബോധരഹിതരാകുമെന്നു തോന്നും.

സുലൈമാൻ ആഗയാണ് വാർഡിനകത്തെ ഹാഷിഷ് കച്ചവടം നിയന്ത്രിക്കുന്നത്. അയാൾക്കു തന്നെയാണ് ചൂതാട്ടസംഘത്തിന്റെ നട ത്തിപ്പുചുമതലയും. അതിൽനിന്ന് അയാൾ വലിയൊരു തുക തന്റെ പങ്കായി തട്ടിയെടുക്കും.

സിവാസ് ജയിലിലിൽനിന്ന് പുറത്താക്കിയ തടവുകാർ 1942ൽ അവിടെയെത്തി. ഇസ്താംബൂളിൽ നിന്നുള്ള മൂന്ന് ഹെറോയിൻ കള്ള ക്കടത്തുകാരും ഇസ്മീറിൽ നിന്നുള്ള കൊലപാതകികളും. അവരുടെ

കുപ്രസിദ്ധി നിരവധി ജയിലുകളിൽ പരന്നിരുന്നു. ഇസ്താംബൂളിൽ നിന്നുള്ള അഗതികളും എത്തിച്ചേർന്നു. അവരെ അവസാനത്തെ വാർഡിൽ ദരിദ്രരിൽ ദരിദ്രരായ കർഷകരോടൊത്ത് അടച്ചിട്ടു. അവർ തറയിൽ വിരിച്ച പത്രക്കടലാസുകളിൽ ഉറങ്ങി. ശേഷിച്ചവർ വലതുഭാഗ ത്തുള്ള രണ്ടാമത്തെ വാർഡിൽ താമസിച്ചു. ജർമ്മൻകാർക്കു വേണ്ടി ചാരവൃത്തി ചെയ്യുന്നതിനിടയിൽ പിടിക്കപ്പെട്ട പീരങ്കിപ്പട്ടാളത്തിലെ ഒരു ലെഫ്റ്റനന്റുമെത്തി. അവർ അയാളെ സുലൈമാൻ ആഗയുടെ വാർഡി ലാക്കി. ഹെറോയിൻ കൈമാറൽ വാർഡുകൾക്കുള്ളിൽ വേഗംതന്നെ ആരംഭിച്ചു. സിനോപിലെ തടവുകാരാണ് വിപണി നിയന്ത്രിച്ചത്. ഏറെ ക്കഴിയും മുമ്പ് സിനോപിൽ നിന്നുള്ള തടവുകാർക്കും സുലൈമാൻ ആഗയ്ക്കുമിടയിൽ പ്രശ്നങ്ങൾ പൊട്ടിപ്പുറപ്പെട്ടു: സിനോപുകാർക്ക് ആഗ യുടെ ഹാഷിഷ് കച്ചവടവും ചൂതാട്ടവും കയ്യടക്കണം. ഡയറക്ടർ സിനോപുകാരുടെ കൂടെ ചേർന്നപ്പോൾ കാവൽക്കാരുടെ തലവൻ സുലൈമാൻ ആഗയെ തുണച്ചു. ജർമ്മൻ ചാരനായ ലെഫ്റ്റനന്റ് ആദ്യം ആഗയുടെ കൂടെ ചേർന്നു. പിന്നീട് കൂറു മാറുകയും സിനോപുകാരെ തുണയ്ക്കുകയും ചെയ്തു. സിനോപുകാർ ആഗയുടെ ഇഹ്സാനെ വില യ്ക്കെടുത്തു. ഒരു ദിവസം ആഗ ഉച്ചയ്ക്ക് നിസ്ക്കരിക്കുമ്പോൾ അവരിൽ മൂന്നുപേർ വാർഡിലേക്ക് അതിക്രമിച്ചു കടക്കുകയും അയാളെ പുറകിൽ നിന്ന് കുത്തുകയും ചെയ്തു. ഇസ്മയിലും തുന്നൽക്കാരൻ റെമീസും കടയിലായിരുന്നു. ലോഹപ്പണിക്കാരനായ സെൽഫിക്ക് ഉച്ചഭക്ഷണം ചൂടാക്കിക്കൊണ്ട് വാർഡിലുണ്ടായിരുന്നു. അയാൾ വിളിച്ചു കൂവി: "അവർ ആഗയെ കൊന്നു! രക്ഷിക്കണേ!"

സിനോപുകാർ അയാളെയും കത്തിക്കിരയാക്കി. കാവൽക്കാർ ജെനോ വൻ മതിലുകളിൽ നിരന്നു. തുടർച്ചയായ വിസിലടികളും ആക്രോശ ങ്ങളുമുണ്ടായി: "ആരും അനങ്ങരുത്! ഞാൻ വെടിവെക്കാൻ ഉത്തരവിടും."

താഴത്തെ നിലയിലെ ഇരുട്ടറയിൽ സിനോപുകാർ ഒരു മാസം കഴിച്ചു കൂട്ടി. പിന്നീടവർ മുകളിലേക്ക് മാറുകയും ആഗയുടെ വാർഡിൽ താമസ മുറപ്പിക്കുകയും ചെയ്തു. ഒരു ദിവസം കടയിൽ വെച്ച് തുന്നൽക്കാരൻ റെമീസ് ഇസ്മയിലിനോട് പറഞ്ഞു: "ജർമ്മൻ ലെഫ്റ്റനന്റിനെ എനിക്കിഷ്ട മല്ല. അയാൾ നിന്നെക്കുറിച്ച് അതുമിതും പറയുന്നുണ്ട്. ശ്രദ്ധിക്കണം."

"ആ കൊള്ളക്കാരൻ എന്നെ എന്തു ചെയ്യാനാണ്? ഹാഷിഷുമായോ ചൂതാട്ടവുമായോ എനിക്കൊരു ബന്ധവുമില്ല."

"എന്താണ് ചെയ്യേണ്ടതെന്ന് നിനക്കറിയാമല്ലോ. എങ്കിലുമൊന്ന് ശ്രദ്ധിച്ചേക്കൂ."

രണ്ടു മാസത്തിനുശേഷമുള്ള ഒരു ഞായറാഴ്ച, ഇസ്മയിൽ സന്ദർശക മുറിയിൽ നിന്നു മടങ്ങുകയും ജയിലിന്റെ പടിവാതിലിൽ കാലെടുത്തു വെക്കുകയും ചെയ്തു. മൂന്ന് സിനോപുകാർ വാതിലിനരികിൽ കാത്തു

നിൽക്കുന്നുണ്ടായിരുന്നു, സുലൈമാൻ ആഗയുടെ കൊലപാതകവുമായി ബന്ധപ്പെട്ട് കോടതിയിലേക്കു പോകാനൊരുങ്ങുകയായിരുന്നു അവർ. അവരുടെ കൈകളിൽ വിലങ്ങുണ്ട്. പെട്ടെന്ന് ആഗയുടെ ഇഹ്സാനും മറ്റു രണ്ട് സിനോപുകാരും ലെഫ്റ്റനന്റും പ്രത്യക്ഷപ്പെടുകയും അവരുടെ ചങ്ങാതിമാരെ പുറകിൽനിന്നു കുത്തുകയും ചെയ്തു. ഇസ്മയിൽ അലറി വിളിച്ചു: "നിർത്തൂ!"

ബുർസയിൽ നിന്നുള്ള കാവൽക്കാരൻ പരിഭ്രാന്തിയോടെ വിസിലൂതി. വിലങ്ങണിഞ്ഞവരിലൊരാൾ, ഇസ്മീറിൽ നിന്നുള്ള മുർതാസ, ഇഹ്സാനിൽ നിന്ന് കത്തി തട്ടിപ്പറിക്കുകയും അയാളെ കുത്തുകയും ചെയ്തു. ഇതു കണ്ട ലെഫ്റ്റനന്റ് ഇസ്മയിലിനു നേർക്കു ചാടി. ഇസ്മയിൽ പുറകിലേക്കു മാറുകയും അല്പം മുമ്പു മാത്രം നൈമാൻ കയ്യിലേൽപ്പിച്ച ആഹാരപ്പാത്രംകൊണ്ട് അയാളുടെ തലയ്ക്കടിക്കുകയും ചെയ്തു.

ഒരു മണിക്കൂറിനു ശേഷം,ആശുപത്രിയിലെ മരണക്കിടക്കയിൽ ഇസ്മയിലിന്റെ മടിയിൽ തലവെച്ച് ഇഹ്സാൻ പറഞ്ഞു: "എനിക്ക് അല്പം വെള്ളം തരൂ."

പരിശോധനാമേശയുടെ കീറിയ, വെള്ളമെഴുകുതുണിയിൽ അയാളുടെ തല പതിയെ വെച്ചിട്ട് ഇസ്മയിൽ ഇഹ്സാന് വെള്ളം കൊടുത്തു.

"നിങ്ങളുടെ കയ്യിൽ നിന്ന് അവസാനത്തെ ഇറ്റു വെള്ളം വാങ്ങുകയെന്നത് എന്റെ വിധിയാണ്. ഞാൻ നിങ്ങളെയും കൊല്ലാൻ തുടങ്ങുകയായിരുന്നു. ക്ഷമിക്കൂ."

"ഞാൻ നിങ്ങളോട് ക്ഷമിച്ചിരിക്കുന്നു."

രാത്രിയോടെ കാര്യങ്ങൾ വ്യക്തമായി. തുന്നൽക്കാരൻ റമീസ് തന്റെ ഇളംതവിട്ടു നിറമുള്ള മീശ തടവിക്കൊണ്ട് ഇസ്മയിലിനോടു പറഞ്ഞു: "ഞാൻ നിന്നോടു പറഞ്ഞില്ലേ? ലാഭവിഹിതത്തിലെ ഏറ്റക്കുറച്ചിലുകളുടെ പേരിലാണ് സിനോപുകാർ തമ്മിൽ തല്ലിയത്. അവർ രണ്ടു വിഭാഗമായി പിളരുകയും ഒന്നു മറ്റൊന്നിനെ തുടച്ചു മാറ്റുകയും ചെയ്തു."

ഇസ്മയിൽ ചോദിച്ചില്ല: ഇനിയെന്തു സംഭവിക്കും? കൊലപാതകികൾ ഒരുമാസം ഇരുട്ടറയിൽ കിടക്കുകയും അതിനുശേഷം പതിവുപോലെ അവരുടെ കച്ചവടത്തിലേക്ക് തിരിച്ചു വരികയും ചെയ്യുമെന്ന് അയാൾക്കറിയാമായിരുന്നു.

"പക്ഷേ, ആ ഇഹ്സാൻ എന്നെയെന്തിനാണ് കൊല്ലാനാഗ്രഹിച്ചത്?"

"വഴക്കിനിടയിൽ കമ്യൂണിസ്റ്റുകാരെയും വകവരുത്തിയാൽ ലഘുവായ ശിക്ഷയേ ലഭിക്കൂ എന്ന് ലെഫ്റ്റനന്റ് അവരോടു പറഞ്ഞു. 'ആ കമ്യൂണിസ്റ്റ് തന്തക്കഴുവേറികൾ', അയാൾ പറഞ്ഞു, 'ഭരണകൂടത്തിന്റെ ബദ്ധശത്രുക്കളാണ്.' ആദ്യം അവർ അതേൽപ്പിച്ചിരുന്നത് ഇഹ്സാനെയാണ്. അയാൾ മുർതാസയെ ആക്രമിക്കുകയും പിന്നീട് കത്തിക്കിരയാകുകയും ചെയ്തപ്പോഴാണ് ലെഫ്റ്റനന്റു തന്നെ നിന്റെ നേർക്കു വന്നത്."

ഇസ്മയിൽ വിചാരിച്ചതുപോലെ കാര്യങ്ങൾ ഒത്തുവന്നില്ല. ദ്രുതഗതിയിലുള്ള വിചാരണയ്ക്കുശേഷം ലെഫ്റ്റനന്റിനെയും കൂട്ടരെയും ചൻകറിലെ ജയിലിലേക്ക് കപ്പൽ കയറ്റിയയച്ചു. പുതിയ അറ്റോർണി ജനറൽ വലിയ പരിഷ്ക്കർത്താവാണെന്ന് കേട്ടിട്ടുണ്ടായിരുന്നു.

"നേരായിട്ടും, എന്റെ ഭാര്യ കൊണ്ടുവരുന്ന ആഹാരം കഴിക്കാൻ എനിക്ക് നാണക്കേടുണ്ട്."

"അതിനെന്തിനു നിങ്ങൾ നാണിക്കണം?"

"ഇതിനകത്ത് ആളുകൾ പട്ടിണി കിടന്നു മരിക്കുകയാണ്."

"പുറത്തെ അവസ്ഥയും മികച്ചതല്ല, ഇസ്മയിൽ. പക്ഷേ, നമുക്കെന്തു ചെയ്യാൻ കഴിയും? എമിൻ ഈ തർഹാന സൂപ്പ് സ്വന്തം കൈകൾകൊണ്ട് നിങ്ങൾക്കുവേണ്ടി പാകം ചെയ്തതാണ്."

എമിൻ അവളുടെ കറുത്തു ചുരുണ്ട മുടിയിൽ നീല നാട കെട്ടിയിട്ടുണ്ട്.

"കഴിക്കൂ, ബാബാ. ഞാനിതിൽ ധാരാളം ചുവന്ന കുരുമുളകും പൊടിച്ച ഇറച്ചിയും ചേർത്തിട്ടുണ്ട്."

ജയിലിലെ വിശപ്പ്. അഗതികളുടെ വാർഡ്, ഓരോ ആഴ്ചയും ഒന്നോ രണ്ടോ ശവശരീരം അവിടെ നിന്ന് മാറ്റപ്പെടുന്നുണ്ട്. ആദ്യം അവർ പെരുമ്പറകൾപോലെ വീർത്തുവരും, എന്നിട്ട് ചുരുങ്ങുകയും മരിക്കുകയും ചെയ്യും. കർഷകരായ സന്ദർശകർ ഇപ്പോൾ മെലിഞ്ഞൊട്ടിയ ഭാണ്ഡങ്ങളാണ് കൊണ്ടുവരുന്നത്.

ഇസ്മയിൽ കടയുടെ പുറത്തേക്കിറങ്ങി. സൂര്യപ്രകാശം നിറഞ്ഞ ഒരു ദിവസം. അയാൾ ദീർഘമായി ശ്വസിച്ചു. അയാൾ വഴിയുടെ അങ്ങേപ്പുറത്തേക്കു നോക്കി. ദരിദ്രരായ അന്തേവാസികൾ ജെനോവൻ മതിലിനു താഴെ നാലു കാലിൽ നിന്ന് പച്ചപ്പുല്ലു തിന്നുകയാണ്. തിന്നുന്നതാകട്ടെ കൈകൾ കൊണ്ടല്ല, മൃഗങ്ങളെ പോലെ തറയിൽ നിന്നു തന്നെയാണ്. അവർക്കിടയിൽ ഉന്തലും തള്ളലുമില്ല,അവർ വിഷാദമൂറുന്ന മൃഗങ്ങളെ പോലെ പുല്ലുമേയുകയാണ്.

ഇരുപത്തിനാലാമത്തെ വര

ഞാൻ കണ്ണുകൾ തുറന്നു. ഇസ്മയിൽ ആഹാരത്തട്ടിനടുത്ത് തിരക്കിട്ടെന്തോ ചെയ്യുകയാണ്. ഗ്യാസു വിളക്ക് എരിയുന്നുണ്ട്.

"ഇസ്മയിൽ, ഇപ്പോഴും രാത്രിയാണോ? ജോലി കഴിഞ്ഞ് നീ ഇപ്പോൾ വന്നതാണോ?"

"അതിന് ഞാൻ പോയിട്ടില്ലല്ലോ. ഉറങ്ങ്. നേരം പുലരുന്നതേയുള്ളൂ."

"നീയെന്താണവിടെ ചെയ്യുന്നത്?"

ഞാൻ തർഹാന സൂപ്പുണ്ടാക്കുകയാണ്. ഇത് അതിരാവിലെ കഴിക്കാൻ വളരെ നല്ലതാണ്."

"നന്ദി." വിശപ്പില്ലെന്ന് പറഞ്ഞില്ല. തന്റെ ദേഹം തൊട്ടുനോക്കി.

"നിനക്കെങ്ങനെയുണ്ട്?"

ഞാൻ പറഞ്ഞില്ല: "ഭയങ്കരം." ഞാൻ വീണ്ടും ദേഹം തൊട്ടു നോക്കി, "കുഴപ്പമൊന്നുമില്ല."

"നിനക്ക് പനിയുണ്ടോയെന്ന് ഞാനൊന്നു നോക്കട്ടെ."

"ഇല്ല, ചൂടു കുറവുണ്ട്."

ഇസ്മയിൽ എന്റെ നെറ്റി തൊട്ടു നോക്കി.

അയാൾ പറഞ്ഞില്ല, "തീ പോലെ പൊള്ളുന്നു." അയാൾ ദേഹം തൊട്ടു നോക്കി. "കുറഞ്ഞിട്ടുണ്ട്. പനി മുഴുവൻ പോയിട്ടില്ലെങ്കിലും കുറഞ്ഞിട്ടുണ്ട്. ഞാൻ എന്തെങ്കിലും മരുന്നു വാങ്ങാം."

"ശരി."

മരുന്നുകൊണ്ടെന്തു ഗുണം? ഞാൻ വീണ്ടും ദേഹം തൊട്ടു നോക്കി.

ഇസ്മയിലുണ്ടാക്കിയ സൂപ്പ് ഒന്നിച്ച് കഴിച്ചു. അതിനോടു തോന്നിയ അരുചി ഞാൻ പുറത്തു കാണിക്കാതിരിക്കാൻ ശ്രമിച്ചു.

"എനിക്കിത് ചൂടോടെ കുടിക്കുന്നതാണ് ഇഷ്ടം, അഹമ്മദ്. പഴുത്ത കുരുമുളകു ചേർത്തത് അല്പം കൂടുതലായെന്നു തോന്നുന്നു."

“ഒരല്പം.”

“ഒരു ആസ്പിരിൻ തരട്ടെ?”

“ഏതാനും എണ്ണം തരൂ.”

“അധികമെണ്ണം കഴിക്കുന്നത് ഹൃദയത്തിനു കേടാണ്.”

എന്റെ ഹൃദയത്തിന് ഇനി കേടു പറ്റിയാലെന്ത്? ഞാൻ രണ്ട് ആസ്പിരിൻ കഴിച്ചു. ഞാൻ വിറയ്ക്കുന്നുണ്ട് - എന്നെത്തന്നെ ഞാൻ മുറുകെപ്പിടിച്ചില്ലെങ്കിൽ പല്ലുകൾ കിടുകിടുക്കും.

മുഴുവൻ ശരീരം പുതച്ച് ഞാൻ കിടക്കയിലിരുന്നു.

“ഇസ്മയിൽ, ഞാൻ നിന്നോടു ചില കാര്യങ്ങൾ പറയാൻ പോകുന്നു. ഇതുവരെ ഞാനത് ആരോടും പറഞ്ഞിട്ടില്ല, ആരോടും പറയാൻ കഴിഞ്ഞിട്ടില്ല.”

“നീ ഇപ്പോൾ അല്പം വിശ്രമിക്കുകയല്ലേ വേണ്ടത്?”

“അല്ല. നീ ഉമ്മയെക്കുറിച്ചോ പ്രണയിക്കുന്ന സ്ത്രീകളെക്കുറിച്ചോ പറയാറില്ല. പക്ഷേ, ഞാൻ ചിലച്ചു കൊണ്ടേയിരിക്കും.”

“അതു നിന്റെ സ്വഭാവമാണ്. പക്ഷേ, നീയിങ്ങനെ ദേഹം ക്ഷീണിപ്പിക്കരുത്...”

“ചൈനക്കാർ, മോസ്കോ സർവ്വകലാശാലയിലെ ചൈനക്കാർ.”

“എനിക്കറിയാം.”

“അവരിലൊരു സംഘം നാട്ടിലേക്ക് തിരിച്ചു പോയി. സിയാവു അതിലുണ്ടായിരുന്നു. അതിനു തൊട്ടു മുമ്പു പോയ സംഘം അതിർത്തി കടന്നയുടനെ അറസ്റ്റു ചെയ്യപ്പെട്ടു. അവരുടെ തല അറുത്തുനീക്കി - എല്ലാവരുടെയും, നിനക്കറിയാമോ?”

“എനിക്കറിയാം.”

“ആദ്യത്തെ സംഘത്തിൽ മൂന്നു പെൺകുട്ടികളുമുണ്ടായിരുന്നു, നിനക്കറിയാമോ?”

“എനിക്കറിയാമല്ലോ.”

“ഞാൻ പറയുന്നതു വ്യക്തമാണോ എന്നാണ് ചോദിച്ചത്?”

“തീർച്ചയായും.”

“ആദ്യത്തെ സംഘത്തിലുള്ളവരുടെ തല അവർ കശാപ്പുകത്തി കൊണ്ടാണ് അറുത്തെടുത്തത്. ഞങ്ങൾ പ്രതിഷേധയോഗം കൂടി. സിയാവുവിന് അതെല്ലാം അറിയാമായിരുന്നുവെന്നാണ് ഞാൻ പറഞ്ഞത്.”

“തീർച്ചയായും.”

“സിയാവുവിന് അതെല്ലാം അറിയാമായിരുന്നു. ആ രാത്രി ക്ലബ്ബിൽ വെച്ച് ഞങ്ങൾ അവസാനത്തെ യോഗം ചേർന്നു. പലരും പ്രസംഗിച്ചു.

പിറ്റേന്നു രാവിലെ ചൈനക്കാരുടെ സംഘം മടങ്ങിപ്പോകും. യോഗത്തിനു ശേഷം അനുഷ്ക പറഞ്ഞു, "ഞാൻ സിയാവുവിനോടൊത്ത് ഇന്നു രാത്രി പുറത്തു പോകുകയാണ്."

"അവർ പോയി. സിയാവു ഏറെ വൈകിയാണ് തിരിച്ചു വന്നത്. ഞാൻ ഉറക്കം നടിച്ചു. അയാൾ ഉറങ്ങാൻ പോകാതെ സാധനങ്ങൾ പെറുക്കിക്കെട്ടാൻ തുടങ്ങി. ഞാൻ എഴുന്നേറ്റു. ഞങ്ങൾ കെട്ടിപ്പിടിച്ചു. പിറ്റേന്ന് അയാൾ പോയി."

"അവരുടെയും തല വെട്ടിക്കാണുമെന്നാണോ?"

"എനിക്കറിയില്ല. അധികം വൈകാതെ ഞാനും കരീമിനോടൊപ്പം തുർക്കിയിലേക്ക് തിരിച്ചു പോന്നു. ഒരു സിഗരറ്റു തരൂ."

പക്ഷേ, ശരിക്കും എനിക്കതു വേണ്ട. എന്റെ വായ കയ്ക്കുന്നുണ്ട്.

"വിശ്രമിക്കൂ, നീ ക്ഷീണിതനാണ്."

"ഇല്ല. ഞാൻ നിന്നോട് സംസാരിക്കട്ടെ."

ഞാനെന്തിന് അയാളോട് ഇതെല്ലാം പറയണം? എനിക്കറിയില്ല. രാത്രി മുഴുവൻ ഞാൻ അനുഷ്കയെ സ്വപ്നം കണ്ടതുകൊണ്ടാകാം.

ഞാൻ ആ രാത്രി അനുഷ്കയെ തിരഞ്ഞുപോയി. പകൽ ഞാനവളെ ഓഫീസിൽ തിരക്കിയിരുന്നു. അവൾ അവിടെയുണ്ടായിരുന്നില്ല. ഞാൻ അവളുടെ മുറിയിലേക്കു കടന്നു ചെന്നു. അവൾ കട്ടിലിൽ കിടക്കുകയായിരുന്നു.

"നിനക്ക് അസുഖമാണോ?"

"അല്പം."

ഞാൻ സോഫയുടെ വിളുമ്പിലിരുന്നു.

"ചായയുണ്ടാക്കട്ടെ?"

"വേണ്ട."

"നീ വിഷമത്തിലാണ്,ഞാനും. അവർ അയാളെ പിടികൂടില്ല. അകത്തേക്കു വരുന്ന എല്ലാവരെയും അവർ പിടിച്ചിരുന്നുവെങ്കിൽ..."

"നിർത്തൂ."

"എന്നോട് മുഷിഞ്ഞു സംസാരിക്കുന്നതെന്തിന്?"

"ഞാൻ മുഷിഞ്ഞു സംസാരിക്കുന്നില്ല."

"അതെന്തായാലും."

പെട്ടെന്ന് ഞാൻ ചോദിച്ചു - ഇതെപ്പോഴും എനിക്ക് സംഭവിക്കാറുള്ളതാണ്, എന്തെങ്കിലും പറയണമെന്ന് തീരുമാനിക്കുന്നതിനു മുമ്പ് ഞാൻ അവിചാരിതമായി അതു പറഞ്ഞുപോകും: "നീയും സിയാവുവും കഴിഞ്ഞ രാത്രി ബുലവാർദിലൂടെ നടന്നുവോ?"

നീലക്കണ്ണുകൾ പെട്ടെന്ന് ഉൾപ്പകകൊണ്ട് ഇരുണ്ടു: "ഞങ്ങൾ മറൂസയുടെ വീട്ടിലേക്ക് പോയി."

"മറൂസയുടെ കുടുംബം റൊസ്റ്റോവിലാണ്."

"അവരുടെ വീടിന്റെ താക്കോൽ എന്റെ കയ്യിലുണ്ട്."

"എവിടെ? എന്നെക്കാണിക്കൂ."

അവളുടെ ഇരുണ്ട പുരികങ്ങൾ ചുളിഞ്ഞു: "ഞാൻ നിങ്ങളോട് ഉത്തരം പറയേണ്ടതുണ്ടോ?"

"ഇല്ല... മറുപടി പറയാൻ മാത്രം അതിൽ എന്തുണ്ട്? നിങ്ങളവിടെ എന്തു ചെയ്തു?"

"ഞങ്ങൾ ഒന്നിച്ചുറങ്ങി."

തോലറുക്കുന്ന രണ്ടു കത്തികൾ എന്റെ കണ്ണുകൾ തുരന്നിറങ്ങി.

"ഒന്നിച്ചുറങ്ങി എന്നതു കൊണ്ട് നീ എന്താണുദ്ദേശിച്ചത്?"

"ഞങ്ങൾ ഒന്നിച്ചുറങ്ങി എന്നു തന്നെ. നിങ്ങളും ഞാനും പോലെ."

"നീ നുണ പറയുകയാണ്."

"ഞാനെന്തിനു നുണ പറയണം?"

"നീയെന്തിനതു ചെയ്തു?"

അനുഷ്ക വിചിത്രവും പുച്ഛം കലർന്നതും നിർബന്ധിച്ചു വരുത്തിയതുമായ ചിരിയോടെ പറഞ്ഞു: "ഞാൻ കേട്ടിട്ടുള്ളതിൽ വെച്ചേറ്റവും വിവേകശൂന്യമായ ചോദ്യമാണിത്."

ഞാനെന്റെ തൊപ്പി കൈക്കലാക്കുകയും ഓടുകയും ചെയ്തു. ആ നിരത്ത്, ഈ നിരത്ത്. ആ ബൂലവാർദ്, അതിനപ്പുറത്തെ ബുലവാർദ്. ഞാൻ സിനിമയ്ക്ക് പോയി, ഒന്നോ രണ്ടോ പ്രാവശ്യമല്ല, നാലോ അഞ്ചോ പ്രാവശ്യം. എല്ലാത്തിന്റെയും നടുവിൽ വെച്ച് ഞാൻ ഇറങ്ങിപ്പോന്നു.

"ശരിയാണ്, സഹോദരാ. അത് ദുഷ്കരമാണ്."

"അത് എളുപ്പമല്ല."

'എന്നിട്ട്?"

"ഞങ്ങൾ രണ്ടാഴ്ചക്കാലത്തേക്ക് സംസാരിച്ചതേയില്ല. അനുഷ്കയെ കണ്ടപ്പോഴെല്ലാം ഞാൻ ഓടി മാറി."

"എന്നിട്ട്?"

"ഒരു രാത്രിയിൽ അവൾ അവിചാരിതമായി എന്നെ സന്ദർശിച്ചു. സിയാവു പോയതിനു ശേഷം കരീമാണ് എന്റെ മുറിയിലുള്ളത്. ഒന്നും സംഭവിച്ചിട്ടില്ലാത്തതു പോലെ അവൾ ഞങ്ങളെ അഭിവാദ്യം ചെയ്തു. ഞാൻ ദുർമുഖം കാണിച്ചു. കരീമിന് ഒന്നുമറിയില്ലെങ്കിലും ഞാൻ കുറച്ചു നാളായി ക്ഷമയുടെ തുഞ്ചത്താണെന്ന് അയാൾക്കറിയാം."

"അനുഷ്ക?" അയാൾ ചോദിച്ചു, "അഹമ്മദുമായി എന്താണ് പ്രശ്നം?"

"എനിക്കറിയില്ല. അയാളോടു തന്നെ ചോദിക്കൂ."

"ഞാൻ ചോദിക്കുന്നുണ്ട്. പക്ഷേ, അയാൾ പറയുന്നില്ല."

"ചിലപ്പോൾ നേരു പറയാൻ അഹമ്മദ് ആഗ്രഹിക്കുന്നുണ്ടാകില്ല. നിങ്ങളെ പോലെ എല്ലാവരും സത്യം പറയാറില്ല. അഹമ്മദും ഞാനും ഒഴിവുദിനങ്ങൾ എന്റെ അമ്മായിയുടെ ദാച്ചയിൽ ചിലവഴിക്കാൻ പോകുകയാണ്. എന്റെ അവധി രണ്ടാഴ്ചയ്ക്കുള്ളിൽ തുടങ്ങും. സർവ്വകലാശാലയിലും ഒരു ഇടവേള വരാൻ പോകുകയാണ്, അല്ലേ, അഹമ്മദ്?"

കരീം: "എടോ മനുഷ്യാ, എന്നിൽ നിന്ന് ഈ രഹസ്യം മറച്ചു പിടിക്കുന്നതെന്തിനാണ്? ഞാൻ ഞായറാഴ്ചകളിൽ നിങ്ങളെ കാണാൻ വരാം."

"തീർച്ചയായും, കരീമുഷ്കാ. മറൂസ അപ്പോഴേക്കും തിരിച്ചു വരും. അപ്പോൾ നിങ്ങൾക്കിരുവർക്കും ഒരുമിച്ചു വരാമല്ലോ. അതു പോട്ടെ, ഞാനെന്താണ് പറയാൻ വന്നത്? ഞാൻ അഹമ്മദിനെ കൂട്ടാനാണ് വന്നത്. എന്റെ കയ്യിൽ നാടകം കാണാനുള്ള രണ്ടു ടിക്കറ്റുകളുണ്ട്."

ടൊർസ്കോയ് ബൂലവാർദിലൂടെ നടക്കുമ്പോൾ ഞാനൊന്നു നിന്നു.

"ഞാൻ നാടകം കാണാനില്ല. ദാച്ചയെക്കുറിച്ച് നീയെന്താണ് പറഞ്ഞത്?"

"ഞാനെന്റെ അമ്മായിയുമായി സംസാരിച്ചു. അവർ ദാച്ചയിൽ നമുക്കൊരു മുറി തരും."

"നന്ദി. പക്ഷേ, ഞാൻ സർവ്വകലാശാലയുടെ ദാച്ചയിലേക്കാണ് പോകുന്നത്."

"മുന്നോട്ടു നടക്കൂ."

അവളെന്റെ കൈ പിടിച്ചു. ഞങ്ങൾ ഒന്നും മിണ്ടാതെ മുന്നോട്ടു നടന്നു.

"ദുർമുഖം! – ഇത് അതിന്റെയാണോ?"

"ഞാനൊരു പൗരസ്ത്യനാണ്."

"സിയാവു, അയാൾ ചിലപ്പോൾ തന്റെ മരണത്തിലേക്കായിരിക്കും പോയത്. അയാൾ ഹൃദയം തുറന്ന് എന്നെ പ്രണയിക്കുന്നുണ്ട്. ഒരു രാത്രി അയാളോടൊന്നിച്ച് ഉറങ്ങിയാൽ, ഒരൊറ്റ രാത്രി അയാളെ സന്തോഷിപ്പിച്ചാൽ, അതത്രയും വലിയ കുറ്റമാകുന്നതെങ്ങനെ?"

"ഇക്കാര്യത്തിലാണ് നാം ഒത്തുപോകാത്തത്, അനുഷ്ക. എന്റെ കൈ വിടൂ."

“ഞാൻ സിയാവുവിനോടൊത്ത് ഉറങ്ങിയെന്ന് നിങ്ങൾക്കുറപ്പാണോ?”

ഞെട്ടിപ്പോയ ഞാൻ നടത്തം പെട്ടെന്ന് നിർത്തി.

“രണ്ടടി നടന്നിട്ട് നിൽക്കുന്നതും പൗരസ്ത്യരുടെ സമ്പ്രദായ മാണെന്നു തോന്നുന്നു. ദയവായി നടക്കൂ.”

‘നീ അയാളോടൊത്ത് ഉറങ്ങിയോ ഇല്ലയോ?’

“ഇല്ലെന്നും പറയാം ഉണ്ടെന്നും പറയാം. എനിക്ക് നിങ്ങളോടുള്ള പ്രണയത്തിന് അതുമായി എന്തെങ്കിലും ബന്ധമുണ്ടോ?”

“ബന്ധമില്ലേ?”

“ഞാൻ അയാളോടൊത്ത് ഉറങ്ങിയിട്ടില്ല.”

“നീ നുണ പറയുകയാണ്.”

“എങ്കിൽ ഞാൻ അയാളോടൊത്ത് ഉറങ്ങി.”

“എന്നെ ഭ്രാന്തു പിടിപ്പിക്കരുത്.”

“എങ്കിൽ അയാളോടൊത്ത് ഉറങ്ങിയിട്ടില്ല.”

“അവൾ അയാളോടൊത്ത് ഉറങ്ങിയോ? അതോ, ഉറങ്ങിയില്ലേ?”

“എനിക്കറിയില്ല, ഇസ്മയിൽ. ഈ ദിവസം വരെ, എനിക്കതറിയില്ല.”

“നീ, മറൂസ, പേര് എന്തെങ്കിലുമാകട്ടെ, അവളോട് ചോദിച്ചില്ലേ?”

“മറൂസയുടെ കുടുംബം രണ്ടു മുറികളുള്ള, ജീർണ്ണിച്ച മരവീട്ടിലാണ് താമസിച്ചിരുന്നത്. അവരെല്ലാം റൊസ്റ്റോവിലായിരുന്നു.”

“ചിലപ്പോൾ അവൾ അയാളോടൊത്ത് ഉറങ്ങിയിട്ടുണ്ടാകില്ല. നീ അവളെ വട്ടുപിടിപ്പിച്ചതു കൊണ്ടായിരിക്കും അവളങ്ങനെ പറഞ്ഞത്. അവൾ ദുർവാശിക്കാരിയും തന്റേടിയുമാണെന്ന് നീ പറഞ്ഞതിൽ നിന്നെല്ലാം മനസ്സിലാക്കാം. അവൾ അയാളോടൊത്ത് ഉറങ്ങിക്കാണില്ല.”

“ചിലപ്പോൾ! ചിലപ്പോൾ അവൾ ഉറങ്ങിയിട്ടുണ്ടാകും.” അഹമ്മദ് ദീർഘമായി ശ്വസിച്ചു: “എന്റെ പേവിഷബാധപോലെ. ചിലപ്പോൾ ആ നായയ്ക്ക് വിഷബാധ കാണുമായിരിക്കും. ചിലപ്പോഴതിന് അതുണ്ടാ കില്ല. ചിലപ്പോൾ, ഞാൻ ഇസ്താംബൂളിലേക്ക് പോകണമായിരുന്നു, ചില പ്പോൾ, പോകേണ്ടതില്ലായിരുന്നു. ചിലപ്പോൾ എനിക്ക് പേവിഷബാധ യുണ്ടാകാം, ചിലപ്പോൾ...”

“പേവിഷബാധയെക്കുറിച്ചുള്ള സംസാരം നിർത്തൂ. നിനക്കതുണ്ടെന്ന് എനിക്ക് തോന്നുന്നേയില്ല.”

“ഇന്ന് ഇരുപത്തിനാലാമത്തെ ദിവസമാണ്. ഇരുപത്തിനാലാമത്തെ വര വരയ്ക്കൂ, ഇസ്മയിൽ.”

“അതു വിടൂ.”

“വരയ്ക്കൂ.”

ഇസ്മയിൽ വാതിലിൽ ഇരുപത്തിനാലാമത്തെ വര വരച്ചു.

"ഉറങ്ങാൻ നോക്ക്. ഞാൻ എന്തെങ്കിലും മരുന്നു കിട്ടുമോയെന്നു നോക്കട്ടെ. പനി കുറയാൻ ആസ്പിരിൻ അല്ലാതെ എന്തെങ്കിലുമുണ്ടാകുമല്ലോ."

ഇസ്മയിൽ പുറത്തേക്കു പോയി.

ഇസ്മയിൽ 1943ൽ ജയിൽമോചിതനായി.

തലേദിവസം നൈമാൻ അയാളോടു പറഞ്ഞു: "ഞാൻ ജയിലിന്റെ വാതിലിൽവെച്ച് നിങ്ങളെ കാണില്ല. ജോലി കഴിഞ്ഞ് തിരിച്ചു വരുന്നതുപോലെ നിങ്ങൾ വീട്ടിലേക്ക് വരണം. ജോലി കഴിഞ്ഞ് വീട്ടിലേക്ക് വരുന്നതുപോലെ നിങ്ങളെ ഞാനും എമിനും സ്വീകരിക്കാം. വിലാസം മറക്കരുതേ; അതെവിടെയെങ്കിലും കുറിച്ചിടൂ."

അയാളുടെ മോചനം അല്പം വൈകി. സായാഹ്നമായപ്പോഴേക്കും ഇസ്മയിൽ തന്റെ പെട്ടിയും പണിയായുധങ്ങളുമെടുത്ത് ജയിലിനോട് വിട പറയുകയും പുറത്തേക്കു കാലെടുത്തു വെക്കുകയും ചെയ്തു.

അയാൾ ഏതാനും അടി നടന്നു. അയാൾക്കറിയാവുന്ന ഏതൊരു അനറ്റോൾ പട്ടണവും പോലെയായിരുന്നു അത്. രാത്രിയിൽ ജയിലിലേക്കു കൊണ്ടുവന്നതുകൊണ്ട് ആ സ്ഥലം അയാൾ ശരിക്കും കണ്ടിരുന്നില്ല. അയാൾ ടൗൺഹാളിലേക്ക് തിരിഞ്ഞു. അവിടെ നിന്ന് പട്ടണത്തിന്റെ നടുവിലുള്ള ഉദ്യാനത്തിലേക്കും. അതിന്റെ നടുവിലായി സിമന്റു തറയിൽ അതാതുർക്കിന്റെ പ്രതിമയുണ്ട്. തറയിൽ ഒരു അലാറം ക്ലോക്കുണ്ട് - തീർച്ചയായും അതു പ്രവർത്തിക്കുന്നുണ്ടായിരുന്നില്ല. അയാൾ ചാണകത്തിന്റെയും ആവി പറക്കുന്ന ബുൾഗൂറിന്റെയും* മണമുള്ള ഉൾത്തെരുവുകളിലേക്ക് തിരിഞ്ഞു. ചില വീടുകളുടെ വാതിലിനു പുറത്ത് ഉരലുകളുണ്ട്. ഞാൻ നാളെ ശ്മശാനത്തിലേക്കു പോകും, അയാൾ വിചാരിച്ചു. അയാൾ ഇടുങ്ങിയ ഒരു തെരുവിലേക്ക് പ്രവേശിച്ചു. ഉയരമുള്ള മരവേലികൾ മുറ്റങ്ങളെ അടച്ചുകെട്ടിയിട്ടുണ്ടായിരുന്നു. ഇതാ, ഞങ്ങളുടെ വീട്. രണ്ടു നിലകൾ, വെള്ളപൂശിയ മരക്കോവണി. മുകൾ നിലയുടെ പണി പൂർത്തിയായിട്ടില്ല. കറുത്ത മരത്തൂണുകൾ മേൽക്കൂരയെ താങ്ങിനിർത്തുന്നുണ്ട്. വാതിലിൽ മുട്ടാൻ അവസരം കിട്ടുന്നതിനു മുമ്പേ, അത് ആരോ തുറന്നു. തന്റെ കൈകളിൽ വന്നു വീണ എമിനെ അയാൾ കണ്ടു.

"നിൽക്ക്, മകളേ. പെട്ടികൾ..."

"അവൾ നിങ്ങളെയും കാത്ത് രാവിലെ മുതൽ ജാലകത്തിനരികിൽ ഇരിക്കുകയായിരുന്നു."

---

* പൊടിയരി പോലുള്ള ഗോതമ്പുവിഭവം

ഇസ്മയിൽ അകത്തേക്കു കയറി. അയാൾ ഷൂസുകൾ അഴിച്ചു മാറ്റി ചെരിപ്പുകളിട്ടു.

"ഇന്നും അവർ നിങ്ങളെ കഠിനമായി പണിയെടുപ്പിച്ചോ?"

"എന്നത്തെയുംപോലെത്തന്നെ."

വീട്ടിൽ രണ്ടു മുറികളുണ്ട്. അതിലൊന്ന് സ്വീകരണമുറിയാണ്. അതിൽ ദിവാനുകളും ഭിത്തിയിൽ ചാരിവെച്ച കട്ടിയുള്ള തലയിണകളുമുണ്ട്. നടുവിലുള്ള കിലിം* സൂര്യനെപോലെ പ്രകാശിച്ചു. അവിടെ ചെറിയ എഴുത്തുമേശയും കസേരയുമുണ്ട്. അടുക്കള കുളിമുറിയോടൊപ്പം മുറ്റത്താണ്.

"ഞങ്ങൾ താഴെ വെച്ചാണ് ആഹാരം കഴിക്കുന്നത്."

"നല്ലത്."

തൊപ്പി വെച്ച ഇസ്മയിലിന്റെ ചിത്രം ഭിത്തിയിൽ വലുതാക്കി തൂക്കിയിട്ടിട്ടുണ്ട്. പാസ്പോർട്ടിൽ ഉപയോഗിക്കുന്ന മട്ടിലുള്ള ചെറിയ ചിത്രത്തിൽ നിന്ന് വലുതാക്കിയതാണത്.

"എമിന്റെ ചിത്രവും വലുതാക്കി വെക്കണം. പക്ഷേ, അതേറ്റെടുത്തയാൾ ഇസ്താംബൂളിൽ നിന്ന് കട്ടിക്കടലാസു വരാൻ കാത്തിരിക്കുകയാണ്."

"നിന്റെ ചിത്രവും വലുതാക്കൂ. എന്റെ കയ്യിലുള്ളത്."

"നമുക്കെല്ലാവർക്കും കൂടി ഒരു ചിത്രമെടുക്കാം."

"എടുക്കാമോ, ബാബാ?"

"ഉവ്വ്, മകളേ."

അവർ കിടപ്പു മുറിയിലേക്കു പോയി. മുറിയിൽ കൂടുതലും ദിവാനുകൾ, നാലുകാലിലും ഗോളങ്ങളുള്ള പിച്ചളക്കട്ടിൽ. കരിമ്പടത്തിൽ ചിത്രത്തുന്നലുകളുള്ളതും മഞ്ഞുപോലെ വെളുത്തതുമായ വിരി. ഒരു മൂലയിൽ ചമയഅലമാരിയും കണ്ണാടിയും. ഉവ്വ്, കട്ടിലിനടുത്ത് പൊക്കം കുറഞ്ഞതും വലിപ്പുകളുള്ളതുമായ മേശയുണ്ട്. ആ ചമയമേശയും ചെറുമേശയും ഇസ്മയിൽ ജയിലിലെ സെഖിയെ കൊണ്ട് പണിതീർപ്പിച്ചതാണ്.

"ബാബാ, ഞാൻ അമ്മയോടൊത്ത് കട്ടിലിലുറങ്ങും."

"ഞാനാണിവിടെ ഇന്നു രാത്രി ഉറങ്ങാൻ പോകുന്നത്."

നൈമാൻ ചുവന്നു പോയി. "അപ്പുറത്തെ മുറിയിൽ ഞാൻ എമിനു വേണ്ടി കിടക്കയൊരുക്കാം."

"ഞാൻ അപ്പുറത്തെ മുറിയിൽ ഉറങ്ങില്ല."

---

* പരവതാനി

“നോക്ക്, എമിൻ, നമുക്കിത് മുൻകൂട്ടി തീരുമാനിക്കാം. ദുർവാശിക്കാരായ, കുഴപ്പം പിടിച്ച കുട്ടികളെ എനിക്ക് ഇഷ്ടമല്ല.”

തിളങ്ങുന്ന ചെമ്പു തട്ടിൽ വെച്ച പുതുതായി ലോഹം പൂശിയ ചെമ്പു കോപ്പകളിൽ നിന്ന് അവർ സ്വീകരണമുറിയിലിരുന്ന് ആഹാരം കഴിച്ചു: “നിനക്ക് ഒരു കുഞ്ഞനുജനെ വേണമെന്നുണ്ടോ, എമിൻ - നിന്നെ ചേച്ചിയെന്ന് വിളിച്ച് പുറകെ നടക്കാനൊരാൾ?”

“ഇപ്പോൾ തന്നെയോ, ബാബാ?”

“ഇപ്പോഴല്ല. ആർക്കറിയാം, അവൻ ഒരു ദിവസം വന്നേക്കാം.”

“അതെ, അവൻ വരണമെന്നുണ്ട്. ആദ്യം പേനില്ലാതിരിക്കാൻ നമുക്കവന്റെ മുടി വരണ്ടിക്കളയേണ്ടതുണ്ട്. ഞാൻ അവനുവേണ്ടി വസ്ത്രങ്ങൾ തുന്നും.”

തനിക്കു കുറുകെ ഇരിക്കുന്ന നൈമാനെ അയാൾ നോക്കി. അവളുടെ കവിളുകൾ ചുവന്നു തുടുത്തിരുന്നു. അപ്പോഴാണ് അവളുടെ വസ്ത്രം അയാൾ ശ്രദ്ധിച്ചത്.

“എന്തൊരു മനോഹരമായ വസ്ത്രം. എഴുന്നേറ്റു നിന്ന് അതെന്നെയൊന്നു കാണിക്കൂ.”

നൈമാൻ എഴുന്നേറ്റു നിന്നു.

“നിങ്ങൾക്കിത് നേരായും ഇഷ്ടമായോ?”

“ഉവ്വ്! നീ തന്നെയാണോ ഇതുണ്ടാക്കിയത്?”

“അല്ലാതെ മറ്റാര്? ഞാൻ ഗവർണ്ണറുടെ ഭാര്യയ്ക്കു പോലും വസ്ത്രം തുന്നുന്നുണ്ട്.”

അത്താഴത്തിനു ശേഷം, ഇസ്മയിൽ റേഡിയോ വെച്ചു. ഇസ്താംബൂളിൽ നിന്നും നൈമാൻ കൊണ്ടുവന്ന ആ റേഡിയോ എടുത്തുകൊണ്ടു നടക്കാവുന്നതാണ്. “നമുക്ക് ‘മോസ്കോ’ കേൾക്കാം.”

അവർ പ്രക്ഷേപണം ശ്രദ്ധിച്ചു.

“ഞങ്ങൾ മുന്നേറുകയാണ് - മിടുക്കുണ്ടെങ്കിൽ ഞങ്ങളെ തടയൂ. എന്തായിരുന്നു കവിയുടെ വാക്കുകൾ?”

“ഈ പട നിങ്ങടെ പട, ഈ പട എന്റെ പട

ഈ പട നമ്മുടെ പട, തൊഴിലാളിപ്പട....

അദ്ഭുതം. ജീവിതം മികച്ചതാണ്.”

നൈമാൻ തന്റെ ഇടറിയ ശബ്ദത്തിൽ ആവർത്തിച്ചു:

“ജീവിതം മികച്ചതാണ്.”

നൈമാനെ താൻ ഇതുവരെ ചുംബിച്ചില്ലെന്ന് ഇസ്മയിലിന് ഓർമ്മ വന്നു. അയാൾ അവളെ കെട്ടിപ്പിടിക്കാൻ ശ്രമിച്ചു.

"നിൽക്ക്, എമിന്റെ മുമ്പിൽ വെച്ചു വേണ്ട."

"എങ്കിൽ? എപ്പോഴാണ് മകൾ ഉറങ്ങുന്നത്? കുട്ടികളെ നേരത്തെ ഉറക്കണം."

"എനിക്കുറക്കം വരുന്നില്ല, ബാബാ."

"നമ്മളെന്താണ് പറഞ്ഞത്? നമ്മൾ തമ്മിലുള്ള ഉടമ്പടി എന്തായിരുന്നു?"

നൈമാൻ എമിനെ ഉറങ്ങാൻ കിടത്തി. അവളുടെ കവിളുകളിൽ ചുംബിച്ചു. മുറിയിലേക്ക് നടക്കുന്നതിനിടയിൽ അവൾ മന്ത്രിച്ചു: "അല്പനേരം അവളുടെ അടുത്തിരിക്കൂ."

ഇസ്മയിൽ എമിന്റെ കട്ടിലിനരികിലുള്ള ദിവാനിലിരുന്നു. "കണ്ണുകളടയ്ക്കൂ."

എമിൻ കണ്ണുകളടച്ചു.

"ഉടനെ ഉറങ്ങിയാൽ ഞാൻ നാളെ ഒരു പമ്പരം വാങ്ങിത്തരാം."

എമിൻ കണ്ണുകൾ തുറന്നു. "എന്താണീ പമ്പരം, അച്ഛാ?"

"പമ്പരം മറന്നേക്ക്. ഞാനൊരു പാവയെ വാങ്ങിത്തരാം."

ഇസ്മയിൽ തന്റെ പുറങ്കുപ്പായം അഴിച്ചു മാറ്റുകയും മടക്കുകയും വെളുത്ത വിരിപ്പു വിരിച്ച ദിവാനിൽ വെക്കുകയും ചെയ്തു. അയാൾ എഴുന്നേറ്റ് മേശയ്ക്കരികിലേക്ക് പതുക്കെ വെച്ചു നീങ്ങുകയും വിളക്കൂതുകയും ചെയ്തു. എമിൻ ഗാഢനിദ്രയിലാണ്ടു പോയിരുന്നു.

ഇസ്മയിൽ പതിയെ കിടപ്പറയുടെ വാതിൽ തുറന്നു. അവിടെ ഒരു ചെറിയ എണ്ണവിളക്കെരിയുന്നുണ്ട്. നൈമാൻ കഴുത്തുവരെ മിനുസപ്പട്ടുപ്പുതപ്പു വലിച്ചിട്ട് കിടക്കയിൽ കിടക്കുകയാണ്. അവളുടെ വലിയ കറുത്ത കണ്ണുകളിൽ പേടിയും കുതൂഹലവുമുണ്ട്, ഇസ്മയിൽ ചോദിച്ചു. "ഞാൻ വിളക്കണക്കട്ടേ?" അയാൾ വിളക്കണക്കുകയും വിവസ്ത്രനാകുകയും ചെയ്തു.

പതിയെ, നൈമാൻ വഴങ്ങിക്കൊടുത്തു.

ഇസ്മീറിലെ ഇരുപത്തിനാലാം വരയുടെ അന്ത്യം

ഇസ്മയിൽ കുടിലിലേക്ക് മടങ്ങിവന്നു. അഹമ്മദ് മച്ചിലേക്കു നോക്കി മലർന്നു കിടക്കുകയാണ്.

"എങ്ങനെയുണ്ട് നിനക്കിപ്പോൾ?"

"ഭേദമുണ്ട്."

"പ്രിമിഡോൺ വാങ്ങിയിട്ടുണ്ട്. കഫീനും യുറോട്രോപ്പിനും നല്ലതാണെന്ന് അവർ പറഞ്ഞു."

"ആർക്കു വേണ്ടിയാണെന്നാണ് പറഞ്ഞത്?"

"എനിക്ക്. അവർ ഡോക്ടറുടെ കുറിപ്പില്ലാതെ മരുന്നു തരും. ഇതാ, കഴിക്ക്. ഇതെല്ലാം ഓരോന്നു വീതം."

അഹമ്മദ് ഗുളികകൾ വിഴുങ്ങി.

"അറിഞ്ഞോ, നിന്റെ അമ്മാവനായ ഷുക്രുബെയ് പലായനം ചെയ്തു."

"ഇല്ല."

"സത്യമായിട്ടും. ഞാൻ ഇപ്പോഴത് കേട്ടതേയുള്ളൂ. അയാൾ രണ്ടു ദിവസം മുമ്പ് യൂറോപ്പിലേക്ക് ഒളിച്ചോടി."

"എങ്ങനെ?"

"അതാർക്കുമറിയില്ല. അയാൾ ബ്രിട്ടീഷുകാരുമായി സഹകരിച്ചുവെന്നാണ് എല്ലാവരും പറയുന്നത്. അവരുമായി അയാൾക്ക് കച്ചവടബന്ധങ്ങളുണ്ടായിരുന്നു."

"അയാൾ ലക്ഷണമൊത്ത വഞ്ചകനാണ്."

"അയാളുടെ ഭാര്യ നിന്റെ അടുത്ത ബന്ധുവാണ് അല്ലേ?"

"അവർ എന്റെ അമ്മായിയാണ്."

"അയാളുടെ ഭാര്യ പൊലീസുകാർ വന്നപ്പോൾ വാതിൽ തുറന്നില്ല. തിരച്ചിൽ ഉത്തരവ് എവിടെ എന്നവർ അന്വേഷിച്ചു. പൊലീസുകാരുടെ

കയ്യിൽ അതുണ്ടായിരുന്നില്ല. അവർ വാതിൽ തുറക്കാൻ നിർബന്ധിച്ചു. അപ്പോൾ നിന്റെ അമ്മായി 'ഞാൻ ജാലകത്തിലൂടെ വെടിവെക്കും,' എന്നു വിരട്ടി. എനിക്കാ സ്ത്രീയെ ഇഷ്ടമായി, സഹോദരാ."

"എന്റെ ഉമ്മയുടെ തറവാട്ടിലെ സ്ത്രീകൾ അങ്ങനെയാണ്. ഉമ്മ എന്നെ ഗർഭം ധരിച്ചിരിക്കുമ്പോൾ സുൽത്താൻ ഹമീദിന്റെ പിണിയാളുകൾ ഉസ്കുദാറിലെ ഞങ്ങളുടെ കടലോരവസതിയിൽ മിന്നൽ പരിശോധന നടത്തി. എന്റെ മുത്തച്ഛന് കവിയായ നമിക് കെമാലിനെ അറിയാമായിരുന്നു. അദ്ദേഹത്തിന് അവരേക്കാൾ പ്രായം കുറവായിരുന്നെങ്കിലും നമിക് കെമാലിനെയും സിയ പാഷയെയും അദ്ദേഹം ഇഷ്ടപ്പെട്ടു. ചില കയ്യെഴുത്തുപ്രതികൾ - കവിതകളായിരിക്കാം - വീട്ടിൽ സൂക്ഷിച്ചിരുന്നു. എന്റെ ഉമ്മ എല്ലാ കടലാസുകളും വാരിയെടുക്കുകയും അതെല്ലാം കിടക്കയ്ക്കടിയിൽ തിരുകിവെച്ച് അതിനു മുകളിൽ കിടക്കുകയും ചെയ്തു. പിണിയാളുകൾ തന്റെ മുറിയിലേക്ക് ഇരച്ചു കയറിയപ്പോൾ അവർ ആക്രോശിച്ചു: 'ഒരു മാന്യയായ മുസ്ലീം സ്ത്രീയുടെ കിടപ്പുമുറിയിലേക്ക് അതിക്രമിച്ചു കടക്കാൻ നിങ്ങൾക്കെങ്ങനെ കഴിഞ്ഞു? പുറത്തു കടക്കൂ, പന്നികളേ. ഇല്ലെങ്കിൽ ഞാൻ വെടിവെക്കും." ഉമ്മ മേശയ്ക്കുള്ളിൽ നിന്ന് ബാബയുടെ തോക്ക് പുറത്തെടുത്തു. ആ തോക്ക് ഇപ്പോഴുമുണ്ട്. ആറു തിരയിടാൻ കഴിയുന്ന തുരുമ്പു പിടിച്ച തോക്ക്. ഞാൻ ചോദിച്ചു: "ബാബാ, എന്തിനാണിത് ഇപ്പോഴും സൂക്ഷിക്കുന്നത്?" അദ്ദേഹം പറഞ്ഞു, "കള്ളന്മാരെ പേടിപ്പിച്ചോടിക്കാൻ." പക്ഷേ, തോക്കുപയോഗിക്കാൻ എനിക്കറിയാവുന്നത്രപോലും അദ്ദേഹത്തിനറിയില്ല. കള്ളന്മാരെക്കുറിച്ചുള്ള പേടി എവിടെ നിന്നു വന്നു എന്നറിയാമോ? ഒരിക്കൽ, വളരെ പണ്ട്, അദ്ദേഹം ഇലസ്ട്രേറ്റഡ് ജേണലിൽ ഒരു ചിത്രം കണ്ടു. കുറേ കള്ളന്മാർ രാത്രിയിൽ പാരീസിലെ ഒരു അപ്പാർട്ട്മെന്റ് ഭേദിച്ച് അകത്തു കടക്കുകയും ഭാര്യയെയും ഭർത്താവിനെയും കിടപ്പുമുറിയിൽ വെച്ച് കശാപ്പു ചെയ്യുകയും ചെയ്തത്രേ. തീർച്ചയായും ആ ചിത്രം മാത്രമല്ല അതിനു കാരണം. ഉമ്മ എത്ര ധീരയാണോ അത്രയും പേടിത്തൊണ്ടനാണ് ബാബ."

(മകന്റെ വിവരങ്ങൾ ചോദിച്ച് പൊലീസ് അഹമ്മദിന്റെ ബാബയെ കാര്യാലയത്തിലേക്ക് കൊണ്ടുപോയെന്നോ മർദ്ദിച്ചെന്നോ അയാളറിഞ്ഞിരുന്നില്ല. അയാൾ ഇസ്മീറിലാണെന്നറിഞ്ഞിട്ടും ബാബ അക്കാര്യം അവരോട് തുറന്നു പറഞ്ഞില്ലെന്നും.)

"മോസ്കോയിലായിരുന്നപ്പോൾ അവർ ബാബയെ എന്റെ പേരു പറഞ്ഞ് ജോലിയിൽ നിന്നു പിരിച്ചുവിട്ടു. അദ്ദേഹം നയതന്ത്രപ്രതിനിധിയായി നിയമിക്കപ്പെടാൻ സാദ്ധ്യതയും യോഗ്യതയുമുള്ളയാളായിരുന്നു. ഇപ്പോൾ അദ്ദേഹം തുച്ഛമായ സംഖ്യയ്ക്ക് ഒരു ഹോട്ടലിലെ മാനേജരായി ജോലി നോക്കുന്നു."

"ഗുളികകൾ ഗുണം ചെയ്തോ?"

'അവ ഇത്ര വേഗം പ്രവർത്തിക്കുമോ? പ്രവർത്തിക്കും. നന്ദി, ഇസ്മയിൽ."

മരുന്ന് യാതൊരു ഗുണവുമുണ്ടാക്കില്ലെന്ന് എനിക്കുറപ്പായിരുന്നു. പേവിഷബാധയ്ക്കെതിരെ പ്രിമിഡോൺ എന്തു ചെയ്യാൻ? പക്ഷേ, പേവിഷബാധയുണ്ടെന്ന് എനിക്കുറപ്പുണ്ടോ,ഈ വേദനകളും പനിയും അതിന്റെ ലക്ഷണങ്ങളാണെന്നും? അക്കാര്യമെനിക്ക് നൂറുശതമാനം ഉറപ്പുണ്ടോ? തനിക്ക് അർബുദമുണ്ടെന്ന് പെട്രോഷ്യന് നൂറുശതമാനം ഉറപ്പുണ്ടായിരുന്നോ? അയാൾക്ക് ഉറപ്പുണ്ടായിരുന്നില്ല. അയാൾക്ക് അറിയാമായിരുന്നു. പക്ഷേ,അയാൾക്ക് ഉറപ്പുണ്ടായിരുന്നില്ല. നൂറുശതമാനം അയാളത് വിശ്വസിച്ചിരുന്നില്ല. നിങ്ങൾ ഒരു കാര്യം വിശ്വസിക്കുകയാണെങ്കിൽ...പെട്രോഷ്യൻ ആത്മഹത്യ ചെയ്തതാണെന്ന് എനിക്ക് നൂറു ശതമാനം ഉറപ്പുണ്ടോ? നൂറു ശതമാനം ഉറപ്പായാൽ, പേവിഷബാധയുണ്ടാകുമെന്ന് എനിക്ക് വിശ്വാസമായാൽ, ഞാൻ ഇരുപത് ഉറക്കഗുളികകളും ഒന്നിച്ചു കഴിക്കുകയും...

"ഇസ്മയിൽ, ഉറക്കഗുളികകൾ തീർന്നുപോയി."

"വാങ്ങാം. പക്ഷേ, അതൊരു ശീലമാക്കരുത്."

ഞാനിത് മുമ്പേ ആലോചിക്കാതിരുന്നതെന്താണ്? അതാണ് നരകത്തിലൂടെ കടന്നു പോകുന്നതിനേക്കാൾ നല്ലത്. പക്ഷേ, എപ്പോൾ? നാളെ രാത്രി? ഞാൻ അല്പം കൂടി കാത്തിരിക്കാം.

നൂറുശതമാനത്തിന്റെ കാര്യമാണത്. കടലിൽ മുങ്ങിത്താഴാൻ പോകുമ്പോൾ ചുള്ളിക്കമ്പിൽ മുറുകെ പിടിക്കുന്ന കാര്യം.

"പഴയ ഗുളികകൾ ഗുണം ചെയ്യുന്നില്ല. കൂടുതൽ ശക്തിയുള്ളവ കൊണ്ടു വരൂ."

അനുഷ്കയുടെ ദാച്ചയിലെ ഏഴാമത്തെ വര

"ഇതെന്താണ് അഹമ്മദ്?"

ദാച്ചയുടെ ചില്ലിട്ട പൂമുഖത്തേക്ക് തുറക്കുന്ന വാതിലിന്റെ പുറകിൽ ഞാൻ വരച്ച ഏഴാമത്തെ വര അവൾ കണ്ടു.

"നമ്മുടെ ഏഴാമത്തെ ദിവസം, അനുഷ്ക. അതിനർത്ഥം നമുക്ക് പതിമൂന്ന് ദിവസങ്ങൾ കൂടി ശേഷിച്ചിട്ടുണ്ടെന്നാണ്."

"എന്നിട്ട്?"

"എന്നിട്ടെന്തുണ്ടാകുമെന്ന് നിനക്കറിയാമല്ലോ? നിന്റെ അവധി കഴിയും എന്റെ ഒഴിവുകാലം അവസാനിക്കും. നമ്മൾ മോസ്കോയിലേക്കു തിരിച്ചു പോകും."

ഞാൻ നുണ പറയുകയാണ്. മോസ്കോയിലേക്ക് തിരിച്ചു പോകുന്നതിനെക്കുറിച്ചല്ല, തിരിച്ചു പോയാൽ ഒന്നും സംഭവിക്കില്ലെന്ന് നടിക്കുന്നതിനെക്കുറിച്ച്. മോസ്കോയിൽ തിരിച്ചെത്തി ഒരാഴ്ച കഴിഞ്ഞാൽ, കൂടി വന്നാൽ പത്തുദിവസം കഴിഞ്ഞാൽ, ഞാനും കരീമും ഇസ്താംബൂളിലേക്ക് തിരിച്ചു പോകും. ഞങ്ങളിതാ വരുന്നു! പക്ഷേ, ചൈനക്കാർ സിയാവുവിനു നൽകിയതു പോലുള്ള യാത്രയയപ്പ് ഞങ്ങളുടെ കാര്യത്തിലുണ്ടാകില്ല. ഞങ്ങളുടെ സാഹചര്യം വ്യത്യസ്തമാണ്. ഞങ്ങൾ തിരിച്ചുവരുന്നുണ്ടെന്ന് ആരെങ്കിലും അറിയുന്നതിനു മുമ്പേ ഞങ്ങൾക്ക് തുർക്കിയിലെത്തണം. എന്തായാലും അത് പിറ്റേന്നു തന്നെ പൊലീസ് അറിയും. ഞങ്ങൾ 'അയ്ദിൻലികി'നുവേണ്ടി തുറന്ന പ്രവർത്തനം തുടങ്ങുമല്ലോ. കൊമിന്റേണിലെ ഏതാനും പേർക്കും ഞങ്ങളുടെ പാർട്ടി പ്രതിനിധിക്കും ഞങ്ങൾ ഇസ്താംബൂളിലേക്ക് പോകുന്ന കാര്യമറിയാം. ഇക്കാര്യം അനുഷ്കയിൽ നിന്ന് മറച്ചു പിടിക്കുന്നതും ഏതാനും വർഷങ്ങൾ കൂടി അവളുടെ കൂടെയുണ്ടാകുമെന്ന് നടിക്കുന്നതും വിചിത്രമാണ്. വിചിത്രമെന്നതിനേക്കാൾ അതു തെറ്റാണ്. പക്ഷേ, എനിക്കെന്തു ചെയ്യാനാകും?

"ശേഷിച്ച ദിവസങ്ങൾ എണ്ണുന്നതെന്തിനാണ്, അഹമ്മദ്? ഒരു നല്ല നാടകം കാണുമ്പോൾ അതെത്ര നേരം കൂടിയുണ്ടാകും എന്നു ഞാൻ ആലോചിക്കാറില്ല. ഒരിക്കലും അവസാനിക്കില്ലെന്നതുപോലെ ഞാനതു കണ്ടുകൊണ്ടിരിക്കും."

"നമ്മൾ കാണുന്ന, അല്ല അഭിനയിക്കുന്ന, ഈ നാടകം നേരായും നല്ലതാണോ?"

''വളരെ നല്ലതാണ്. പക്ഷേ, അഭിനയം എന്ന വാക്ക് എനിക്കിഷ്ടപ്പെട്ടില്ല. എനിക്ക് നിങ്ങളുടെ കാര്യമറിയില്ല. പക്ഷേ, ഞാൻ അഭിനയിക്കുകയല്ല."

"നീയൊരു കാണിയല്ല, ആണോ?"

"അല്ല. പക്ഷേ, നമ്മളിവിടെ നാടകം കാണുകയോ അഭിനയിക്കുകയോ അല്ല, നാം ജീവിക്കുകയാണ്."

അനുഷ്ക മട്ടുപ്പാവിലേക്കു തുറക്കുന്ന വാതിലിലൂടെ പുറത്തേക്കു നോക്കുകയും ഉയരമുള്ള പൈൻ മരങ്ങളെയും പ്രസന്നമായ വെളുപ്പു നിറമുള്ള ബീച്ചുമരങ്ങളെയും നോക്കിച്ചിരിക്കുകയും ചെയ്തു. അവളുടെ ചിരി പതിയെ - ചുണ്ടുകളിലെ ചായം (അവൾ ചുണ്ടുകളിൽ ചായം പുരട്ടാറില്ല. എങ്കിലും രൂപകങ്ങളുടെ ഉപയോഗം ഒരിക്കലും തെറ്റല്ലല്ലോ.) അദൃശ്യമായ തൂവാലകൊണ്ട് തുടച്ചുമാറ്റിയാലെന്നതു പോലെ - അപ്രത്യക്ഷമാകുകയും ചെയ്തു.

"നിങ്ങളില്ലാതെ എങ്ങനെയെനിക്ക് ജീവിക്കാനാകുമെന്ന് അറിയില്ല, അഹമ്മദ്. ഒരു വർഷം കഴിഞ്ഞാൽ, അല്ലെങ്കിൽ മൂന്നുവർഷം കഴിഞ്ഞാൽ, നിങ്ങൾ പോകും. പിന്നീടു നിങ്ങൾ തിരിച്ചു വരില്ല."

"എന്തുകൊണ്ടില്ല? നിനക്കറിയില്ല, ഞാൻ ചിലപ്പോൾ തിരിച്ചുവരാം."

"നിങ്ങൾ തിരിച്ചുവരില്ല. എന്നെ സംബന്ധിച്ചിടത്തോളം നിങ്ങൾ മരിച്ചവനാകും. എനിക്കറിയില്ല, ഞാനെങ്ങിനെ ജീവിക്കുമെന്ന്..."

"നാടകം അവസാനിക്കുന്നതിനെക്കുറിച്ച് ഒരിക്കലും ആലോചിക്കാറില്ലെന്ന് നീ ഇപ്പോഴല്ലേ പറഞ്ഞത്?"

"ഞാനതിനെക്കുറിച്ച് ചിലപ്പോഴെല്ലാം ആലോചിക്കാറുണ്ടെന്നു തോന്നുന്നു."

ഞാനവളെ കെട്ടിപ്പിടിക്കുകയും ചുണ്ടുകളിൽ ഉമ്മ വെക്കുകയും ചെയ്തു.

അനുഷ്കയുടെ ദാച്ചയിലേക്ക്, അവളുടെ അമ്മായിയുടെ ദാച്ചയിലേക്ക് - മോസ്ക്കോയിൽ നിന്ന് നാല്പത്തിയഞ്ചു മിനിറ്റു നേരത്തെ തീവണ്ടിയാത്രയുണ്ട്. കാട്... കാട്ടിൽ നിറയെ ദാച്ചകളുണ്ട്. തീവണ്ടിയാപ്പീസിൽനിന്ന് പതിനഞ്ചു മിനിറ്റു ദൂരത്തിലാണ് ഞങ്ങളുടെ ദാച്ച. മഴ പെയ്താൽ, ഞങ്ങൾ വന്നതിനു ശേഷം ഒരിക്കൽ മഴ പെയ്തു - കാട്ടു

വഴികളിലൂടെ അവിടെയെത്താൻ അസാമാന്യമായ മെയ് വഴക്കം വേണം. അത്രയും ചെളി! ഉരുണ്ട പൈൻ മരത്തടികൾ കൊണ്ടുണ്ടാക്കിയ ഒറ്റ നിലയുള്ളതാണ് ഞങ്ങളുടെ ദാച്ച. റഷ്യൻ കൃഷീവലന്മാരുടെ കുടിലുകൾ പോലെ! അതിന് മൂന്നു മുറികളുണ്ട്. അനുഷ്കയുടെ അമ്മായിയായ മരിയ ആൻദ്രെയെവ്ന, അതിലൊരെണ്ണം ഞങ്ങൾക്കു തന്നു. അവരുടെ ഭർത്താവ് 1915ൽ യുദ്ധമുഖത്തുവെച്ച് കൊല്ലപ്പെട്ടു.

പെത്യ എന്നു പേരുള്ള ഒരു പയ്യൻ ഒരു മണിക്കൂർ ദൂരെയുള്ള തന്റെ ഗ്രാമത്തിൽ നിന്ന് ഞങ്ങൾക്ക് പാലു കൊണ്ടുവരും. അവന്റെ മുടി കമ്പിളിരോമങ്ങൾപോലെയാണ്. കുപ്പായം കഴുത്തിൽ തുറന്നതാണ്. അരയിൽ ബെൽറ്റില്ല, കാലുകളിൽ ചെരിപ്പുകളും. അവനൊരു സുന്ദരനായ ആൺകുട്ടിയായിരുന്നു. അവന് ഏതാണ്ട് പതിന്നാലു വയസ്സു കാണും.

ഞങ്ങൾ തോർത്തുകളുമെടുത്ത് തടാകത്തിലേക്കു പോയി. അനുഷ്ക ഓരോന്നും പെറുക്കിയെടുക്കാൻ കുനിഞ്ഞുകൊണ്ടേയിരുന്നു – എനിക്കവയുടെ തുർക്കിപ്പേരുകൾ അറിയില്ല, റഷ്യൻ വാക്കുകൾ ഓർക്കാനുമാകില്ല – ചെറിയ സ്ട്രോബെറികൾ, കാട്ടുമുന്തിരികൾ. കൈക്കുമ്പിൾ നിറഞ്ഞപ്പോൾ അവൾ പറഞ്ഞു: "വായ തുറക്കൂ."

എന്റെ തുറന്ന വായിലേക്ക് അവൾ അതെല്ലാം കുത്തിനിറച്ചു.

കളകൾ തിന്നുന്നതു പോലെയാണത്. പക്ഷേ, ഞാനൊന്നും പറഞ്ഞില്ല. എനിക്ക് അനുഷ്കയുടെ സമ്മാനങ്ങൾ ഇഷ്ടമാണ്.

തടാകക്കരയിൽ തിരക്കുണ്ട്.

"പുത്തൻപണക്കാർ ഇന്ന് നേരത്തേ വന്നിട്ടുണ്ട്." അനുഷ്ക പറഞ്ഞു.

അടിവസ്ത്രങ്ങൾ ധരിച്ച ധാരാളം സ്ത്രീകൾ. അവരിലധികം പേരും തടിച്ചികളാണ്, ബഹളക്കാരും തുണിയുടുക്കാത്തവരുമായ കുട്ടികളും അവിടെയുണ്ട്. ചിലർ കുടകളുടെ കീഴിലാണിരിക്കുന്നത് – എന്നുവെച്ചാൽ സാധാരണ മഴക്കുടകൾ. ചിലർ കമിഴ്ന്നോ മലർന്നോ കിടന്ന് സൂര്യസ്നാനം ചെയ്യുന്നുണ്ട്. ചിലർ തടാകത്തിൽ നീന്തുന്നുണ്ട്. പുത്തൻപണക്കാർ കാട്ടിലെ ദാച്ചകൾ വാടകയ്ക്കെടുക്കും. സായാഹ്നങ്ങളിൽ അവർ മോടിയോടെ വസ്ത്രം ധരിച്ച് തീവണ്ടിയാപ്പീസിലെ മരം കൊണ്ടുണ്ടാക്കിയ പ്ലാറ്റുഫോറത്തിൽ മുകളിലേക്കും താഴേക്കും ഉലാത്താൻ പോകും.

ഞങ്ങൾ അത്രയധികം തിരക്കില്ലാത്ത ഒരിടം കണ്ടെത്തുകയും വസ്ത്രമഴിച്ചു മാറ്റുകയും ചെയ്തു. അനുഷ്കയുടെ ഉടൽ,അവളുടെ തടിച്ചുരുണ്ട കാലുകളും നീല നീന്തൽവസ്ത്രവും വീണ്ടുമെന്നെ അതിശയിപ്പിച്ചു.

ഞങ്ങൾ അടുത്തടുത്ത് നീന്തുകയാണ്. അവളുടെ വെള്ളക്കവണിയിൽ പൊതിഞ്ഞ തലയും ഇടയ്ക്കിടെ വെള്ളത്തിൽ തുടിക്കുന്ന, സൂര്യപ്രഭയിൽ തിളങ്ങുന്ന അവളുടെ കൈകാലുകളും ഞാൻ കണ്ടു.

ഞങ്ങൾ തടാകക്കരയിൽ മലർന്നു കിടന്നു. ഞാൻ അനുഷ്കയുടെ കൈ പിടിച്ചു.

"അനുഷ്ക, നീ അതിമനോഹരിയാണ്."

"ഇന്നിത് നാലാമത്തെ തവണയാണ് പറയുന്നത്."

"ഞാനിത് ദിവസം മുഴുവൻ, ഇരുപതു തവണ കൂടി, നമ്മളിന്ന് രാത്രി കിടക്കാൻ പോകുന്നതുവരെ പറയും."

"നിങ്ങളിങ്ങനെ തരളമായി സംസാരിക്കുന്നത് എനിക്കിഷ്ടമല്ല."

ഞാൻ തടാകക്കരയിൽ കിടക്കുന്നവരെ നോക്കി. ഞാൻ പുരോഹിതന്റെ മകളെ കണ്ടു. അവൾ വളരെ ആകർഷണീയയാണ്, അവൾക്കതറിയുകയും ചെയ്യാം. ദാച്ചകളിലെയും ഗ്രാമത്തിലെയും മുഴുവൻ ചെറുപ്പക്കാരും അവളുടെ പുറകെയാണ്. ഞാൻ ബതൂമിലെ കടൽത്തീരമോർത്തു. ഉസ്കുദാറിലെ സ്ത്രീകളുടെ കടൽക്കുളികളോർത്തു. അല്പം കടൽത്തിട്ടിലേക്കിറങ്ങി നിൽക്കുന്ന, നാലു വശവും മറച്ച മരത്തൂണുകൾ. അതിനകത്തുള്ള സ്ത്രീകൾ ആർത്തുവിളിക്കുന്നത് എനിക്കു കേൾക്കാം. ജെമീലയമ്മായി പറയുന്നത് ഞാൻ കേട്ടു, "ഞാൻ എന്റെ കാലുകൾക്കിടയിൽ നിന്നെ ഇറുക്കിപ്പിടിച്ച് കടൽത്തീരത്തെ കുളിപ്പുരയിൽ വെച്ച് കുളിപ്പിക്കുമായിരുന്നു."

ഞാൻ അനുഷ്കയോട് പറഞ്ഞു, "നീ എല്ലായ്പ്പോഴും ഏറ്റവും സ്വാഭാവികമായ കാര്യങ്ങളെ ലജ്ജാകരമാക്കി മാറ്റുന്നു."

അടിവസ്ത്രങ്ങൾക്കു മുകളിൽ ധരിക്കുന്ന അഴഞ്ഞ കാലുറകൾ ധരിച്ചാണ്, വീട്ടിൽ മാത്രമല്ല, ചിലപ്പോൾ തീവണ്ടിയാപ്പീസിന്റെ പ്ലാറ്റുഫോറത്തിലും ഞാൻ നടക്കുന്നത്. നഗരത്തിൽ നിന്നുള്ള ഏതാണ്ടെല്ലാ ചെറുപ്പക്കാരും അങ്ങനെത്തന്നെയാണ് നടക്കുന്നത്.

ഞങ്ങൾ ദാച്ചയിലേക്ക് തിരിച്ചുവന്നു. മരിയ ആൻദ്രെയെവ്നയ്ക്ക് നരച്ച, ഇളംനിറമുള്ള മുടിയുണ്ട്. അവരുടെ കണ്ണുകളും കാലുകളും അനുഷ്കയുടേതുപോലെയാണ്.

"ഒരു കത്തു വന്നിട്ടുണ്ട്, കുട്ടികളേ."

കരീമിന്റെയും മറൂസയുടെയും കത്താണത്. 'ഞങ്ങൾ അടുത്ത ഞായറാഴ്ച അങ്ങോട്ടു വരുന്നുണ്ട്.' അനുഷ്കയ്ക്ക് സന്തോഷമായി, എനിക്കും.

മുറ്റത്തെ ഏറ്റവും വലിയ, ഏറ്റവും അത്ഭുതമുളവാക്കുന്ന പൈൻ മരത്തിനു ചുവട്ടിൽ അനുഷ്ക കിടന്നു. പുസ്തകങ്ങൾ തുറന്നു, അവൾ പഠിക്കുകയാണ്. അവൾ ഒരു എഞ്ചിനീയറാകും. ഞാനാകട്ടെ ചായങ്ങൾ പുറത്തെടുക്കുകയും മരിയ ആൻദ്രെയെവ്നയുടെ ഛായാചിത്രം വരയ്ക്കാൻ തുടങ്ങുകയും ചെയ്തു.

പൊലീസ് കാര്യാലയത്തിലെ ആദ്യത്തെ വര

ഒരു രാത്രി ഏറെ വൈകി അവർ ഇസ്മയിലിനെ അറസ്റ്റു ചെയ്യുകയും കാര്യാലയത്തിലേക്ക് കൊണ്ടുപോകുകയും ചെയ്തു. നൈമാൻ അപ്പോൾ രണ്ടുമാസം ഗർഭിണിയായിരുന്നു.

ഇസ്താംബൂളിലെ പൊലീസ് കാര്യാലയം എമീനൊനുവിനും സിർകെജിക്കും ഇടയ്ക്കുള്ള ശാന്തമായ ഉൾത്തെരുവായ സൻസർയാൻ ഹാനിലാണ്. ആ തെരുവിൽ മറ്റ് ഓഫീസുകളുണ്ട്. പക്ഷേ, കണ്ണാടിജാലകങ്ങളുള്ള കടകളില്ല. അതൊരിക്കൽ സമ്പന്നനായ ഒരു അർമീനിയക്കാരനു സ്വന്തമായിരുന്നു. നാലു നിലകൾ, കല്ലുപാകിയ നടുമുറ്റം, രണ്ടു ഗോവണികൾ. രാഷ്ട്രീയ വിഭാഗം. നാലാമത്തെ ബ്യൂറോ കമ്യൂണിസ്റ്റ് ഡെസ്ക്ക് മുകളിലത്തെ നിലയിലാണ്. അവിടെയെത്തുമ്പോൾ ഇരട്ടചന്ദ്രക്കലകൾ വരച്ചുവെച്ച ഒരു വാതിൽ കാണാം. അതിനർത്ഥം 'പ്രവേശനമില്ല' എന്നാണ്.

അതു ശൈത്യകാലമായിരുന്നു. ഏറെ വർഷങ്ങൾക്കുശേഷം ഇസ്താംബൂളിനുമേൽ പതിച്ച കഠിനമായ ശൈത്യകാലങ്ങളിലൊന്ന്. കല്ലുപാകിയ നടുമുറ്റത്ത് നിറയെ മോട്ടോർവാഹനങ്ങളാണ്. അവർ നാലാമത്തെ നിലയിലേക്ക് കയറുകയും ഇരട്ടചന്ദ്രക്കലകളുള്ള വാതിൽ തുറന്ന് അകത്തു പ്രവേശിക്കുകയും ചെയ്തു. തലവന്റെ മുറിയിലേക്കു നീളുന്ന ഇടനാഴിയുടെ ഇരുവശത്തും കരുതൽതടവുകാർ. വരിവരിയായി നിരത്തിയിട്ട കസേരകളിൽ കുനിഞ്ഞ ശിരസ്സോടെ അവർ ഇരുന്നു. ഒരു പൊലീസുകാരൻ അവരുടെ മുന്നിൽ പാറാവു നടക്കുന്നുണ്ടായിരുന്നു. ഇസ്മയിൽ കടന്നുപോയപ്പോൾ അവരിൽ ചിലർ അയാളെ ഇടങ്കണ്ണിട്ടു നോക്കി. ചിലരെ ഇസ്മയിൽ തിരിച്ചറിഞ്ഞു, മറ്റു ചിലരെ തിരിച്ചറിഞ്ഞില്ല. അവർ ഇടനാഴിയിലേക്ക് തുളുമ്പിയെങ്കിൽ അതൊരു വലിയ വേട്ട തന്നെ. അവർ ബ്യൂറോ തലവന്റെ മുറിയിൽ പ്രവേശിച്ചു. മെഴുകുതുണിയുടെ കസേരകൾ, വിശാലമായ മേശ. തലവൻ മേശയ്ക്കു പുറകിലിരുന്നു.

ഇളംതവിട്ടുനിറം, ദൃഢവും വിശാലവുമായ ശരീരം. സിവിലിയൻ വസ്ത്രം ധരിച്ച നാലോ അഞ്ചോ പൊലീസുകാർ ചുറ്റിലുമുണ്ട്. അതിലൊരാൾ കമ്മീഷണറാണ്. ഇസ്മയിലിന് നീണ്ടു മെലിഞ്ഞ,കണ്ണട വെച്ച ഇരുണ്ട മനുഷ്യനെയും മറ്റു രണ്ടുപേരെയും അറിയാം. അവരെ തിരിച്ചറിയാൻ ബുദ്ധിമുട്ടില്ല. അവരെല്ലാം സർക്കാർ നൽകിയ ചാരനിറമുള്ളതോ തവിട്ടു നിറമുള്ളതോ ആയ സ്യൂട്ടുകളാണ് ധരിച്ചിരിക്കുന്നത്. അവർക്കെല്ലാം കടുംചാരനിറമുള്ള രോമത്തൊപ്പികളുണ്ട്.

ബ്യൂറോ തലവൻ: "സിയ നിങ്ങൾക്ക് ടൈപ്പ്റൈറ്ററുകളും സ്റ്റെൻസിലുകളും തന്നു."

"എനിക്ക് സിയ എന്നു പേരുള്ള ആരെയും അറിയില്ല. അത്തരം സാധനങ്ങളൊന്നും ആരും എനിക്ക് തന്നില്ല. ഞാനത് സ്റ്റേഷനിൽ വെച്ചു തന്നെ പറഞ്ഞു കഴിഞ്ഞതാണല്ലോ. നിങ്ങളെന്റെ വീട് പരിശോധിച്ചു. അങ്ങനെയുള്ള സാധനങ്ങൾ അവിടെയുണ്ടെങ്കിൽ നിങ്ങളതു കണ്ടെത്തിയേനേ."

"നിങ്ങൾ അത് കരീമിനു നൽകി."

"കരീമെന്നു പേരുള്ള ആരെയും എനിക്കറിയില്ല."

തലവൻ അതേ ചോദ്യങ്ങൾ തന്നെ പല മട്ടിലും ചോദിച്ചു. ഇസ്മയിൽ അതേ ഉത്തരങ്ങൾ നൽകി.

തലവൻ: "വടികൾ കൊണ്ടു വരൂ."

അവിടെയുള്ളവരിൽ ഒരാൾ പുറത്തേക്കു പോയി.

"നിങ്ങൾ ആദ്യമായല്ല ഇവിടെ വരുന്നത്. എന്താണ് സംഭവിക്കാൻ പോകുന്നതെന്ന് നിങ്ങൾക്കറിയാമല്ലോ. സംസാരിക്കുന്നവർ സംസാരിച്ചിട്ടുണ്ട്,അവർ സിയയും കരീമും എവിടെയാണെന്ന് പറഞ്ഞിട്ടുണ്ട്. നിങ്ങൾ നിങ്ങൾക്കും ഞങ്ങൾക്കും ബുദ്ധിമുട്ടുണ്ടാക്കരുത്." ഇസ്മയിൽ തന്റെ കണ്ണുകൾ ഇരുമ്പടുപ്പിൽ പഴുത്തു കൊണ്ടിരിക്കുന്ന കരിയുടെ തീച്ചുവപ്പിലുറപ്പിച്ചു. നിയന്ത്രണംവിട്ട് തെന്നിത്തെറിച്ചു പായുന്ന യന്ത്രത്തെ പോലെയാണ് അയാളുടെ തല. കരുതൽ തടവുകാർ ഇടനാഴിയിലേക്ക് തുളുമ്പിയെങ്കിൽ ഇതൊരു വലിയ വേട്ട തന്നെ. ആരാണ് തകർന്നു വീണത്? സിയയെയും കരീമിനെയും അവർക്ക് കിട്ടിയിട്ടില്ല. അവരെവിടെയാണെന്ന് എനിക്കല്ലാതെ മറ്റാർക്കറിയാം? പുറത്തു പോയ ആൾ കരുത്തുള്ള വടികളുമായി മടങ്ങിവന്നു. പല തരത്തിലുള്ളതും നേർത്തതും കട്ടിയുള്ളതുമായ വടികൾ.

"കിടക്ക്."

എല്ലാ ഊക്കോടും കൂടെ ഇസ്മയിൽ തന്റെ തൊട്ടടുത്തു നിന്ന കമ്മീഷണറുടെ നേർക്കു ചാടി. അതായിരുന്നു അയാളുടെ രീതി. ഒരൊറ്റ

നിമിഷംകൊണ്ട് അവർ തന്നെ കീഴ്പ്പെടുത്തുമെന്ന് അയാൾക്കറിയാമായിരുന്നു. പക്ഷേ, അല്പം പോലും ചെറുക്കാതെ നിലത്തു കിടന്നാൽ അയാളുടെ ആത്മാഭിമാനം വ്രണപ്പെടും. അതായിരുന്നു ഒരു കാര്യം. അയാൾക്ക് കൂടുതൽ രൂക്ഷമായി അടി കിട്ടിയാലും ആദ്യം ആക്രമിച്ചത് അയാളായതുകൊണ്ട് താൻ കൂടുതൽ ശക്തനാണെന്ന തോന്നലുണ്ടാകും. അതാണ് മറ്റൊരു കാര്യം.

തലവൻ മേശയ്ക്കു പുറകിൽ നിന്നെണീറ്റുവോ എന്ന് ഇസ്മയിലിന് പറയാൻ കഴിഞ്ഞില്ല. മുറിയിലുള്ള എല്ലാവരും അയാളുടെ നേർക്ക് അപ്പോൾ തന്നെ ചീറിയടുത്തു. ചെകിട്ടത്തടികൾ, ഇടികൾ, പ്രാക്കുകൾ, തൊഴികൾ - അയാൾ നിലത്തു വീണു. വലയിൽ നിന്ന് രക്ഷപ്പെടാൻ ശ്രമിക്കുന്ന മീനിനെപോലെ അയാൾ തറയിൽ കിടന്നു പിടഞ്ഞു. തല ഇടത്തോട്ടും വലത്തോട്ടും ഉരുട്ടിയപ്പോൾ അയാൾ ചുട്ടുപഴുത്ത ഇരുമ്പിന്റെ ചുവന്ന വെളിച്ചം കണ്ടു. അത് അയാളുടെ കണ്ണുകളിൽ മിന്നിയും കെട്ടും പ്രകാശം വീശി. രണ്ടുപേർ അയാളുടെ നെഞ്ചിൽ കയറിയിരുന്നു. വലിയ വേഗതയോടെയും കാര്യക്ഷമതയോടെയും അവർ അയാളുടെ ഷൂസുകൾ ഊരിയെടുത്തു.

തലവൻ വടി കയ്യിലെടുത്തു: "നിങ്ങൾ സംസാരിക്കാൻ തയ്യാറാണോ?"

"എനിക്കൊന്നും തന്നെ പറയാനില്ല."

തലവൻ ഇസ്മയിലിന്റെ കാലടികളിൽ പ്രഹരിക്കാൻ തുടങ്ങി. രണ്ടു വടികൾ, പിന്നെ മൂന്ന്. ഇസ്മയിലിന് വേദന തോന്നിയില്ല. രോഷമല്ലാതെ അയാൾക്കൊന്നും തന്നെ തോന്നിയില്ല. അയാൾ അലറിവിളിച്ചില്ല. ശാപവാക്കുകൾ പുറത്തേക്കു തുപ്പിയില്ല. എനിക്കത് സിയയിൽ നിന്നാണ് കിട്ടിയതെന്നും ഞാനത് കരീമിനു കൊടുത്തെന്നും ആരാണ് പറഞ്ഞത്? മച്ചിലെ വൈദ്യുതവിളക്ക് എന്റെ കണ്ണുകൾക്കുള്ളിലാണ് എരിയുന്നത്. അവർ സോക്സുകൾ ഊരിയിട്ടില്ല. രക്തം തറയിൽ ചിന്താതിരിക്കാനാണത്. ഇസ്മയിലിനറിയാം, രക്തം അയാളുടെ നഖങ്ങൾക്കടിയിൽ കെട്ടിനിൽക്കുകയും നഖങ്ങൾ പിന്നീട് കൊഴിഞ്ഞുപോകുകയും ചെയ്യും. അടുത്ത് ഒരു ബക്കറ്റു നിറയെ വെള്ളമുണ്ട്. അവർ അയാളെ കൈകളിൽ പിടിച്ചുയർത്തി, വേച്ചു പോയപ്പോൾ ചെകിട്ടത്തടിച്ചു. എന്നിട്ടയാളുടെ കാലുകൾ ബക്കറ്റിനുള്ളിൽ തിരുകി. വെള്ളത്തിന് മഞ്ഞിന്റെ തണുപ്പായിരുന്നു. കൈകളിൽ പിടിച്ച് അവർ അയാളെ നടത്തിച്ചു. അടി തുടരുമ്പോൾ ഉള്ളങ്കാൽ മരവിക്കുകയും നിശ്ചേതനമാകുകയും ചെയ്യും. എന്നാൽ തണുത്ത വെള്ളവും നടത്തവും കാലിലേക്ക് പുത്തൻ രക്തമെത്തിക്കുകയും വേദന തിരിച്ചെത്തുകയും ചെയ്യും. വടികൾ വീണ്ടും പുളഞ്ഞു വീണു. ഇസ്മയിലിന് കമ്മീഷണറുടെ വടി മറ്റു വടികളിൽ

നിന്ന് തിരിച്ചറിയാൻ കഴിഞ്ഞു. തലവൻ അടിനിർത്തിയിരുന്നു. ഇസ്മയിൽ അലറിക്കരയാൻ തുടങ്ങി. വേദന അത്രയ്ക്ക് അസഹ്യമായിരുന്നു. തലവൻ മുഖത്തു നിന്ന് വിയർപ്പു തുടച്ചു മാറ്റി. അടി നിർത്തിവെച്ച് അയാൾ വീണ്ടും ചോദിച്ചു: “സംസാരിക്കാൻ തയ്യാറാണോ?”

“എനിക്കൊന്നും പറയാനില്ല.”

ഒന്നിനു പുറകെ ഒന്നായി വടികൾ താഴേക്കു വന്നു. താൻ അത്യുച്ചത്തിൽ കരയുകയാണെന്ന് ഇസ്മയിലിന് മനസ്സിലായി. എത്ര നേരമായി അയാൾ ആ മുറിയിലെത്തിയിട്ട്? അയാൾക്കറിയില്ല. ചിലപ്പോൾ രണ്ടു മണിക്കൂർ, ചിലപ്പോൾ മൂന്ന്. വൈദ്യുതബൾബ് മാഞ്ഞുപോയി. പുലരിയെത്തി.

“ഇയാളെ കൊണ്ടുപോകൂ.”

രണ്ടുപേർ ഇസ്മയിലിനെ കൈ പിടിച്ചുയർത്തി. അയാൾക്ക് കാലുകൾ നിലത്തു കുത്താനായില്ല. അവരയാളെ മുറിയിൽ നിന്ന് വലിച്ചിഴച്ചു. വഴിയിൽ വെച്ച് അയാൾ ശൈത്യകാല പുലരിയെ ജാലകങ്ങൾക്കുള്ളിലൂടെ കണ്ടു. അവർ ഇടനാഴിയിലൂടെ കടന്നുപോയി. കസേരകളിലിരിക്കുന്നവർ അവരുടെ തുറിച്ചുനോട്ടങ്ങളെ മറച്ചുവെച്ചില്ല. ഭീതിയും സങ്കടവും ജിജ്ഞാസയും സാഹോദര്യവും കൂടിക്കലർന്ന ചിരി ചിരിക്കാൻ ചിലർ ശ്രമിച്ചു.

ഇസ്മയിലിനെ കൈകളിൽ താങ്ങിത്തന്നെ അവർ ഗോവണിപ്പടികളിറക്കി. ഷൂസുകൾ അയാളുടെ കൈകളിൽ നിന്ന് തൂങ്ങിക്കിടന്നു. അയാളുടെ കാലുകൾ മുട്ടുകളിൽ വെച്ച് പൊട്ടിയതു പോലെ പുറകിൽ തൂങ്ങിക്കിടന്നു. മങ്ങിക്കത്തുന്ന വൈദ്യുതവിളക്കുകളും ശൈത്യകാല പുലരിയും എങ്ങും വെട്ടം പരത്തി. താഴത്തെ നിലയിൽ, അനുസരണക്കേടു കാണിക്കുന്നവർക്കുള്ള വാർഡിന്റെ തൊട്ടടുത്തുള്ള വാതിൽ അവർ തുറക്കുകയും ഇസ്മയിലിനെ അതിനുള്ളിലേക്ക് പിടിച്ചു തള്ളുകയും ചെയ്തു.

കൽത്തുറുങ്ക്. സിമന്റു തറ. ഭിത്തികളിൽ ചളി പുരണ്ട കുമ്മായം. അവർ അയാളെ അതിനകത്തേക്കു തള്ളിയിട്ടു. അയാൾ തറയിലേക്ക് കുഴഞ്ഞുവീണു. അവർ അയാളെ നേരെ നിർത്തുകയും വലിയ സാമർത്ഥ്യത്തോടെ വിവസ്ത്രനാക്കുകയും ചെയ്തു. അടിവസ്ത്രവും കണങ്കാലിൽ കെട്ടുള്ള അഴഞ്ഞ കാലുറയും കയ്യിൽ ഷൂസുകളുമായി അയാൾ ഭിത്തിയിൽ ചാരിയിരുന്നു. മച്ചിൽ നിന്ന് മങ്ങിയ ഒരു വൈദ്യുതവിളക്ക് തൂങ്ങിക്കിടക്കുന്നുണ്ട്. ഇരുമ്പു പഴുപ്പിച്ചു വെച്ചതു പോലെ അയാളുടെ ഉള്ളങ്കാൽ നീറി. പൊലീസുകാർ അയാളുടെ വസ്ത്രങ്ങളെടുത്ത് വാതിലടക്കുകയും പൂട്ടി സ്ഥലം വിടുകയും ചെയ്തു. അകത്ത് മരം കോച്ചുന്ന തണുപ്പാണ്. അയാളുടെ പല്ലുകൾ കിടുകിടുത്തു. മുക്കുവന്മാരെപ്പോലെ

അയാൾ ചൂടു പിടിപ്പിക്കാനായി ഉടലിനിരുവശവും കൈകൾ കൊണ്ട് ആഞ്ഞടിച്ചു. നെഞ്ചിലും വയറ്റിലും രോമങ്ങൾ എഴുന്നേറ്റുനിന്നു. ദൈവമേ, ഈ ചെകുത്താന്മാർ പട്ടാളക്കാരേക്കാൾ മോശപ്പെട്ടവരാണ്. കപ്പലിന്റെ അടിത്തട്ടിൽ പുഴുങ്ങുന്ന ചൂടായിരുന്നു. മുറിയിൽ താനൊറ്റയ്ക്കല്ലെന്ന് പെട്ടെന്നവനു തോന്നി. നാരങ്ങാനിറമുള്ള കൂട പോലെ തോന്നിക്കുന്ന എന്തിലോ ചേക്കേറിയിരിക്കുന്ന ഒരു മനുഷ്യൻ അവിടെയുണ്ട്. അയാളുടെ പുറങ്കുപ്പായത്തിന്റെ ഉയർത്തി വെച്ച കോളറിനുള്ളിലൂടെ താടിരോമങ്ങളുടെ തുഞ്ചം കാണാം. അയാൾ തുണി കൊണ്ടുള്ള വട്ടത്തൊപ്പി ധരിച്ചിട്ടുണ്ട്. പുറങ്കുപ്പായത്തിന്റെ കീശകളിൽ കയ്യിട്ട്, തുറിച്ച കണ്ണുകളോടെ അയാൾ ഇസ്മയിലിനെ നോക്കി. ഇസ്മയിൽ വിചാരിച്ചു, "ഇയാൾ ഞങ്ങളിലൊരാളല്ല."

ഇസ്മയിൽ: "നമസ്കാരം."

"സമാധാനമുണ്ടാകട്ടെ."

"എല്ലാം നേരെയാണെന്ന് കരുതുന്നു."

"നന്ദി."

"ഇവിടെയെത്തിയിട്ട് എത്രയായി?"

"ഒരാഴ്ച."

"എന്തിനാണവർ നിങ്ങളെ ഇതിനകത്താക്കിയത്?"

"വ്യാജമായ കുറ്റാരോപണം."

"ശരി, പക്ഷേ എന്താണ് ആ ആരോപണം?"

"ഞാൻ ഖുർ ആൻ-ന്റെ പതിപ്പുകൾ അറബിയിൽ അച്ചടിക്കുകയും വിറ്റഴിക്കുകയും ചെയ്തത്രേ."

ആ മനുഷ്യൻ ചോദിച്ചില്ല, "നിങ്ങളെയെന്തിനാണ് ഇതിനകത്താക്കിയത്?" അയാൾ കണ്ണുകളടച്ചു. ഇസ്മയിൽ എഴുന്നേറ്റു നിൽക്കാൻ നോക്കി. ഒരു രക്ഷയുമില്ല. കാല് നിലത്തു കുത്തുന്നത് പഴുത്ത ഇരുമ്പിനു മുകളിലൂടെ നടക്കുന്നതുപോലെ ദുഷ്ക്കരമാണ്. സോക്സിനുള്ളിൽ നിറഞ്ഞ രക്തം ഉണങ്ങിക്കഴിഞ്ഞിരുന്നു.

ഊശാന്താടിയുള്ള മനുഷ്യൻ കണ്ണുകൾ തുറന്ന് ഇസ്മയിലിനെ നോക്കുകയും പിന്നെയും കണ്ണുകളടയ്ക്കുകയും ചെയ്തു.

ഇസ്മയിൽ വലിയ ക്ലേശത്തോടെ, വേദന സഹിച്ച് മുട്ടുകുത്തി നിന്നു. അധികം കഴിയും മുമ്പേ അയാളുടെ മുട്ടുചിരട്ടകൾ തണുത്തുറഞ്ഞു. അയാൾ പിന്നെയും കുത്തിയിരുന്നു. പെട്ടെന്നയാൾ ചിന്തിച്ചു - പേടിപ്പിക്കുംവിധം സന്തോഷം അയാൾക്കതിൽ തോന്നി - 'ഷൂസുകളിലിരിക്കാമല്ലോ.'

കൽത്തുറുങ്കിന് ജാലകങ്ങളില്ല.

1925ൽ കുടിലിന്റെ വാതിലിൽ അഹമ്മദ് വരച്ച വരകൾ ഇസ്മയിൽ ഓർത്തെടുത്തു. അയാൾ നഖം കൊണ്ട് കുമ്മായമടിച്ച ഭിത്തിയിൽ ഒരു വര കോറിയിട്ടു: ആദ്യത്തെ വര. ആരെല്ലാമാണ് തകർന്നു വീണത്? ഇത്ര വലിയ അളവിൽ അറസ്റ്റുകളുണ്ടായിട്ടും ഞാനതിനെക്കുറിച്ച് കേട്ടില്ലല്ലോ? ഒരൊറ്റ രാത്രി കൊണ്ടാണോ അവർ ഇത്രയും പേരെ പിടികൂടിയത്?

വാതിൽ തുറന്നു. കയ്യിലൊരു കടലാസു സഞ്ചിയും റൊട്ടിയുമായി ഒരു പൊലീസുകാരൻ: "ബാബാ!"

കൂടയ്ക്കു മുകളിലിരുന്ന മനുഷ്യൻ കണ്ണുകൾ തുറന്നു. അയാൾ താഴെയിറങ്ങി റൊട്ടിയും കടലാസു സഞ്ചിയുമെടുത്തു. അയാൾ കൂടയുടെ മുകളിൽ തിരികെപ്പോയിരിക്കാൻ തുടങ്ങിയപ്പോൾ വാതിലടഞ്ഞു. അയാൾ കടലാസു സഞ്ചി തുറന്നു. കറുത്ത ഒലീവ് പഴങ്ങൾ.

"എന്റെ മകൻ."

"ആര്?"

"ഈ റൊട്ടിയും ഒലീവുകളും കൊണ്ടു വന്നയാൾ."

"ഉം,മകനൊരു പൊലീസുകാരനാണെങ്കിൽ നിങ്ങൾക്ക് എത്രയും വേഗം പുറത്തിറങ്ങാം."

അയാൾ സംസാരിച്ചു: "അവനെന്തു ചെയ്യാനാകും? വ്യാജമായ ആരോപണം. ഇത്തരമൊരു ആരോപണം - ഏഴു രാജ്യങ്ങൾ ഒരുമിച്ചിരുന്ന് ഏഴാഴ്ച പഠിച്ചാലും അവരതിന്റെ അടിത്തട്ടിലേക്കെത്തില്ല."

താടിക്കാരൻ റൊട്ടിയും ഒലീവുകളും തിന്നു തീർക്കുകയും എഴുന്നേൽക്കുകയും ചെയ്തു. എന്നിട്ട് മൂലയിലിരിക്കുന്ന പാട്ടയിൽ കുന്തിച്ചിരുന്നു മൂത്രമൊഴിച്ചു. പിന്നെയും കൂടയിൽ ചേക്കേറി.

ഉച്ചയാകാറായപ്പോഴാണെന്നു തോന്നുന്നു, വാതിൽ വീണ്ടും തുറന്നു. താടിക്കാരന്റെ മകൻ പൊരിച്ച ഇറച്ചിയുണ്ടകളും 'പിദ' റൊട്ടിയുമായി വന്നു. കൂടെ ഒരു കുപ്പി വെള്ളവും. അയാൾ ആഹാരം കഴിക്കുകയും വെള്ളം കുടിക്കുകയും ചെയ്തു. അയാൾ ഏമ്പക്കം വിട്ടു കൊണ്ട് ഇസ്മയിലിനോട് പറഞ്ഞു: "നിങ്ങൾക്ക് ആരുമില്ലേ? ആരും ആഹാരം കൊണ്ടു വന്നു തന്നില്ലെങ്കിൽ, വിശപ്പുകൊണ്ട് നിങ്ങൾ സ്രഷ്ടാവിനെ നേരിട്ടു കാണും."

"തണുത്തു മരവിച്ചുതന്നെ ഞാൻ അദ്ദേഹത്തെ കാണും."

രാത്രി വീഴാറായപ്പോഴാണെന്നു തോന്നുന്നു,വാതിൽ പിന്നെയും തുറന്നു. ഇത്തവണ അത് റൊട്ടിയും പസ്തിർമയുമാണ്. ഇസ്മയിലിന്

വിശന്നു തുടങ്ങിയിരുന്നു. നൈമാൻ എന്തെങ്കിലും കഴിക്കാൻ കൊണ്ടു വന്നിട്ടുണ്ടാകും. അയാൾ വാതിലിൽ ഉറക്കെ അടിച്ചു. അവരതു തുറന്നു. ഒരു പൊലീസുകാരൻ - താടിയുള്ള മനുഷ്യന്റെ മകനല്ല - അവിശ്വസനീയമായ വിധത്തിൽ മുട്ടുകൾ വളഞ്ഞ ഒരാൾ (എങ്ങനെയോ അയാൾ നിൽക്കുന്നതു തന്നെ അതിശയം), അയാൾക്ക് മുഖക്ഷൗരവും ആവശ്യമാണ്:

"ഏയ്, എന്താണു കാര്യം? നീയെന്തിനാണ് ബഹളമുണ്ടാക്കുന്നത്?"

ഇസ്മയിലിന് മറുപടി പറയാനാകുന്നതിനു മുമ്പ് കൂടയ്ക്കു മുകളിലെ മനുഷ്യൻ പറഞ്ഞു: "അത് ഇയാളാണ്, ഞാനല്ല."

"എന്താണയാൾക്കു വേണ്ടത്?"

"ആരും എനിക്ക് ആഹാരം കൊണ്ടു വന്നില്ലേ?"

"നോക്കാം."

വാതിലടഞ്ഞു.

"വാതിലിൽ അടിക്കരുത്. ആരെങ്കിലും നിങ്ങൾക്ക് ആഹാരം കൊണ്ടു വന്നിട്ടുണ്ടെങ്കിൽ, അവരത് ഇവിടെയെത്തിക്കും."

ഒരു കമ്പുകൊണ്ട് പല്ലിട വൃത്തിയാക്കുന്ന ആ മനുഷ്യനെ ഇസ്മയിൽ നോക്കി - എവിടെ നിന്നാണ് അയാൾക്കതു കിട്ടിയത്?

വാതിൽ തുറന്നു. കണ്ണട വെച്ച കമ്മീഷണറും മറ്റൊരാളും കടന്നു വന്നു. അവർ ഇസ്മയിലിന്റെ വസ്ത്രങ്ങൾ അയാളുടെ നേർക്ക് എറിഞ്ഞു കൊടുത്തു.

"ആരും എനിക്ക് ആഹാരം കൊണ്ടുവന്നില്ലേ?"

"നിങ്ങളുടെ ഭാര്യ ആഹാരം കൊണ്ടുവന്നിരുന്നു. പക്ഷേ, ഞങ്ങള വരെ തിരിച്ചയച്ചു."

"എന്തുകൊണ്ട്?"

"നിങ്ങൾക്ക് ആഹാരമില്ലാതെ ഏതാനും ദിവസം കഴിയാമല്ലോ."

അവർ വാതിൽ വലിച്ചടച്ച് പുറത്തേക്കു പോയി. ഇസ്മയിൽ കഷ്ടപ്പെട്ട് വസ്ത്രം ധരിച്ചു. ശരീരം അല്പം ചൂടായതിനുശേഷം അയാൾ വീണ്ടും വിറയ്ക്കാൻ തുടങ്ങി. വൈദ്യുതാഘാതമേറ്റതുപോലെ അയാളുടെ ഉടൽ കിടുകിടുങ്ങി.

കുപ്പായത്തിന്റെ കോളറിനുള്ളിൽ മുഖമൊളിപ്പിച്ചും ഷൂസുകളുടെ മുകളിലിരുന്നും അയാൾ രാത്രി കഴിച്ചുകൂട്ടി, അവർ അയാളുടെ പുറങ്കുപ്പായം തിരിച്ചു നൽകിയിട്ടില്ല. അസഹ്യമായ ദാഹത്താൽ ഒരിക്കൽ അയാൾ ഉറക്കത്തിൽനിന്ന് എഴുന്നേറ്റു. കൂടയ്ക്കുള്ളിൽ താടിക്കാരൻ കൂർക്കം വലിച്ചുറങ്ങുന്നുണ്ടായിരുന്നു. ഇസ്മയിൽ അയാളുടെ

അടുത്തേക്ക് ഇഴഞ്ഞു നീങ്ങി. കൂടയ്ക്കടുത്തിരുന്ന വെള്ളക്കുപ്പിയിൽ നിന്ന് അയാൾ ഒരിറക്കു കുടിച്ചു, പിന്നീട് മറ്റൊരിറക്കും. പിന്നീട് അതു മുഴുവനും.

പിറ്റേന്നയാൾ താടിയുടെ അലർച്ച കേട്ടാണ് ഉറക്കമുണർന്നത്: "നിങ്ങളെന്റെ വെള്ളം കുടിച്ചു."

"എനിക്ക് അത്രയ്ക്ക് ദാഹമുണ്ടായിരുന്നു."

"നിങ്ങൾ ആഹാരം കഴിക്കാനോ വെള്ളം കുടിക്കാനോ പാടില്ല. ഞാനിതു പറഞ്ഞു കൊടുക്കും."

അല്പം കഴിഞ്ഞപ്പോൾ ആ മനുഷ്യന്റെ മകൻ അപ്പവും ഒലീവുകളുമായി വീണ്ടും വന്നു.

"ഇബ്രാഹിം, ഈ മനുഷ്യൻ രാത്രി എന്റ വെള്ളം കുടിച്ചു."

"അതുകൊണ്ടെന്താണ്, ബാബാ? ഞാൻ വേറെ വെള്ളം കൊണ്ടുവരാം."

"അയാൾക്ക് ആഹാരവും വെള്ളവും കൊടുക്കരുതെന്നാണ് അവർ പറഞ്ഞത്."

"ഒരു തുള്ളിവെള്ളമല്ലേ?"

"എന്തുചെയ്യണമെന്ന് നിനക്കറിയാമല്ലോ. പക്ഷേ, എന്നെ കള്ളക്കേസിൽ കുടുക്കിയതാണ്. നീ കുഴപ്പത്തിൽ അകപ്പെടാനുള്ള സാദ്ധ്യതയുമുണ്ട്."

താടിക്കാരന്റെ മകൻ മറുപടി പറഞ്ഞില്ല. അയാൾ ചുവന്നു തുടുത്ത ചെറുപ്പക്കാരനാണ്. അയാളുടെ യൂണിഫോറവും തൊപ്പിയും അഴുക്കുപുരളാത്തതാണ്. അയാൾ കുപ്പിയെടുത്ത് പുറത്തു പോകുകയും അല്പനേരത്തിനുശേഷം അതിൽ വെള്ളവുമായി തിരിച്ചു വരികയും ചെയ്തു.

ഇസ്മയിൽ ഭിത്തിയിൽ രണ്ടാമത്തെ വര കോറിയിട്ടു.

ഉച്ചയായിക്കാണണം, താടിയുടെ മകൻ പിദയും ഇറച്ചിയുണ്ടകളും കൊണ്ടു വന്നു. അല്പസമയത്തിനു ശേഷം വാതിൽ തുറന്നു. കണ്ണട ധരിച്ച കമ്മീഷണർ ഇസ്മയിലിനെ നോക്കാതെ കൂടയ്ക്കു മുകളിലെ മനുഷ്യനോട് പറഞ്ഞു: "ഹോജ, ഈ മനുഷ്യന് ആഹാരം കൊടുക്കരുത്, ഇല്ലെങ്കിൽ നിങ്ങളെയും പട്ടിണിക്കിടും."

"ഉറപ്പായും ഞാൻ കൊടുക്കില്ല."

ഇസ്മയിലിന് ഏകാന്തതടവിന്റെ വിശാലമായ അനുഭവജ്ഞാനമുണ്ട്. നാലുചുവരുകൾക്കുള്ളിൽ അയാൾക്ക് മാസങ്ങളോളം കഴിച്ചു കൂട്ടാൻ കഴിയും. അയാൾ താടിയോട് സംസാരിച്ചില്ല. ഇസ്മയിൽ മുറിയിലെ അചേതനമായ വസ്തുക്കളിലൊന്നായി അയാളെ കണക്കുകൂട്ടി. അയാൾ

ആ മനുഷ്യനെ നിരീക്ഷിച്ചു. അയാൾ കൂടയ്ക്കു മുകളിൽ ചേക്കേറി അങ്ങനെയിരിക്കുകയാണ്. എപ്പോഴാണ് അയാൾ അവിടെ നിന്നെഴുന്നേറ്റു നടക്കുക? അയാളുടെ നഖങ്ങൾ വളരെ നീണ്ടതും ഇരുണ്ടതുമാണ്. അയാളുടെ വിരലുകൾ മെഴുകു പോലെ മഞ്ഞച്ചതാണ്. മൂക്ക് വളഞ്ഞ താണ്. ഞാൻ ആയിരംവരെ എണ്ണാൻ തുടങ്ങുകയാണ്,അയാൾ അതിനിടെ എഴുന്നേല്ക്കും. ഞാൻ ആയിരം വരെ എണ്ണി. അയാൾ അപ്പോഴും അങ്ങനെത്തന്നെയിരുന്നു. ഞാൻ മൂവായിരംവരെ എണ്ണാൻ പോകുകയാണ്, അയാൾ അതിനിടെ കണ്ണുകളടയ്ക്കും. രണ്ടായിരത്തി ഇരുന്നൂറ്റി അറുപത്തിനാലു വരെ എണ്ണിയപ്പോഴാണ് അയാൾ കണ്ണടച്ചത്. വൈദ്യുതബൽബിന് എത്ര 'വാട്ട് ' പ്രകാശം കാണും? കൂടിവന്നാൽ ഇരുപത്തിയഞ്ച്! ഞങ്ങളുടെ കുളിമുറിയിലെ ബൾബുപോലെ. മച്ചിൽ ഇഴഞ്ഞുനീങ്ങുന്നത് മൂട്ടയാണോ? എങ്ങനെയാണ് അത് അത്ര ഉയര ത്തിലെത്തിയത്? ഞാൻ പതിനായിരംവരെ എണ്ണുകയാണ്, അയാൾ അതിനിടെ കണ്ണുകൾ തുറക്കും. ഞാൻ എണ്ണി, പക്ഷേ താടിക്കാരൻ കണ്ണുകൾ തുറന്നില്ല. എമിൻ എത്ര സെന്റീമീറ്ററുണ്ട്? ഒരു മീറ്റർ തികച്ചു മുണ്ടോ? ഇല്ല. നമുക്കവയെ അളക്കേണ്ടതുണ്ട്. അവർ നൈമാനെ ആഹാരം വാങ്ങാതെ തിരിച്ചയച്ചോ? അവർ ആഹാരം വാങ്ങിവെച്ചിട്ട് എനിക്കു തരാത്തതാണോ? അവർ ആഹാരം വാങ്ങാതെ അവളെ തിരിച്ചയച്ചു കാണില്ല. അവർ ആ ആഹാരം വിഴുങ്ങിക്കാണും. തന്തയില്ലാത്തവർ! കൊടിച്ചിപ്പട്ടിയുടെ മക്കൾ! തണുക്കാതിരിക്കണമെങ്കിൽ - തണുപ്പിനെ ക്കുറിച്ച് ചിന്തിക്കാതിരിക്കണം.

വാതിൽ തുറന്നു. പൊലീസുകാരൻ അയാളുടെ ബാബയ്ക്കുള്ള രാത്രിഭക്ഷണം നൽകി. താഹിനി ഹൽവയും റൊട്ടിയും. അയാളത് വെട്ടി വിഴുങ്ങി. ഹൽവയുടെ എണ്ണപുരണ്ട തുണ്ടുകൾ താടിയിൽ പറ്റിപ്പിടി ച്ചിരുന്നു. അയാൾ വാതിലിൽ തട്ടി. അവരതു തുറന്നു.

"എനിക്ക് വിസർജ്ജിക്കണം." അയാൾ പറഞ്ഞു.

ഇസ്മയിൽ: "എനിക്കും."

അവർ ആദ്യം ആ മതഭ്രാന്തനെ പുറത്തു കൊണ്ടുപോകുകയും കൊണ്ടു വരികയും ചെയ്തു. ഇസ്മയിലിനോട്: "നിങ്ങൾ ആ മൂത്രപ്പാട്ട കൂടി എടുക്കൂ."

ഇസ്മയിൽ വേദനയോടെ മൂത്രപ്പാട്ട എടുക്കാനായി എഴുന്നേറ്റു നിന്നു. ഇപ്പോഴും അയാൾക്ക് കാലുകുത്തി നിൽക്കാറായിട്ടില്ല. പൊലീസു കാരൻ അയാളുടെ കൈ പിടിച്ചു.

ശൗചാലയത്തിലെത്തിയ ഇസ്മയിൽ അവിടത്തെ കുഴലടപ്പിനോട് ചുണ്ടുകൾ ചേർക്കുകയും ആർത്തിയോടെ വെള്ളം മോന്തുകയും

ചെയ്തു. തിരിച്ചെത്തിയപ്പോൾ താടി അങ്ങോട്ടും ഇങ്ങോട്ടും നടക്കുകയാണ്.

ഇസ്മയിൽ അയാളുടെ കാലടികൾ എണ്ണി: അഞ്ഞൂറ്റിഅമ്പത്തിരണ്ട്. അയാൾ വീണ്ടും തന്റെ കൂടയിൽ ചേക്കേറിയിരുന്നു. അയാൾ താടിരോമങ്ങൾ പുറങ്കുപ്പായത്തിനുള്ളിലൊളിപ്പിക്കുകയും ഉറങ്ങുകയും ചെയ്തു. ഇസ്മയിലിന് അറിയാം. ഇത്തരം സ്ഥലങ്ങളിൽ വെച്ച് നിങ്ങൾ ഏറെയൊന്നും നിങ്ങൾ സ്നേഹിക്കുന്നവരെക്കുറിച്ച് ആലോചിക്കേണ്ടതില്ല. നിങ്ങൾക്ക് പുറംലോകത്തെക്കുറിച്ച് ചിന്തിക്കാനാകില്ല. ചീത്തയാളുകളെക്കുറിച്ചും നിങ്ങളെ ഭ്രാന്തു പിടിപ്പിക്കുന്ന കാര്യങ്ങളെക്കുറിച്ചും ചിന്തിക്കേണ്ടി വരും. ഇന്നു രാത്രി അവർ ഞങ്ങളെ ചോദ്യം ചെയ്യാൻ കൊണ്ടുപോകും. അത്യുച്ചത്തിൽ മിടിക്കുന്ന ഹൃദയത്തോടെ അയാൾ വാതിൽ തുറക്കാനായി മണിക്കൂറുകളോളം കാത്തിരുന്നു. പക്ഷേ, അതു തുറന്നില്ല.

അയാളുടെ ഉദരം വിശപ്പുകൊണ്ട് മുരണ്ടു. എനിക്ക് എല്ലായ്പ്പോഴും വലിയ വിശപ്പുണ്ടായിയിരുന്നു.

പിറ്റേന്ന് - രാവിലെ, ഉച്ച, രാത്രി - കൂടയ്ക്കു മുകളിലുള്ള മനുഷ്യന് ആഹാരവും വെള്ളവും കിട്ടി. അയാൾ ആഹാരം കഴിക്കുമ്പോൾ അങ്ങോട്ടു നോക്കാതിരിക്കാൻ ഇസ്മയിൽ ശ്രദ്ധിച്ചു. അയാളുടെ കാലിനടിയിലെ വേദന കുറഞ്ഞു. ചിലപ്പോഴത് തണുപ്പിൽ മരവിച്ചതാകാം,ചിലപ്പോൾ വേദന ശീലമായതാകാം. അയാൾ മൂന്നാമത്തെ വരയും ഭിത്തിയിൽ കോറിയിട്ടു.

അടുത്ത ദിവസവും മതഭ്രാന്തൻ ഇറച്ചിയുണ്ടകൾ തിന്നു-അവയ്ക്ക് കൊതിയുണർത്തുന്ന മണമുണ്ടായിരുന്നു,പിദയാകട്ടെ ചൂടുള്ളതുമായിരുന്നു - അയാൾ പറഞ്ഞു: " ഇത് അതീവ രുചികരമാണ്. എന്റെ മകൻ ബാബ് അലിയിലെ കടയിൽ നിന്നു വാങ്ങിയതായിരിക്കും."

ഇസ്മയിലിന് ആ തന്തയില്ലാത്തവനെ പ്രാകാതിരിക്കാൻ കഴിഞ്ഞില്ല. ആദ്യം അയാളുടെ ഉമ്മയ്ക്കു തന്നെ ഇസ്മയിൽ തെറിവിളിച്ചു. അന്നു രാത്രിയോ അതു കഴിഞ്ഞുള്ള രാത്രിയോ അവർ അയാളെ വിളിച്ചില്ല.

ഇസ്മയിൽ അഞ്ചാമത്തെ വര കോറിയിട്ടു.

ആ മനുഷ്യൻ ഇറച്ചിയുണ്ടകളും ഹൽവയും ഒലീവുകളും പസ്തിർമയും പിദയും ഇസ്മയിലിന്റെ മുമ്പിൽ വെച്ച് വെട്ടിവിഴുങ്ങുന്നത് തുടർന്നു. അയാൾ പല്ലിട കുത്തി. അയാൾ തുപ്പി. അയാൾ ഏമ്പക്കം വിട്ടു. "ദൈവം വലിയവനാണ്," എന്നു പറഞ്ഞിട്ട് അയാൾ ആഹാരം വായിലേക്ക് കുത്തിനിറച്ചു.

ഇസ്മയിൽ ആറാമത്തെ വര കോറിയിട്ടു. അയാൾ സിമന്റു തറയിൽ മലർന്നു കിടന്നു. ജെനോവക്കാരുടെ മതിലുകൾക്കു താഴെ പുല്ലു മേഞ്ഞിരുന്ന ഗതികെട്ട തടവുകാർ അയാളുടെ കൺമുമ്പിലൂടെ കടന്നു

പോയി. പച്ച ഇളംപുല്ല്. പസ്തിർമ വിഴുങ്ങുന്ന തന്തയില്ലാത്തവനെ അയാൾ നോക്കി... ആ കൊടിച്ചിപ്പട്ടിയുടെ മകന്റെ നേർക്ക് ചാടി അയാളുടെ ആഹാരം തട്ടിപ്പറിക്കണം. ഒരു കത്തി ഉദരത്തിനുള്ളിലെ തൊലി ചുരണ്ടുന്നതു പോലെ തോന്നിയപ്പോൾ അയാൾക്ക് ഛർദ്ദിക്കാൻ വന്നു. ഞാൻ വിശപ്പിനോട് പൊരുത്തപ്പെട്ടു തുടങ്ങിയിരിക്കുന്നു. വിശപ്പിനോട് പൊരുത്തപ്പെടാൻ തുടങ്ങിയപ്പോൾ തന്നെ ആ കഴുത ആഹാരം ആസ്വദിച്ചു തിന്നാൻ തുടങ്ങി. അയാൾ മറ്റ് നസുറുദ്ദീൻ ഹോജ തമാശകൾ ഓർത്തെടുക്കാൻ ശ്രമിച്ചു. അയാൾക്ക് ഒരൊറ്റയെണ്ണംപോലും ഓർമ്മ വന്നില്ല. അയാൾ ഏഴാമത്തെ വരയും കോറിയിട്ടു. ഈ ഏഴു ദിവസങ്ങളിൽ, അയാൾ കണ്ടതും കേട്ടതും മണത്തതും ചിന്തിച്ചതും - എല്ലാ ആശയക്കുഴപ്പങ്ങളും - മൂന്നു ചോദ്യങ്ങളിലേക്ക് ഉരുകിച്ചേർന്നു: എനിക്ക് സിയ ടൈപ്പ്റൈറ്ററും സ്റ്റെൻസിലുകളും തന്നുവെന്ന് ആരാണ് പറഞ്ഞത്? അത് ഞാൻ കരീമിനു കൈമാറിയെന്ന് ആരാണ് പറഞ്ഞത്? ഇടിമുറിയിലേക്ക് എന്നെ കൊണ്ടു പോകാൻ എപ്പോഴാണ് അവർ വാതിൽ തുറക്കുന്നത്? അന്നും ആ വാതിൽ തുറന്നില്ല.

ബാബ് അലിയിലെ കടയിൽ നിന്നുള്ള ഇറച്ചിയുണ്ടകൾ പിറ്റേന്ന് താടിവെച്ച ആ തന്തക്കഴുവേറി വെട്ടിവിഴുങ്ങുമ്പോൾ ഇസ്മയിൽ മൂത്രപ്പാട്ട അയാളുടെ തലയിൽ കമിഴ്ത്തി. തനിക്കെന്താണ് സംഭവിക്കുന്നതെന്ന് പെട്ടെന്നയാൾക്ക് മനസ്സിലായില്ല. അലറിക്കരഞ്ഞുകൊണ്ട് അയാൾ വാതിലിൽ ഉറക്കെത്തട്ടി. അവർ വരികയും ഇസ്മയിലിനെ പുറകിൽ വിലങ്ങുവെച്ച് നാലാം നിലയിലെ മുറിയിലേക്ക് കൊണ്ടു പോകുകയും ചെയ്തു. മുറിയുടെ തറയിൽ നിറയെ ചപ്പുചവറുകളാണ്. ഒരൊറ്റ വാക്കു പോലും പറയാതെ അയാളെ അവർ മർദ്ദിച്ച് ബോധം കെടുത്തി. രാഷ്ട്രീയ വിഭാഗത്തിലെ തുറുങ്കുകളിലൊന്നിലേക്ക് അവർ അയാളെ വലിച്ചിഴച്ചു കൊണ്ടു പോകുകയും തനിച്ച് പൂട്ടിയിടുകയും ചെയ്തു. ഇസ്മയിൽ ഇടനാഴിയിലിരുന്നവരെ വീണ്ടും കണ്ടു. പക്ഷേ, അവരിൽ ഏതാണ്ടെല്ലാവരും പുതിയവരാണ്. ദന്തഡോക്ടറായ അഗോപ് കസേരകളിലൊന്നിലിരിക്കുന്നുണ്ട്. അയാളുടെ വെളുത്ത മുടി നഗ്നമായ ബൾബിന്റെ വെളിച്ചത്തിൽ തിളങ്ങി.

ഇസ്മീറിലെ ഇരുപത്തിഅഞ്ചാമത്തെ വര

ഇസ്മയിൽ വാതിൽ തുറന്ന് കുടിലിലേക്കു പ്രവേശിച്ചപ്പോൾ ഞാൻ ഇരുപത്തിയഞ്ചാമത്തെ വര വരയ്ക്കുകയായിരുന്നു. പക്ഷേ, ആരോ താഴിൽ തിരുപ്പിടിക്കുന്നതു കേട്ട അയാൾ പിൻവലിഞ്ഞു.

"അപ്പോൾ നീ എഴുന്നേറ്റു നിൽക്കാൻ തുടങ്ങി. പനി എങ്ങനെയുണ്ട്?"

"കുറയുന്നുണ്ടെന്നു തോന്നുന്നു."

"ഞാൻ ഒരു തെർമോമീറ്റർ വാങ്ങിയിട്ടുണ്ട്. എന്തുകൊണ്ടാണ് നമ്മളി തിനെക്കുറിച്ച് മുമ്പു ചിന്തിക്കാതിരുന്നത്? ഇതൊന്നു വെച്ചു നോക്ക്."

ഞാൻ തെർമോമീറ്റർ വെച്ചു നോക്കി: 100.5

"നല്ലത്, നല്ലത്. അതു കുറഞ്ഞു കൊണ്ടിരിക്കുകയാണ്. നിനക്ക് ജലദോഷം മാത്രമേയുള്ളൂ, അഹമ്മദ്..."

ഇസ്മിലിന് അതെക്കുറിച്ച് ഉറപ്പുണ്ടായിരുന്നില്ല, എനിക്കും. പക്ഷേ, ആ സാദ്ധ്യതയിൽ ഞാൻ മുറുകെപ്പിടിച്ചു: "എനിക്ക് പകർച്ചപ്പനിയാണെന്നു തോന്നുന്നു. ചുറ്റും പകർച്ചപ്പനിയുണ്ടോ?'

"തീർച്ചയായും."

(അയാൾ നുണ പറയുകയാണ്.)

"ഫാക്ടറിയിലെ പകുതി തൊഴിലാളികൾക്കും പകർച്ചപ്പനിയാണ്."

(നുണ)

"നിന്റെ വിശപ്പെങ്ങനെയുണ്ട്?"

"കുഴപ്പമില്ല, ഇസ്മയിൽ. എനിക്ക് ഒരു മുഴുവൻ കുഞ്ഞാട്ടിൻമാംസം ഒറ്റയടിക്ക് വെട്ടിവിഴുങ്ങാനാകും. പൊരിച്ച ആട്ടിറച്ചി."

(വീണ്ടും നുണ)

"ആടിനെ കിട്ടിയില്ല. പക്ഷേ, ഞാനൊരു പൊരിച്ച കോഴിയെ കൊണ്ടു വന്നിട്ടുണ്ട്."

"നന്ദി, ദൈവം അനുഗ്രഹിക്കട്ടെ."

ഞാൻ കോഴിയെ തിന്നാൻ തുടങ്ങി. ഓരോ ഇറക്ക് മാംസവും വായിൽ വലുതായിക്കൊണ്ടേയിരുന്നു.

"നിനക്ക് വായയിൽ പുണ്ണുണ്ടെന്ന് തോന്നുന്നില്ല, അല്ലേ?"

"അല്പമുണ്ടെന്നു തോന്നുന്നു."

"തണുപ്പ് കാരണമാണ്. സുഖപ്പെടാൻ അല്പം സമയമെടുക്കും."

"പകർച്ചപ്പനി."

"ഞാൻ പറഞ്ഞല്ലോ, ഫാക്ടറിയിലെ പാതി തൊഴിലാളികളും."

"ഞാനിപ്പോൾ രാത്രി കരയാറില്ല, ഉവ്വോ, ഇസ്മയിൽ?"

"ഇപ്പോഴില്ല."

"നല്ലത്.'

"അതെ."

"എല്ലാവരോടും ഞാൻ ഇസ്താംബൂളിലേക്ക് പോയി എന്നാണ് നീ പറഞ്ഞത്, അല്ലേ?"

'അങ്ങനെയാണല്ലോ നാം തീരുമാനിച്ചത്... അവരോട് അങ്ങനെ പറയേണ്ട ആവശ്യമൊന്നുമുണ്ടായിരുന്നില്ല. പക്ഷേ, നിന്നോട് എന്തെങ്കിലും പറയുന്നത് ദുഷ്ക്കരമാണ്."

"നല്ലത്. ഞാൻ ഇസ്താംബൂളിലാണെന്ന് അവർ വിചാരിക്കുന്നതാണു നല്ലത്. എനിക്കെന്തെങ്കിലും സംഭവിച്ചാൽ..."

"യാതൊന്നും സംഭവിക്കില്ല. അതു സംഭവിച്ചു,അതോടെ അതു കഴിഞ്ഞു. ഇനി കിടക്കാം." ഇസ്മയിൽ വിളക്കണക്കാനുള്ള ചൂളം വിളിച്ചു. "ഞങ്ങൾ പട്ടാളബാരക്കുകളുടെ അടുത്താണ് താമസിച്ചിരുന്നത്. എനിക്ക് എല്ലാത്തരം ചൂളംവിളികളുമറിയാം. ആഹാരം കഴിക്കാനുള്ള ചൂളം. ആക്രമിക്കാനുള്ള ചൂളം."

"ഞാനിപ്പോൾ ഒരു കാര്യമോർത്തു. ഇസ്മയിൽ നീ ഇനിയെപ്പോഴെങ്കിലും മോസ്കോയിലേക്ക് പോകുകയാണെങ്കിൽ, അനുഷ്കയെ തിരക്കണം - അവളെ കണ്ടുപിടിക്കണം."

"ചിലപ്പോൾ, നീ എന്നേക്കാൾമുമ്പേ അവിടെപ്പോയി അവളെക്കാണും."

ഞാൻ വിചാരിച്ചു, "ഇരുപതു ഉറക്കഗുളികകളുമായി ഞാൻ മറ്റൊരിടത്തേക്ക് പോകുകയാണ്." എനിക്ക് എന്നോട് തന്നെ പാവം തോന്നി, പാവം ഞാൻ...

"നീ ഇനി മോസ്ക്കോയിലേക്ക് പോകുമ്പോഴേക്കും. ചിലപ്പോൾ അഞ്ചോ പത്തോ വർഷം കഴിഞ്ഞ്, അനുഷ്ക കുട്ടികളും കുടുംബവുമായി

സ്വസ്ഥമായിട്ടുണ്ടാകും. ഏതെങ്കിലും ഫാക്ടറിയിലെ എഞ്ചിനീയറായിരിക്കും അവളെ വിവാഹം കഴിച്ചത്, ചിലപ്പോൾ പ്രധാന എഞ്ചിനീയർ. പത്തുപതിനഞ്ചു വർഷം കഴിഞ്ഞ് അവൾ എങ്ങനെയിരിക്കുമെന്ന് എനിക്കിപ്പോൾ തന്നെ മനസ്സിൽ കാണാം. അവൾ അവളുടെ അമ്മായിയെപ്പോലെയുണ്ടാകും: നരച്ചുകൊണ്ടിരിക്കുന്ന മുടി, തടി വെച്ചിട്ടുണ്ടാകും, സ്ട്രോബറി ജാം ഇഷ്ടമുണ്ടാകും. അവളുടെ കാലുകൾ കൂടുതൽ കൊഴുത്തുരുളും. ഞാൻ അവരുടെ ദാച്ചയുടെ മേൽവിലാസം നിനക്കു തരാം. അത് എവിടെയെങ്കിലും സൂക്ഷിച്ചു വെക്കൂ."

"ശരി, ശരി. പക്ഷേ, ഞാൻ വിളക്കുകളണച്ചു."

അവർ ഉറങ്ങാൻ കിടന്നു. മോട്ടോർ 'ഡംഡംഡഡംഡം' തുടങ്ങി.

അനുഷ്കയുടെ ദാച്ചയിലെ പത്താമത്തെ വര

ചില്ലിട്ട ഉമ്മറത്തിരുന്ന് ഞങ്ങൾ പ്രാതൽ കഴിക്കുകയായിരുന്നു, ഞാനും മിയ ആൻദ്രെയെവ്നയും. സ്ട്രോബറി ജാം, പെത്യ തന്ന പാല്, ഓട്സ് പൊടി കൊണ്ടുണ്ടാക്കിയ റൊട്ടി. അനുഷ്ക എഴുന്നേറ്റിട്ടില്ല.

മരിയ ആദ്രെയെവ്ന ഞാൻ തീരെ പ്രതീക്ഷിക്കാത്ത ഒരു കാര്യം എന്നോടു ചോദിച്ചു. അനുഷ്ക കേൾക്കരുതെന്നപോലെ അവർ അത് തീരെ താഴ്ന്ന ഒച്ചയിലാണ് ചോദിച്ചത്:

"നിങ്ങളും അനുഷ്കയും വിവാഹിതരാകാൻ പോകുകയാണോ? രജിസ്റ്ററാപ്പീസിൽ നിങ്ങൾ വിവാഹിതരാകുമോ?"

"തീർച്ചയായും."

"നല്ലത്. അവൾക്ക് നിങ്ങളുടെ കൂടെ തുർക്കിയിലേക്കു വരാം. ഒരുനാൾ നിങ്ങൾ സ്വന്തം രാജ്യത്തേക്ക് തിരിച്ചു പോകുമല്ലോ."

"തീർച്ചയായും."

"നിങ്ങൾ രണ്ടുപേർക്കും ഒരുമിച്ചു പോകാൻ കഴിഞ്ഞില്ലെങ്കിൽ തന്നെ അവൾക്ക് പിന്നീടു വരാമല്ലോ. നിയമപരമായി ഭാര്യയും ഭർത്താവുമാകുന്നത് നല്ലതാണ്. രജിസ്റ്ററാപ്പീസിൽ സോവിയറ്റ് നിയമമല്ലേ?"

"തീർച്ചയായും."

അനുഷ്ക വന്നു. മരിയ ആൻദ്രെയെവ്ന വിഷയം മാറ്റി. ഞാൻ ചന്തയിലേക്കു പോയി സ്ട്രോബെറികൾ വിൽക്കാം. എന്നിട്ട് കിട്ടുകയാണെങ്കിൽ സൂചിഗോതമ്പു വാങ്ങാം."

മരിയ ആൻദ്രെയെവ്നയ്ക്ക് സ്ട്രോബെറിത്തോട്ടങ്ങളുണ്ട്. ഏകദേശം ഇരുപത് ചതുരശ്രമീററർ. ഈ വർഷത്തെ വിളവ് നല്ലതായിരുന്നു.

പുത്തൻപണക്കാരുടെ കുടുംബങ്ങൾ വഴിയിലൂടെ നടക്കുന്നുണ്ട്. ചിലപ്പോൾ അനുഷ്കയും ഞാനും മോസ്ക്കോയിലെ തെരുവുകളിലൂടെ, പുത്തൻപണക്കാരുടെ എത്ര പുതിയ കടകൾ തുറന്നിട്ടുണ്ടെന്നും എത്രയെണ്ണം അടച്ചുവെന്നും കാണാൻ നടക്കാറുണ്ട്. പുത്തൻപണക്കാരുടെ

നിന്നുപോയ മിക്കവാറും കടകളിൽ സർക്കാരിന്റെ പുസ്തകക്കടകളാണ് തുറന്നിട്ടുള്ളത്.

മരിയ ആൻദ്രെയെവ്ന: "ഞാൻ പോയി സ്ട്രോബറികൾ പറിക്കട്ടെ."

അനുഷ്ക ജാം പുരട്ടിയ റൊട്ടിയിലേക്ക് പല്ലുകളാഴ്ത്തി, അവളുടെ വെളുത്ത പല്ലുകൾ തിളങ്ങി. എന്തെങ്കിലും പറയാനായി ഞാൻ ചോദിച്ചു: "വെടിവെക്കാൻ നിനക്കറിയാമോ?"

"ഉവ്വ്."

എനിക്ക് അതിശയമായി. "എനിക്കറിയില്ല."

"അതുകൊണ്ട്?"

"എനിക്കതറിയാത്തതിൽ നിനക്ക് നീരസമുണ്ടോ?"

"ഇല്ലേയില്ല."

"നീയെവിടെ നിന്നാണ് വെടിവെക്കാൻ പഠിച്ചത്? എങ്ങനെ?"

'എന്റെ അച്ഛനെ എന്റെ കൺമുമ്പിൽ വെച്ച് വെടിവെച്ചുകൊന്നതിൽ പിന്നെ, തോക്കുപയോഗിക്കാൻ പഠിക്കണമെന്ന് ഞാൻ വിചാരിച്ചു."

"എന്നിട്ട്?"

"സൈബീരിയയിൽ വെച്ച് അമ്മ മഞ്ഞപ്പനി പിടിച്ചു മരിച്ചപ്പോൾ ഞാനൊരു ഗറില്ലാസംഘത്തിൽ ചേർന്നു."

"നീയത് ഇതുവരെ എന്നോടു പറഞ്ഞിട്ടില്ല."

"പറയാൻ മാത്രമൊന്നുമില്ല. ആറേഴുമാസം അവർക്കെന്നെ ഉപയോഗമുണ്ടായിരുന്നു."

"എങ്ങനെ? എന്നോടു പറയ്."

"മറ്റൊരവസരത്തിൽ പറയാം. ഇപ്പോൾ തടാകത്തിൽ നീന്താൻ പോകാം. നടക്ക്."

ഞാൻ എഴുന്നേറ്റു. പ്രാവ്ദ എന്റെ ശ്രദ്ധയാകർഷിച്ചു. ഞാനതെടുത്തു. തലേദിവസത്തെ പത്രം: 1924, ജൂൺ 12,ചൈനയിൽ തൊഴിലാളിസംഘടനാനേതാക്കളെ യൂ പെയ് ഫു കശാപ്പു ചെയ്യുകയാണ്. റെയിൽവേ തൊഴിലാളി സംഘടനയുടെ ഡയറക്ടറെ അവർ തൂക്കിക്കൊന്നു.

"എന്താണ് പ്രശ്നം?"

"ചൈനയിൽ ഭീകരഭരണം."

അനുഷ്ക എന്റെ കയ്യിൽ നിന്ന് പത്രം തട്ടിപ്പറിച്ചു.

"എവിടെ?"

"ഇവിടെ."

അവളതു വായിച്ചെങ്കിലും ഒന്നും പറഞ്ഞില്ല. അവളത് മേശമേൽ തന്നെ തിരികെ വെച്ചു. "നമുക്കു പോകാം."

ഞങ്ങൾ തടാകത്തിനടുത്തേക്ക് നീങ്ങി. കൊതുകുകൾ അതിഭീകരമാണ്. ഞാൻ നടക്കുകയും കഴുത്തിലും നെഞ്ചിലും അടിക്കുകയുമാണ്. അനുഷ്കയാകട്ടെ അതൊന്നും അറിയുന്നില്ല.

"നിന്നെ കൊതുകുകൾ കടിക്കുന്നില്ലേ?"

"എന്റെ രക്തം നിങ്ങളുടെയത്ര മധുരമുള്ളതല്ലെന്നു തോന്നുന്നു."

മരിയ ആൻദ്രെയെവ്ന പറഞ്ഞത് ഞാൻ ഓർത്തുകൊണ്ടേയിരുന്നു. അനുഷ്കയോടൊപ്പം തുർക്കിയിലേക്കു പോകുന്നത് അസാദ്ധ്യമാണ്. പക്ഷേ, അവൾ പിന്നീടു വരുന്നതോ? അതും അസാദ്ധ്യമാണ്.

ഞങ്ങൾ അടുത്തടുത്താണ് നടക്കുന്നത്. ഞങ്ങൾ മൂന്നുപേരും അടുത്തടുത്ത്. അനുഷ്കയും വിരഹവും ഞാനും.

"ഓടക്കുഴലിന്റെ വിലാപത്തിന് കാതോർക്കൂ.

അത് വേർപാടിനെയോർത്താണ് വിഷാദിക്കുന്നത്."

"എന്താണ് പിറുപിറുക്കുന്നത്, അഹമ്മദ്?"

"മഹാനായ ഒരു കവിയുണ്ട്, അവധൂതൻ. പക്ഷേ, നേരായും മഹാൻ. മെവ്‌ലാന റൂമി - ഞാൻ അദ്ദേഹത്തിന്റെ വരികളാണ് പിറുപിറുക്കുന്നത്."

അനുഷ്കയ്ക്ക് വേണ്ടി ഞാനത് റഷ്യനിലേക്ക് വിവർത്തനം ചെയ്തു. അതിന്റെ നിഗൂഢമായ അർത്ഥം വിശദീകരിച്ചു. ഓടക്കുഴൽ ഈറ്റ കൊണ്ടാണ് നിർമ്മിച്ചിരിക്കുന്നത്; അത് ഈറ്റയിൽ നിന്ന് പൊട്ടിച്ചെടുത്തതാണ്. അതുകൊണ്ടുതന്നെ നിങ്ങൾ ഓടക്കുഴലൂതുമ്പോൾ അത് അതിന്റെ വിയോഗത്തെയോർത്താണ് തേങ്ങുന്നത്. മനുഷ്യൻ പ്രാപഞ്ചികമായതിന്റെ തുണ്ടാണ് - ദൈവം തന്നെയാണ് - മനുഷ്യനെ അതിൽ നിന്നും പറിച്ചെടുക്കുകയും വിടർത്തി മാറ്റുകയും ചെയ്തു. മനുഷ്യൻ തേങ്ങുന്നത് ആ വിരഹമോർത്താണ് - കവി വിലപിക്കുന്നത് ആ വേർപാടോർത്താണ്.

"തുർക്കിഭാഷയിലത് ചൊല്ലൂ."

"അത് ശരിക്കും പേർഷ്യൻ ഭാഷയിലാണ്. അവരത് തുർക്കിയിലേക്ക് മൊഴിമാറ്റിയതാണ്. ഞാൻ രണ്ടും ചൊല്ലാം."

ഞാൻ ആ വരികൾ ചൊല്ലി.

"രണ്ടും വളരെ സംഗീതാത്മകമാണ്. നിങ്ങളും കരീമുഷ്ക്കയും തുർക്കി ഭാഷ സംസാരിക്കുമ്പോൾ ഞാൻ കാതോർക്കും. എനിക്കത് ഇഷ്ടമാണ്, അതിന്റെ താളവും."

"നീയെന്തിനാണ് അയാളെ കരീമുഷ്ക്ക എന്നു വിളിക്കുന്നത്? എന്നെ നീ അഹ്മദുഷ്ക്ക എന്ന് ഇതു വരെ വിളിച്ചിട്ടില്ലല്ലോ.'

" നേരാണ്. അതു വളരെ വിചിത്രമാണ്. ഞാൻ നിങ്ങളെ ചിലപ്പോൾ അഹ്മദുഷ്ക്ക എന്ന് മനസ്സിൽ വിളിക്കാറുണ്ട്. പക്ഷേ, അതുറക്കെ നിങ്ങളുടെ മുഖത്തു നോക്കി വിളിക്കാനാകില്ല. ആർക്കറിയാം അതെന്തുകൊണ്ടാണെന്ന്."

ഞങ്ങൾ നീന്തി. തോളുകളുരുമ്മിക്കൊണ്ട് ഞങ്ങൾ വീണ്ടും തീരത്ത് മലർന്നു കിടന്നു. ഞാൻ അനുഷ്കയുടെ കൈ പിടിച്ചു.

"നിങ്ങൾക്ക് നിങ്ങളുടെ രാജ്യത്തെക്കുറിച്ചോർത്ത് നഷ്ടബോധം തോന്നാറുണ്ടോ? ഇസ്താംബൂളിനെക്കുറിച്ചോർത്ത്?"

എന്നോട് സംസാരിക്കുന്നില്ല എന്നതുപോലെയാണ് അവളതു ചോദിച്ചത്. അവൾ തന്റെ കൈ പിൻവലിച്ചു.

"നീയെന്താണ് കയ്യെടുത്തത്?"

"എനിക്കറിയില്ല. അങ്ങനെ ചെയ്താൽ നിങ്ങൾക്ക് എന്റെ ചോദ്യത്തിന് ഉത്തരം പറയാൻ എളുപ്പമാകുമെന്നു കരുതി."

തല തിരിച്ചുനോക്കാതെ ഞാൻ അനുഷ്കയുടെ കൈ തപ്പിപ്പിടിച്ചു. വീണ്ടും എന്നോട് സംസാരിക്കുന്നില്ലെന്നതുപോലെ അവൾ ചോദിച്ചു: "നിങ്ങളെന്താണ് മറുപടി പറയാത്തത്?"

"പറയാതിരിക്കാൻ മാത്രം അതിലെന്തുണ്ട്? ചില ദിവസങ്ങളിൽ ഞാനെന്റെ രാജ്യത്തെക്കുറിച്ച് ആലോചിക്കാറുപോലുമില്ല. എന്നാൽ ചിലപ്പോൾ അവിചാരിതമായി എനിക്കതിന്റെ മണം വരും. ഞാൻ ദിവസങ്ങളോളം അതിന്റെ തേജോവലയത്തിൽ കഴിച്ചു കൂട്ടും. ഗൃഹാതുരതയാൽ വലഞ്ഞ്, വേദനയോടെ, ചിലപ്പോൾ കണ്ണീരിന്റെ വിളുമ്പിൽ."

"എനിക്ക് മനസ്സിലാകുന്നുണ്ട്."

"കയ്യെടുത്തു മാറ്ററുത്."

"എന്തു മണം? ഇത് നിനക്കെന്തു തരം പ്രണയമാണ്?"

''കടലിന്റെ, പൈൻമരങ്ങളുടെ,മണ്ണിന്റെ മണം - ഇത് അതല്ല. ഭൂമിശാസ്ത്രപരമായ പ്രണയമല്ല എന്റേത്. എങ്കിലും തീർച്ചയായും ചില ദൃശ്യങ്ങളെന്ന ആശയിൽ വെന്തെരിക്കാറുണ്ട്. പക്ഷേ, എന്റെ രാജ്യത്തിന്റെ മണം, എന്റെ രാജ്യത്തോടുള്ള എന്റെ പ്രണയം, എന്റെ ജനങ്ങളോടുള്ള എന്റെ പൊക്കിൾക്കൊടിബന്ധം... എന്റെ ജനങ്ങളെന്നു പറയുമ്പോൾ ഞാനുദ്ദേശിക്കുന്നത്..."

"എനിക്കറിയാം, സമ്പന്നവർഗ്ഗത്തെയല്ല നിങ്ങളുദ്ദേശിക്കുന്നത്..."

"അല്ല, അവരല്ല, അവരെന്റെ ജനങ്ങളല്ല - തുർക്കികളോ റഷ്യക്കാരോ ഫ്രഞ്ചുകാരോ അല്ല, വെറും ജനങ്ങൾ."

"എനിക്കും."

ഞങ്ങളുടെ ചുമലുകൾ കൂട്ടിത്തൊട്ടു.

"കഴിയുമെങ്കിൽ നിങ്ങൾ നാളെ ഇസ്താംബൂളിലേക്ക് മടങ്ങിപ്പോകുമോ - അല്ലെങ്കിൽ, എനിക്കറിയില്ല, അടുത്തയാഴ്ച? അടുത്ത മാസം?"

"എന്തുകൊണ്ട് ഇസ്താംബൂൾ?"

"വേറെവിടെ?"

"അതെ. ചിലപ്പോൾ ആദ്യം ഇസ്താംബൂൾ."

“നിങ്ങൾക്ക് തിരിച്ചു പോകണമെന്നുണ്ടോ? ഇന്ന്, ഇപ്പോൾ, ഈ നിമിഷം? ഈ നിമിഷത്തിൽ അവിടെയായിരിക്കാൻ നിങ്ങൾക്ക് ആഗ്രഹ മുണ്ടോ? നിങ്ങൾ എന്തിനാണ് കൈ വലിച്ചത്? കുഴപ്പമില്ല. അത് നിങ്ങൾ ആഗ്രഹിക്കുന്നുണ്ടോ, അഹ്മദുഷ്ക്ക? അഹ്മദുഷ്ക്ക... എനിക്ക് മനസ്സി ലാകുന്നുണ്ട്... നിങ്ങൾ പറഞ്ഞതു ശരിയാണ്... നമുക്ക് പോകാം. പെട്ടെന്ന് തണുപ്പു കൂടിയതുപോലെ.”

ഞങ്ങൾ നിശ്ശബ്ദരായി വസ്ത്രം ധരിച്ചു. ഞാൻ ആലോചിക്കുക യാണ്; “ഇപ്പോൾ? ഈ നിമിഷം? വേണമെന്നും വേണ്ടെന്നുമുണ്ട്.”

വഴിയിൽവെച്ച് അനുഷ്ക പറഞ്ഞു: “നമുക്ക് ബഗ്രിറ്റ്സ്കിയുടെ അടുത്തു പോകാം.”

അദ്ദേഹം എനിക്കിഷ്ടപ്പെട്ട റഷ്യൻ കവികളിലൊരാളാണ്. ശക്തമായ നിലപാടുകളുള്ളവനും മുഖത്തുനോക്കി സംസാരിക്കുന്നവനുമായ മനുഷ്യൻ!

അദ്ദേഹം ഞങ്ങളെ ഉദ്യാനത്തിന്റെ പടിക്കൽ വെച്ച് സ്വീകരിച്ചു. പല്ലി ല്ലാത്ത മോണ കാട്ടി അദ്ദേഹം പുഞ്ചിരിച്ചു - ചിലപ്പോൾ അദ്ദേഹത്തിന് പല്ലുകളുണ്ടായിരുന്നിരിക്കണം. പക്ഷേ,അങ്ങനെയാണ് ഞാൻ അദ്ദേഹ ത്തിന്റെ ചിരി കണ്ടത്.

“സ്വാഗതം, ഒസ്മാൻ പാഷ.”

എന്തോ കാരണത്താൽ അദ്ദേഹം എല്ലായ്പ്പോഴുമെന്നെ ‘ഒസ്മാൻ പാഷ’ എന്നു വിളിച്ചു - പലെവ്നെ മുന്നേറ്റത്തിന്റെ നേതാവായിരുന്നു ഗാസി ഒസ്മാൻ പാഷ.

“അനുഷ്ക - എന്തൊരു സൗന്ദര്യം! നീ സൂര്യപ്രകാശത്തിൽ തിളങ്ങിനിൽക്കുന്ന ഗോതമ്പുപാടം പോലെയാണ്.”

ഞാൻ അദ്ദേഹത്തിൽ ഇഷ്ടപ്പെട്ട നിവധി കാര്യങ്ങളിലൊന്ന് വിപ്ലവാ ത്മകമായ കാല്പനികതയും പൗരുഷവുമാണ്. അത് മരങ്ങളെയും പുല്ലി നെയും വാഹനങ്ങളെയും വസന്തത്തെപ്പോലും സ്ത്രീയാക്കി മാറ്റുകയും ചെയ്തു. അവളെ എങ്ങനെ തഴുകണമെന്ന് അദ്ദേഹത്തിനറിയാമായി രുന്നു. കവികളുടെയും ചിത്രകാരന്മാരുടെയും വരിയുടയ്ക്കരുത്.

ഞങ്ങൾ പുറത്തേക്കിറങ്ങി. അദ്ദേഹത്തിന്റെ ദാച്ച ചെറുതാണ്. പാതി ഇരുളു നിറഞ്ഞ അതിനകത്ത് ഈർപ്പം മണത്തു. ജപ്പാൻകാരായ മത്സ്യ ങ്ങൾ സ്ഫടികക്കുപ്പിയിൽ നീന്തി, പക്ഷികൾ കൂടുകളിൽ ചിറകടിച്ച് പാട്ടുപാടി. പക്ഷേ, മത്സ്യങ്ങളും പക്ഷികളും പാതിയിരുളിൽ ചുറ്റും സ്വതന്ത്രമായി നീന്തുകയും പാടുകയുമാണെന്നു തോന്നി. കവിയും ചുറ്റും കൈകൾ ആഞ്ഞുവീശിക്കൊണ്ട് സ്വാതന്ത്ര്യത്തോടെ നടന്നു.

അദ്ദേഹത്തിന്റെ ഭാര്യ, ഒരു ചെറിയ സ്ത്രീ, ഞങ്ങൾക്കു വേണ്ടി ചായ യുണ്ടാക്കി.

അദ്ദേഹം തന്റെ പുത്തൻകവിതകൾ അഗാധമായ ഇടത്തിൽ നിന്നെ ന്നതുപോലെ പൊന്തിവരുന്ന, ഊഷ്മളമായ ശബ്ദത്തിൽ വായിച്ചു.

ഞാൻ ആ മനുഷ്യനെ എത്രമാത്രം സ്നേഹിക്കുന്നു! അദ്ദേഹത്തിന്റെ മീനുകൾക്കും പക്ഷികൾക്കും കവിതകൾക്കുമിടയിൽ, അദ്ദേഹത്തിന്റെ സാഹോദര്യം തുളുമ്പുന്ന കണ്ണുകളിലുറ്റു നോക്കി ഞാൻ എത്ര ദിവസം വേണമെങ്കിലും ഇരിക്കാൻ തയ്യാറായിരുന്നു. അദ്ദേഹത്തിന്റെ പാതി യിരുണ്ട മുറിക്കുള്ളിൽ ഒഡേസ തീരങ്ങളിൽ നിന്നു വന്ന കരിങ്കടലിലെ ഇളങ്കാറ്റുകൾ വീശി.

ഞങ്ങൾ, എന്റെ ഹൃദയത്തിന്റെ ഒരു തുണ്ട് കവിയുടെ അടുത്തു വെച്ച്, തിരിച്ചുനടന്നു. മരിയ ആൻദ്രെയെവ്ന അവരുടെ സ്ട്രോബറികൾ വിറ്റ് സൂചിഗോതമ്പിനു പകരം ഉരുളക്കിഴങ്ങുകൾ വാങ്ങിയിരുന്നു.

നേരം പാതിരാത്രിയായി. അനുഷ്കയും ഞാനും അടുത്തടുത്തു കിടക്കുകയാണ്. ജാലകങ്ങൾ തുറന്നു കിടക്കുന്നുണ്ട്. പക്ഷേ, റേന്ത കൊണ്ടുണ്ടാക്കിയ തിരശ്ശീലകൾ കൊതുകുകളെ തടയാനായി വലിച്ചിട്ടി ട്ടുണ്ട്. ഞങ്ങൾക്ക് വിളക്ക് തെളിയിക്കാൻ പോലുമാകില്ല.

അനുഷ്ക നഗ്നയായി മലർന്നു കിടന്നുറങ്ങുകയാണ്. മൃദുവായി സീൽക്കാരം കേൾപ്പിച്ചുകൊണ്ട് കുട്ടികളെപ്പോലെയാണ് അവൾ ശ്വസി ക്കുന്നത്. അവളുടെ കൈ എന്റെ കൈക്കുള്ളിലാണ്. മുറിയിലേക്ക് അരിച്ചിറങ്ങുന്ന നിലാവെട്ടത്തിൽ തിളങ്ങുന്ന അവളുടെ നഗ്നത ഉറ്റു നോക്കാൻ ഞാൻ തിരിഞ്ഞുകിടന്നില്ല. ഭാരമുള്ളതും കറുത്തിരുണ്ടതു മായ വികാരങ്ങൾ എന്റെ മനസ്സിനുള്ളിൽ ഉയരുകയും നെഞ്ചോളം വന്നടി ക്കുകയും ചെയ്തു. എന്റെ ഹൃദയം പെരുമ്പറ കൊട്ടുന്നുണ്ട്. ഞാൻ അനുഷ്കയുടെ കൈ ഇറുകെപ്പിടിച്ചു. തിരശ്ശീലയെ വിളറിവെളുപ്പിക്കുന്ന ചന്ദ്രബിംബത്തെ തുറിച്ചുനോക്കി. നെഞ്ചോളമുയർന്നത് കൈകാലുകളി ലേക്ക് പടർന്നു.

അനുഷ്ക സിയാവുവിനോടൊത്ത് ഉറങ്ങിയോ ഇല്ലയോ? എനിക്കറി യില്ല. ഞാൻ ഒരിക്കലും അറിയുകയുമില്ല. മറൂസയുടെ മുറിയോ- മറൂസയുടെ മുറിയിലെ ദിവാൻ എനിക്കറിയാം-അവരുടെ സംഭോഗമോ ഞാൻ സങ്കല്പ്പിക്കാറില്ല. ചിലപ്പോൾ ഞാൻ അത്തരം ദൃശ്യങ്ങളെ അമർത്താറുണ്ട്. ഞാൻ അവരുടെ അടുപ്പത്തെക്കുറിച്ചോർത്തു. എന്നെ സംബന്ധിച്ചിടത്തോളം ഒരു പുരുഷനും സ്ത്രീയും നിരുപാധികമായി അടുക്കുന്നത് ആ നിമിഷത്തിൽ മാത്രമാണ്. അനുഷ്കയ്ക്ക് ഞാനല്ലാതെ മറ്റൊരാളുമായുള്ള അടുപ്പം എന്നെ ഭ്രാന്തു പിടിപ്പിക്കും. പക്ഷേ, ഞാൻ പോയാൽ അനുഷ്ക മറ്റൊരാളെ തീർച്ചയായും വിവാഹം കഴിക്കും. അവർ ചിലപ്പോൾ രജിസ്റ്ററാപ്പീസിൽ വിവാഹം രേഖപ്പെടുത്തും. പക്ഷേ, ഞാൻ പോയിക്കഴിഞ്ഞാൽ, ഞാൻ മുഴുവനായും ഇവിടെ ഇല്ലാതായാൽ, അനുഷ്കയ്ക്ക് ഞാൻ മരിച്ചതു പോലെയാണ്. അല്ല, അത് ഇതല്ല. അത് കൂടുതൽ കുഴഞ്ഞു മറിഞ്ഞതാണ്. ഞാൻ അവളുടെ കൈ വിടുകയും എഴുന്നേൽക്കുകയും ചെയ്തു. വസ്ത്രം ധരിച്ച് ഞാൻ നിലാവിൽ കുളിച്ചു കിടക്കുന്ന കാട്ടിലേക്ക് നടക്കാനിറങ്ങി.

ഇസ്മീറിലെ ഇരുപത്തിയഞ്ചാമത്തെ വരയുടെ അവസാനം

"ഇസ്മയിൽ."

ഇസ്മയിൽ എഴുന്നേറ്റില്ല.

ഞാൻ ഉച്ചത്തിൽ ആവർത്തിച്ചു: "ഇസ്മയിൽ!"

"എന്താണ്? എന്തു സംഭവിച്ചു? നീയെന്നെ വിളിച്ചോ?"

"ഒന്നും സംഭവിച്ചില്ല. എന്റെ മര്യാദ കെട്ട പെരുമാറ്റം പൊറുക്കൂ."

"പറയൂ, എന്താണു സംഭവിക്കുന്നത്?"

"നീയെന്റെ ഉറക്കഗുളികകൾ മറന്നു.'

"കിട്ടിയില്ല. ഡോക്ടറുടെ കുറിപ്പടി അവർ ആവശ്യപ്പെട്ടു. നാളെ എനിക്കറിയാവുന്ന ഒരു ഡോക്ടറെ കണ്ട് കുറിപ്പടി വാങ്ങിക്കാം. ഉറങ്ങാൻ ശ്രമിക്കൂ. അഞ്ഞൂറുവരെ എണ്ണൂ."

"ക്ഷമിക്കണം."

"ഉറങ്ങാൻ ശ്രമിക്കൂ."

ഇസ്മയിലിനെ ഉണർത്തിയ ഞാനൊരു കഴുതയാണ്. 'നിങ്ങളെന്റെ ഉറക്കഗുളികകൾ മറന്നു' എന്നൊരു കുറിപ്പെഴുതി ഞാൻ അയാളുടെ കുപ്പായക്കീശയിൽ വെക്കണമായിരുന്നു.

ഞാൻ തിരിഞ്ഞുംമറിഞ്ഞും കിടന്നു. മലർന്നു കിടന്നു. ശവക്കുഴിയിലെ ശവശരീരം പോലെ എന്റെ കൈകൾ ഇരുവശങ്ങളിലേക്കും തൂങ്ങിക്കിടന്നു. മോസ്കോയിൽ ശ്മശാനമുണ്ടോ? അതോ ദഹിപ്പിക്കുന്നതാണോ കൂടുതൽ നല്ലത്? ബാലിശമായ ചിന്തകൾ. ഞാൻ മരിച്ചാൽ അവർക്കു വേണമെങ്കിൽ... പക്ഷേ, എംഗൽസ് തന്റെ ശവം ദഹിപ്പിക്കണമെന്നാഗ്രഹിച്ചു, ചിതാഭസ്മം സമുദ്രങ്ങളിൽ വിതറണമെന്നും. അവർ അങ്ങനെത്തന്നെയാണ് ചെയ്തത്. ലോകത്തിൽ വെച്ച് ഏറ്റവും ബുദ്ധിയുള്ള വൃദ്ധരിൽ ഒരാളും ഏറ്റവും പ്രായം കുറഞ്ഞ കാല്പനികനുമായ എംഗൽസ്. എനിക്കുറങ്ങേണ്ടതുണ്ട്. ഉറങ്ങുകയല്ലാതെ മറ്റൊന്നും ചെയ്യാനില്ല. എനിക്കുറങ്ങണം...

ഇസ്മയിൽ കുലുക്കിയുണർത്തുന്നതിനുമുമ്പ് ഞാൻ കഴുത്തു ഞെരിക്കപ്പെട്ടതുപോലെ കരയുന്നത് കേട്ടു. ഭീകരമായ ആ ആർത്തനാദം ഞാൻ കേട്ടു. മണിക്കൂറുകളായി ഞാൻ ആർത്തലച്ചു കരയുന്നതുപോലെ തോന്നി. ഞാനെവിടെയാണെന്ന് എനിക്ക് തിരിച്ചറിയാൻ കഴിഞ്ഞില്ല. ഞാൻ മോസ്കോയിൽ അനുഷ്കയുടെ മുറിയിലാണെന്ന് ഒരു നിമിഷം തോന്നി. എന്തോ കാരണത്താൽ, ഞാൻ ഇസ്താംബൂളിലെ കടലോര വസതിയുടെ കൽപ്പടിയിലാണെന്നും കെണിവാതിലിനടിയിലാണെന്നും കുഴിക്കുള്ളിലാണെന്നും തോന്നി.

"എഴുന്നേൽക്കൂ."

ഇസ്മയിലിന്റെ കൈ എന്റെ തോളിൽ പിടിച്ച് കുലുക്കിയുണർത്തുകയാണ്. അയാൾ വിളക്കു കൊളുത്തിയിട്ടുണ്ട്. എന്തോ അയാളുടെ മറുകയ്യിലുണ്ട്. അയാളുടെ കയ്യിലെന്താണെന്ന് നിമിഷാർദ്ധത്തിൽ ഞാൻ കണ്ടെങ്കിലും അയാളത് എന്നിൽ നിന്നും മറയ്ക്കാനായി പുറകിലൊളിപ്പിച്ചു.

"പേടിക്കേണ്ടതില്ല, ഇസ്മയിൽ."

അയാൾ മലർക്കെത്തുറന്ന നാല് കണ്ണുകളോടെ – അങ്ങനെയാണെനിക്കു തോന്നിയത് – എന്നെ നോക്കി. "എനിക്ക് പേടിയൊന്നുമില്ല? ഞാനെന്തിന് പേടിക്കണം? ധൈര്യമായിരിക്കൂ. അല്പം വെള്ളം വേണോ?"

"വേണ്ട."

'ഇപ്പോഴെന്തു തോന്നുന്നു?"

"കുഴപ്പമില്ല. വിളക്ക് അണക്കേണ്ടതില്ല."

ഇസ്മയിൽ കിടക്കയിലേക്ക് തിരിച്ചു പോയി.

"ഉറങ്ങാൻ ശ്രമിക്കൂ."

"നീയും."

പക്ഷേ, ഇരുവർക്കും ഉറങ്ങാനായില്ല. ഞങ്ങൾ സംസാരിക്കാതെ പരസ്പരം രഹസ്യമായി നിരീക്ഷിച്ചു, വേട്ടക്കാരും അവരുടെ ഇരയും പോലെ.

ഇസ്താംബൂൾ പൊലീസ് കാര്യാലയത്തിലെ വരകൾ

അവർ ഇസ്മയിലിനെ ഇരുട്ടറയിലേക്ക് വലിച്ചെറിഞ്ഞു. ആ തന്തയില്ലാത്തവർ ഇരുട്ടിനെയാണ് കരുവാക്കുന്നത്. സൈനികരും അയാളെ ഇരുട്ടിൽ തള്ളിയിരുന്നു. നടുത്തളത്തിലെ ശൗചാലയത്തിലേക്ക് നടക്കുമ്പോൾ മാത്രമാണ് ഇസ്മയിലിന് അതു രാത്രിയായായാണോ പകലാണോ എന്നു തിരിച്ചറിയാൻ കഴിഞ്ഞത്. തടവറയുടെ ഭിത്തിയിൽ നഖങ്ങൾ കൊണ്ട് അയാൾ ദിവസങ്ങൾ കോറിയിടുന്നുണ്ട്. പക്ഷേ, അത് ഇരുട്ടിൽ എണ്ണാൻ കഴിയുന്നില്ല. അവർ ചോദ്യം ചെയ്യാനായി അയാളെ വിളിക്കുന്നുമില്ല. ഏതു നിമിഷവും അവരെന്നെ വിളിക്കാം. ഈ നിമിഷം അവരെന്നെ വിളിക്കും, അടിക്കും – അനന്തമായ കാത്തിരിപ്പ് അയാളുടെ നാഡികളെ ദുർബലമാക്കുകയും ഉടലിനെ തളർത്തുകയും ചെയ്തു. ആ തന്തയില്ലാത്തവർ എന്നെ തളർത്തിയതിനു ശേഷം ചോദ്യം ചെയ്യും. നൈമാൻ കൊണ്ടു വരുന്ന ആഹാരം ഇപ്പോഴവർ അയാൾക്കു നല്കുന്നുണ്ട്. ഇരുട്ടിൽ വായ തപ്പിപ്പിടിക്കാൻ ആദ്യം ബുദ്ധിമുട്ടായിരുന്നു. പിന്നീട് അതയാൾക്ക് ശീലമായി. ചോദ്യം ചെയ്യാതെ മൂന്നോ അഞ്ചോ ഒമ്പതോ മാസം അവർക്കയാളെ അവിടെ തടഞ്ഞുവെക്കാനാകുമെന്ന് ഇസ്മയിലിന് അറിയാം. 1928ലുണ്ടായ അറസ്റ്റുകളിൽ സിയയെ തടവറയിൽവെച്ച് പീഡിപ്പിച്ചതിനുശേഷം ഒരു വർഷത്തോളം തടഞ്ഞുവെച്ചതായി പറഞ്ഞുകേട്ടിട്ടുണ്ട്. അന്ന് ഇസ്മയിൽ അത്രയൊന്നും മർദ്ദനം ഏറ്റു വാങ്ങിയിട്ടില്ലായിരുന്നു. അവർ സിയയെ അടിവസ്ത്രം മാത്രം ധരിപ്പിച്ചു. എന്നിട്ട് അയാളെ പുറകിൽ നിന്ന് വിലങ്ങണിയിച്ചു. അവർ സിഗരറ്റുകൾ കൊണ്ട് അയാളുടെ നെഞ്ചും വയറും കാലുകളും പൊള്ളിച്ചു. പൊള്ളലിന്റെ കറുത്ത പാടുകൾ സിയ കൂട്ടുകാർക്ക് കാണിച്ചു കൊടുത്തു. അവർ അയാളുടെ രണ്ടു കൈനഖങ്ങൾ പിഴുതെടുക്കുകയും ചെയ്തു – ഇടതു നടുവിരലിന്റെയും വലതു ചെറുവിരലിന്റെയും.

ഇടനാഴിയിലൂടെ നടന്നുനീങ്ങുമ്പോൾ ഇസ്മയിൽ കസേരകളിൽ വ്യത്യസ്തരായ ആളുകളെ കണ്ടു. ദന്തഡോക്ടറായ അഗോപ് മാത്രമാണ് ഒരേ ഇരിപ്പിടത്തിൽ ഇരുന്നത്. മയക്കുമരുന്നു കഴിച്ചതുപോലെ

അയാൾ കിറുങ്ങിയിരിക്കുന്നുണ്ട്. ഒരിക്കൽ അവർ ഇസ്മയിലിനെ ഇട നാഴിയിലൂടെ നടത്തിക്കൊണ്ടുപോകുമ്പോൾ അഗോപ് അയാളുടെ ഇരി പ്പിടത്തിൽ നിന്ന് ഉരുണ്ടു വീണു. അവർ അയാളെ പിടിച്ചുയർത്തുകയും പരിഹസിക്കുകയും ചെയ്തു,

"ഓ, അഗോപ് എഫന്ദി, ഇവിടെത്തന്നെ സൗകര്യമായിരിക്കൂ."

എന്നിട്ടവർ അയാളെ ഇരിപ്പിടത്തിൽ തന്നെയിരുത്തി. ഇസ്മയിലിനു കാര്യം മനസ്സിലായി. അവർ അയാൾക്ക് ഉറക്കം നിഷേധിച്ചു കൊണ്ട് പീഡിപ്പിക്കുകയാണ്. ചിലപ്പോഴവർ ചിലരെ ഉറക്കമില്ലാതെ ദിവസങ്ങൾ നിർത്തും. അയാൾക്ക് പൊലീസുകാർ ഊഴമിട്ട് പാറാവു നിൽക്കും. അയാൾ കുഴഞ്ഞുവീണയുടനെ അവർ കുത്തിയെണീപ്പിക്കും. അയാൾ നിലത്തു വെട്ടിയിട്ടതുപോലെ വീണാലും അവരയാളെ എഴുന്നേല്പിച്ചു നിർത്തും.

അഗോപ് പ്രായം ചെന്ന ആളായതു കൊണ്ടായിരിക്കാം ഇരിക്കാൻ അനുവദിച്ചതെന്ന് ഞാനൂഹിച്ചു. ഏറെ ദിവസങ്ങൾക്കു ശേഷം അഗോപ് വീണ്ടും വീഴുന്നത് ഇസ്മയിൽ കണ്ടു. അവർ അയാളെ വീണ്ടും എഴു ന്നേൽപ്പിച്ചിരുത്തി. ഏകദേശം ഇരുപത്തിയേഴു ദിവസം, അല്ല, ഇരുപത്തി യഞ്ച്, അല്ല, ഇരുപത്തിയേഴ് ദിവസം അഗോപ് ആ ഇരിപ്പിരുന്നു. അയാൾ വീഴും, അവർ എഴുന്നേൽപ്പിച്ചിരുത്തും. വീഴുമ്പോൾ അയാളുടെ തല തറയിലിടിക്കും. അയാളുടെ നരച്ച മുടിയുടെ വേരുകളിലെല്ലാം ഉണങ്ങി പ്പിടിച്ച ചോരയാണ്. മുഖത്തു നിറയെ മുറിവുകളും ചതവുകളും.

നാലാമത്തെ നിലയിൽ, ഇരട്ടചന്ദ്രക്കലയുള്ള വാതിലിനു പുറത്ത് തടഞ്ഞുവെക്കപ്പെട്ടവരുടെ അമ്മമാരും ഭാര്യമാരും സഹോദരിമാരും കാത്തിരുന്നു.

ഇസ്മയിൽ അകത്തായതിനു ശേഷം, ആർക്കറിയാം എത്ര മാസങ്ങളാ യെന്ന്, നൈമാന് ദീനം പിടിച്ചു. ഒരാഴ്ചത്തേക്ക് ഒസ്മാൻ ബെയ് ഇസ്മയി ലിനുള്ള ആഹാരം കൊണ്ടുവന്നു. "ഞാൻ ഒരു സ്വതന്ത്രനായ മനുഷ്യ നാണ്; അവർക്കെന്നെ ഒന്നും ചെയ്യാനാകില്ല." പക്ഷേ, ഇസ്മയിൽ ഇത്ത വണ പുറത്തിറങ്ങിയാൽ, സുബോധത്തിലേക്ക് തിരിച്ചു വരണം. ലക്ഷ്യ മുപേക്ഷിക്കണമെന്നല്ല ഞാൻ പറയുന്നത്, പക്ഷേ താമസിയാതെ അയാളൊരു അച്ഛനാകും. എമിനും അയാൾക്ക് മകളെപ്പോലെയാണല്ലോ. എല്ലാം ഉപേക്ഷിക്കണമെന്നല്ല ഞാൻ പറയുന്നത്. പക്ഷേ, എല്ലായ് പ്പോഴും വിപ്ലവത്തിന്റെ മുൻനിരയിൽ തന്നെ സ്വയം പ്രതിഷ്ഠിക്കരുത്.

ഇരട്ടചന്ദ്രക്കലകളുള്ള മുറിയുടെ പുറത്തു വെച്ച് നൈമാൻ കരീമിന്റെ സഹോദരിയെ കണ്ടു. അവർ കരീമിനെ ഇരുപത്തിയഞ്ചു ദിവസം മുമ്പ് അറസ്റ്റു ചെയ്തു. ഇസ്മയിലിനെ അറസ്റ്റു ചെയ്തിട്ട് രണ്ടു മാസങ്ങൾക്കു ശേഷമാണത്. കരീമിന്റെ സഹോദരി പ്രായം ചെന്നവളും പൊണ്ണ

ത്തടിച്ചിയും വേഗം കൂട്ടാകുന്നവളുമാണ്. ഗോവണിപ്പടികൾ ഓടിക്കയറുന്നതു കാണുമ്പോൾ കരീമിന്റെ സഹോദരി പതിന്നാലു വയസ്സുള്ള പെൺകുട്ടിയാണോയെന്ന് മറ്റുള്ളവർ ചിന്തിക്കും.

നൈമാൻ: "ഞാൻ ഒരു മാസം മുമ്പ് ബസ്സിൽ വെച്ച് കരീമിനെ കണ്ടിരുന്നു. അയാൾ മുന്നിലാണ് നിന്നിരുന്നത്. അയാളെ കണ്ടപ്പോൾ എനിക്ക് വലിയ സന്തോഷമായി. തിരക്കിനിടയിലൂടെ അയാളുടെ അടുത്തെത്താറായപ്പോഴേക്കും ബസ്സു നിന്നു. 'കരീം!' എന്നു വിളിക്കാനുള്ള ഇട കിട്ടുന്നതിനു മുമ്പ് അദ്ദേഹം ചാടിയിറങ്ങി. ഞാനും. അദ്ദേഹം തിരിഞ്ഞു നോക്കാതെ വേഗത്തിൽ നടന്നു. ഞാൻ പിന്തുടർന്നു. അദ്ദേഹം ഒരു ഇടവഴിയിലേക്ക് തിരിയുകയും കുന്നിൻമുകളിലേക്ക് കയറാൻ തുടങ്ങുകയും പെട്ടെന്ന് ഓടുകയും ചെയ്തു. അദ്ദേഹം എന്നെ കാണാൻ ആഗ്രഹിക്കുന്നില്ലെന്ന് അപ്പോഴാണ് ഞാൻ മനസ്സിലാക്കിയത്."

കരീമിന്റെ സഹോദരിയുടെ കയ്യിൽ ഉച്ചഭക്ഷണപ്പാത്രവും നാലു ചുവന്ന പനിനീർപൂക്കളുമുണ്ട്. അവൾ സരിയറിൽ നിന്ന് കൊണ്ടുവന്നതാണവ. അവൾ നൈമാന് അതിലൊരെണ്ണം നീട്ടി:

"കരീം സ്വന്തം കൈകൾ കൊണ്ട് നിർമ്മിച്ച പൂന്തോട്ടത്തിൽ അവൻ വളർത്തിയതാണ് ഈ പൂക്കൾ."

എന്നിട്ടവൾ പറഞ്ഞു, "ഞങ്ങൾ ഇവിടെ നിന്നിറങ്ങുമ്പോൾ എവിടേക്കാണ് പോകുന്നതെന്നും ആരോടാണ് സംസാരിക്കുന്നതെന്നും നോക്കാൻ അവർ എല്ലായ്പ്പോഴും ഞങ്ങളെ പിന്തുടരുന്നുണ്ട്. അതുകൊണ്ടാണ് കരീം നിന്നിൽ നിന്ന് ഓടിപ്പോയത്. മുഖത്ത് വസൂരിക്കലകളുള്ള ഒരു വിഡ്ഢി എന്നെ എല്ലായിടത്തും പിന്തുടരുന്നുണ്ട്. ഈയടുത്ത് ഒരു ദിവസം ഞാൻ ഇവിടെ ആഹാരമെത്തിച്ച് തിരിച്ചുപോയി. വസൂരിക്കലയുള്ള മനുഷ്യൻ എന്നെ പിന്തുടരാൻ തുടങ്ങി. ഞാൻ കുളിപ്പുരയിലേക്ക് കയറി. സന്ധ്യയ്ക്കുള്ള നിസ്ക്കാരത്തിന്റെ നേരമാകുന്നതുവരെ ഞാൻ അതിനകത്തിരിക്കുകയും പിന്നീട് പുറത്തിറങ്ങുകയും ചെയ്തു. നിനക്ക് വിശ്വസിക്കാനാകുമോ? അയാൾ കുളിപ്പുരയുടെ കുറുകെ നിരത്തിൽ നിൽക്കുന്നുണ്ടായിരുന്നു! മഞ്ഞു പെയ്യുന്നുണ്ടായിരുന്നു, ആ നായ വിറയ്ക്കുന്നുണ്ടായിരുന്നു. കൊണ്ടുവരുന്ന ആഹാരമെങ്കിലും അവർ നമ്മുടെ പുരുഷന്മാർക്ക് നൽകുന്നുണ്ടാകുമോ? അതോ അതും അവരുടെ വായയ്ക്കുള്ളിൽ തന്നെ കുത്തിനിറയ്ക്കുമോ?"

ഒരു സ്ത്രീയുടെ ഒച്ച മുറിയിൽ മുഴങ്ങി: "നിങ്ങൾ ഈ ആഹാരം ചൂടോടെത്തന്നെ എന്റെ ഭർത്താവിന് കൊടുക്കണം. അദ്ദേഹത്തിന് ക്ഷയരോഗമുണ്ട്."

ഇരട്ടചന്ദ്രക്കലയുള്ള വാതിൽ, രണ്ടുമണിക്കൂറായി അടഞ്ഞുകിടക്കുകയാണത്, ആ വാതിൽ തുറന്ന് ഒരു പൊലീസുകാരൻ സ്ത്രീകളുടെ

കയ്യിൽ നിന്ന് ആഹാരം വാങ്ങുകയും ചെയ്തു. കരീമിന്റെ സഹോദരി യുടെ ചുവന്ന പനിനീർപ്പൂക്കളും.

“ദയവായി, അലറിവിളിക്കരുത്.”

“എന്തിന് ഞാൻ അലറിവിളിക്കാതിരിക്കണം? ഞങ്ങളെ മണിക്കൂറു കളോളം കാത്തുനിർത്താൻ നിങ്ങൾക്ക് എന്തധികാരമാണുള്ളത്?”

ഒച്ചവെക്കുന്ന സ്ത്രീ ചെറുപ്പക്കാരിയും സുന്ദരിയുമായിരുന്നു. അവളുടെ ഭർത്താവ് ഒരു കമ്യൂണിസ്റ്റുകാരനാണ്. ഇരുണ്ട നിറമുള്ള ഒരു ചെറുപ്പക്കാരൻ. അയാൾ രണ്ടു തവണ അടിയേറ്റ് തകർന്നുവീണു. കരീമിന്റെ സഹോദരി. എനിക്ക് നെജ്‌ലയെ മനസ്സിലാകുന്നില്ല. അവൾ മിടുക്കിയും സുന്ദരിയുമാണ്. ആ മനുഷ്യനെ അവൾ പ്രണയിക്കുകയും വിവാഹം കഴിക്കുകയും ചെയ്തതെങ്ങനെയാണ്? അവൾ സ്വന്തം കുടുംബത്തെ അയാൾക്കു വേണ്ടി ഉപേക്ഷിച്ചു. അവളുടെ ബാബ അവളെ ഏതാണ്ട് ഉപേക്ഷിച്ച മട്ടാണ്. പൊലീസുകാർക്കെന്തായാലും അവളുടെ ബാബയെ പേടിയുണ്ട്. ഹൃദയത്തിന് ചാണകത്തിലും വജ്രത്തിലും ചെന്നു വീഴാം എന്നാണ് കേട്ടിട്ടുള്ളത്. അവൾ ധനികനായ ബാബയുടെ വീട് ഉപേക്ഷിച്ച് ഒരു കമ്യൂണിസ്റ്റുകാരനെ വിവാഹം കഴിച്ചതെന്തിനാണെന്ന് ഞാൻ ചോദിക്കുന്നില്ല. പക്ഷേ, ഒരു കമ്യൂണിസ്റ്റു കാരനെ വിവാഹം കഴിക്കുകയാണെങ്കിൽ എന്റെ കരീമിനെപോലൊ രാളെ വേണം. (അവൾ പുഞ്ചിരിച്ചു) കാക്കയ്ക്ക് തൻകുഞ്ഞ് പൊൻ കുഞ്ഞാണ്.

സ്ത്രീകൾ പൊലീസുകാർക്ക് ആഹാരം കൈമാറിയെങ്കിലും ഒഴിഞ്ഞ പാത്രങ്ങൾ തിരികെക്കിട്ടാനായി അവർ അവിടെത്തന്നെ ചുറ്റിപ്പറ്റി നിന്നു. ചിലർ വെറുതെയും.

ഇരട്ടചന്ദ്രക്കലയുള്ള വാതിൽ തുറന്നു. സിവിലിയൻ വേഷം ധരിച്ച രണ്ടു പേരും നാല് തടവുകാരും പുറത്തേക്കു നടന്നു. രാഷ്ട്രീയത്തടവു കാരുടെ വിഭാഗത്തിലേക്ക് നിലവറയിൽ നിന്ന് കരി കോരിയെടുക്കാനുള്ള കുട്ടകളും അവരുടെ കയ്യിലുണ്ട്. എല്ലാ തടവുകാരും പുറത്തു കാത്തു നിൽക്കുന്ന സ്ത്രീകളുടെ ബന്ധുക്കളല്ല. എങ്കിലും ഇരുവശവും പരസ്പരം പുഞ്ചിരിച്ചു. നെജ്‌ല മുന്നിലൊരു പത്രം തുറന്നു പിടിക്കുകയും വായി ക്കുകയാണെന്ന് നടിക്കുകയും ചെയ്തു. ഫ്രഞ്ചുഭാഷ അറിയാവുന്ന ഒരു കരുതൽ തടവുകാരൻ ‘ലാ ഹ്യൂമനൈറ്റി’ലെ തലക്കെട്ട് വായിച്ചു: തുർക്കി യിൽ കമ്യൂണിസ്റ്റുകാർ പീഡിപ്പിക്കപ്പെടുന്നു. ലോകജനാധിപത്യവിശ്വാസി കൾ...” അയാൾക്ക് കൂടുതലൊന്നും വായിക്കാനില്ല – പൊലീസുകാരൻ അയാളെ ഉന്തിനീക്കി: “നടക്ക്!”

നെജ്‌ല അട്ടഹസിച്ചു: “എന്റെ കൺമുമ്പിൽ വെച്ചുപോലും നിങ്ങള വരെ കൊല്ലാക്കൊല ചെയ്യുകയാണ്.”

പൊലീസുകാരൻ അവളെ തുറിച്ചു നോക്കുകയും തലയാട്ടി നടത്തം തുടരുകയും ചെയ്തു. കുട്ടകളും തൂക്കിപ്പിടിച്ച് കരുതൽ തടവുകാർ പടികളിറങ്ങി.

കരീമിന്റെ സഹോദരി നൈമാനോട്: "അവർ കരീമിനെ ഉപദ്രവിക്കില്ലെന്ന് ആശിക്കാം. ഒരൊറ്റത്തവണ അവനെക്കാണാൻ അവസരം നല്കണമെന്ന് ഞാനവരോട് പല തവണ അപേക്ഷിച്ചു. പക്ഷേ, അവരത് കേട്ട ഭാവം നടിച്ചില്ല."

"ഇവിടേക്ക് കൊണ്ടു വന്നതിനുശേഷം ഞാൻ ഇസ്മയിലിനെ കണ്ടിട്ടേയില്ല."

കരീം 'ശവപ്പെട്ടി'യുടെ അകത്തായിരുന്നു. ശവപ്പെട്ടിയുടെ മൂന്നു ഭിത്തികളും തറയും സിമന്റു കൊണ്ടു നിർമ്മിച്ചവയാണ്. വാതിൽ മരം കൊണ്ടും. അറസ്റ്റു ചെയ്ത ദിവസം തന്നെ അവർ അയാളെ തല്ലിച്ചതച്ചു. എന്നിട്ട് ആദ്യം മുറിയിലും പിന്നീട് 'ശവപ്പെട്ടിയിലും' തള്ളി. മുകളിൽ ഒരു വൈദ്യുത ബൾബ് എരിയുന്നുണ്ട്.- ആർക്കറിയാം അതെത്ര 'വാട്സിന്റെ'യാണെന്ന് - പക്ഷേ, വട്ടു പിടിച്ചതുപോലെ അത് എരിയുന്നുണ്ട്. അത് കെടുകയും കത്തുകയും ചെയ്യുന്നുണ്ട്; ചിലപ്പോൾ കൂരിരുട്ട്, ചിലപ്പോൾ സഹിക്കാനാകാത്ത വിധത്തിൽ വെളിച്ചം.

കരീം ഇരുപതു ദിവസങ്ങൾ 'ശവപ്പെട്ടി'ക്കുള്ളിൽ കഴിച്ചുകൂട്ടി. അഞ്ചു ദിവസം അവർ അയാൾക്ക് ആഹാരം നൽകിയില്ല. പിന്നീട് അല്പസ്വല്പം ആഹാരം നൽകിത്തുടങ്ങി. ദിവസത്തിലൊരിക്കൽ അവർ അയാളെ ശൗചാലയത്തിലേക്ക് കൊണ്ടുപോകും. അയാൾ ആഹാരവും അവിടെ വെച്ചു തന്നെ കഴിക്കും. വീണ്ടും ഇരുട്ടിലും വെളിച്ചത്തും നിൽപ്പ് തുടരും.

കരീം ഇരുപതു ദിവസങ്ങൾ ശവപ്പെട്ടിക്കുള്ളിൽ കഴിച്ചുകൂട്ടി. ഇപ്പോൾ അവർ അയാളെ ശൗചാലയത്തിലേക്ക് താങ്ങിയാണ് കൊണ്ടുപോകുന്നത്.

കരീം ഇരുപതു ദിവസങ്ങൾ ശവപ്പെട്ടിക്കുള്ളിൽ കഴിച്ചു കൂട്ടി. അയാൾ ഇപ്പോൾ യാതൊന്നിനെക്കുറിച്ചും ചിന്തിക്കാറില്ല. ചിന്തിക്കാനുള്ള കഴിവ് അയാൾക്ക് നഷ്ടപ്പെട്ടിരിക്കുന്നു. അയാൾക്ക് തളർച്ചയും തോന്നാറില്ല. തളർച്ചയിൽ നിന്ന് വ്യത്യസ്തമായ എന്തോ ഒന്നാണ് അയാൾക്ക് അനുഭവപ്പെടുന്നത്. ചിലപ്പോൾ ഇരുട്ട്, ചിലപ്പോൾ വെളിച്ചം. ആദ്യമെല്ലാം അയാൾ 'മാറിമാറി വരുന്ന ഇരുട്ടിൽനിന്നും വെളിച്ചത്തിൽനിന്നും രക്ഷ നേടാനായി കണ്ണുകൾ ഇറുക്കിയടച്ചു. ഇപ്പോൾ അയാൾ ഇടയ്ക്കിടെ കണ്ണുകൾ അടയ്ക്കുകയും തുറക്കുകയും ചെയ്യുന്നുണ്ട്.

ഇരുപത്തിയെട്ടാമത്തെ ദിവസം അവർ കരീമിനെ ബ്യൂറോത്തലവന്റെ മുറിയിലേക്ക് കൊണ്ടു പോയി. ഇസ്മയിലും അവിടെയുണ്ടായിരുന്നു.

തലവന്റെ മേശപ്പുറത്തുള്ള ചില്ലുകുപ്പിയിൽ വാടിയ മൂന്നു പനിനീർപ്പൂക്കളുമുണ്ടായിരുന്നു.

തലവൻ ഇസ്മയിലിനോട്: "ഇയാളെ അറിയുമോ?"

ഇസ്മയിൽ കരീമിന്റെ കണ്ണുകൾ തുറക്കുന്നതും അടയുന്നതും നോക്കി. കണ്ണുകൾ മാത്രമല്ല, അയാളുടെ മുഴുവൻ മുഖവും ചൂളുകയും വിടരുകയും ചെയ്യുന്നുണ്ട്. പെട്ടെന്ന് അയാൾക്കതു മനസ്സിലായി: "ശവപ്പെട്ടി."

"എനിക്കിയാളെ അറിയില്ല."

"ഇയാൾക്ക് നിങ്ങളെ അറിയാം."

"അതൊരു നുണയാണ്."

തലവൻ കരീമിനോട് ചോദിച്ചു: "ഇയാളാണ് നിങ്ങൾക്ക് ടൈപ്പ് റൈറ്ററും സ്റ്റെൻസിലുകളും തന്നത്, അല്ലേ?"

കരീം നിശ്ശബ്ദനാണ്. കരീം ഇവിടെയില്ല; അയാൾ ചിലപ്പോൾ ഇരുട്ടും ചിലപ്പോൾ വട്ടുപിടിപ്പിക്കുന്ന പ്രകാശവുമുള്ള മറ്റൊരു ലോകത്താണ്. അയാളുടെ മുഖവും കണ്ണുകളും ചൂളുകയും വിടരുകയും ചെയ്തു. രണ്ടു പൊലീസുകാർ അയാളെ താങ്ങിപ്പിടിച്ചിട്ടുണ്ട്.

തലവൻ കരീമിനെ നോക്കി അലറി: "മറുപടി പറയ്. നിങ്ങൾക്കത് ഇയാളാണു തന്നതെന്ന് ഞങ്ങൾക്കറിയാം. നിങ്ങളത് ആർക്കാണ് കൊടുത്തത്?"

ഇസ്മയിൽ കരീമിന്റെ കണ്ണുകളിലേക്ക് നോക്കി. ഭയങ്കരമായ ഒരു വേദന ഇസ്മയിലിന്റെ ഉള്ളിലൂടെ കടന്നുപോയി. അയാൾക്ക് ഭ്രാന്തു പിടിച്ചുകൊണ്ടിരിക്കുകയാണ്.

"ഈ തന്തക്കഴുവേറികളെ താഴേക്കു കൊണ്ടു പോ."

വീണ്ടും ഇസ്മയിൽ പോരാടി. കരീം ഒരൊറ്റ ഉന്തിന് കുഴഞ്ഞു വീണു. അവർ രണ്ടുപേരുടെയും ഓരോ കാലുകൾ ഒരുമിച്ച് കെട്ടിത്തൂക്കി. അവർ വടികൾ കൊണ്ട് മർദ്ദനമാരംഭിച്ചു.

"കൊണ്ടു പോ."

അവർ രണ്ടുപേരെയും തടവുമുറികളിലേക്ക് കൊണ്ടുപോയി. പത്തു ദിവസത്തിനു ശേഷം കരീമിന് സ്വന്തം മനസ്സ് കൈവിട്ടു പോയി. അവർ അയാളെ അർദ്ധരാത്രിയിൽ തന്നെ ഭ്രാന്താശുപത്രിയിലേക്ക് കൊണ്ടുപോയി.

ഇസ്മീറിലെ ഇരുപത്തിയെട്ടാമത്തെ വര

ഇസ്മയിൽ ലൈറ്റർകൊണ്ട് ഒരു സിഗരറ്റു കൊളുത്തി. എതിരെ ഇരുന്നിരുന്ന ഞാൻ കണ്ണുകളിൽ സൂചി കൊണ്ടതുപോലെ ചൂളുകയും പുറകോട്ടു വലിയുകയും ചെയ്തു. മനസ്സിലേക്കു വന്ന ആദ്യത്തെ ചോദ്യം ഇസ്മയിൽ അണച്ചു കളഞ്ഞു. ഞാൻ ഒന്നും ചോദിച്ചില്ല. "അത് ലൈറ്റർ കണ്ടതുകൊണ്ടോ തീനാളം കണ്ടതുകൊണ്ടോ അല്ല. നീ നിന്റെ മീശ കത്തിക്കുമെന്ന് ഞാൻ പേടിച്ചു." പക്ഷേ, 'മീശ കത്തിക്കുന്നതിലെ' അസംബന്ധം ഉടനടി കണ്ടെത്തിയ അയാൾ വായടച്ചു വെച്ചു.

ഞങ്ങൾ ഉറങ്ങാൻ കിടന്നു. ഇസ്മയിൽ കൂർക്കം വലിക്കാൻ കാത്തിരിക്കുകയായിരുന്നു ഞാൻ. എഴുന്നേറ്റ് മേശയുടെ മുകളിൽ നിന്ന് ലൈറ്റർ പരതി കണ്ടുപിടിച്ചു. ഞാനത് മുഖത്തോട് ചേർത്തു പിടിച്ചു. അല്പം കാത്തുനിന്നു. എന്നിട്ടതു കത്തിക്കുകയും കണ്ണുകളെ എരിയിക്കുന്ന ജ്വാല അറിയുകയും ചെയ്തു. ഞാൻ കണ്ണുകളടച്ചു തുറക്കുകയും വീണ്ടും അടക്കുകയും ചെയ്തു. തീജ്വാലയിലേക്ക് ഉറ്റുനോക്കി. എനിക്ക് പേടിയുണ്ടോ? തീനാളങ്ങളിലേക്ക് ഉറ്റുനോക്കിക്കൊണ്ട് ഇരുന്നു. ഇല്ല, എനിക്ക് പേടിയില്ല, എനിക്ക് പേടിയില്ല, എനിക്ക് പേടിയില്ല. ലൈറ്റർ അണയ്ക്കുകയും അതു കയ്യിൽവെച്ച് കിടക്കുകയും ചെയ്തു. പിന്നെയും അല്പം കാത്തിരുന്നു. വീണ്ടും അതു കൊളുത്തി. പേടിയോടെ കണ്ണുകളടച്ചു. എനിക്ക് പേടിയുണ്ട്. ഞാൻ ലൈറ്റർ അണച്ചു. ശരി, തീയിനെ പേടിയുണ്ട്.

പക്ഷേ, എനിക്ക് വെള്ളത്തെ പേടിയില്ലല്ലോ. ഏത് പേടിയാണ് ആദ്യം വരുന്നത്? എനിക്ക് ആ പുസ്തകം വായിക്കണം. പുസ്തകം മേശപ്പുറത്താണ്. ഇരുട്ടിൽ എനിക്കതെങ്ങനെ വായിക്കാനാകും? 'അയാൾ' എഴുന്നേറ്റു. 'അയാൾ' ലൈറ്റർ കത്തിക്കുകയും തീനാളങ്ങളിലേക്കു നോക്കാതെ, പുസ്തകത്തിന്റെ ഒട്ടും തെളിച്ചമില്ലാത്ത താളുകൾ മറിക്കുകയും ചെയ്തു. ഏതാണ് ആദ്യം തുടങ്ങുന്നതെന്ന് അതു പറയുന്നില്ല. അയാൾ പുസ്തകം തിരിച്ചുവെച്ച് ലൈറ്റർ അണച്ച് കിടന്നു. ഉറക്കഗുളികകൾക്കുള്ള നേരം ഇനിയും ആയിട്ടില്ല. രണ്ടോ മൂന്നോ ദിവസങ്ങൾ കൂടി എനിക്ക് കാത്തിരിക്കാനാകും. രണ്ടോ മൂന്നോ ദിവസങ്ങൾ. അതിനു ശേഷം, പണ്ടു പണ്ടൊരിക്കൽ ഒരു സഖാവ് അഹമ്മദുണ്ടായിരുന്നു എന്നവർ പറയും. കഴിഞ്ഞ ഏതാനും ദിവസങ്ങളായി തോന്നുന്ന ആത്മാനുകമ്പയിൽ അയാൾ ശ്വാസം മുട്ടി.

അനുഷ്ക്കയുടെ ദാച്ചയിലെ പതിന്നാലാമത്തെ വര

ഞാൻ പതിന്നാലാമത്തെ വര വരയ്ക്കുകയായിരുന്നു. അനുഷ്ക എന്റെയരികിലുണ്ട്. ഞങ്ങൾക്ക് ആറു ദിവസങ്ങൾ കൂടിയുണ്ട്. പിന്നീട് മോസ്കോ, പിന്നീട് ഒരാഴ്ചയോ പത്തുദിവസങ്ങളോ, പിന്നീട് ഇസ്താംബൂൾ.

ഞാൻ അനുഷ്കയുടെ നേർക്കു തിരിഞ്ഞു: "നിന്റെ കൈ തരൂ."

ഞാനവളുടെ കൊഴുത്തുരുണ്ട,വെളുത്ത കൈ പിടിച്ചു. ഞങ്ങളുടെ കോർത്തു പിടിച്ച കൈകളിൽ വേർപിരിയലാണുള്ളത്,അത് അവൾക്കറിയില്ല.

"അഹമ്മദ്, നമ്മൾ നേരം വൈകും. നമുക്ക് പെത്യയുടെ അവിടെക്കൂടി കയറണം - അവന് എന്തെങ്കിലും അസുഖമാണോ?" പെത്യ രണ്ടു ദിവസമായി പാല് കൊണ്ടു വന്നിട്ടില്ല.

"ശരി."

തീവണ്ടിയാപ്പീസിൽ പുത്തൻപണക്കാർ ഉയരമുള്ള പ്ലാറ്റുഫോറത്തിൽ വേഷം കെട്ടി ഉലാത്തുന്നുണ്ട്. സർവ്വകലാശാലയുടെ ദാച്ചകളും ഞങ്ങളുടെ വനത്തിലാണ്. ചില പൗരസ്ത്യ വിദ്യാർത്ഥികളും-ചൈനക്കാർ, ജപ്പാൻകാർ, ഇറാൻകാർ - മോടി കാട്ടിക്കൊണ്ട് സവാരി ചെയ്യുന്നുണ്ട്. പുരോഹിതന്റെ മകളും അവിടെയുണ്ട്. അവളും ഇറാൻകാരനായ ഹുസൈൻ സെയ്ദും അടുപ്പത്തിലായിട്ടുണ്ട്. അവർ അടുത്തടുത്ത് നടക്കുന്നുണ്ട്. തുർക്കികളാരും തന്നെ അവിടെയില്ല. കെട്ടുകളും ഭാണ്ഡങ്ങളുമായി നിരവധി കർഷകരുണ്ട്. ഏതാനും വീടില്ലാത്ത കുട്ടികളും.

മറൂസയും കരീമും തീവണ്ടിയിൽ നിന്നിറങ്ങി. ഞങ്ങൾ പരസ്പരം ആലിംഗനം ചെയ്തു. മറൂസ തലയിൽ ചുവന്ന കവണിയും പഴയ ഒരു തോൽജാക്കറ്റുമാണ് ധരിച്ചിരുന്നത്.

"മറൂസാ," ഞാൻ പറഞ്ഞു,

"പത്തുവർഷം കഴിഞ്ഞ്, ചിലപ്പോൾ നൂറുവർഷം, അവർ നിന്റെ ചിത്രം ഇതുപോലെ വരച്ചുവെക്കും. കോംസോമോൾ* പെൺകുട്ടി സിനിമകളിലും നാടകങ്ങളിലും നോവലുകളിലും നിന്റേതു പോലെ വസ്ത്രം ധരിച്ച് പ്രത്യക്ഷപ്പെടും - ഒരു ആയിരം വർഷത്തിനപ്പുറം."

മറൂസ സുന്ദരിയാണ്. അവൾക്ക് ആകൃതിയൊത്ത ഉടലും ഇളംതവിട്ടു നിറവും ഹേസൽ കണ്ണുകളുമുണ്ട്.

"രാവിലെ ആകാശം മേഘാവൃതമായിരുന്നു - അതുകൊണ്ടാണ് ഈ ജാക്കറ്റ് ധരിച്ചത്."

'നീ വിയർക്കും, അതഴിച്ചു മാറ്റ്."

അവളത് അഴിച്ചെടുത്ത് കൈക്കു മുകളിൽ വിരിച്ചിട്ടു. അവളുടെ മുലകൾ ചെറിയ കൈകളും ചിത്രങ്ങളുമുള്ള പരുത്തിക്കുപ്പായത്തിനുള്ളിൽ തിങ്ങിനിറഞ്ഞു.

കരീം എന്നോട് തുർക്കിയിൽ പറഞ്ഞു, "നീ പ്രണയത്താൽ അന്ധനാണ്. എന്നിട്ടും മറ്റൊരാളിന്റെ പെണ്ണിൽ കണ്ണു വെക്കുന്നു."

അവൾ ജോലി ചെയ്യുന്ന ഫാക്ടറിയിൽ കാര്യങ്ങളെല്ലാം നന്നായി പോകുന്നതായി മറൂസ വഴിയിൽ വെച്ച് എന്നോടു പറഞ്ഞു. തീവണ്ടിയാപ്പീസിൽ വെച്ചു കണ്ട അനാഥക്കുട്ടികളെക്കുറിച്ചും ഞങ്ങൾ സംസാരിച്ചു. സങ്കല്പിക്കാനാകാത്തവിധം വൃത്തികെട്ട, അവിശ്വസനീയമായ വിധത്തിൽ കീറിപ്പറിഞ്ഞ പഴന്തുണികൾ ധരിച്ച അവർ എന്നെ അനറ്റോളിയയിലെ കുട്ടികളെ ഓർമ്മിപ്പിച്ചു. പക്ഷേ,വേനൽക്കാലത്തു മാത്രമാണ് അവർക്ക് ഈ കുട്ടികളോട് സാമ്യമുള്ളത്. ക്രുപ്സ്കായ ആ പ്രശ്നത്തെക്കുറിച്ച് സംസാരിച്ചിരുന്നതായി മറൂസ എന്നോട് പറഞ്ഞു,

"എത്ര മാസങ്ങൾക്കു മുമ്പാണെന്നോ എവിടെ വെച്ചാണെന്നോ എനിക്കറിയില്ല. ഞങ്ങൾ ഫാക്ടറിയിലും ഇതേക്കുറിച്ചു സംസാരിക്കാറുണ്ട്."

ഞങ്ങൾ പെത്യയുടെ ഗ്രാമത്തിലെത്തി. പക്ഷേ, അവന്റെ വീടെവിടെയാണെന്ന് ഞങ്ങൾക്കറിയില്ല. നിരത്തിന്റെ ഇരുവശങ്ങളിലുമുള്ള ഏതാണ്ടെല്ലാ കുടിലുകളും നിലംപൊത്താറായവയാണ്. വീട്ടുമുറ്റങ്ങളിലൊന്നും ആരെയും കാണുന്നില്ല. ഞാൻ ചുറ്റും നോക്കി. താടി വെച്ച ഒരു വൃദ്ധനെ കണ്ടു. അയാളുടെ കാലിൽ ബൂട്ടുകളുണ്ട്. അയാളുടെ മെച്ചപ്പെട്ട കുടിലിന് കടഞ്ഞെടുത്ത ജാലകചട്ടങ്ങളും അടുത്തിടെ പുതുക്കിയ മേൽക്കൂരയുമുണ്ട്.

"ഇവിടെ നിൽക്ക്. ഞാൻ പോയി ചോദിച്ചിട്ടു വരാം."

ഞാൻ അയാളുടെ നേർക്കു നടന്നു. "നമസ്ക്കാരം,സഖാവേ. പെത്യ, ദാരിയ മിഹൈലോവ്നയുടെ മകൻ, എവിടെയാണ് താമസിക്കുന്നത്?

---

* ഓൾ യൂണിയൻ ഓഫ് യംഗ് കമ്യൂണിസ്റ്റ് ലീഗ്

ചെമ്പടയിൽ പോരാടുമ്പോൾ ആഭ്യന്തരയുദ്ധത്തിനിടയിൽ അവന്റെ അച്ഛൻ മരിച്ചു പോയി. അവനാണ് ഞങ്ങൾക്ക് പാലു തരുന്നത്."

അയാൾ മറുപടി പറയാതെ എന്നെ അല്പനേരത്തേക്ക് തുറിച്ചു നോക്കി: "നിങ്ങളൊരു തതാർ ആണോ?"

"ഞാൻ തുർക്കിയിൽ നിന്നാണ് – ഇസ്താംബൂൾ."

അയാൾ താടി ചൊറിഞ്ഞു. അയാളുടെ കണ്ണുകൾ രൂക്ഷമായി: "അപ്പോൾ നീയൊരു തുർക്കിക്കാരനാണ്. നീയെന്താണിവിടെ ചെയ്യുന്നത്?"

"ഞാൻ പഠിക്കുകയാണ്. സർവ്വകലാശാലയിൽ."

"ദാച്ചയിൽ താമസിക്കുന്ന, നേർത്ത കണ്ണുള്ള ചൈനക്കാരനെ പോലെ?"

"അതെ.'

"നീ അവരോടൊത്താണോ ദാച്ചയിൽ താമസിക്കുന്നത്?"

"അല്ല, ഒരു ചങ്ങാതിയോടൊപ്പം."

അപ്പോൾ മറൂസ ഞങ്ങളുടെ അടുത്തേക്കു വന്നു.

തുറിച്ചു നോക്കിക്കൊണ്ട് ആ മനുഷ്യൻ ചോദിച്ചു, "എല്ലാ ദിവസവും രാവിലെ പെത്യ നിങ്ങൾക്ക് പാല് തരുന്നുണ്ടോ?"

അയാളുടെ സംസാരം വിചിത്രമാണെന്ന് പെട്ടെന്നെനിക്കുതോന്നി.

'ഉവ്വ്, അതുകൊണ്ടെന്ത്?"

"അതുകൊണ്ടെന്താണെന്നോ? റഷ്യക്കാരുടെ റൊട്ടി തിന്നും പാലു കുടിച്ചും നിങ്ങൾക്ക് ഇനിയും മതിയായില്ലേ? നിങ്ങൾക്കിവിടെ എന്താണ് കാര്യം? നിങ്ങൾ ലോകവിപ്ലവത്തെക്കുറിച്ച് വായിട്ടലച്ച് ഞങ്ങളെ പിഴിഞ്ഞെടുക്കുകയാണ്. റഷ്യക്കാർക്ക് അവരുടെ ആവശ്യത്തിനുപോലുമുള്ള റൊട്ടിയും പാലുമില്ല."

മറൂസ ചാടിവീണു: "നിങ്ങളൊരു പന്നിയാണ്, വർഗവഞ്ചകൻ!"

മറൂസയും ആ മനുഷ്യനും തമ്മിൽ വാക്കുതർക്കം തുടങ്ങി.

"ഞങ്ങൾ ഈ പരാന്നഭോജികളെ തുടച്ചു മാറ്റും."

ആ മനുഷ്യൻ ആണയിട്ടു. മറൂസയും വിട്ടുകൊടുത്തില്ല. കരീമും അനുഷ്കയും ഞങ്ങളുടെ അടുത്തേക്കു വന്നു. പുരുഷന്മാരും കർഷകസ്ത്രീകളും കുട്ടികളും എവിടെ നിന്നോ പ്രത്യക്ഷപ്പെടുകയും ഞങ്ങളെ വളയുകയും ചെയ്തു. ചിലർ മറൂസയെയും മറ്റു ചിലർ ഗ്രാമത്തലവനെയും പിന്തുണച്ചു. പെത്യയുടെ അമ്മ ഒരു നല്ല കർഷകസ്ത്രീയാണ്.

“പെത്യക്ക് ദീനമാണ്”, അവർ പറഞ്ഞു. അവർ ഗ്രാമത്തലവന്റെ നേർക്കു തിരിഞ്ഞു: “നിങ്ങൾ നാണിക്കണം, ഇവാൻ പെട്രോവിച്ച്. ഞങ്ങൾ പാലു വില്ക്കുന്നതിലുള്ള അസൂയയാണ് നിങ്ങൾക്ക്. ഞങ്ങൾക്ക് ഒരു പശുവേയുള്ളൂ. നിങ്ങൾക്കാകട്ടെ മൂന്നും. നിങ്ങളുടെ അവസാനിക്കാത്ത അത്യാഗ്രഹത്തെ ദൈവത്തിന്റെ മണ്ണ് ശമിപ്പിക്കട്ടെ.” അവർ ഞങ്ങളോടു പറഞ്ഞു: “പെത്യയ്ക്ക് ദീനമാണ്,” അവർ ആവർത്തിച്ചു. “പാലു കൊണ്ടുവന്നു തരാൻ ഇവിടത്തെ പണി കഴിഞ്ഞ് എനിക്ക് നേരം കിട്ടുന്നില്ല.”

അനുഷ്ക: “ഞങ്ങൾ പെത്യയെ കുറിച്ചോർത്താണ് വേവലാതിപ്പെട്ടത്. അവന് സുഖമാകുന്നതുവരെ ഞാനിവിടെ വന്ന് പാലു വാങ്ങിക്കൊണ്ടു പൊയ്ക്കൊള്ളാം.”

എന്തോ കാരണത്താൽ ഞങ്ങൾ പെത്യയെ കാണാൻ പോയില്ല; ആ ബഹളത്തിനെല്ലാമൊടുവിൽ ഞങ്ങൾ അവനെക്കുറിച്ച് മറന്നു പോയി.

ദാരിയ മിഹൈലോവ്ന അപ്രത്യക്ഷയാകുകയും ഞങ്ങൾക്കുള്ള പാലുമായി തിരിച്ചു വരികയും ചെയ്തു.

ദാച്ചയിലേക്കുള്ള വഴിമദ്ധ്യേ കരീം തുർക്കിഭാഷയിൽ എന്നോടു ചോദിച്ചു: “അവളോട് എന്തെങ്കിലും പറഞ്ഞോ?”

“ഇല്ല. നീയോ?”

“ഇല്ല.”

ദാച്ചയ്ക്കടുത്തെത്തിയപ്പോൾ ഞാൻ പറഞ്ഞു: “അനുഷ്ക, നാളെ പെത്യയ്ക്ക് സ്ട്രോബറികൾ കൊണ്ടുപോകാം.”

“നല്ല കാര്യം.”

അന്നു രാത്രി വനത്തിനുള്ളിലെ വെളിമ്പ്രദേശത്ത് ഞങ്ങൾ തീ കൂട്ടി. റഷ്യൻകാട്ടിലെ തീക്കുണ്ഡത്തിനു ചുറ്റും ഇരിക്കുന്നത് മനോഹരമാണ് മാത്രമല്ല, എരിയുന്ന പൈൻമരക്കഷ്ണങ്ങളിൽ കണ്ണിമയ്ക്കാതെ നോക്കിനിൽക്കുന്നതും തീനാളങ്ങൾക്കുള്ളിൽ തീനാളങ്ങളെ തിരയുന്നതും അവയെ പ്രണയിക്കുന്നതും, എനിക്ക് തോന്നുന്നില്ല - ഞാൻ വിചിത്രമായ ഒരു വാക്ക്, അതും റഷ്യൻ ഭാഷയിൽ, ഉപയോഗിക്കാൻ പോകുകയാണ് - എനിക്കു തോന്നുന്നില്ല, അതിന്റെ റൊമാന്റിക് മറ്റേതൊരു രാജ്യത്തിന്റെയും കാടുകളിൽ അനുഭവിക്കാനാകുമെന്ന്. ഞാൻ അനുഷ്കയുടെ കൈ പിടിച്ചിട്ടുണ്ട്; മറൂസയുടെ തല കരീമിന്റെ മുട്ടുകളിലാണ് വിശ്രമിക്കുന്നത്. എല്ലാവരുടെയും മുഖങ്ങളിൽ ചുവപ്പുനിറമുള്ള തിളക്കം. ഞങ്ങളുടെ നാലുവശങ്ങളിലും പൈൻ മരങ്ങളും ഉങ്ങുമരങ്ങളും അകന്നകന്നു പോകുകയും ആകാശത്തിന്റെ ചാരനിറത്തിൽ ഇഴുകിച്ചേരുകയും ചെയ്തു.

മറൂസ ചോദിച്ചു: "കരീമുഷ്ക്കാ, ഈ ഒരു രാത്രിയെങ്കിലും ഈ രാത്രിയെങ്കിലും എന്നെ ഏറെ സ്നേഹിക്കുമോ?"

"അത്രയ്ക്കൊന്നുമില്ല", എന്ന പതിവു മിടുക്കൻ ഉത്തരമാണ് പറയുന്നതെങ്കിൽ കയ്യിൽ കിട്ടിയതെടുത്ത് അയാളുടെ തല ഞാൻ തല്ലിപ്പൊളിക്കും.

"വളരെയേറെ," അയാൾ പറഞ്ഞു. "ഞാൻ നിന്നെ വളരെ, വളരെയേറെ സ്നേഹിക്കുന്നു, മറൂസാ."

അയാൾ കുനിഞ്ഞു മടിയിൽ കിടന്ന പെൺകുട്ടിയുടെ അധരങ്ങളിൽ ചുംബിക്കുകയും ചെയ്തു.

ഞാൻ അനുഷ്കയെ നോക്കി-അവളുടെ നെറ്റി, മുടി, അധരം, മൂക്ക്, കണ്ണ് - കൂടിപ്പോയാൽ ഇരുപതു ദിവസം, അതു കഴിഞ്ഞാൽ ഞാനൊരിക്കലും അതൊന്നും പിന്നീടു കാണില്ല. ഞങ്ങൾ രണ്ടുപേർക്കും വേണ്ടി മരിക്കാൻ തയ്യാറാണ്. കിടപ്പറയിൽ പോലും ഞാൻ ഇന്നത്തേതു പോലെ അവളോട് ഒരിക്കലും അടുത്തിട്ടുണ്ടായിരുന്നില്ല. ആരോടെങ്കിലും ഇത്രയ്ക്കും അടുപ്പമുണ്ടാകുന്നത്, എന്നോട് ഇത്രയുമടുത്ത ഒരാളെ അനുഭവിക്കുന്നത് - എന്റെ കണ്ണുകളെ ഈറനണിയിക്കുന്ന ഈ ഗാഢമായ അടുപ്പം - അതൊരിക്കലും വീണ്ടും ഞാൻ അനുഭവിക്കില്ലെന്ന് എനിക്കുറപ്പാണ്. ഇതെല്ലാം റൊമാന്റിക് ആണെന്ന് എനിക്കറിയാം. ഇക്കാലമത്രയും എന്റെ ജീവിതം അങ്ങനെത്തന്നെയായിരുന്നു. കരീമിന്റെയും. എനിക്കറിയാത്തവരും അറിയാൻ പോകുന്നവരുമായ നിരവധി പേരുടെയും സൂഫിയുടെയും പെട്രോഷ്യന്റെയും മറൂസയുടെയും അനുഷ്കയുടെയും - ജീവിതങ്ങൾ അങ്ങനെത്തന്നെയായിരുന്നു. ആർക്കറിയാം, ചിലപ്പോഴത് സങ്കീർണ്ണമാകാം, ചിലപ്പോഴത് രക്തരൂഷിതവും. കുതിരയെ കുതിച്ചോടിക്കുന്ന ചെമ്പടയാളിയുടെ കാല്പനികതയാണത്. കുതിരപ്പടയാളി എവിടേക്കാണ് കുതിക്കുന്നത്? നിരവധി തവണ, തന്റെ മരണത്തിലേക്ക്. പക്ഷേ, ജീവിതത്തിന്റെ നാമത്തിലാണ് ആ ആത്മത്യാഗം - കൂടുതൽ മികച്ചതും കൂടുതൽ നീതിയുക്തവും കൂടുതൽ ആഴമുള്ളതും പൂർണമായതുമായ ജീവിതം ജീവിക്കാൻ വേണ്ടി!

വിഷാദഭരിതമായ ശബ്ദത്തിൽ കരീം തുർക്കി നാടോടിപ്പാട്ടുകൾ പാടി:

"ഭവതി, ഇവിടെ, എന്റെ കഠാരയിതാ,
അതുകൊണ്ടെന്റെ ഹൃദയം പിളരൂ..."

പാടുമ്പോൾ അയാളുടെ മുഖം മാറുകയും കൂടുതൽ ഗൗരവപൂർണമാകുകയും ചെയ്യുന്നുണ്ട്. അയാളുടെ കുന്തിരിക്കത്തിന്റെ നിറമുള്ള കണ്ണുകൾ, തീച്ചുവപ്പിൽ തിളങ്ങുന്ന ഇളംചെന്നായയുടേതു പോലുണ്ട്. അയാൾ ജീവിതത്തോട്, അതിരുകളില്ലാത്ത ജീവിതത്തോട് ആസക്തിയുള്ളവനാണ്.

ഇസ്മീറിലെ
ഇരുപത്തിയൊമ്പതാമത്തെ വര

മോട്ടോർ 'ഡംഡംഡഡംഡ' ഒച്ച വെച്ചു. അത് കുടിലിനകത്ത്, വിളക്കിന്റെ പ്രകാശത്തിൽ, ഞാനും ഇസ്മയിലും ഭിത്തിയിലേക്കെറിഞ്ഞ നിഴലുകളിൽ, മേശയിലിരുന്ന് വിറയ്ക്കുന്ന എന്റെ കൈകളിലെല്ലാം മിടിക്കുന്നുണ്ട്. എനിക്ക് വിളക്കിന്റെ തിരിയിൽ - ഭീതി ജനിപ്പിക്കുന്ന വിധത്തിൽ രക്തച്ചുവപ്പുള്ള തിരിയിൽ - നോക്കാനാകുന്നില്ല. ഇസ്മയിലിന് അതറിയാം. അല്പനേരം പോലും എനിക്ക് തീയുടെ നേരെ നോക്കാനാകുന്നില്ലെന്ന് അയാൾ ശ്രദ്ധിച്ചിട്ടുണ്ട്. എന്റെ ഉത്തരം അയാൾ വിശ്വസിക്കുന്നില്ലെങ്കിൽ പോലും അയാൾ ഒരേ ചോദ്യം ചോദിച്ചുകൊണ്ടേയിരിക്കുന്നു: "നിനക്കെങ്ങിനെയുണ്ട്?"

എനിക്ക് കുഴപ്പമൊന്നുമില്ലെന്ന് ഇപ്പോൾ ഞാൻ പറയാറില്ല, ഞാനൊന്നുംതന്നെ പറയാറില്ല.

"തലവേദന കൂടുതലുണ്ടോ?"

ഞാൻ മറുപടി പറയാറില്ല.

"വെളിച്ചം നിന്റെ കണ്ണുകളെ വേദനിപ്പിക്കുന്നുണ്ടോ?"

അപ്പോൾ പൂച്ച സഞ്ചിക്കു വെളിയിലാണ്. എങ്ങനെ അയാൾക്ക് അതത്രയും ക്രൂരമായി ചോദിക്കാൻ കഴിഞ്ഞു?

ഞാൻ എന്റെ മുഖം വിളക്കിനടുത്തേക്ക്, തിരിക്കടുത്തേക്ക് തിരിച്ചു. ഒരു വേട്ടക്കാരന്റെ കണ്ണുകളോടെ ഇസ്മയിൽ എന്നെ ശ്രദ്ധിക്കുന്നുണ്ട്. ഞാൻ വിളക്കുതിരിയിലേക്ക് നോക്കി. പഴുത്ത സൂചി കൊണ്ട് കുത്തിയതുപോലെ എന്റെ കൃഷ്ണമണികൾ എരിഞ്ഞു. ഞാൻ തിരിയിലേക്ക് തുറിച്ചുനോക്കി. വേദന അസഹ്യമാണ്. ഞാൻ തിരിയിലേക്ക് പിന്നെയും പിന്നെയും തുറിച്ചു നോക്കി. പെട്ടെന്ന് ഞാൻ അന്ധനായി. അന്ധകാരം! എന്റെ അന്ധകാരം ഇസ്മയിൽ അറിയാതെ നോക്കേണ്ടതുണ്ട്. ഞാൻ സ്വയം നിയന്ത്രിച്ചില്ലെങ്കിൽ, തൊണ്ട പൊട്ടുമാറ് നിലവിളിച്ചെന്നുവരാം.

മേശമേൽ തൊടാതെ ഞാൻ എഴുന്നേറ്റു നിന്നു. ഇരുട്ടാണ്, എന്റെ കണ്ണുകൾ എരിയുന്നുണ്ട്. ഇരുട്ടാണ്. തീനാളങ്ങൾ എന്റെ തലച്ചോറിനുള്ളിൽ തുള്ളിക്കളിക്കുന്നുണ്ട്. ഞാൻ മുന്നോട്ട് ഒരടി വെച്ചു. ഞാൻ വേച്ചുപോയി. ഇസ്മയിൽ അലറി: "ഇരിക്ക്!"

പെട്ടെന്ന് തോൽപ്പിക്കപ്പെട്ടപോലെ ഞാൻ, കസേര തപ്പിപ്പിടിച്ച് അതിലിരുന്നു.

"കണ്ണു തുറക്കൂ, സഹോദരാ!"

അറിയാതെ ഞാൻ കണ്ണുകൾ അടച്ചു പോയതായി മനസ്സിലാക്കി. ഞാൻ കണ്ണുകൾ തുറന്നു. വിളക്ക് അയാൾക്ക് പുറകിലാണ്. അപ്പോൾ ഇസ്മയിൽ അതു മാറ്റിവെച്ചിട്ടുണ്ട്. ഇസ്മയിൽ നിൽക്കുകയാണ്. ഞാൻ അയാളെ അതിനു മുമ്പൊരിക്കലും അങ്ങനെ കണ്ടിട്ടില്ല. അയാൾ പേടിച്ചരണ്ടിരിക്കുന്നു,താൻ പേടിച്ചിരിക്കുകയാണെന്ന് അയാൾ മറച്ചു വെക്കുന്നുമില്ല.

എനിക്ക് അലറാൻ തോന്നി: "ഇസ്മയിൽ, പേടിക്കരുത്." പക്ഷേ, എനിക്കതിന് കഴിഞ്ഞില്ല. ഞാനൊന്നും പറഞ്ഞില്ല. ഇസ്മയിലിന്റെ കൈ അയാളുടെ പുറങ്കുപ്പായത്തിന്റെ കീശയിലാണ്. അപ്പോൾ അയാൾ കാലുറയിൽ നിന്ന് തോക്ക് പുറങ്കുപ്പായത്തിലേക്ക് മാറ്റിയിട്ടുണ്ട്. അയാൾക്കത് വേഗത്തിൽ വലിച്ചെടുക്കാം. ഇന്നു രാത്രി തന്നെ ഉറക്കഗുളികകൾ വിഴുങ്ങുന്നതാണ് നല്ലത്. അവയെല്ലാം തന്നെ!

"നിനക്കെങ്ങനെയുണ്ട്?"

"എനിക്ക് കുഴപ്പമൊന്നുമില്ല, ഇസ്മയിൽ. ഒരല്പം തല കറങ്ങുന്നുണ്ട്. ഇപ്പോഴത് നേരെയായി. എനിക്കൊരു കുഴപ്പവുമില്ല. ഞാൻ ഉറങ്ങാൻ പോകുകയാണ്."

അയാൾ എന്നെ വിചിത്രമായി നോക്കി. ഞാൻ ചോദിച്ചു: "നിനക്ക് ക്ഷീണമില്ലേ?"

"ഇല്ല."

"നീ എന്തുചെയ്യാൻ പോകുന്നു?"

'ഞാൻ പത്രങ്ങൾ വായിക്കും."

ഞാൻ വിളക്കിന് പുറംതിരിഞ്ഞു നിന്ന്, വസ്ത്രങ്ങൾ ഊരിയെടുത്തു. പിന്നീട് കിടക്കയിൽ കിടന്നു. ഞാൻ കണ്ണുകളടച്ചു. തുറന്നു. ഇസ്മയിൽ മേശയ്ക്കരികിൽ ഇരിക്കുന്നുണ്ട്. പത്രം വായിക്കുകയാണെന്ന് നടിക്കുന്നുണ്ടെങ്കിലും അയാൾ എന്നെ ശ്രദ്ധിക്കുകയാണ്. ഞാൻ ഭിത്തിക്കഭിമുഖമായി കിടന്നു. അല്പനേരം അങ്ങനെ കിടന്നിട്ട് വീണ്ടും വലതുവശത്തേക്ക് തിരിഞ്ഞുകിടന്നു. ഇസ്മയിൽ മേശയ്ക്കരികിലെ ഇരിപ്പിന്റെ ദിശ മാറ്റിയിട്ടുണ്ട്: അയാൾ കണ്ണുകൾ എന്നിലുറപ്പിച്ച് തുറിച്ചു

നോക്കുകയാണ്. ഞാനും കിടന്നിടത്തുനിന്ന് അയാളെ നോക്കി. വിളക്ക് ഇപ്പോൾ എന്റെ കണ്ണുകളെ വേദനിപ്പിക്കുന്നില്ല. പകരം ഞാൻ കണ്ണുകൾ തുറക്കുകയും അടയ്ക്കുകയും ചെയ്തു. ഇസ്മയിൽ എന്നെ നോക്കുന്നുണ്ട്. ഞാൻ തലയണക്കീഴിലുള്ള ഉറക്കഗുളികഡപ്പി തൊട്ടുനോക്കി. അയാൾ പ്രഭാതംവരെ ഇങ്ങനെ ഇരിക്കുമോ? അയാൾ നോക്കുമ്പോൾ എനിക്ക് ഒരു പിടി ഉറക്കഗുളികൾ കയ്യിലെടുക്കാനാകില്ല. ഈ നശിച്ച നാടകം ഇന്ന് രാത്രിയോടെ അവസാനിക്കണം. ഇത് അവസാനിച്ചേ തീരൂ. ഞാൻ വിളക്കിലേക്ക് നോക്കി. എന്റെ കണ്ണുകൾ എരിഞ്ഞില്ല. ഇന്നു തന്നെ ഇതു തീർക്കേണ്ടതുണ്ട്. ഇസ്മയിൽ മേശയ്ക്കരികിലുണ്ട്. ഇന്നു രാത്രി മുഴുവൻ അയാൾ അവിടെ ഇരിക്കണം. പ്രഭാതം വരെ അയാൾ എന്നിൽ നിന്ന് കണ്ണുകളെടുക്കരുത്.

ഇസ്താംബൂൾ പൊലീസ് കാര്യാലയത്തിലെ വരകൾ

അവർ ഇസ്മയിലിനെ തടവറയിൽ നിന്നും ശൗചാലയങ്ങൾക്കരികിലുള്ള വഴിയിലെ കട്ടിലിലേക്ക് മാറ്റി,പുതപ്പുകളോ കിടക്കയോ ഇല്ല. അയാൾ അവിടെയെത്തിയിട്ട് എത്ര മാസമായി? ഇപ്പോൾ കട്ടിലിനടുത്തുള്ള ഭിത്തിയിലും അയാൾ വരകൾ കോറിയിടുന്നുണ്ട്. കസേരകളിൽ ആരും ഇപ്പോൾ ഇരിക്കുന്നില്ല. അവരിൽ ചിലരെ പൊലീസുകാർ പോകാൻ അനുവദിച്ചു, ശേഷിച്ചവരെ ഭൂമിക്കടിയിലുള്ള പൊതു വാർഡിലേക്ക് മാറ്റി. അയാളെയും കരീമിനെയും കാലു കെട്ടിയിട്ട് അടിച്ചതിനു ശേഷം ഇസ്മയിലിനെ ചോദ്യം ചെയ്യാൻ കൊണ്ടുപോയിട്ടില്ല. പുതിയ അറസ്റ്റുകളുണ്ടോ? അയാൾക്കറിയില്ല. മൂന്നുദിവസമായി കട്ടിലിൽ കിടക്കുന്നതുകൊണ്ട്, പുതിയ അറസ്റ്റുകൾ നടന്നിരുന്നുവെങ്കിൽ അയാൾ പുതിയ ആളുകളെ കാണുമായിരുന്നു.

അവർ ദന്തഡോക്ടറായ അഗോപിനെ ഭൂമിക്കടിയിലുള്ള പൊതു വാർഡിലേക്കയച്ചു.

രണ്ടുദിവസമായി ഇസ്മയിൽ നൈമാനോട് ഉണക്കിയ ആഹാര പദാർത്ഥങ്ങൾ ആവശ്യപ്പെടുന്നുണ്ട്. കട്ടിലിനു തൊട്ടടുത്ത മുറിയിൽ അവർ ആരെയോ - ആര്? - പട്ടിണിക്കിട്ടിട്ടുണ്ട്. രാത്രിയിൽ അയാളുടെ തടവറയുടെ വാതിലിലുള്ള വിടവുകളിലൂടെ ഇസ്മയിൽ പാൽക്കട്ടിയും ബൊറെക്കുകളും* ഉണക്ക മാസക്കഷ്ണങ്ങളും മറ്റും ഞെരുക്കി കയറ്റി.

കട്ടിലിലെത്തി ഒരാഴ്ച കഴിഞ്ഞപ്പോൾ അവർ ഇസ്മയിലിനെ ഉണർത്തി - കണ്ണട ധരിച്ച കമ്മീഷണറും സിവിലിയൻ വസ്ത്രം ധരിച്ച മറ്റൊരാളും ബ്യൂറോ തലവനും: "നമുക്ക് പോകാം."

അവർ ഇടനാഴിയിൽ നിന്ന് ഇടത്തേക്കു തിരിഞ്ഞു. കണ്ണടക്കാരനായ കമ്മീഷണർ ഒരു വാതിൽ തുറന്നു: ഇസ്മയിൽ സിയയെ കണ്ടു. ഒഴിഞ്ഞ

---

* പാൽക്കട്ടിയും ചീരയിലകളും കൊത്തിയരിഞ്ഞ മാംസവും നിറച്ച അട പോലെയുള്ള പലഹാരം

മുറിയിൽ, ചില്ലുകളില്ലാത്ത കമ്പിയഴി ജാലകത്തിനു മുമ്പിൽ - പുറത്ത് വസന്തമഴ വീഴുമ്പോൾ-സിയ അടിവസ്ത്രം മാത്രം ധരിച്ചു നിന്നു. അയാളുടെ കൈകൾ പുറകിൽ നിന്ന് വിലങ്ങു വെച്ചിട്ടുണ്ട്. കാലുകളിലും വിലങ്ങുണ്ട്. കക്ഷങ്ങൾക്കടിയിൽ ഒരു കയർ ചുറ്റുകയും അതിന്റെ അറ്റങ്ങൾ വലിയ ഉയരമുള്ള ഒരു ജാലകത്തിന്റെ ഏറ്റവും മുകളിലത്തെ അഴിയിൽ കെട്ടിയിടുകയും ചെയ്തിട്ടുണ്ട്. സിയയുടെ അടിവയർ വലിഞ്ഞുമുറുകിയിട്ടുണ്ട്. വലിയ ഭാരം കെട്ടി വലിച്ചതുപോലെ അയാളുടെ പേശികളും. സിയ നഗ്നമായ കാലിന്റെ പെരുവിരൽ കുത്തിയാണ് നിൽക്കുന്നത്. അയാൾ ഉടൽ അഴച്ചിടാൻ ശ്രമിച്ചാൽ കയർ കക്ഷത്തിലേക്ക് ആഴ്ന്നിറങ്ങും. അയാളുടെ തല ചുമലുകൾക്കിടയിൽ പൂഴ്ത്തിയിട്ടുണ്ട്. കണ്ണുകൾ തുറന്നു മിഴിച്ചവയാണ്. മഴ അയാളുടെ പുറകിൽ വന്നലയ്ക്കുന്നുണ്ട്.

ബ്യൂറോ തലവൻ ഇസ്മയിലിനോട് ചോദിച്ചു: “നിങ്ങൾക്കിയാളെ അറിയാമോ?”

“ഇല്ല.”

“ഇയാളാണോ നിങ്ങൾക്ക് ടൈപ്പ്റൈറ്ററും സ്റ്റെൻസിലുകളും തന്നത്?”

“ആരുമെനിക്ക് ഒന്നും തന്നിട്ടില്ല.”

തലവൻ സിയയുടെ അടുത്തേക്ക് നടന്നു: “നിങ്ങൾക്ക് ഇയാളെ അറിയാമോ?”

“ഇയാളെ ഒരിക്കലും കണ്ടിട്ടേയില്ല.”

സിയയുടെ ശബ്ദം എന്നത്തേയും പോലെ മൃദുലവും ആഴമുള്ളതുമാണ്.

“നിങ്ങളിയാൾക്ക് മെഴുകു...”

സിയ തലവനെ തടസ്സപ്പെടുത്തി.

‘ഞാൻ ആർക്കും ഒന്നും കൊടുത്തിട്ടില്ല.”

തലവൻ ആക്രോശിച്ചില്ല. അയാൾ ഇളംതവിട്ടു മുടിയുള്ള തല കുലുക്കി പുറത്തേക്കു പോയി.

ഇസ്മയിൽ അയാളുടെ കട്ടിലിലേക്ക് മടങ്ങി. അയാൾ ആലോചിച്ചു: ആ തന്തക്കഴുവേറികൾ സിയയെ കുരിശിൽ കയറ്റി. തടവറയിൽ അടച്ചതിനുശേഷം ഇതുവരെ തോന്നിയിട്ടില്ലാത്ത സഹതാപത്തോടെ അയാൾക്ക് കരയാൻ തോന്നി. ബദറുദ്ദീൻ മുസ്തഫയെ സുൽത്താൻ മുറാദ് ഒട്ടകത്തിന്റെ പുറത്ത് ക്രൂശിച്ചതുപോലെ അവർ സിയയെയും ക്രൂശിച്ചു. (അയാൾ സിയയിൽ നിന്നാണ് അതു കേട്ടിട്ടുള്ളത്) തന്തക്കഴുവേറികൾ. പിന്നീട് അയാളുടെ ചിന്തയുടെ ദിശ മാറി. കരീമിനോടും സിയയോടും

ചെയ്തത് അവരെന്താണ് തന്നോട് ചെയ്യാതിരുന്നത്? സിയയിൽ നിന്ന് തനിക്ക് ടൈപ്പ്റൈറ്ററും സ്റ്റെൻസിലുകളും കിട്ടിയെന്നും താൻ അത് കരീമിന് നൽകിയെന്നും അവർക്കറിയാം. ആരാണ് അത് അവരോടു പറഞ്ഞത്? പക്ഷേ, അവർക്കത് കരീമിൽ നിന്ന് കണ്ടെടുക്കാൻ കഴിഞ്ഞില്ല. അതുകൊണ്ടാണ് അയാളെ മർദ്ദിച്ചത്. (കരീമിന് ഭ്രാന്തായ കാര്യം അപ്പോഴും ഇസ്മയിലിന് അറിയില്ല) സിയയെ അവർ ഉപദ്രവിച്ചത് അയാളാണ് അതിന്റെയെല്ലാം സൂത്രധാരൻ എന്നറിഞ്ഞതുകൊണ്ടാണ്. കരീം അതെല്ലാം ആർക്കാണ് നൽകിയതെന്നും അയാൾക്കറിയാം. സ്റ്റെൻസിലുകളും ഒരു പഴയ ടൈപ്പ്റൈറ്ററും. മെഴുകുകടലാസുകളും പഴയ ടൈപ്പ്റൈറ്ററും. അതിൽ 'ഡി' എന്ന അക്ഷരം പൊന്തിനിൽക്കുന്നുണ്ടായിരുന്നു...

ഗുണനചിഹ്നം

ഞാൻ എന്റെ കയ്യിലെ ഗ്ലാസ് പരിശോധിച്ചു. അതിൽ നിന്നും വെള്ളം പതിയെ മൊത്തിക്കുടിച്ചു. ഗ്ലാസ് താഴെ വെക്കുകയും അവർ മുഖം കഴുകുന്ന സിങ്കിനടുത്തേക്ക്-സിയയുടെ പണി-നടന്ന് വലിയ പാട്ട കൊണ്ടുണ്ടാക്കിയ പൈപ്പ് വീണ്ടും തുറക്കുകയും ചെയ്തു. അയാൾ അത് പൂട്ടി. ഇന്നലെ മുഖം കഴുകുമ്പോൾ പെട്ടെന്നയാൾക്ക് വെള്ള ത്തിന്റെ ഒച്ചയോട് പേടി തോന്നി. ഇന്നലെ അയാൾ വെള്ളം കുടിച്ചതേ യില്ല. പക്ഷേ, ഇന്നു രാവിലെ അയാൾ കുഴപ്പമൊന്നുമില്ലാതെ മുഖം കഴുകുകയും വെള്ളം കുടിക്കുകയും ചെയ്തു. അയാൾക്ക് വെള്ളത്തി ലേക്ക് നോക്കാം. അയാൾ ഒരിക്കൽ കൂടി തെർമ്മോമീറ്റർ കയ്യിനടിയിൽ വെച്ചു; 98.7. തലവേദനയില്ല, പേശികൾക്കും വേദനയില്ല. വാതിലിലെ വെളുത്ത വരകൾ അയാൾ ഒരിക്കൽ കൂടി എണ്ണി നോക്കി-മുപ്പത്തിരണ്ട്. അയാളൊരു ചോക്കെടുത്ത് മുപ്പത്തിരണ്ടു വരകൾക്കും മുകളിൽ കുത്തനെ നിൽക്കുന്ന മൂന്നു വരകൾ വരച്ചു. അയാളതു നോക്കി, എന്നി ട്ടൊരു ഗുണനചിഹ്നം വരച്ചു - അതിന്റെ നാലു ബിന്ദുക്കളും വാതിലിന്റെ നാലു മൂലകളിൽ മുട്ടി - മുപ്പത്തിരണ്ടു വരകൾക്കു മുകളിൽ! അയാൾ പുഞ്ചിരിച്ചു. മോട്ടോർ മുരളുന്നതു കാതോർത്ത് അയാൾ ഇസ്മയിലിനു വേണ്ടി കാത്തിരുന്നു.

എമീനൊനുവിൽ

വസന്തകാലത്തിലെ മഴ ഇസ്താംബൂളിനു മുകളിൽ കോരിച്ചൊരിയുകയാണ്. നൈമാൻ എമീനൊനുവിൽ ട്രോളികൾ നിർത്തുന്ന ഇടത്ത് കാത്തുനില്ക്കുകയാണ്. അവൾ കുട ചൂടിയിട്ടുണ്ട്. അവളുടെ ഉദരം ഉന്തി നിൽക്കുന്നുണ്ട്. ട്രോളികൾ വരികയും പോവുകയും ചെയ്യുന്നുണ്ട്. അവൾ കാത്തു നില്ക്കുന്നത് അക്സറായിൽ നിന്നു വരുന്ന ട്രോളികൾക്കു വേണ്ടിയാണ്. പക്ഷേ, അവ വന്നുപോയത് നൈമാൻ ശ്രദ്ധിച്ചതേയില്ല. അവൾ പുഞ്ചിരിക്കുകയും തന്നോടു തന്നെ പിറുപിറുക്കുകയും ചെയ്തു. അക്സറായ് ട്രോളികൾ വീണ്ടും കടന്നു പോയി. “ഞാൻ നാളെ ഇസ്മയിലിനെ കാണും.” അവർ പറഞ്ഞു,“നാളെ നീ അയാളെ കാണും.” “ഞാൻ നാളെ എമിനെയും കൊണ്ടുവരും.”

വസന്തകാല മഴ പെയ്തുകൊണ്ടേയിരുന്നു - പുതിയ മോസ്ക്കിന്റെ താഴികക്കുടത്തിൽ,മിനാരങ്ങളുടെ മൂലകളിൽ, ഹലീചിൽ.* പഴക്കച്ച വടക്കാരുടെയും പാലത്തിന്റെയും മുകളിൽ.

ഇതുപോലൊരു മഴദിവസമാണ് കരീമും അഹമ്മദും പാലത്തിൽ നിന്ന് പത്രം വിറ്റത്. പക്ഷേ, അന്ന് ചാറ്റൽമഴ മാത്രമായിരുന്നു. പത്രം വിൽക്കാൻ ജാള്യതയായിരുന്നു അഹമ്മദിന്.

നൈമാന്റെ ഹൃദയം വലിഞ്ഞുമുറുകി. കരീമിനെ ഭ്രാന്താശുപത്രിയിലേക്ക് മാറ്റിയെന്ന് അവർ അയാളുടെ സഹോദരിയോട് പറഞ്ഞു. ആ പാവം സ്ത്രീ അപ്പോൾ തന്നെ ഇരട്ടചന്ദ്രക്കലയുള്ള വാതിലിനു മുമ്പിൽ കുഴഞ്ഞു വീണു. അവർ വീണ്ടും നാലു പനിനീർപ്പൂക്കൾ കൊണ്ടുവന്നിരുന്നു.

വസന്തകാലമഴ മീൻചന്തയെ നനച്ചു - എമീനൊനു ചത്വരത്തിൽ, ചത്വരത്തിലെ ഘടികാരത്തിൽ, ട്രോളി നിർത്തുന്ന ഇടത്തിൽ, മേൽക്കൂരകളിൽ, നൈമാന്റെ കുടയിൽ മഴ ചന്നംപിന്നം വീണു.

---

* ‘ഗോൾഡൻ ഹോൺ’ എന്നറിയപ്പെടുന്ന ഉൾക്കടൽ

അക്സറായ് ട്രോളികൾ കടന്നു പൊയ്ക്കൊണ്ടിരുന്നു. നൈമാന് സഹിക്കാനാകാത്ത വേദന തോന്നി. ആർത്തു കരയാതിരിക്കാൻ അവൾ ചുണ്ടുകൾ കടിച്ചു. കത്തികൾ അവളുടെ ഉദരത്തെ തുളച്ചു, അവളുടെ നാഭിയെ പിളർന്നു. നാളെ ഞാൻ ഇസ്മയിലിനെ കാണും. വേദന വന്നു കൊണ്ടേയിരുന്നു. അവൾ ഒരു ടാക്സി വിളിച്ചു, അത്തരം കാലാവസ്ഥ യിൽ അതു കിട്ടിയത് ഭാഗ്യം തന്നെ.

മൂന്നു മണിക്കൂറുകൾക്കു ശേഷം അക്സറായിയിലെ വീട്ടിലെ കിടപ്പു മുറിയിൽ വെച്ച്, വയറ്റാട്ടിയായ അയൽക്കാരിയുടെ സഹായത്തോടെ, നൈമാൻ ഇസ്മയിലിന് ഒരു പെൺകുഞ്ഞിനെ സമ്മാനിച്ചു. അയൽക്കാർ ഫോണിൽ കദികോയിലേക്ക് വിളിക്കുകയും ഒസ്മാൻ ബെയിനോട് ഉടനെ വരാൻ പറയുകയും ചെയ്തു. ഒസ്മാൻ ബെയ്, എമിനെ ചേർത്തുപിടിച്ച്, കിടപ്പുമുറിയുടെ വാതിലിനു മുമ്പിൽ ഉഴറിനടന്നു. സഹോദരൻ തന്റെ നിലവിളി കേൾക്കാതിരിക്കാൻ, മറ്റാരും തന്റെ നിലവിളി കേൾക്കാതിരി ക്കാൻ, നൈമാൻ ചുണ്ടുകൾ കടിച്ച് മുറിവുകളാക്കി മാറ്റി. അവളുടെ കിടക്കവിരികൾ കീറി. അവൾ ഇസ്മയിലിന് ഒരു പെൺകുഞ്ഞിനെ സമ്മാനിച്ചു.

ഇസ്താംബൂളിനു മീതെ വസന്തകാലമഴ വീണുകൊണ്ടേയിരുന്നു. അവരുടെ ചായംതേക്കാത്ത മര വീടുകളിൽ, കിളിവാതിലുകളുള്ള മട്ടു പ്പാവുകളിൽ മഴ പെയ്തുതോർന്നു.

തീവണ്ടിയിൽ

ഇസ്മയിൽ അകത്തു കാലു കുത്തിയ ഉടനെ ഞാൻ അയാൾക്ക് വാതിലിന്റെ പുറകുവശം കാണിച്ചു കൊടുത്തു:

"നോക്ക്."

ഇസ്മയിൽ നോക്കി. എനിക്ക് കാര്യം മനസ്സിലായി. ഞങ്ങൾ പരസ്പരം കെട്ടിപ്പിടിച്ചു.

"അഹമ്മദ്..." ഇസ്മയിൽ വിളിച്ചു.

"നമ്മൾ നാല്പതോ നാല്പത്തിയൊന്നോ ദിവസങ്ങൾക്കു വേണ്ടി കാത്തുനിന്നില്ല, ഞാനൽപം മദ്യം വാങ്ങിവരാം."

"നാളെ ഞാൻ സിയയെ കാണാൻ ബലികെസിറിലേക്ക് പോകുകയാണ്."

"എന്താണ് നല്ലതെന്ന് നിനക്കറിയാമല്ലോ, പക്ഷേ..."

"ഇസ്താംബൂളിലേക്കു പോകാനുള്ള നേരമായിട്ടില്ല. എനിക്ക് സിയയോട് സംസാരിക്കണം. ഈ കുഴി എങ്ങനെ നമുക്കുപയോഗിക്കാമെന്ന് അറിയണം. ഇവിടത്തെ യോഗത്തിൽ ഇക്കാര്യം ചർച്ച ചെയ്യേണ്ട ആവശ്യമില്ല. ഇക്കാര്യത്തിൽ ഉത്തരവാദിത്വമുള്ളവരിൽ പിടികൂടപ്പെടാത്തയാൾ സിയ മാത്രമാണ്."

ഞാനെന്റെ മീശ വടിച്ചു. വായയുടെ ആകൃതി മാറ്റാനായി മുകൾ ചുണ്ടുകൾക്കുള്ളിലും കീഴ്ചുണ്ടുകൾക്കുള്ളിലും അയാൾ പഞ്ഞി കുത്തിത്തിരുകി. ഇടംകണ്ണിനു മുകളിൽ മുറിവുപോലെ തോന്നുന്ന ഒരടയാളം തൊലി കരിച്ചുണ്ടാക്കാൻ അവർ അയഡിൻ ഉപയോഗിച്ചു.

"എന്റെ മുഖത്ത് മാറ്റമുണ്ടോ?"

"തീർച്ചയായും."

"നിന്റെ തിരിച്ചറിയൽ കാർഡ് ഒന്നു കാണട്ടെ."

ഇസ്മയിലിന്റെ തിരിച്ചറിയൽ കാർഡിലെ ചിത്രത്തിന് അയാളൊഴിച്ച് എല്ലാവരോടും സാദൃശ്യമുണ്ടായിരുന്നു. അമേരിക്കക്കാരായ നാവികർ

ഉപയോഗിക്കുന്ന തരത്തിലുള്ള തൊപ്പിയുണ്ട് ഇസ്മയിലിന്. ഞാൻ അതു വെച്ചു നോക്കി. തൊപ്പിക്കടിയിൽ നെറ്റിയിലേക്ക് വീണുകിടക്കുന്ന മുടി താഴേക്കു ചീകിവെക്കുകയും ചെയ്തു.

“നിന്റെ മുഖം തീർത്തും മാറിപ്പോയി.'

പിറ്റേന്നു രാവിലെ രണ്ടുപേരും നേരത്തേ എഴുന്നേറ്റു. അവർ പരസ്പരം കെട്ടിപ്പിടിച്ചു. ഇസ്മയിൽ ജോലിക്ക് പോകുന്നില്ല:“വാതിൽ തുറന്നിടാനാകില്ല. പുറത്തു പോയാൽ താക്കോൽ ആരെ എല്പിക്കും?”

തീവണ്ടിയാപ്പീസിൽ ഞാൻ മൂന്നാം ക്ലാസു കമ്പാർട്ട്മെന്റിൽ കയറി. കയറുമ്പോൾ ഒരു മനുഷ്യൻ അയാളുടെ കണ്ണിലുടക്കി. പ്ലാറ്റുഫോറത്തിൽ നിന്ന് അയാൾ തീവണ്ടിയിൽ കയറുന്ന എല്ലാവരെയും നിരീക്ഷിക്കുന്നതു പോലെ തോന്നി. എനിക്ക് അയാളെ കണ്ടുപരിചയമുണ്ടോ? അതോ അയാൾ മറ്റൊരാളോണോ? ‘അയ്ദിൻലിക്’ ഓഫീസുകൾക്കു പുറത്ത് അകത്തേക്കു പോകുന്നവരുടെയും പുറത്തേക്കു വരുന്നവരെയും കണക്കെടുക്കുന്ന മനുഷ്യനല്ലേ ഇയാൾ? അല്ല,അല്ല. ഞാൻ വീണ്ടും എല്ലാവരെയും ആവശ്യമില്ലാതെ പേടിക്കുകയാണ്.

തീവണ്ടി യാത്ര പുറപ്പെട്ടു. അഹമ്മദ് അടുത്തുള്ള ജാലകത്തിൽ തല ചാരി ഇരുന്നു.

അനുഷ്കയും തീവണ്ടിജാലകത്തിൽ തല ചാരി ഇരുന്നു. ഞങ്ങൾ കയ്യിൽ കയ്യും കോർത്ത് മോസ്കോയിലേക്ക് മടങ്ങുകയാണ്. പുറത്ത് കാടുകൾ ഓടിമറഞ്ഞു. ഞങ്ങൾ സംസാരിക്കുന്നുണ്ടായിരുന്നില്ല. ഞാൻ അവളെ ഉപേക്ഷിച്ച് ഓടിപ്പോകുമെന്നതുപോലെ അനുഷ്ക എന്റെ കൈ മുറുകെപ്പിടിച്ചിട്ടുണ്ട്. ഞാൻ പിറുപിറുക്കുകയാണ്:

“ഓടക്കുഴലിന്റെ വിലാപത്തിന് കാതോർക്കൂ.
അത് വേർപാടിനെയോർത്താണ് വിഷാദിക്കുന്നത്.”

“നിങ്ങൾ വീണ്ടും നിന്റെ അവധൂതകവിയുടെ വരികൾ ചൊല്ലുകയാണോ?”

“നിനക്കെങ്ങനെ അതറിയാം?”

“ആ വരികളുടെ താളം. ആദ്യം തുർക്കിയിലും പിന്നീട് റഷ്യനിലും അതൊന്നു കൂടി ചൊല്ലൂ. അതെന്റെ കാതിൽ മന്ത്രിക്കൂ.”

ഞാനത് അവളുടെ കാതിൽ മന്ത്രിച്ചു.

“ഈ വരികളിൽ നിന്ന് വിഷാദമൂറുന്നുണ്ട്. നിങ്ങൾ ‘നെയ് ’ എന്നു വിളിക്കുന്ന ഈ ഓടക്കുഴൽ - അത് കോക്കസസ്സിലോ മദ്ധ്യേഷ്യയിലോ കിട്ടുമോ?”

“ചിലപ്പോൾ. നീയതു കൊണ്ടെന്തു ചെയ്യാൻ പോകുന്നു?”

"ഞാനതു പോലൊന്ന് കണ്ടെത്താൻ ശ്രമിക്കും. എനിക്കത് വായിക്കാനറിയില്ല. എങ്കിലും ഞാനത് എന്റെ മുറിയിൽ തൂക്കിയിടും."

പ്ലാറ്റ്ഫോറത്തിൽ വെച്ച് ഞാൻ കണ്ട മനുഷ്യൻ തീവണ്ടിമുറിയിലേക്ക് കയറി. അയാൾ എനിക്കെതിരെ വന്നിരുന്നു. അയാൾക്ക് മറ്റെയാളിന്റെ നല്ല സാമ്യമുണ്ട്. തുലഞ്ഞു പോകട്ടെ. അയാൾ എന്നെ നോക്കാതിരിക്കാൻ കിണഞ്ഞു പരിശ്രമിക്കുന്നുണ്ട്. അവർ എന്നെ പിന്തുടരുന്നുണ്ടെങ്കിൽ ഇപ്പോൾ തന്നെ അറസ്റ്റു ചെയ്യില്ല. താൻ എങ്ങോട്ടാണ് പോകുന്നതെന്ന് അവർക്കറിയണം. ഞാൻ സിയയെ കാണേണ്ടതുണ്ടോ? അയാളുടെ തലയിലും പ്രശ്നം വലിച്ചിടേണ്ട കാര്യമില്ലല്ലോ. ആ മനുഷ്യൻ പുറത്തേക്കിറങ്ങി. ഞങ്ങൾ ഒരു സ്റ്റേഷന് അടുത്തെത്താറായിരിക്കുന്നു, തീവണ്ടിയുടെ വേഗത കുറഞ്ഞിട്ടുണ്ട്. അപ്പോൾ ഇയാൾ അയാളല്ല-നോക്കൂ, അയാളിവിടെ ഇറങ്ങുകയാണ്.

ഞാൻ അയാൾ പുറത്തിറങ്ങുന്നതു കാണാൻ ജാലകത്തിലൂടെ തല പുറത്തേക്കിട്ടു നോക്കി. എനിക്കത് ഉറപ്പിക്കാനായില്ല. പക്ഷേ, അയാളിറങ്ങിയത് മറുവശത്തു കൂടെയാണെങ്കിൽ ഞാനത് കാണുകയുമില്ല.

തീവണ്ടി വീണ്ടും യാത്ര ആരംഭിച്ചു.

അനുഷ്ക എന്റെ കൈ മുറുകെപ്പിടിച്ചു. ഉങ്ങുമരങ്ങൾ പുറകോട്ട് പാഞ്ഞു പോയി. റഷ്യക്കാർക്ക് ബീച്ചുമരങ്ങൾ ഇഷ്ടമാണ്. ഏതു മരങ്ങളെയാണ് ഞങ്ങൾക്കിഷ്ടം? പോപ്ലാറുകൾ? ഞാൻ എത്തരം മരങ്ങളെയാണ് ഇഷ്ടപ്പെടുന്നത്? വില്ലോ മരങ്ങൾ? പക്ഷേ, അവ എപ്പോഴും കണ്ണീരൊലിപ്പിക്കും.

ഞാൻ... അനുഷ്ക! അനുഷ്ക! എന്നോടു തന്നെ ഉച്ചരിച്ചതെന്നു ഞാൻ കരുതിയ 'അനുഷ്കകൾ' ഉച്ചത്തിൽ പുറത്തേക്കു വന്നിരുന്നു!

"എന്താണത്, അഹമ്മദുഷ്കാ?"

"ഞാൻ നിന്നെ സ്നേഹിക്കുന്നതുപോലെ ആരെയും ഒരിക്കലും സ്നേഹിക്കില്ല."

"ഏതാനും വർഷങ്ങൾക്കുള്ളിൽ, അഹമ്മദുഷ്ക, നിങ്ങൾ നിങ്ങളുടെ രാജ്യത്തേക്ക് തിരിച്ചു പോകും. കുറച്ചു നാൾ കൂടി എന്നെ ഓർത്തേക്കാം. തീർച്ചയായും, നിങ്ങളെന്നെ ഓർക്കും. പക്ഷേ എന്നിട്ട്... പക്ഷേ, അതല്ല പ്രധാനപ്പെട്ട കാര്യം... നമുക്കിനിയും ഒന്നോ രണ്ടോ കൊല്ലം കൂടിയുണ്ട്. നമുക്ക് ആ വർഷങ്ങളെക്കുറിച്ച് ഓർക്കാം."

എന്റെ ഉള്ളിന്റെയുള്ളിൽ വികാരങ്ങൾ കെട്ടുപിണഞ്ഞു. ഒരാഴ്ചയ്ക്കുള്ളിൽ, പത്തുദിവസത്തിനുള്ളിൽ, ഞാൻ പോകുമെന്ന് പറയാൻ ഞാനാഗ്രഹിച്ചാൽ പോലും പറയാനാകില്ലെന്ന് എനിക്കറിയാം. ചിലപ്പോൾ ഇതു

ഞങ്ങളുടെ അവസാനത്തെ രാത്രിയാകാം. ചിലപ്പോൾ.തൊട്ടടുത്ത ദിവസം ഞാൻ അപ്രത്യക്ഷനാകും; അനുഷ്ക എന്തായാലുമത് മനസ്സിലാക്കും. അതുകൊണ്ട് ഒരു ദിവസം മുമ്പേ അവളോടത് പറയുന്നതുകൊണ്ടുള്ള കുഴപ്പമെന്താണ്? അനുഷ്കയോട് അതെങ്ങനെ പറയുമെന്ന് ഞാൻ സങ്കല്പിച്ചിട്ടില്ല. ഈ ചിന്ത ഇപ്പോൾതന്നെ മനസ്സിൽനിന്ന് കളഞ്ഞേ മതിയാകൂ - എന്തെങ്കിലും ചെയ്തേ തീരൂ. അനുഷ്ക പഴയ പത്രക്കടലാസുകളിൽ ചുറ്റിക്കെട്ടിയ ഒരു പൊതി എന്റെ കണ്ണിൽപെട്ടു. ഞാനതിലെ തലക്കെട്ടുകൾ വായിച്ചു: "റുമേനിയയിൽ ഭീകരഭരണം. കോമിന്റേണിന്റെ അഞ്ചാമത്തെ വർഷം."

ഞാൻ ആ മനുഷ്യനെ ഇടനാഴിയിൽ വീണ്ടും കണ്ടു. അയാൾ എന്റെ തീവണ്ടിമുറിയിലേക്ക് എത്തിനോക്കുകയും തല പെട്ടെന്ന് പിൻവലിക്കുകയും ചെയ്തു. ഞാൻ തീവണ്ടിയിൽ കയറുമ്പോൾ അവരെന്നെ തിരിച്ചറിഞ്ഞിട്ടുണ്ടെന്ന് വ്യക്തമാണ്. അവരുടെ കണ്ണിൽ പെടാതെ തൊട്ടടുത്ത സ്റ്റേഷനുകളിലൊന്നിൽ എനിക്ക് എങ്ങനെ ഇറങ്ങാനാകും? സിയയെ കാണാൻ പോകുന്നത് ഉപേക്ഷിക്കേണ്ടിയിരിക്കുന്നു. പക്ഷേ, ഞാൻ എവിടേക്ക് പോകും? എന്റെ ടിക്കറ്റ് ബലികെസിർ വരെയാണ്.

ഞങ്ങൾ മോസ്ക്കോയുടെ അടുത്തെത്തുകയാണ്. അനുഷ്ക: "കരീമും മറൂസയും നമ്മളെ സ്റ്റേഷനിൽ കാണും അല്ലേ?"

"അങ്ങനെയാണവർ പറഞ്ഞത്."

"കരീം വളരെ നല്ല മനുഷ്യനാണ്. അത്തരമാളുകൾ നിങ്ങളുടെ പാർട്ടിയിലുണ്ടാകുമ്പോൾ നിങ്ങൾ ചെയ്യുന്ന പ്രവർത്തനങ്ങളും കൂടുതൽ മികച്ചതാകും."

ദിനപ്പത്രം വീണ്ടും എന്റെ കണ്ണിൽപെട്ടു. ഞാൻ വീണ്ടും അതേ വാർത്ത വായിച്ചു: "റുമേനിയയിൽ ഭീകരഭരണം. കൊമിന്റേണിന്റെ അഞ്ചാമത്തെ വർഷം"

ഞങ്ങൾ മോസ്ക്കോയുടെ പ്രാന്തപ്രദേശങ്ങളിലൂടെ കടന്നുപോയി, അനുഷ്കയുടെ കൈ എന്റെ കയ്യിൽ തന്നെയുണ്ട്.

ഞങ്ങൾ ചില ചെറുകുന്നുകൾ കടന്നുപോയി. എന്റെ എതിരെയിരിക്കുന്ന മനുഷ്യൻ ഉറക്കം തൂങ്ങുകയാണ്. അയാൾ നേരായും മയങ്ങുകയാണോ? അതോ ഉറക്കം നടിക്കുന്നതോ?

എന്റെ അതിഥികൾ

എനിക്ക് അതിഥികളുണ്ട്: അനുഷ്ക, ഇസ്മയിൽ, അഹമ്മദ്, നൈമാൻ, മറൂസ, സിയ, സിയാവു...

കരീം ഇവിടെയില്ല. അയാൾ മരിച്ചു. ഭ്രാന്താശുപത്രിയിൽ വെച്ചല്ല. അയാൾക്ക് ഭ്രാന്ത് സുഖപ്പെടുകയും അയാൾ അവിടെ നിന്ന് പുറത്തു വരികയും ചെയ്തിരുന്നു. 1950 മെയിൽ ക്ഷയരോഗബാധിതനായാണ് അയാൾ മരിച്ചത്.

എന്റെ അതിഥികൾക്ക് വയസ്സായിട്ടില്ല. അവരെ ഞാൻ അവസാനമായി കാണുമ്പോഴുള്ള അതേ പ്രായമാണ് ഇപ്പോഴും അവർക്ക്. സിയാവു ഇപ്പോഴും അനുഷ്കയെ പ്രണയിക്കുന്നുണ്ട്; അഹമ്മദിന് ഇപ്പോഴും അയാളോട് അസൂയയുണ്ട്.

സിയ: "എനിക്കൊരു കവിത വായിച്ചു തരൂ."

ഞാൻ വായിച്ചു:

"ഞാനൊരു തൊഴിലാളിയാണ്.

ഉള്ളങ്കാൽ മുതൽ ശിരസ്സു വരെ പ്രണയം.

പ്രണയം കാണുന്നു, ചിന്തിക്കുന്നു, മനസ്സിലാക്കുന്നു,

പുത്തൻ പിറവിയെടുത്തു മുന്നേറുന്ന വെളിച്ചമാണ് പ്രണയം,

നക്ഷത്രങ്ങളിൽ ഊഞ്ഞാൽ കൊളുത്തിയിടുന്നു പ്രണയം,

ഉരുക്കിനെ ഉരുക്കുന്നു പ്രണയം."

ഞാൻ മറൂസയ്ക്കും അനുഷ്കയ്ക്കുമായി ആ കവിത റഷ്യൻ ഭാഷയിലേക്ക് മൊഴിമാറ്റം ചെയ്തു.

ഇസ്മയിൽ എന്റെ സിഗരറ്റിൽ നിന്ന് തീ അയാളുടെതിലേക്ക് പകർത്തി.

"നീ നന്നായി എഴുതിയിരിക്കുന്നു." അയാൾ പറഞ്ഞു.

അയാൾ എഴുന്നേറ്റ് ജാലകവാതിൽ തുറന്ന് സൂര്യപ്രകാശത്തെ മുറിയിലേക്ക് ക്ഷണിച്ചു.

അഹമ്മദിന്റെ കൈകൾ അനുഷ്കയുടെ കൊഴുത്തുരുണ്ടു വെളുത്ത കയ്യും നീളമുള്ള വിരലുകളും മുറുകെപ്പിടിച്ചിട്ടുണ്ട്.

നൈമാൻ അവളുടെ ഭർത്താവിന്റെ വാക്കുകൾ ആഴമുള്ള ശബ്ദത്തിൽ ആവർത്തിച്ചു:

ജീവിതം മഹത്തരമാണ്, സോദരാ!

എന്റെ അതിഥികൾക്ക് വയസ്സായിട്ടില്ല. ഞാൻ ഏറ്റവുമൊടുവിൽ കണ്ടപ്പോഴുള്ള അതേ പ്രായമാണ് അവർക്കെല്ലാം. പക്ഷേ, എനിക്ക് അറുപതു വയസ്സു കഴിഞ്ഞിരിക്കുന്നു. ഒരഞ്ചു വർഷം കൂടി ജീവിക്കാൻ എനിക്കു കഴിഞ്ഞെങ്കിൽ...

■